VÂN ĐỜI XẾP NẾP

VÂN ĐỜI XẾP NẾP
Tiểu thuyết Bảo Thương
Ấn bản 2023

Tranh bìa: *Hot coffee* của Rokas Aleliunas
Thiết kế bìa và dàn trang: Thiên Lương

Nhà xuất bản Nhân Ảnh, California, Hoa Kỳ
© 2023 Bao Thuong all rights reserved
ISBN: 9781088141847

BẢO THƯƠNG

VÂN ĐỜI
XẾP NẾP

tiểu thuyết

NHÀ XUẤT BẢN NHÂN ẢNH

"Tôi viết cuốn sách này trong tâm thế của người sinh ra thời hậu chiến. Dù không qua chiến tranh, nhưng có nơi nào trên đất nước này không hiện diện bóng dáng của chiến tranh cơ chứ, từ ngoại cảnh, đến nội tâm con người. Chiến tranh, là điều khủng khiếp nhất mà con người phải chịu đựng, hệ lụy của chiến tranh còn nặng nề hơn.

Cảm ơn những tài liệu về chiến tranh; những tư liệu, chất liệu từ những cuốn hồi kí, nhật kí của các cựu binh xưa, để tôi hoàn thành cuốn sách. Hi vọng, thêm một góc nhìn về cuộc chiến, về tình đời, tình người, cùng thân phận cá nhân và dân tộc".

PHẦN MỘT

CHƯƠNG I

1.

Má, sao má không đi? Người mẹ nhìn vào khoảng không đục mờ phía những đụn sương rải khắp thung lũng, mỏng, bay, và khuất lấp, phía ấy là cánh đồng lúa đã trụi lủi vì đạn pháo. Má, sao không đi? Gia hỏi lại lần nữa. Nói thật, người mẹ từ tốn lần tay vào túi chiếc áo bà ba, bật chiếc ruy băng lôi ra hộp quẹt, bà đốt vỏ của cây bần rồi từ tốn lấy con dao gọt gọt thi thoảng đưa mắt vào khoảng không bao la lạnh vắng và u buồn ngoài đó, như ngóng trông, như chờ đợi, như là để tránh câu hỏi của Gia, hoặc như để chừng lại thêm một giây mà ngẫm ngợi về cuộc đời dằng dặc được đong bằng ánh mắt đục mờ, những nếp nhăn chằng chịt trên cổ, trên hai bàn tay, mãi rồi mới ngẩng lên, khi đã để miếng trầu và cau vỏ vào đôi môi mím lại, nhai từ tốn chậm chạp như cách nói của bà, chẳng giấu gì chú tôi có thằng con là lính phía bên này, bà chỉ vào khoảng không khác đối ngược với cánh đồng phía bà nhìn lúc trước, nó là trung sĩ phía Quốc gia, thì sao má, nó về đây thăm tôi từng khi, thì sao má, Gia cố hỏi dồn dập, nhưng vẫn nhẹ nhàng để không lay động vào những nghĩ suy, những khoảng mờ, tăm tối, lòng trắc ẩn của người mẹ mà anh nghĩ có những khoảng khuất lấp hơn cánh đồng ngoài kia giăng mờ sương kín. Nó về thăm tôi nhiều khi đấy chú.

Má chuyển hẳn về phía đó đi. Gia chỉ tay về phía biển, nơi có những rặng phi lao, những ngọn dừa lao xao đón gió, những ngôi nhà và một tòa giáo xứ mọc lên cao ngất, thi thoảng những phi vụ hành quân bọn anh vẫn nghe được tiếng chuông nhà thờ ngân rung trong gió. Phía đó Quốc gia an toàn hơn cho má. Tôi biết chứ chú, nhưng... Sau tiếng nhưng bà lại chững, lần này bà lấy tay bật tung túi áo từ từ nhét hộp quẹt vào, cài lại cái ruy băng cho chắc, cách cẩn thận của người nông dân quen lội sình lầy quanh năm, cái gì là tài sản, thì giữ cho chặt. Nhưng chú ạ, bà lại nhìn vào xa xa, lúc này mây đã tan loãng, vài cánh cò đã hiện ra phía ruộng, những mảng xanh bắp đậu đối lập với màu lam của làn nước mỏng, những tia nắng đã hắt những ánh vàng vào làn sương làm nên khoảng bàng bạc loa lóa phía ấy. Chẳng giấu gì chú, tôi còn thằng con Việt Cộng.

Gia hơi giật mình, nhưng trước sự bình tĩnh đến lạ lùng của người mẹ, anh phải cố kiềm lòng, như cái cách bà vẫn nói - và anh tin, với tất cả đoàn quân khi hành quân qua đây, cả Quốc gia, và Việt Cộng, bà vẫn nói vậy - tôi có thằng con phía bên này, và lại, tôi có cả thằng con phía bên kia, chúng chọn phía nào là việc của chúng, còn việc tôi ở đây là việc của của tôi vậy. Vậy má ở đây làm gì? Thi thoảng thằng Hai cũng về. Gia giật thót người nhìn quanh. Chiếc nắp chum đậy kín. Thứ chum to dùng làm mắm của người dân miền biển. Bao lần bọn Gia chĩa súng vào, những chiếc đầu bù xù của những người quen ở rừng nhô lên. Một mảng đất mới phía góc tường cũng làm Gia nghi ngại. Như hiểu được lòng anh, bà cố phân trần, giọng vẫn bình thản như trước, như thể, tôi kể chuyện tôi, chú nghe thì nghe không nghe mặc chú vậy. Nó không về đâu mà chú sợ, hai tháng rồi tui không biết nó sống chết ra răng. Nói đến đây, bà lấy tay quệt mặt, một dòng nước từ má nhoen sang tay, làm ướt vạt áo nâu bạc màu lúc trước. Không biết nó sống chết ra răng. Còn anh trung sĩ vẫn về chứ má? Nó về dễ hơn, chắc vì thế thằng Hai không dám ngó nhà. Có khi nào họ đụng nhau không má? Có chứ, tôi là người phải canh chừng. Không kịp thì sao? Thì chúng giết nhau chứ sao, xong chưa lần nào không kịp cả.

Và Gia tin, để kịp cho những lần đấy, người mẹ nghèo khổ, quắt queo này phải gồng lên thế nào cho đủ sức và tỉnh táo, và minh mẫn, khỏe mạnh, để mà trông, mà bảo mật, cảnh báo cho hai phía các con. Gia nhìn ra phía hốc tường, lỗ thủng của những trận mưa xói lở, làm cột tre cũng ruỗng mục hết, khoảng đất loét vào đến tận sâu. Gia lại nhìn ngọn dừa cao chót vót, những quả còi sai lúc lỉu phía trên, một chiếc sào dài phía dưới, sức nào cho mẹ chọc những trái kia? Gia nhìn chiếc bàn thờ chênh vênh lạnh, vài chân nhang thắp dở cháy ngang chừng, và nhìn sạp gạo trống trơn. Ai sẽ hái dừa cho má, ai trông chừng những cơn mưa lở xói lều, ai đi làm lấy tiền mua gạo, hai người con còn đang mải ở hai phía này, kia.

Nhưng chỗ này nguy hiểm quá má ơi, pháo kích hai bên trúng nhà mình lúc nào chẳng biết. Có cái kia rồi, bà chỉ tay vào một cái hủm nông hoẻn, chắc được nửa thân người cuộn tròn trong đó mà vẫn nhô lên đến cả cái đầu. Má đào ư? Còn ai vào đây nữa. Rồi bà giơ đôi bàn tay đen sạm chằng chịt vết nứt và gân xanh ra cho anh nhìn. Tôi đào đó chú.

Những trận pháo, Gia nhớ nó kinh đảm lắm, những thằng trai khỏe như anh mà còn phải chui mình vào những công sự kiên cố. Má ơi, không được đâu, bọn con đưa má qua kia. Thằng Hai về không thấy. Vậy sao má không sang kia? Gia lại chỉ về những ngôi nhà mờ xa, những cánh rừng tít tắp phía vùng giải phóng. Không được chú ơi, thằng Ba về biết tìm tôi ở mô, vả lại còn bàn thờ tổ tiên, tôi còn phải thờ cúng ông nhà nữa chứ. Ông nhà mất lâu chưa má? Được chín năm rồi, từ thời hai đứa còn bé, ông thiêng lắm chú, ông còn làm được huống chi tôi. Ông làm gì má. Ổng canh chừng hai đứa hộ tôi. Bằng cách nào. Ông báo mộng cho chúng tránh nhau. Hôm trước thằng Ba về kể, ba thiêng lắm má, ba bảo, tối nay Việt Cộng vô, con nhớ cẩn thận, vì thế mà con không ngủ trên đồn, con chui xuống hầm, nên tránh được đạn. Còn thằng Hai phía Cộng cũng kể y nguyên. Má ở nhà năng thắp hương, bảo ba phù hộ con, hổm rồi không có ba chắc con chết, con nằm mơ, ba về báo, lính Quốc gia đi càn hai bữa nữa, con nhớ chạy sâu vào mật khu nha con, nhờ đó mà con và anh em không ai bị giết.

Nói rồi bà cười, nhìn lên bàn thờ, chiếc ảnh đen trắng in hình một người đàn ông râu dài, mặt gãy, đôi mắt to đen thăm thẳm như nhìn vào cõi xa xôi. Ông hiền trơn chú à, sống hiền chết cũng hiền, còn ông tôi đâu có khổ thế này. Bà nói xong tay vân vê tà áo rách tướp, lại nhìn vào khoảng không. Ổng cùng tôi canh chừng lũ nhỏ, ông chết rồi còn làm được huống chi tôi, nếu thế tui sá gì cái thân già này để sung sướng một mình.

Bà nói xong lại cười, nụ cười hiếm hoi Gia bắt gặp từ lúc đến tới giờ, khi nghĩ về con, về chồng. Còn niềm vui gì cho bà hơn thế nữa không, khi đi qua cả trường thiên, buồn đau lặn vào đáy mắt, nỗi cực thân lặn vào hai bàn tay, gió sương vào thân gầy, tấm áo. Con cá ở đồng, con cua ở lạch, cây ớt ở ngõ, bụi chuối sau nhà, những thứ bé nhỏ, bình dị, nghèo nàn, đi cùng bà từ nửa thế kỷ trước, lại lẽo đẽo theo bà đến gần hết thế kỷ sau. *Một đời chơi bông chơi hoa/ một đời ỉa trịn cũng qua một đời.* Thế nào là một đời, có ai lý giải được không?

2.

Bỏ xuống, thằng Quách bảo, nó là hoa đấy, mày đừng bắn. Hoa cái con cặc, chúng bắn nở hoa trong đầu mày rồi à, để mày lú lẫn. Bỏ xuống, tao đã xem, có những thứ cần đối xử tử tế, mày hiểu không. Bố mày bảo hoa cái con cặc. Thằng Long gào lên, nó nhớ đến phút giây thằng Thắng bị bắn bể sọ. Gia vẫn nhớ, chiều qua, ở hậu cứ, chúng nó còn thỉ thủm với nhau, mắc võng ở hai gốc cây, hai cốc cà phê, hai bao thuốc quân tiếp vụ. Chúng nó cùng học một khóa Võ Bị, về tiểu đoàn một ngày, thằng Long trưởng trung đội 3, thằng Thắng trung đội 4. Chúng làm thành một cặp. Anh

Thanh tiểu đoàn trưởng có lần gắt, đù má, chúng mày không tách nhau ra một chút được sao, chúng mày là đồng tính luyến ái à. Thì Gia hiểu vì sao nó gục xuống và nức lên, khi thằng Thắng ngã xuống. Nó không muốn để người ta kéo bạn nó đi. Tao biết nói với Loan thế nào? Có lần Gia nhìn thấy cô bé mang những hăng gô cháo gà vào hậu cứ, nhờ chuyển cho toán hành quân, thằng Thắng bao giờ cũng được xí nửa phần.

Chúng là một cặp đôi hoàn hảo trong tác chiến, hễ trung đội 3 đi đâu, nhất thiết phải có trung đội 4 bám càng. Ê Long trọn, thằng Thắng chắc chắn sẽ chọc, đánh cho nở hoa vào nhé. Mày về mà nở hoa vào lòng người yêu ấy. Nó đâu cho. Giữ gì mà kì vậy, chắc mai còn sống đấy mà giữ. Mày có im cái mồm không. Ha ha ha, thì tao cứ nói vậy. Mày tưởng con gái người ta là mấy bà ở "hạm đội 7" đấy, cành vàng, lá ngọc, hương huyền, ủ kín, mày biết không? Tao biết chứ. Nó nói về người yêu đầy hạnh phúc, và Gia nghĩ, nó ngửi được cả mùi hương huyền ủ kín đấy trong cách kể.

Và câu chuyện của hai đứa cứ bá láp mà yêu thương, bông lơn thế. Cũng hiếm ở tiểu đoàn, có một đôi đồng giao luyến ái, như cách chọc của anh Thanh tiểu đoàn trưởng. Thì giờ, nó ôm bạn khóc, không cho quấn boncho, không cho người ta khiêng cáng chuyển về tuyến sau. Đù má, em bắn nát mẹ nó đi, nhục này, chết này. Nó đưa cây M16 vào gần cái xác của người lính Bắc quân và bóp cò. Từng tràng liên thanh chát chúa, đầu người lính bắn ra tung tóe nào máu, óc, phọt trào lên tận cả tán cây cao, tung tóe của xương thịt, máu, óc. Ha ha ha, chết mẹ mày đi này. Nó đã điên rồi. Nó điên cuồng nhả đạn. Nó định kê súng vào cuốn sổ nhạc mà thằng Quách xem lúc trước. Không được đâu, mày điên rồi, nó có hoa, tao cần phải giữ. Hoa này, nó giật tung cuốn sổ chép nhạc. Nét chữ đẹp, những khuông nhạc vuông vắn, và lời ca, có gì mê dụ, huyễn hồ, để cho Quách lúc trước phải ngẩn ngơ, nó ngồi một chỗ dưới gốc cây nghĩ ngợi, nó ôm cuốn sổ lấy được từ túi áo người lính Bắc quân đã tử trận và lần giở từ trang này đến trang khác, lại ngồi im ngẫm ngợi, có lúc nó nhìn mông lung vào khoảng không âm u của rừng cây, những mật khu trùng trùng buồn buồn là thế, cây rừng vướng lối đi, dây rừng chẳng che kín lối, mặt trời không mấy khi soi rọi vào đến chốn thâm u này, thì những bản nhạc vẫn nở hoa trên đầu nét bút ư. Nó nhìn và ngẫm ngợi, rút một điếu thuốc, châm hộp quẹt, rồi ngồi yên nghĩ ngợi bên xác người lính Cộng quân.

Thì thằng Long sau khi khóc bạn đã điên cuồng cầm cây M16 xông vào bắn tung đầu người lính đã gục sang một bên, mà nó không chắc người đó có bắn bạn nó không. Lòng căm thù đã làm nó điên, nó điên thật rồi, khi giật tung cả cuốn sổ nhạc trên tay thằng Quách, sau khi đã chĩa mũi súng làm cây đàn guitar tung tóe vỡ nát. Nó nhảy lên cây đàn di di, đồ chết tiệt, lũ chết tiệt, bố mày thề trả thù giết chết hết chúng mày. Mấy thằng nhảy vào ôm nó, nhưng nó đã kịp giơ tay giật tung cuốn sổ nhạc trên tay thằng Quách, đọc cái con củ cặc, cho nó đi chầu âm phủ tuốt. Không được, có hoa trong đó, thằng Quách hét lên - nó đã thấy, nó đã tức, nó đã kìm nén quá chăng, khi nó chứng kiến toàn bộ sự việc. Sự đau thương nào chẳng có, nhưng có cần phải thế. Lòng bao dung của nó cũng không dành thứ tha cho nỗi điên cuồng tột độ của thằng Long, hay cuộc chiến có những quy luật, không thể quá khích, cố chấp, hoặc phải có lòng tự tôn tối thiểu của một thằng người. Hoặc nỗi đau khổ cũng đã quá lớn, sự chai lì và khổ cực đã làm nên một nó, tức giận trước những sự manh động, mà manh động ở chiến trường, dù được cảm thông đi nữa.

Đụ má, mày bắn đi, nó cũng hét lên và xông vào thằng Long. Mày dám bắn không? Nó nở hoa trong đầu mày rồi à, tư tưởng cộng sản ấy. Mày không được bắn, tao chỉ tuyên bố. Nó chĩa súng vào ngực thằng Long đầy thách thức, mắt nảy lên những tia lửa đỏ rực, tựa như chúng bay thẳng ra và phóng vào thằng đó, đốt cháy cả khu rừng. Có những quy luật, có những nguyên tắc riêng của cuộc chiến, của thằng người, mày hiểu không, mày không được vi phạm, có chết cũng không được vi phạm, có thua cuộc, có đắng cay, cũng không được vi phạm, mày hiểu không? Thằng Quách vẫn chĩa súng vào ngực nó, nó ngẩn người một lúc rồi từ từ buông súng xuống. Mày nói phải, là thằng người phải đàng hoàng cái đã, nhưng ai cho tao làm người? Nó lại rú lên, tiếng rú của nó dội vào tầng rừng sâu thẳm những giọt nước mưa đọng từ đêm qua rơi xuống, hòa cùng nước mắt nó, và làm loãng những vũng máu phía những chiếc xác lính Bắc quân.

Gió từ khu rừng phía trước đưa đến, mang theo mùi tanh nồng của máu, mùi thối khắm của một con thú nào chết trương, mùi hôi rình của quần áo lính hai phía, và mùi ẩm mốc của lá cây mục mùa mưa, mùi của những chiếc lá non bật lên dưới tầng khí quyển thấp nhất, cố chen mình len khỏi sự âm u, vươn lên tầng ánh sáng. Phải rồi, con người cũng thế, ai cũng muốn vươn lên tầng ánh sáng, hướng về ánh sáng, ánh sáng của lương tri đẹp đẽ nhất của loài người. Nó đứng đây, họ đứng đây, thằng Long, Quách, Gia đứng đây, và đến đây, để tìm kiếm thứ ánh sáng gì, thứ ánh sáng nào, khi tất cả đều nát bét dưới dấu giày saut, khi mọi thứ đã đổ nát dưới nòng súng AK và AR15, khi cánh rừng đã tan hoang và khu trục thả những bông hoa bom nổ tung trên mấy tầng lá thấp, khi mà bản nhạc Gia cầm, nhuộm máu người lính Bắc quân.

Gió về như một mộng huyền/ em tôi giờ đã cập thuyền hay chưa/ mơ phai em dệt lá vàng/ chân đi trên những nẻo đàng bướm tiên/ cô huyền một bóng trăng thơ/ em ơi cõi ấy im tờ xác thân...

Những dòng thơ, dòng nhạc nảy trên đầu ngọn bút, nở trên khối óc nào, cắm rễ vào những những hoan ca và đớn đau, cắm mộng vào bề sâu của trầm thức. Khi viết lên những dòng đấy, Gia không biết người lính Bắc Việt nghĩ gì, Gia không thấu suốt được tâm tư phía họ, Gia không lý giải được những lý tưởng cao siêu trập trùng và vĩ đại, hòa được với cái tôi bé nhỏ, cô đơn, tan hoang, lạc loài, hoài ghi, bế tắc và khổ đau thế kia. Cái gì làm nên sự hòa trộn, cái gì cho ra sự hòa trộn, hoặc chẳng gì có thể thủ tiêu được cái tôi rợn ngợp, đớn đau, cái cá nhân tận cùng của cảm thức lạc loài và lênh đênh đến thế…

Cánh đồng phía ấy mẹ tôi/ áo mê nón vá thân côi thế cò/ nào đâu dây bí dây ngò/ thân nào vướng vít để mờ thế nhân/ mẹ ơi con lạc bước trần/ đi ra chửa thấy bóng lần cửa qua/ mẹ ơi giờ đã thân xa/ thương sao cây bí chốn nhà cầu ao…

Hoa nào đã nở trong đầu óc anh. Tiếng gọi mẹ nào xé đau trong chiều vàng vọt chẳng nắng, những cánh rừng âm u hết thời tuổi trẻ, những mộng ước đóng khung trong tối tăm sương mờ. Có hoa đấy mày ạ, giờ thì thằng Long đã hiểu, nó ra một góc ngồi và lặng yên, nó lấy cây AR15 chĩa chĩa vào từng vạt đất, cày lên những con giun bé tí, nó chọc chọc đầu lưỡi lê vào đó, trò chơi tuổi nhỏ với dế giun, hay sự ngẫm nghĩ thế sự về phận giun dế, mà nó không nói gì, nó đã đồng lòng với thằng Quách chưa, rằng có hoa nở ở đáy lòng. Gia không rõ. Nhưng mắt nó trùng xa về phía những trảng cỏ, một chiếc trực thăng nào sẽ đỗ ở kia và triệt thoái nó ra khỏi cánh rừng này, hốt nó ra khỏi những mộng mị đớn đau của khoảnh khắc mất bạn, đưa nó ra khỏi cõi mê của thằng người vừa vi phạm vào đạo luật, dù giữa chốn thâm u, chỉ có nó và những thằng bạn, chợt nghĩ ta có thể sống lạc bầy, lấy luật bản năng và trung thành với luật rừng làm lẽ sống từng khi, nhưng không, ai cho phép nó, tòa án lương tâm đang luận tội nó, óc của người lính Cộng sản bắn vào tận tảng đá nó đang ngồi, điều này cũng thường lắm trong chiến tranh, nhưng sao có những giây phút, có những giây phút…

Rừng đã nở vài bông hoa bé tí khi mùa mưa qua đi, mùa khô bắt đầu đến, rừng có loài hoa không nở vào mùa xuân mà đợi mùa khô, đặc biệt ở cái xứ hai mùa mưa nắng thì mùa khô mới dành cho sự sống hay sao? Nó hé mầm rồi, một nụ màu tím cà he hé. Rừng, vẫn còn những bông hoa he hé. Bản nhạc Bắc quân đã truyền trên tay bao đồng đội của nó, một thằng nào đó khe khẽ hát lên theo nốt nhạc, một thằng nào đã ngồi yên khe khẽ phía xa.

Buồn bỏ mẹ, một năm nay tao chưa về thăm bà già rồi đấy. Quê nó tận vùng sông Hậu mênh mông sóng nước, những cuộc hành quân liên miên, những trùng phùng của súng đạn dồn dập, để cả năm nó chưa được về thăm nhà. Buồn bỏ mẹ, đừng hát nữa đi. Tất cả lặng im hoang vắng, ngồi như tượng đá trên thảm cỏ xanh, mong đợi trực thăng đến tản thương và mang những thân chết song còn sống về hậu cứ.

Buồn ơi như một nét ngài/ hoa trên trảng nội gió ngoài biển xa/ mẹ sinh, cha dưỡng phôi pha/ máu xương hòa với đất già cỏ non…

3.

Tiền đồn buồn những ngày cuối cùng của cuộc chiến. Mưa lâm thâm trên khắp cả vùng nước Nam này, mưa ở đâu mà nhiều, xối trào, ồng ộc, ra như máu, như nước mắt, rửa trôi tất cả hận thù, thống khổ, những cơn tức bực trực trào của kiếp nhân sinh. Mưa, buồn lắm những tiền đồn vùng biên giới Pleiku. Có khi nào Nhảy Dù, tổng trừ bị của quân lực hùng mạnh nhất thế giới lại bị cắm chốt ở đây, chảy nhão ra như nước ở vùng đất đỏ bazan này không. Thẳng một bóng người, một bóng váy xà rông của cô gái người dân tộc, những đứa trẻ đói nghèo bụng ỏng đi lại ở phố chợ tan hoang, mà người dân đa phần chạy xuống vùng an toàn phía dưới, chỉ còn những người Thượng kiên gan bám trụ. Muôn đời người Thượng, sắc tộc thiểu số là bền gan với đất đai núi rừng. Đó là hồn thiêng của họ, là tổ tiên, là giàng, thần linh, những người hộ mệnh và bảo trì cuộc đời họ, nên họ không đi, nhờ thế, những ánh đèn le lói, mà Gia biết được còn người ở, sự sống quý lắm, thiêng lắm, trong phút giây cuối cùng của cuộc chiến, khi sự tử sinh cận kề. Khi xưa, bọn anh phải hành quân hàng chục kilômét vào mãi sâu rừng già, mới phát hiện những dấu viết của Cộng quân, thì giờ, họ ngang nhiên xẻ rừng, làm đường, chặt cây, đắp cầu, chuẩn bị cho một cuộc trường chinh lớn của chiến xa, bộ binh, tùng thiết và những trụ pháo, giờ đây, mọi thứ không còn như mơ, chẳng còn khu trục, không còn phi đạo, những pháo đài bay yểm trợ từ đệ thất hạm đội, từ các căn cứ nội địa sẵn sàng có mặt. Cái thời đó đã không còn nữa...

Cuộc chiến, đến lúc tàn của nó, như phố núi dưới kia buồn hiu hắt.

Canh gác, nhớ đừng ngủ gật đấy. Em biết rồi. Là tên trung sĩ mới được biên chế về cái tiền đồn này, cái tiền đồn đã bị nghĩa quân bỏ trống từ lúc nào, Gia cười gằn, biên giới, ai cần canh giữ nữa, những ông lớn họ còn bận tranh nhau ở phố thị, mấy bà lớn còn bận làm ăn những phi vụ cuối cùng, và Ngũ Giác Đài đang bận bắt tay cùng cường quốc để phân định những nước bé nghèo, tiểu nhược, phân định cả một khu vực rộng lớn trên thế giới về phía Đông, thì bọn anh thân phận những cư dân bé nhỏ, đang ở cao nguyên của một nước bé nhỏ, sống lay lắt bên những người đàn bà mặc xà rông, thấy mình không bằng họ, họ tự do, còn các anh ngồi ôm cái tiền đồn bé tẹo, mà nghĩa quân đã bỏ chạy từ lúc nào, không thèm cả cấp báo, họ đã hòa vào dòng người chạy loạn phía kia, đã đưa vợ con di trú, hoặc cởi áo giả dân thường, đưa gia đình vào vùng sâu núi, làm công dân của hai bên xứ sở, làm người thân tín đưa thư mật báo cho cả hai phía để lợi những bình yên. Cần lắm chứ, với họ lúc này, khi mà cuộc chiến, lấy cái chết của đối phương làm chiến quả. *Chiều đi qua Bãi Dâu, hát trên những xác người, tôi đã thấy...* Và Gia cũng đã thấy...

Trời, đánh như thế này mới ngon, ngon quá, ngon quá, ăn được nhiều dữ chú mày, cứ xơi tái như thế nhé, chặt cho nó thành trăm khúc vào, rang muối đi, một con, không mười lăm con, đã thế chứ, đánh cho nó tòe đầu ra. Thật đẹp, ngoạn mục quá, đã mắt quá. Người chỉ huy ngồi trên tháp pháo bắc ống nhòm, chứng kiến hàng hàng Cộng quân ngã xuống, một người, không phải, trăm người, ngàn người dưới sức nặng cuộc tàn phá rợn rùng của phi pháo, hải pháo, hạm đội bay tử thần, khu trục, cường tập, hỏa tiễn, CBU, súng M72, súng M16, súng chống chiến xa, các loại đạn nổ trên đầu, dưới đất, nổ xa, nổ chụp, nổ xuyên, đất cát tành bành, thân xác lấy bấy, chín tầng ông địa còn phải ngoi lên vái chào lạy tạ trước sự công phá dữ dội của những thứ vũ khí hạng nặng nhất được con người chế tạo ra để giết nhau tàn bạo nhất, nhiều nhất, vô thiên lủng nhất, và đẹp nhất. Thì người chỉ huy nào không hét lên, đẹp quá, chết đẹp quá, ngon quá, đánh cho tòe đầu vào. Phọt óc, gãy đôi thân người, cụt tay, lòi mắt, nát ngực, tung bộ hạ, bay tóc, tất cả đều được quy tụ vào cái gọi là đánh đẹp và chết đẹp.

Chiến trường, có những tư duy riêng, chỉ nó hiểu, con người trong đó, có những nghĩ suy riêng chỉ họ biết, khi một ông tướng nào cũng chỉ tay vào thuộc hạ chửi toáng lên trong máy truyền tin, đụ má, ta bảo mở cửa thành phía Tây, mở đi. Thưa anh, khi đánh đến làng Vây, ta phát hiện một ổ trống, nên áp quân vào, dấp vào rồi, thì cửa thành Tây không thể mở. Đánh ba cửa thôi, như kế hoạch ban đầu.

Rồi ông lấy tay quệt mặt. Hàng ngàn những sinh linh ngổn ngang… Trong thế thượng phong hãy để cho kẻ thù một lối thoát, đâu phải chiến thuật siêu phàm của một lão tướng, mà chỉ vì cửa thành phía ấy… Để sau này nó đi vào lịch sử với câu hỏi, cửa thành phía Tây để kẻ thù triệt thoái, hay vì sơ hở của Lã Bố mà đúng mưu Tào, là một chiến thuật để ăn gọn, nuốt hết. Và chiến trường *Oa-téc-lô* thật đẹp, thật rực rỡ, khi người chủ tướng cưỡi ngựa nhìn trăm nghìn xác chết ở những tư thế khác nhau, mà cười giòn giã… họ khác quốc gia, ta đây còn cùng dân tộc. Gia bỗng nghĩ về câu chuyện mở cửa thành phía Tây mà anh được nghe kể.

Thì bây giờ bọn Gia ngồi đây, đợi chờ những giây phút định đoạt cuộc đời, nó đến bất cứ lúc nào, một loạt pháo chấm tọa độ từ biên giới Cam Bốt, một cuộc trù tính công đồn của lính đặc công, hoặc tổ trinh sát tiền pháo lở xớ đi dò, bọn anh có thể chết vì bất cứ lẽ nào, pháo xa, súng gần, hoặc lưỡi lê xáp lá cà, máu có thể phọt, đầu có thể rớt, thân hình nát tươm lấy bấy, mấy ai để ý, cái chết đến với dân và người lính thường đến nỗi, thằng Thắng chết hôm trước, thằng Long hôm sau lại hành quân tiếp, lại xung phong, chửi bậy và nói cười...

Thì tiền đồn ở đây, mây mờ phía kia, trùng điệp màu xanh của những dãy núi, và mùi âm ẩm của bao thứ hỗn độn bốc lên. Những đám cây cò cưa bắt đầu nở những đóa hoa màu tím nhạt, báo hiệu một mùa mưa sắp lại về, báo hiệu những ngày nắng lên cũng rực rỡ hơn sau những ngày mưa, báo hiệu những điều bất thường hoặc yên ổn. Rừng cây đẹp quá, những tán thẫm rì hoặc xanh non, hoặc lam nhạt, hoặc đậm đà của thứ lá đã hết bánh tẻ để đi vào độ cứng cáp, những con đường vẽ những cung mềm mại chạy dọc dưới chân núi, những nếp nhà bé nhỏ như một dấu chấm trên tọa độ người ta chuẩn bị phi pháo, và nếp khói lam bay vấn vít trên những tầng cao lẫn vào mây và màu xanh bất tận, sự sống vẫn còn, sự sống nhỏ nhoi và lẻ loi, làm tâm hồn bớt cô đơn và trống trải, sự sống ở nơi nào cũng đáng quý. Sự sống làm tâm hồn con người muốn hoan ca, làm lòng nhân ái cuộn lên như sóng lớn, làm cho sự hoang lạnh lại trở về ấm áp, như đi giữa rừng già bắt gặp một nữ thôn, đi giữa núi non gặp người đàn ông đốn củi, như giây phút cận kề sống chết tử sinh, những ngày tháng 2 của năm 1975, Gia lại bắt gặp những nếp nhà, có khói lam chiều loang lên, có cánh chim bay về những ngọn cây phía đầu hồi nhà họ, có cô gái quấn xà rông dắt theo vài đứa trẻ là em hay con họ, có cụ già người Thượng chân đen kịt đeo đôi tông cao su rách tướp gùi trên lưng bó củi to xuống núi. Bom đạn, pháo kích, cường tập, BCU, hay gì đi nữa, thì chỉ cần nhìn thấy họ là thấy sự sống, trái đất vẫn còn họ thì còn hi vọng cho một màu xanh rủ, và cho tâm hồn bớt ủ ê, rũ rượt những ngày tháng cuối cùng trên tiền đồn Pleiku.

4.

Vào mùa thu năm 1972, rừng Pleiku đã ngập sắc màu quân Bắc Việt, và những con đường hành quân dài liên miên của những nhóm nhảy toán, biệt động quân, và lính dù. Chiến trường, ở thời kì cam go nhất, những mối đe dọa trùng trùng lên thân thể người lính, những nguy hiểm rình rập. Gia nhớ, mỗi lần về hậu cứ, thường nghe những chuyện, như người vợ lính nào bắt đền tiểu đoàn trưởng của chồng. Tiếng khóc xé trời của cả những đứa con. Chiếc áo dài lướt thướt, chiếc khăn tang mới tinh, chị cứ vật vã mà khóc, mà bắt đền, mà ôm lấy thượng cấp của chồng để đòi. Biết trả anh thế nào về cho chị. Mấy đứa trẻ cũng bu lấy mẹ mà đòi bố.

Cuộc đời người đáng thương đến nỗi, Gia đi qua mà tim nghẹn lại, anh không dám nhìn, bước nhanh, qua cổng hậu cứ, về phía con hồ, gió thổi lộng, mà không đủ không khí, anh cởi khuy áo ngực, vất cây colt xuống, châm một điếu thuốc, cởi cả chiếc khóa của dây lưng, vẫn thấy thiếu không khí. Người đàn bà mặt đẹp mới ngoài hai mươi, ba đứa con, khóc ngằn ngặt và lăn lộn đòi chồng. Chồng chị không còn một mảnh xương trong một lần khu trục bắn nhầm vào đội bạn, xác tung lên trời, tung khắp miền, tan ra thành nước, thành bụi, thành tro, không ai có thể nhặt lại được dù một mẩu vụn, thì lấy gì đền cho chị?

Lúc giao chồng cho anh, chồng tôi khỏe mạnh, đẹp đẽ, anh thì về, còn chồng tôi đâu? Tiếng chị xé những căn nhà tạm, xé câu lạc bộ, đúng lúc những đám lính trở về hỉ hả xả hơi. Ai đó rít thêm mấy lần thuốc, đứa nào bảo, mình đi đi, ngột ngạt quá, kẻ khác ngồi châm thêm điếu nữa nghĩ xa xôi đến ngày, vợ mình và bốn đứa con cũng kéo nhau đến đây để đòi thân thể mình. Gia châm đến ba lần thuốc vẫn thấy ngột ngạt.

Gió ngoài hồ vẫn thổi lồng lộng, càng làm Gia tức ngực. Mùi hoa cẩm tú bay theo làn hơi nước đến, càng làm cho không gian thêm ngột ngạt. Mọi thứ như đông đặc, mỗi khi Gia nhớ đến hình ảnh người vợ, người mẹ, đuổi theo từng chiếc xe GMC mỗi khi đoàn quân trở về hậu cứ. Chồng ơi, con ơi, bố ơi, anh nhà tôi đâu, có phải vẫn còn một chuyến chưa về? Khi ai đó đã tìm được chồng, đứa trẻ nào đã hí hứng nắm tay cha đi một vòng đầy yêu thương và hãnh diện, vì ba nó đã về, đưa bàn tay khỏe khoắn, cầm tay nó đầy mạnh mẽ, tin cẩn, và yêu thương, thì người vợ nào vẫn dáo dác tìm chồng. Đồng đội biết được, nhưng không ai nỡ nói: anh đã mất tích trong một lần triệt thoái, anh đã chết đuối trong một lần vượt sông, anh đã ngã xuống từ trực thăng vì pháo rượt, hay anh bị xe tăng địch cán nát không còn nhận ra hình hài và được vận chuyển trên xe GMC về chuyến sau.

Không ái dám nói. Người ta tản mát, né tránh, người la lấp lửng, trốn chạy. Và chỉ nhìn ánh mắt bạn bè anh mà chị đoán định rằng chồng mình đã chết, như bao người khác trong những cuộc hành quân. Dù chưa một lời thông báo, mai, chị theo xe về hậu cứ nhận xác anh, chị đã gào khóc, cấu cào. Nhưng cũng không ai nỡ lại gần chị để xác nhận, vì khuôn mặt họ đã nói lên sự thực rõ nhất rồi. Đó, những chuyện buồn.

Năm 72, khi cánh rừng Pleiku tràn ngập sắc màu của Cộng sản, thì những cuộc hành quân của bọn Gia cũng kéo dài miên viễn, như không có ngày về, như không có cả dưỡng thương. Những cánh rừng Pleiku vẫn thăm thẳm xanh như thế, những ngọn núi vẫn trùng điệp, loài cây mlah vẫn nở đúng độ tháng này, và bao nhiêu loài chim vẫn tụ bầy, dù có tan tác vì đạn pháo, B52, hay xe tăng cày nát, chúng vẫn về tụ bầy, chúng vẫn về nhảy nhót cùng các sắc hoa, làm nên một mùa xuân cao nguyên tràn ngập nắng gió và sắc hồng. Đất nước mình đẹp thật, Gia thầm nhủ, có một phép màu, ngưng cuộc chiến, anh sẽ đi vào rừng già hàng ngày, đến bên những con hồ, nhìn loài cây malah nở đỏ mỗi dịp xuân về, và nghe tiếng chim, có hứng thì lấy một cây ná bắn vài phát vu vơ để bắt một con chích chòe, mà thương nhớ tình yêu tuổi nhỏ - gắn với đồng ruộng, với chim muông, hoa lá, cả bến sông, chao ôi tuổi nhỏ của anh ngày ở Huế.

Thì Gia bắt gặp một chú lính trẻ Bắc Việt. Trước mắt Gia đúng là một chú nhỏ Bắc Kỳ. Khuôn mặt sáng rỡ, trán cao, cổ đỏ, vai rộng, cằm vuông, tóc đen kịt và dày, hơi loăn xoăn, mắt to trong đắm đuối, dáng người vạm vỡ. Chiếc áo Tô Châu bỏ trong quần, chiếc dép râu ôm vừa bàn chân trắng, nó xắn tay cao lên, để lộ bắp vế tròn và chắc khỏe. Nó như tài tử Hollywood.

Và nó hát, nó đi về phía hồ và buông tiếng hát. Nó say sưa, cậu bé Bắc Việt hát say sưa, một điệu dân ca, một làn quan họ, Gia biết chắc, *Ngồi tựa mạn thuyền, Bèo dạt mây trôi*, vì bố Tiên vẫn hát. Giọng nó đẹp, sáng trong, và sang lắm, giọng nó cao thanh vút và có lúc trầm hùng. Giọng nó lạ và veo vẻo một màu xanh của trời, không cả gợn chút mây. Giọng nó như nước hồ mùa thu lặng gió. Nó chuyển sang bài khác rồi, về tình yêu cuộc sống. *Mùa xuân ơi, em biết chăng, đẹp tươi như gió, hát ca giữa ngàn, ta hát ca giữa cuộc đời, ta hát giữa cánh đồng, hát cho tình yêu…*Nó hát như thể, chiến tranh không hiện tồn, cả thế giới còn riêng nó, ngạo nghễ và kiêu hãnh, đắm say và bất diệt. Phải rồi, dường như chỉ nó là người, chỉ nó mới dám ngẩng cao đầu tự tôn và đường hoàng, đoan trang và chân chính, qua tiếng hát, qua khuôn mặt, qua ánh mắt, qua niềm lạc quan sảng khoái, qua sự ngất ngư trước đời. Nó làm như cánh rừng này nó là chúa tể, chưa nhóm nhảy toán nào, chưa đoàn thám sát nào bén mảng, chưa mắt điện tử nào nhòm ngó. Nó hát, chỉ còn mặt nó, tay nó, nỗi buồn, niềm vui của nó. Và phía sau, cánh rừng hoa vẫn đỏ, màu hồng của sắc anh đào nước Phù Tang, màu xanh của nước hồ mùa thu xứ Cao Ly, và màu chàm của lá, của cây, và chim chóc, và mây trời, tất cả như đồng điệu.

Gia nhớ rõ, một bức tranh hoàn thiện và làm nền cho nhân vật chính bước lên lễ đài của hoan ca trịnh trọng tuyên bố quyền làm Người. Lúc đó, Gia tự hỏi, ở đâu ra cái thể loại này, sao lạc bầy vào đây, hay là một chàng văn công - với cách gọi Bắc Việt. Không thể, thám sát báo, chỉ có một đại đội đặc công. Hay một nghệ sĩ từ trên trời rơi xuống, không phải, chỉ có những kẻ chuyên luồn rừng, xuất hiện bất ngờ, tung quả đấm thép bằng những trái nổ về phía Quốc gia, làm bọn Gia choáng váng. Thì tiếng hát đó, dáng nghệ sĩ đó, sự trẻ trung yêu đời, khuôn mặt, và lời ca, thật trái khoáy với đạn bom, với AK, 122 li, và hỏa lực.

Gia mải mê ngắm. Gia trườn một góc, phía mé đồi kia là Nam nằm, và Gia tin, chỉ anh được chiêm ngưỡng cảnh tượng trời cho đó, đẹp đến nỗi, thần tiên đến độ, trinh nguyên như thể, anh đang thưởng thức một bông hoa, đang nhìn một vẻ đẹp xuân thì tuổi thiếu nữ khỏa thân, đang thưởng thức một bức tranh hoàn thiện của một họa sĩ lừng danh thế giới, mà cái nghệ thuật đường nét, màu sắc cũng không giúp ông lột tả hết vẻ sáng ngời của đời sống. Điều gì ẩn sâu, điều gì bí ẩn, Gia nằm im để nghĩ ngợi. Giọng hát Việt, bài ca Việt, điệu dân ca Việt, anh vẫn hát từng khi, về tình yêu lứa đôi, mà người Việt cổ họ tinh tế gửi trao, ý nhị và nồng nàn, đắm say và chân thật. Người bình dân nước Việt trong chiếc nón thúng quai thao, trong chiếc áo tứ thân, bên đồng ruộng, nương dâu, bên nong tằm và khung cửi.

Câu ca gợi về những miên man hình bóng quê nhà, câu ca khơi gợi lại bao dáng hình xứ sở, câu ca thẳm sâu của bản thể, giống nòi, và thăm thẳm tận cùng của một niềm yêu kính, tôn thờ và nỗi xúc động thiêng liêng và sâu xa về cội nguồn văn hóa. Thì đoàng, phát súng bắn lên, chíu chíu thêm một đường sẻ nữa, tiếng đạn xé trời, chớp đỏ mặt hồ, làm chú sơn ca vụt ngã, làm tan giấc mộng thần tiên, làm cội nguồn đứt gãy, làm đổ gục lương tâm, làm chảy máu giống nòi, làm tan hoang cái đẹp. Gia bật khóc, khi con chim sơn ca ngừng ngân tiếng hót, máu đổ phía cổ họng, màu trào ra ở ngực, máu loang lên cánh tay, máu chảy xuống đôi chân tròn to trắng khỏe, máu đầy khuôn mặt vuông vức, đôi mắt rợp hàng mi, và chiếc cổ cao, mái tóc đen, hàm răng trắng, nụ cười ngọt, và tiếng hát, và thần thái, và tình yêu, và sự lạc quan. Cuộc đời chấm dứt, tiếng ca chấm dứt, nghệ thuật chấm dứt, giống nòi chết gục. Tiếng súng bắn ra là của thằng Nam, nó đã kịp về phối hợp, và anh tin, nó chưa từng được nghe tiếng hát, chưa một lần chạm đến phong thái biểu diễn của chú chim kia, chưa trôi cùng dòng ca về với cội nguồn, nương dâu, bóng mẹ, bóng người em Kinh Bắc, và dòng sông, con đò, và mạch nguồn xứ sở. Thế đó, chao ôi!

5.

Đó là vào những ngày cuối cùng của cuộc chiến, thành phố Buôn Ma Thuột đã chuẩn bị tràn ngập. Hôm ấy, xe đưa bọn Gia về hậu cứ, đám lính trẻ tha hồ vùng vẫy, họ tản đi khắp nơi, đốt một điếu thuốc si tình nhả khói lên trời, cho quên mẹ cuộc đời, chết chóc, cực nhọc, để lại sa trường quân ngoạ tiểu, vào rạp xem một bộ phim chiếu những cảnh sướt mướt phía Mỹ làm, khác hẳn sự khốc liệt chiến trường, dù cũng chiến tranh, nhưng dường như khúc xạ qua phim ảnh nó nhẹ hều, nhờ nhợ một thứ nước vo gạo đục lờ, nhưng nó là thứ thuốc ru ngủ con người. Khiến ta có thể nằm khểnh trên ghế, mà mơ màng đến hình ảnh người con gái tóc bồng, ngực nở, eo thon, đầy nhục tính, chạy theo một đoàn quân rùng rùng súng đạn, nàng vẫy khăn trắng hoặc hoa hồng, làm mềm đi những chết chóc. Hoặc rủ nhau vào quán cà phê để bàn luận chiến sự. Thằng An Khúc kêu, Quốc Thánh ốp bóng tướng quân về nói những điều khiếp khủng lắm. Ối dào, vào sống ra chết thế, mà còn nhảm nhí mấy thứ vô bổ, rặt một mùi hoang đường viễn ảo thế ư, thằng nào phản đối. Mày đâu biết tướng Ân từ thời sống, đã thương lũ trinh sát chúng mình. Phán gì? Đau thương lắm, bi kịch, có thể mất nước. Ối dào, họ đang ngồi ở bàn tròn, họ đang đăm chiêu cho nước cờ lợi nhất, thì chúng ta, thân bọt bèo, cứ lo phận của mình cho tròn vai đã. Biết thế rồi, nhưng cũng lo.

Đó là những câu chuyện ngập thành phố xa xôi, thành phố lính nhiều ngang với quán cà phê và động giang hồ. Đó là câu chuyện truyền miệng nhưng có sức lan nhanh đến độ, người đạo sĩ, được nhập từ ai, nhưng cũng đưa câu chuyện ấy lan khắp chốn, ông thập thững khắp các ngõ ngách, ngồi ở giáo đường, bên cột điện, ngồi nơi mộ địa - mấy cô gái bị xe nhà binh cán chết, để khuyên răn, giảng giải, như đấng cứu thế, vị cứu tinh, cho dân chúng biết, nơi đây, sắp là biển xác, núi xương, là hố chôn vạn kiếp nhân sinh, là mồ chôn lớn nhất hành tinh con người, không xa nữa đâu, hãy nghe ta nói, hãy chứng lời ta dạy. Chúa trời rất yêu thương, nhưng Chúa Trời cũng đành bỏ mặc, Chúa Trời bất lực, chứ Chúa Trời không nỡ buông rơi.

Lời sấm truyền bỗng chốc lan nhanh, làm cho lính tráng rệu rã, thi thoảng có những chiếc xe chất đầy hàng hóa của những gia đình giàu có, nhằm hướng Sài Gòn chạy, cửa tiệm nào đã lặng lẽ đóng, hàng ăn nào đã ngưng, dù trước phục vụ lính tráng mỗi khi về hậu cứ rủng rỉnh tiền. Chủ hàng sống bao đời vào đồng lương của những thằng nghĩ mình ăn nốt đêm nay, chơi hết đêm này, nên đốt hết tiền cho một cuộc tới bến với nhậu nhẹt, gái gú, quán cà phê, vũ trường hay rạp hát, rồi có thằng về thằng chết, thằng về lại nuôi hi vọng được sống hết đêm nay để phá phách, reo hò, cuồng loạn, đập ly, ném tách, đánh gái mại dâm, đấm bạn bè.

Sự cùng cực có khi lên đến đỉnh điểm của nỗi bi phẫn chán chường và mệt mỏi. Đợi chờ gì, một chiến thắng chung cuộc ư, đến bao giờ, đời thằng lính nghèo tình tiền, chỉ dư sức để cống hiến cho thứ viển vông, viễn mộng và ảo mờ mà thôi. Nên lại đập phá ăn chơi.

Thằng Nam đã về với cô người tình bé nhỏ, từ Sài Gòn theo nó lên sau khi đã học xong hành chính. Nàng đã trót thất thân, hay tao cưỡng bức nàng, hay cơn mộng mị, mộng mê thống khoái, mà cuối cùng hai đứa chẳng nỡ rời.

Cuộc tình trong tấm boncho rên xiết trên đại lộ Sài Gòn, trong cơn mưa tầm tã, thân thể nàng oằn lên trong sự dâng hiến và tận hiến, nó gục xuống cày xới và trà đạp, làm tình hay là trả thù, cái ranh giới đó cùng mờ nhạt từng khi, rồi nàng theo nó, một đêm hóa thành một đời, có bao thứ đi qua tầm tay người lính, cái chết, bạn bè, đạn bom, những cánh rừng, bàn tay, bàn chân, rồi cha mẹ, còn có thể vứt, vứt hết, đến một lúc chán chường, cái gì duyên nợ đeo lên người nặng kiếp nghiệp thân với người lính phải chăng là thân thể, thứ tồn tại chưa bị chiến tranh bứt lìa, còn theo họ, kéo lê trong những cuộc hành quân trùng trùng, thì một người con gái, sự cuồng nộ của một đêm xác thân mưa gào có là gì, mà người lính không vứt và không quên.

Nhưng nàng thì không quên nó, nàng theo nó đến tận cùng, nàng tìm về phố núi, để chờ nó sau mỗi cuộc hành quân. Một gian nhà tập thể, bữa cơm nóng, tấm thân, và những cuộc tình vẫn tàn bạo như trả thù. Nàng vẫn chịu đựng và rên rỉ, thét gào cũng nó. Sức trẻ của người con gái đến độ mãn khai của đời sống tình dục làm nàng sung mãn thế ư, hay là cuộc chiến, khiến nàng cũng biết cách yêu, hoặc thích cách yêu bạo dâm cuồng loạn đậm chất lính tráng chiến trường đó, ối anh ơi, làm đau em đi, anh có thể làm đau em bất cứ lúc nào, hãy làm những gì anh muốn, ai dạy anh cách thế, ai bảo anh cách này, hãy làm em như những gì anh muốn. Nhiều khi những cô gái điếm còn không chiều nó đến vậy, vì đó là sự giao dịch, tôi là kẻ bán nhưng cũng cần người mua lịch thiệp, còn món hàng nàng trao một cách tự nguyên, mặc kệ kẻ được cho sử dụng phũ phàng và vũ phu như thế. Những cuộc tình buồn thảm và đặc trưng nơi phố rừng này.

Thì hôm nay Gia được tin, Cộng quân cách thành phố chỉ hai cây số. Biệt động quân ở đâu, sư đoàn bộ binh cũng mất dạng, máy truyền tin được lệnh chuyển tần số hàng ngang, tất cả giữ trật tự, vì sợ sự tan đàn xẻ nghé, sự hoang mang. Hai cây số của những sư đoàn chuyển quân Bắc Việt rùng rùng mà những con mắt điện tử không thấy. Họ sẻ đường, san mô, họ chặt cây, làm cầu. Ngũ Giác đài ở đâu, ông tướng, bà lớn ở đâu, để cả thành phố này chìm trong im lặng. Người đạo sĩ nào đó đã lui về ở ẩn, sấm truyền cũng đến hồi tắt lịm, Quốc Thánh có nhập hồn vào trinh sát dự báo cho biết bi kịch, thì đến lúc cũng chẳng ngăn chặn được ai. Hai cây số cho hàng bao sư đoàn Bắc Việt, cả thiết giáp, bộ binh, đặc công, cơ giới... Họ sẽ xé nát thành phố này, sẽ nghiền ra thành trăm mảnh, băm vằm, biển xác và núi xương có là gì.

Nam đốt một điếu thuốc, nó ngồi yên lặng để khói thuốc si tình cuốn lấy khuôn mặt, để những vòng lam bay vấn vít đến chỗ đứa con gái phục vụ nằm ngáp ruồi, tách cà phê để bên đã nguội ngắt. Thành phố đã đi vào giấc ngủ im lìm hay chẳng ai ngủ nổi, thành phố chỉ còn đèn vàng, vài cây dầu nước vẫn kiên gan đứng bên trụ sở quận, và hoa cà phê ướp mật cho cả không gian, mùi hương thoang thoảng, nồng nàn, cả thành phố được ướp bởi hương hoa đậm đặc, đắm say. Những cánh muồng vàng, sứ dại, rồi cả sao đen, cũng nở cả rồi, li ti khoe sắc vào thành phố đêm đèn đường rọi xuống bóng những chiếc áo rằn ri bên cốc cà phê và điếu thuốc.

Mày nghĩ thế nào về chiến sự, Nam chợt dừng lại hỏi Gia.

Kệ thôi, hay đâu đến đó.

Mẹ kiếp, ở Ban Nie, sống cùng gái Thượng, những phố chợ buồn, đã tưởng tuyệt mù rồi, đời thằng lính dù, đi canh tiền đồn đã tưởng mạt kiếp siêu sinh, hóa ra ở đây, một thành phố nhộn nhịp sầm uất, mà cái chết, mà nỗi chán chường, sự sợ sệt còn đè bẹp hơn nữa. Cả cái xứ sở chó đẻ này, nơi nào cũng thế mà thôi, ngày càng ngột ngạt, tao chẳng biết họ đang bàn gì nữa, sách lược nao, chiến thuật nào, hay chỉ trên giấy tờ và cái miệng. Ai lên cũng muốn giữ chặt địa vị, ai ở cương vị mình cũng muốn lưu danh mãi vào sử xanh. Để Thủy quân Lục chiến đi canh biên giới, Dù đi giữ tiền đồn. Tổng trừ bị đấy, phải, là tổng trừ bị, mày hiểu không. Khi anh ở yên bổn phận, thì mọi thứ mới thực an lành. An lành là gì, ai ở yên bổn phận người ấy. Mạt vận rồi Gia ạ, tao thấy mạt vận rồi.

Nó lại ngồi nhìn những vòng khói. Đứa con gái phục vụ đã ngủ, miệng há lên trời, ngáy những tiếng nho nhỏ, mà vang cả cái quán về khuya ở một thành phố nhộn nhịp ngủ yên, hay không ai dám ngủ. Hai cây số, mày bảo, chỉ một bước nhảy là tràn ngập, tao và mày cũng chết ngắc, chán, mẹ kiếp. Nó nói xong, ngồi yên lặng, Gia cũng không biết chêm một câu nào vào thêm cho nỗi buồn của nó, mọi lời nói đều thừa thãi, vì ai cũng hiểu, chỉ có điều nói ra không mà thôi.

6.

Những ngày hành quân vùng xôi đậu. Đi cả tháng trời đã rệu rã bước chân. Những cơn mưa xứ miền Trung nhớp nháp khó chịu, nó lẫn thứ tiết trời của nhiệt đới, nó làm tình giao phối cả tiết trời xứ ôn, mà nó nhớp nhúa, dai dẳng như đứa con gái vòi vĩnh người yêu hoa hồng và kẹo ngọt. Thà những cơn mưa dứt khoát, bất ngờ, rõ ràng như Sài Gòn. Mưa miền Trung làm những người lính khó chịu, nước dính vào tay, vào áo quần, đi sâu vào da, ngấm sâu vào thịt, luồn vào phổi, có lúc lạnh băng, có khi bứt rứt ngột ngạt. Thật bực. Cởi tung áo ra, thì lạnh, mặc vào thì cơn nóng hầm hập đến theo những bước hành quân di chuyển. Mệt. Thằng nào chĩa súng lên trời bắn một tràng, làm động cánh rừng trước mặt, từng đàn chim ráo rác, vài con chim trinh sát bay vọt lên cao tao tác, như người mẹ mất con trong một vụ càn. Mệt. Điên. Không một dòng suối để nhảy xuống, để khỏa thân, khỏa mình, cho thỏa thuê, cởi truồng đái vào dòng nước, súc dương vật vào đàn cá đang tìm mồi, chiến thuật nở hoa dưới lòng sông, như cách nói của những thằng nghịch ngợm.

Những đêm rừng rú liên miên, thì dòng nước vuốt ve thân thể, ôm lấy khúc thanh xuân căng tràn, gân guốc, khỏe mạnh, cũng là một sự giải tỏa cần thiết tuyệt vời, đê mê, đắm đuối, thăng hoa, dẫn dụ, mị cuồng, còn hơn cả những động chứa ở những thị trấn, thị xã, mỗi lần dưỡng quân. Thèm một dòng suối. Đụ má, thằng nào chửi thề, đời thằng tuổi trẻ xếp bút nghiên lên đường tranh đấu, giã nhà một khúc chiến bào, ngựa bạch, long đao, kiếm cung, cuối cùng thực chất là thế này, chết rũ ở một nơi rừng rú, tóc tai bù xù, mệt như lũ chuột thối dưới hang ẩm. Nếu mà có thằng Cộng sản ở đây, quyết băm chặt, băm chặt.

Tiếng nói nó gằn xuống, như những nhát dao chặt vào chiếc thớt nghiến của người vợ nào hờn ghen với đức lang quân. Chặt, chặt... Trung đội liên tục bị tập kích, chết đến bảy thằng, trực thăng tản thương bốn lần, còn chưa hết, mai này sẽ là ai, lũ chuột đồng chúng nó chui rúc ẩn nấp thật tài, một đường bắn sẻ chíu xéo, vạch một tia chớp dựng lên vài thân cây, là một thằng ngã xuống, từng loạt M16 chúi vào một chỗ, đồng loạt như cuộc thi đồng phục của một lớp học trò, thì cũng không làm sao bắt được một bóng, chúng luồn nhanh chạy khỏe thành thạo địa hình, nghe tiếng gọi nhau chí chới, mà không làm sao tóm được, nỗi bức bối, sự nhục nhằn, lòng căm thù, và nỗi lo sợ sự đâm chọt bất cứ lúc nào, làm con người muốn nổ tung. Thà xáp lá cà, đối diện với cả sư đoàn, tăng pháo, cả rừng người, rừng vũ khí tiến về phía mình, một mình mình trong thế tương quan đàng hoàng trước mặt, còn hứng khởi, còn háo hức, hơn là việc bị một thằng oắt con nào đó rình rập phía sau, thi thoảng đòm một phát, sự mã thượng không thể có ở chỗ này, lòng bao dung, tinh thần quý tộc, không thể hiện hình ở mảnh đất chiến tranh tiểu nông mạt nhược bé nhỏ này, người ta tìm mọi cách giết nhau, mong muốn đến độ thấy mình hèn, hèn mà hả hê, hèn mà thích thú, để tiếp tục được giết chóc, thì lấy đâu tư thế đường hoàng, đút tay vào túi quần, rút chiếc mù xoa lau mặt, nhìn trời xanh cao, đặt tay vào dây nơ, bẻ lại cổ suit, vuốt lại đường ly thẳng, và từ từ giơ súng lên đối diện địch thủ, trong thế nhìn thẳng đường hoàng đĩnh đạc và nổ súng, có ngã xuống cũng trong thế thượng phong, đàng hoàng, đĩnh đạc nhất.

Đây, những đường xẻ làm toang lồng ngực, làm thủng bàng quang, toác óc đầu, làm bay ổ bụng, ẩn núp trong những lùm cây. Vùng xôi đậu loang lổ chiến trường, súng đạn, loang lổ cả lòng người. Và không ở đâu, vũ khí, cách thức giết chóc và chiến tranh lại ngọt ngào, man trá, hoang dại, khiếp đảm, lọc lừa, hèn hạ, mà ngạo nghễ chiến thắng như ở đây. Ôn nhà mệ đâu? Chết hết rồi. Con mệ đâu? Cộng sản giết hết rồi. Mệ không còn gì ăn chăng? Chẳng còn gì cả. Gương mặt gầy, bộ ngực lép, cặp mông bèn bẹt, chiếc áo rách tả tơi, ánh nhìn mệt mỏi, vài đứa an ủi đưa phần gạo sấy, cái lắc đầu từ chối. Nước vẫn gánh đổ đầy, nhà vẫn quét sạch sẽ, tiếng cười con trẻ tưởng làm rộn không gian, vang lên cho bàn thờ khói hương bớt lạnh, thì chiều tối, những tràng AK nã vào giòn giã, tan chum nước, toác bàn thờ, đổ khói hương, vỡ vụn bậc thềm, đổ sạp giường, mái lá tan hoang, xác người đàn bà nằm lẫn cùng lính ta và lính Cộng, máu chảy lênh láng, đi ngập bàn chân. Mụ là giao liên Việt Cộng từ phút nào chẳng rõ.

Các chú cứ dùng đi. Các con ăn ngon nhé. Mệ quen vất vả rồi. Nằm ngủ được chứ, ôn nhà mệ đi đã lâu, từ đó chẳng ai sửa cửa, cứ để thế cho mát, muỗi cũng không cắn. Ai ngờ cái cửa là cái cớ cho sự chết chóc đến dễ hơn. Vùng xôi đậu mọi người giết nhau bằng lừa lọc, tráo trở, nhân danh chính nghĩa, nhân danh tự do, hay tư tưởng đẳng quyền bác ái, nảy nòi trong óc những con người đói khổ, rạc gầy, không bao giờ để ý đến xác thân, nhu cầu, không màng vật chất, khinh bần hàn, chẳng cần gia đình, thân tộc, quán quê, ràng buộc, liên nhân, chỉ cần lý tưởng, bông hoa đó đã nảy mầm, mọc lên, bén rễ, rõ ràng, rộ hương, tưng bừng khoe sắc, đến nỗi người ta ngụp lặn trong bể đời khổ cực, cằn cỗi, ngoi ngóp, đói nghèo, địa ngục, hôi tanh thế nào cũng được.

Nên thằng lính nào chỉ muốn giơ súng bắn vào tất cả những thứ nó gặp trên đường, con chó, con mèo, con chuột, đứa trẻ, mụ già thậm chí cả nó, ha ha ha, tiếng rú của một gã khi đóng quân ở bìa làng, những cơn mưa xứ mù dai dẳng, dai dẳng, ngôi làng phía trước là ta hay địch, bạn hay thù, thèm một hơi người, một tiếng nói, thèm một nồi cơm, nếp nhà, một ánh nhìn trẻ thơ, cái liếc mắt đưa tình của đứa gái mới lớn, cũng không dám vào làng, có nơi đâu người với người sợ nhau đến vậy, có chỗ nào người với người ghét nhau đến thế. Gườm gườm, hoài nghi, lạnh lùng, cười cợt, mặt như mọc lên một trăm cái mụn cóc, tóc như dài đến trăm phân, da như dày lên cả mét, để tiếp ứng những ánh nhìn, cái cười cợt man trá của những kẻ gọi là giống nòi, đồng bào, bọc trứng, anh em, bể rừng kia ư?

Thì Gia cũng mệt lắm rồi, thèm trở về, được mẹ vỗ về, cái thằng ni lớn đầu mà như trẻ nhỏ, thèm đôi mắt ba gừ gừ, ba không nói gì, song biết rõ cái gừ gừ an toàn nhất, ấm áp nhất, dù đôi lúc ta cũng bất mãn, bất cần của tuổi lớn lên trong thế thời đến đất nước còn không quyết định được vận mệnh, huống chi một cá nhân, một thằng người trong một gia đình ly loạn Bắc-Nam cơ chứ.

Con lên đăng ký vào Luật khoa. Không, con thích Nhảy Dù. Chết chóc đó con. Nhưng nó oai phong làm sao, kì tráng lắm, mũ đỏ thiên thần, đại bàng, mây gió, khoáng đạt non sông, đất trời hùng vĩ, mây ngàn gió bể, đâu phải mấy cuốn sách di dịch nơi góc bàn đến toét cả mắt, cùng cặp kính dày cộp của một gã nghiên cứu luật ngày đêm, có mấy hàng gạch trong căn phòng còn không đếm nổi. Nhưng mẹ không muốn con khổ ải. Bao bà mẹ Việt Nam có ngày nào sung sướng đâu. Hừm, ba đã nói rồi mày muốn đi thì từ mặt nhà đi. Ba đừng ngăn cản con, những tác phẩm của ba cũng là những cao cả đó thôi, lồng lộng của thứ con người không sao với tới.

Ba lặng im không tranh cãi nữa. Mọi mâu thuẫn đều chứa đựng trong từng sự vật, đấu tranh nội tại trong tất cả mọi loài. Trách gì ba, trách gì má, hay người đàn bà kia, hay những con chuột cống chuyên luồn rừng ẩn núp bắn sẻ.

Tiếng thằng nào đã gầm lên đầy mệt mỏi, đó là sự giải tỏa duy nhất đó là sự giải phóng cơ thể dễ dàng nhất, khi đến hai tháng không được xả hơi dưỡng quân, khi gần một năm chưa được về nhà, khi loang lổ những đậu xôi, trắng đen chính tà, làm ta toét mắt đoán mò, căng cơ chống đỡ, căng dây thần kinh để chịu được, căng khối óc để minh đoạn, căng trái tim để biết hướng về phía nào mà chắt lấy những yêu thương bé nhỏ kiệt cùng lạc loài để nuôi lấy thân thể những thằng trai mười tám, hai mươi hừng hực trong buổi đầu lên đường như Kinh Kha vươn lồng ngực đón gió biên cương, như chàng tuổi trẻ thúc roi vào thân ngựa hồng phi nước đại vào sử xanh, để máu đào nhuộm đỏ tấm thân, áo bào lồng trong huyết đỏ, của một chiến binh kiêu hùng hiên ngang.

Sách vở, tất cả chỉ là sách vở, nó đối lập với những cơn khát vàng mắt, với những ruộng cỏ tranh cứa nát chân trần, với sỏi đá làm mưng mủ những bắp về, với cơn đói người và đói tình, đói cả nước đến nhức nhối những tấm thân gầy, nên đứa nào khao khát được giết người và giết cả mình đâu vô lý.

Mẹ kiếp, đại đội chết dần, trực thăng tải thương liên tục, hai tháng không được dưỡng quân, ăn bờ ngủ bụi, những con chuột thì cứ nằm im trong cống thích thì nhảy ra bắn sẻ, không thích lại chui vào, những thằng mình chỉ là tấm bia di động, con mồi ngon dẫn xác đến cho con sói đói, miếng mồi bổ cho kẻ thèm người đến liên hoan mà thôi, bỏ hết, bỏ hết, hoặc tấn công, tấn công, chết là chết hẳn, sống là sống hẳn, ít ra còn cải thiện tâm trạng, giết được người cũng cải thiện được lương tâm, hơn lúc này, tức tối mà không làm gì được, lấy mạng người để giải phóng nhân tâm, lấy xác người để giải trí cho thân thể, nhảy múa trên chết chóc, ác nhưng còn hơn không. Thì cả đại đội quyết định tiến.

Tiếng hô "Sát" vang động núi rừng rùng rùng hơn cả xe tăng thiết giáp, hơn cả những binh đoàn hùng mạnh Bắc quân, tiến vào thôn xóm, vào những cánh rừng, sức mạnh của tinh thần có thể đốt cháy cả thiên nhiên. Bắn này, nổ này, sẻ này, rượt này, đoành đoành đoành, đùng đùng đùng, bốp bốp bốp, chíu chíu, toang toác, đoàng đoàng, một thằng ngã, mười thằng ngã, trăm thằng ngã... Vứt súng mà chạy, vất lương khô mà thoát, vất balo mà chuồn, chúi lên nhau, chồng lên nhau, cuống quýt tìm nơi ẩn nấp, ngác ngơ nhìn đối phương mà không biết nấp vào đâu, hết đường rồi con ơi, sự chịu đựng chỉ đến một kỳ, sức chịu đựng chỉ đến một hạn, đừng khiêu khích lòng kiên gan, đừng lùa nhau vào chỗ phải giải thoát, chết này, chết này, đầu này, chân này, hỏa tiễn, hỏa lực, máy bay, phi pháo yểm trợ, hả hê, não nùng, lấy bấy, no nê, bữa tiệc xác thân chồng chất, ngồn ngộn, dâng mời, trao tặng, hiến sinh, đã đầy. Vẫn muốn ăn. Vẫn muốn bắn. Muốn tìm và diệt.

Thì đây rồi. Tưởng đã kết thúc bữa mời thịnh soạn, tưởng đã hạ đũa khi màn vui vừa mới đến, chấm dứt ở lúc này chẳng phí lắm sao, ông trời đã khéo sắp đặt tiệc xác thân, phải hưởng cho trọn vẹn chứ. Thằng nhỏ dúi dụi vào đống xác, tưởng nằm im trong be bét máu xương mà thoát à, có những trò hề của chiến trận ai cũng biết mà cứ muốn diễn lại, cái trò chơi trốn tìm chỉ thần tiên ở miền cổ tích, xứ thanh bình, ngày tháng cũ, và ở tương lai, nếu ta còn sống, sự đại đồng nhân loại được thiết lập mà thôi, không có ở chốn này đâu. Nằm im, mày đã bị bắt. Đôi mắt ngác ngơ nhìn lên sợ hãi, hoảng hốt, bất lực, run rẩy, khuôn mặt trẻ thơ, mái tóc chưa kịp dài, mũi chưa kịp tròn, lông mày chưa mọc hết.

Mấy tuổi? Dạ em mười bảy. Đi lính lâu chưa? Dạ một năm. Sớm vậy mầy. Em khai trước tuổi. Bao đứa như mày? Nhiều lắm ạ. Trẻ mà đã ham giết chóc vậy chú em. Dạ, tha cho em, em chỉ bị dụ dỗ. Dụ cái con dụ bà mày. Chiếc giày đinh nào đã kịp đạp vào khuôn mặt lông tơ còn chưa đủ chín của thằng bé. Em van anh. Vẫn một giọng điệu cũ mà thôi. Dụ má, luồn rừng bắn sẻ, gài claymore, giăng lựu đạn, hô xung phong ầm ầm zậy mậy, bố mày cho mày tiêu luôn này. Dạ em xin các anh, em xin các anh. Được, giờ thì nghe này, chúng tao mệt lắm rồi, chúng mày cũng chết hết, nhìn đống xác kia đi, giờ thì làm trò nhé. Thằng nào ranh mãnh nghĩ ra. Sự quái đản đâu mà chẳng có. Cởi quần ra. Chiếc quần được tụt trong sự run rẩy, cơn lập cập làm nó lóng ngóng ngã vồ xuống đất. Chim đâu có bé. Tiếng cười rộ lên. Hít đất đi, chống đẩy đi, xúc cu đi, tiếng phụ họa tiếp theo.

Gia bỏ chỗ đám lính bày trò đi về phía cuối chiến địa, anh biết những chiếc đầu lửa nếu chỉ cần một ngòi nổ nhỏ sẽ bùng lên cả chiến trường, và anh cũng có thể là chiếc bia di động dựng ngược lên, rung bần bật, quật liên hồi theo từng tràng đạn của những thằng lính vô kỷ luật, hệ quả của những thứ quá căng thẳng những ngày qua, như cả một trung đội lính Thượng trói chỉ huy của họ vào gốc cây và diễn trò thi bắn trong một lần bất mãn không lâu, chiến tranh cái gì cũng có thể xảy ra.

Gia đi về phía đầu chiến địa vẫn nghe tiếng thằng bé, vẫn nghe được tiếng hò reo làm trò của lũ lính tráng vô kỷ luật, lấy sự xả thân trên xác người làm vui, lấy sự sỉ nhục hành hạ một đồng loại làm sự cứu rỗi, trả thù cho đồng đội, và sự nhọc nhằn của kiếp lính, bằng cách đổ lên đầu một kiếp lính khác phía bên kia.

Gia bước ra phía đầu chiến địa để nhìn những thân người đổ xuống ở đủ mọi chiều, mọi tư thế. Có kẻ đang với chạy, có người đang rúc vào đống xác thân, có tên đang kê nòng bắn, cũng có kẻ bị vấp ngã trên đường lủi trốn, một chỉ huy đang há mồm như tiếng giục xung phong, trăm ngàn kiểu chết, trăm ngàn cách chết, thì cũng có trăm ngàn cách sống, như tên tù binh kia và lũ lính tráng đó, hô hô hô, ha ha ha, đổi đi chúng mày, cái trò này chán bỏ xử, kiểu khác đi.

Cuộc hành người, cuộc làm nhục người không hề có trong chính sách hàng binh, nhưng nó lại thường lắm ở chiến trường, có những quy tắc bất thành văn, có những thứ không có luật, chúng vẫn diễn ra hàng ngày. Thằng bé lúc làm khỉ, lúc làm lợn, thằng bé còn bé lắm, mười bảy tuổi, học hết lớp chín, xung phong hay bị bắt, chỉ là lời khai của nó, thằng bé có một mẹ già và em nhỏ, bố nó đã chết, mẹ nó bị thấp khớp đau ốm quanh năm, thằng bé cần sống để về nuôi mẹ và em, thằng bé van lài được sống bằng mọi giá. Chua chát. Gia nghĩ đến những người cán binh Cộng sản vẫn dạy lính của họ can trường, dũng cảm, không đầu hàng, thà chết, tự hủy hoại xác thân, không trao mình vào tay kẻ địch, kiêu hùng, anh dũng, bao tấm gương liệt nữ, nam, bao anh hùng trận mạc được mang ra làm gương trong những bài học chính trị từng đêm cũng không dạy nổi được người lính kia. Chiến trường có những bài học chỉ riêng nó dạy, con người, có những góc khuất, chỉ họ biết mà thôi.

Em van các anh, em lạy các anh, tha cho em, cho em đường sống để về với mẹ, các anh làm gì cũng được, bắt em làm sao cũng xong, cho em sống, em xin các anh, cho em đường sống để về với mẹ.

Con khỉ vẫn làm trò bên các đồng loại, người Việt vẫn hành hạ bên những đồng bào, nhân cách vẫn bị vùi dập, lòng tự trọng tự tôn của con người vốn cao hơn núi dài hơn sông, đo được đến kích chiều của đất trời, song ở đây được hạ đến mức thấp nhất có thể, ở cả chiều hai phía, để hả hê nhau, để kêu cầu một nguyện vọng, em xin các anh. Thì tiếng nổ đoành đoành, nó ngã xuống, khi miệng còn đang há ra lời kêu xin, bàn tay run run chưa kịp xòe hết nổi, sau khi đã làm đủ trò để được sống mà vẫn không được tha.

Gia nhớ tiếng hét lên của thằng bé khác: "Anh Thành ơi, cứu em, các anh ơi, thả em xuống, để em bảo anh Thành em đầu hàng. Anh Thành ơi, em muốn về với mẹ". Tiếng nó gọi vang rừng cùng tiếng trực thăng xành xạch, cánh nó quạt cỏ tranh đổ rạp phía dưới, ụ súng nào vừa bắn lên, thân xác nào vừa đổ xuống, thằng bé đã bị trực thăng hạ xuống bắt gọn khi nó chúi đầu vào một ụ mối, đít ngổm lên trời, trong thế trốn tìm thời tuổi nhỏ ư, tưởng mắt bịt kín, thì cả thế gian sẽ tàng hình hết vậy. Anh Thành ơi cứu em, các anh ơi đừng bắt em, để em bảo anh Thành em đầu hàng. Khi tên xạ thủ thúc đầu súng vào nó dọa. Mày gọi được đồng bọn ra hàng tao sẽ tha.

Và tiếng thằng bé vang động khu rừng, gọi người cán binh vốn dìu dắt nó, hoặc coi nó như em trai, và nó tin tưởng nhất vào phút chót, khi đất trời sụp xuống vì ý nghĩ, phút giây này chấm dứt cuộc đời về gặp mẹ, mình sẽ bị mang ra biển thả, hoặc cắt chân, chặt đầu, rút xương, như những lời tuyên truyền mà phía bên nào chẳng cần, để tăng thêm sức mạnh tinh thần cho lính tráng cơ chứ.

Tiếng thằng bé vang khu rừng già, Gia vẫn nhớ, nó ám ảnh lạ lùng, thì tiếng gọi mẹ xé lên của thằng nhóc này trong giây phút cuối cùng nó biết mình bị bắn ám ảnh anh không kém. Những đứa trẻ vào cuộc chiến ngây thơ đến độ, nghĩ mình đưa được người anh ra hàng, sẽ chuộc được mạng mình như lời hứa phía bên kia, hoặc trình diễn trò như khỉ lợn, thỏa chí tiêu dao của bọn người, sẽ được tha bổn mạng vậy.

Thực là… đụ má… cái quái gì thế này, Gia thấy tức thở, anh cởi tung quần dài, cởi tung áo, vứt súng ra xa, muốn lột truồng thân thể. Vài phút đợi trực thăng đến tản thương và bốc hốt cả lũ ra khỏi vùng chiến địa tối tăm này mà dài hơn cả một đời người. Đù má á á… Gia đã hét lên từ lúc nào, tiếng hét dội vào trời xanh thăm thẳm, tiếng hét làm giật mình lũ lính tráng đàn em, sau giây phút cuồng bạo, chúng bật ngửa người chạy lại phía anh. Tụi em xin lỗi, là thằng Khúc, nó vui quá trớn. Chúng nghĩ anh muốn trừng phạt, vì vi phạm chính sách hàng binh, mà không biết Gia cũng đang bất lực, hay cũng đang muốn thế, không rõ nữa. Mục ruỗng cả lòng người rồi, thì cái gì mà không muốn cơ chứ.

Chúng chạy lại, đứa quỳ, đứa ngồi, van xin Gia tha cho thằng An Khúc. Thằng bé cúi rạp người dưới chân Gia. Em xin lỗi ông thầy, em xin lỗi. Hào khí nó đâu rồi, hùng tráng nó đâu rồi, trong cái trò tra tấn nhân cách và bắn người lúc trước, để giờ nó run lên trước thượng cấp.

Thì ra thằng nào chẳng nhát hèn, đứa nào chẳng sợ chết, kẻ nào không sợ cường quyền và tội ác. Nó run lên Gia thấy rõ. Nó cũng là một đứa trẻ không hơn, ngày vào đơn vị, mẹ nó dắt tay, tôi giao con cho anh, xin anh dạy bảo nó. Nó nép vào phía mẹ và len lén nhìn anh, ánh mắt thăm dò của con gà chưa ra khỏi cánh mẹ, của con chó con còn rúc ổ tối qua. Bác về đi, cháu khác có trách nhiệm với em. Thì hai năm sau nó đã rành rọt trong trò tra tấn người man rợ này đây. Nếu không ở đây, thằng bé kia và nó đã có mặt ở giảng đường, đã đi du học, đã có tuổi hoa mộng thần tiên nhất nơi chốn vốn dành riêng cho chúng nó. Giờ, chúng ở đây bắn nhau, hành hạ nhau, cười trên xác thân nhau, và run rẩy dưới bàn chân của súng đạn, bạo quyền. Cái gì làm nên những kẻ hèn mạt độc ác?

Gia miên man trong sự vọng chờ một tiếng ầm ì của trực thăng xé rừng, đưa anh về hậu cứ, vùi mặt vào âm hộ của một đứa gái điếm nào đó, có lẽ sẽ dễ chịu biết bao so với khoảnh khắc này…

CHƯƠNG II

1.

Những ly rượu được ủ bởi thứ nho xanh vùng Bắc Mỹ không làm anh đỡ thêm da diết. Chỉ chừng đoạn đó đã đủ đớn đau rồi, đâu cần một tác cớ, một do nguyên, để tăng thêm độ cồn trong máu và cảm xúc cơ chứ. Chưa đủ não nề sao, chưa đủ bại liệt sao. Rã rời, rượi dụ, hoang tàng, và miết mải lắm rồi - tâm anh. Phải, đã miết mải lắm rồi, khi nó theo óc anh về với vùng đất ấy, bao ngàn dặm, nhưng nó vẫn là nơi trường tồn dai dẳng nhất, bất diệt và bất lực rứt ra trong tâm khảm anh từ ngày đó đến giờ, từ thời bỏ nước đi trên con tàu lênh đênh ngoài hải xa cho đến những năm cuối đời, tưởng yên vị ở thềm lục địa Mỹ, chôn chân ở đây, nhưng không chặt được tấm lòng, nó vẫn về nơi đó là vùng Huế, phải rồi, Gia nhớ là Huế sau Mậu Thân, Huế buồn thảm trong những cơn mưa, Huế lênh loang trong những điệu hò, Huế lạnh và sâu như đôi mắt rườn rượt của người thiếu nữ, hoặc trầm tư như dáng ngồi của người cô phụ trên bến cát đợi chờ chồng, Huế vô định như bước chân lập lững của người gái già đồng trinh sống ẩn chìm bên lăng vua chúa, khi ông hoàng đã chìm vào hoang tích, thì họ vẫn mang nặng một sứ mệnh nữ cung đeo bám bấu chặt, để người đàn bà cô đơn bên lăng tẩm cổ in bóng vào đồi thông tượng đá vào rêu phong, đóng khép mình trong một mặc khải mà ngàn năm phong kiến với lễ nghi Nho gia đã đóng đinh vào đầu óc bần hàn. Mệ, sao mệ còn ở đây? Đừng gọi ta là mệ.

Ký ức những buổi chiều, những bóng nến đèn lung linh của những đêm hoa đăng sóng nước, những buổi ngự giá của vua chúa xưa kia, đêm động huyền lâm hạnh mà người nữ cung nào tẩm ướp hương hoa chờ ơn huệ của Chúa Ngài ban phát, vẫn đọng vào ánh mắt bà, phải rồi, sao có thể gọi là mẹ, bà là cung nữ đồng trinh. Gia thấy thương một nỗi cổ hoài man mác, như bóng cô phụ trong tấm rèm châu, đợi một cố nhân hoài thác, như người thiếu phụ Nam Xương mỏi mòn chờ trông bóng chinh nhân dặm dài yên ngựa, bao giờ mới đến, bao giờ đánh thức tâm thân và ngày hòa bình vẫn còn xa lắm. Để Tấn chết trong niềm khát khao, trong nỗi kịp kèm của ước mơ và hiện tại, trong thế ngã xuống tay còn ôm chặt cuốn sách Văn, khát khao, hoài bão, ước mơ, và vươn tới, không dành cho những chàng trai, không dành cho con người ở xứ sở này.

Em chỉ ước mai này thành văn sĩ. Văn sĩ là gì mà hấp lực nó, Gia không lý giải được, nhưng cỏ cây liệu có lời không, cánh chim có hồn, cả hố bom có cất lên tiếng nhạc trong lời nó nói, trong sự tưởng tượng từ đôi mắt lim dim, khi nó chan chứa nói về ước mơ và tư duy nghệ thuật của người cầm bút, cái ngày Gia còn chưa biết thế nào là văn chương ấy. Có gì hấp lực nó đến vậy, hơn cả chất kích thích, hơn cả ma túy, sao còn có thứ hấp lực ở cái điều ảo vời tưởng không bao giờ là có thật ấy.

Nhưng những điều không thật ảo vời nó lại góp phần ru ngủ con người, đưa người ta đến chỗ không đớn đau, thoát ly người ta khỏi thực tại chết chóc, góc độ nào đó nó là thứ ma túy của khát khao, của hoài niệm, của sung sướng, của cả căm phẫn. Có người viết văn nào không dung nạp nó đâu. Tức sự sôi trào của cảm xúc, của tâm thân, của đời sống nội lực tinh thần, nó mạnh hơn bất cứ thứ ma túy nào, là sau này khi đã đặt bút viết, Gia mới biết được điều đó, chứng nhận điều đó, sau ngày Tấn chết, anh mới hiểu hết, còn một thứ ma túy tổng hợp làm con người ta phê pha đến vậy. Đó là văn chương.

Sau ngày Tấn chết anh mới bắt đầu tập tọe viết, đúng hơn những dâng trào của nỗi bi kịch, những ẩn ức không lời đáp, không điều hóa giải - sự cùng quẩn quẩy đạp trong quỹ đạo của thức cảm mà anh thấy cần bật lên. Không, là gào lên, xé tan lồng ngực, đạp gió hỏi mây những điều phi lý. Văn chương là cuộc gào thét đã đến hồi không chịu được, để phun trào của dung nham ẩn ức.

Thằng Tấn chết, trên tay còn cầm cuốn sách Văn, nó không hiểu sao mình chết, trận đánh đó đến lúc vãn hồi, tảo thanh đã công đoạn chót, một mảnh pháo văng vào tay đã được băng bó, chiến lợi phẩm đã thu, AK, lựu đạn, B40, và sáu chục xác thân phơi bày ngồn ngộn, chẳng thèm hả hê trên những chiến quả, quen quá rồi, cũng mệt quá rồi, đứa nào ngồi bệt xuống, "đã xong", cái từ "đã xong" mới mỉa mai làm sao, trơ lì và vô cảm, xong những trận đánh, xong nhiệm vụ giết hại, xong đâm chém, và bao giờ thì xong và hết.

Thằng Tấn ngồi tranh thủ giở cuốn sách nó đang đọc giở. Thật là một sự mỉa mai luôn có ở nơi này, đạn bom và sách vở, bầu trời nghệ thuật và máu me, trận mạc và những đóa hoa, nhưng với nó, với trung đội, thì không có gì lạ. Vào trận nó lì, đánh không cần nghĩ, xung phong không đợi kẻ thứ hai, nhận nhiệm vụ tử thủ không cần thằng nào tranh chấp, nhưng đã xong là xong, phủi tay một cái là nghĩ đến những điều xa khỏi hơn. Thật lạ, đó là kiểu của nghệ sĩ ư, ba Gia cũng từng vậy, ông cô độc đến thành nhộn nhạo, ông ít lời đến thành láu liên, ông chìm trong thế giới cô liêu đến hết tiền đãi bạn, ông khó hiểu đến mức phơi bày cả ruột gan cho cả chó và mèo, mỗi lần ông có sự và hơi men.

Ba Gia là điển hình cho sự khó hiểu. Thì Tấn cũng thế. Mày ngồi đây mà đọc được cũng tài, thằng nào giở giọng chê bai. Không ngồi đây thì đâu. Là nó muốn nói phải xả hơi như bọn tao này, cởi truồng tắm ở hố bom, nằm sải tay và hát rống, kể chuyện dục tình gái gú rồi cười rú, khoe những chiến tích bất hủ của những gã trai với những con ghẹ nào đó mắt mỏ đỏ xanh nhan nhản khắp bốn vùng chiến thuật.

Đến tài, cứ có lính là có họ, một kiểu ký sinh trùng chỉ nảy sinh trong chiến tranh trận mạc và lính tráng ư, hay là một loại đặc sản thật thảo thơm cho vùng đất này khi có đặc ân chiến tranh để làm mối giao lưu và hòa hỏa, tình đoàn kết quốc gia bền chặt nhất giữa Việt Nam và Mỹ quốc bằng một thứ: gái mại dâm.

Gia nhớ cái lần tiểu đoàn được trực thăng vận xuống vùng Quảng Trị. Quảng Trị tiền đồn địa đầu giới tuyến, Quảng Trị thứ chiến trường không giống với bất cứ nơi đâu, trò chơi súng đạn hạng nặng, trò chơi của máy bay khu trục, của B52, của hải pháo, phi pháo, hỏa tiễn, của thứ chết chóc kinh đảm nhất, chứ đâu phải đòm đòm bắn tỉa ở mấy nơi như vùng Bốn với mấy gã du kích làm trò trẻ con ú tim, hay với vũ khí được Mỹ trang bị cho những tay súng Việt Nam Cộng hòa, hay khẩu K54 rút bắn cấp tập vào lưng một cố vấn quân sự đang dạo bước nhàn nhã trên đường phố Sài Gòn, hai tay đút túi quần, anh ta ngắm mây trời, miệng ngậm một hơi sáo còn chưa kịp phun ra, và bóng vài cô nữ sinh áo dài đỏ xanh chạy qua trước mắt, làm nên cơn hứng tình và sinh cảnh tức khắc, ở một người Mỹ da trắng, trên đường phố của những kẻ da vàng xa lạ mà không kém phần quyến rũ, thì đòm một cái, bóng áo hồng nào đó lướt nhanh rồi lọt thỏm vào một cái xuyệt chằng chịt hơn sông ngòi, hơn đường bản đồ chấm phi pháo của anh ta.

Thì ở đây là trò chơi hạng nặng của những võ sĩ giác đấu trên đấu trường La Mã, của những diễn viên rượt đuổi, hẹn giờ, bấm số, cho nổ tung cả một thành phố, cả điện đàng, cả thế giới, trong tưởng tượng hư cấu của một nền công nghệ kĩ xảo điện ảnh thượng thừa Hollywood - mà rất thật ở chốn này. Thì Quảng Trị tuyến đầu bom đạn đó vẫn bắt gặp những chị em nhà mình, lòng tự tôn bản sắc đến độ kéo xoẹt cả chiếc áo bà ba xứ nhà ra mà chỉ vào bộ phận đấy khoe kích cỡ hay kích thích những chàng lính Mỹ trẻ măng ngồi trên những chiếc xe lội nước cười hinh hích thích thú, lông tơ điểm vài đường rậm rậm, đen đen trên khuôn mặt vừa rúc ra khỏi vú mẹ. Hello, how old are you? 18. Too young. Tiếng Mỹ nhừa nhựa như giao lưu và giao tình. Thích không? Người đàn bà đáng tuổi chị hắn, chỉ vào bên trong áo. Ok, i like it. Tiếng nhảy bụp của một con trống từ trên xe Track xuống khoang đò, lòng đò chao đảo, chao đảo, nước vỗ dập dềnh, tiếng cười hích hích của con cái được động tình, được sờ vào chốn thâm cung, Gia vẫn nghe thường khi, very good, very good, thứ âm tình đấy làm động lòng bao gã trai viễn chinh khỏe mạnh, vốn từ khi còn ở mẫu quốc được truyền thụ bởi các đàn anh, xứ mọi này có mỗi bom đạn và gái thôi, cố mà tận hưởng, xác thân, thứ người đàn bà nước Nam mới mặn mòi và chắc nịch, bé nhỏ mà thơm tho, gọn gàng mà khác biệt, nâu đen mà quyến dụ… Như một thứ rượu lạ với cường quốc hay sao. Hai gã nữa nhảy xuống rồi, cả một tiểu đội trong vòng một tiếng, con đò không lúc nào hết chao đảo, tiếng cười hinh hích của con cái động tình vẫn thoát ra, ối á, verygood, như càng lúc càng lên cao. Sau này Gia mới biết đó là một thứ nứng tình không thể cưỡng nổi, được chị em ta cố gắng phát huy hết tác dụng, thậm chí chỉ dạy cho nhau cách kêu gào nào là hấp lực nhất đối với bọn Mỹ đen, và Mỹ trắng. Kỳ tài. Cuộc hiếp dâm hai nền văn hóa, cuộc cưỡng đoạt của hai thế giới văn minh không ngờ xâm nhập nhanh và mạnh thế này, thì Gia viết, viết về Huế.

Trở lại Huế vào mùa hè 72, lúc đó, trên khắp chiến trường đã vào độ chín của súng đạn và mâu thuẫn. Huế buồn như một nét mi của cô gái si tình khi người yêu ruồng bỏ. Huế có những ngày nắng kéo được một chút mí lên rồi lại sụp xuống. Huế sau Mậu Thân, người người hoài nghi nhau, nhà nhà tìm mọi cách cố thủ, họ lo lắng, họ bồn chồn, họ di động, suy đổi cả tấm lòng, đi và ở, lúc nào cũng sẵn sàng ở cả hai chiều kích, ở những con người ở các tỉnh vùng cực Bắc, từ Quảng Trị về đây, cuộc thiên di của nỗi lòng luôn luôn thường trực.

Ôn già rồi, sao phải sợ? Ai chẳng sợ chết chú ơi. Nhà ôn có bị pháo không? Nó chưa đến nhưng rồi sẽ đến, ôn thì thế nào cũng được, nhưng còn thằng nhỏ. Ông chỉ tay vào đứa trẻ năm tuổi, mặt nhem nhuốc, mắt lồi to, quần cộc rách tươm, thò con chim bé xíu ra ngoài, thứ trang phục cần có của một con người, để nó không lẫn với con vật ở xứ sở này đây sao. Chú cho ôn xin ít cơm, hai ngày nay hai ông cháu đói quá. Ba mẹ nó đâu? Chết hết trên đường chạy loạn lần trước rồi. Làng ôn họ đi hết chưa? Đã hết từ mấy hôm, ôn chậm giờ mới dắt được thằng cháu đến đây.

Gia nhìn ra con đường mênh mông cát trắng vùng tiền đồn cực Bắc giới tuyến, con đường thăm thẳm, mênh mang, trải dài, chỉ gió cát, làm nó càng mênh mang, miên viễn, không biết đâu là điểm dừng của thứ sa mạc cằn khô chết cháy muôn đời đe dọa con người, muôn đời làm nên sự thử thách khốc liệt nhất giữa thiên nhiên và sự sống, trong sự đo ván của tử - sinh: bộ hành sa mạc. Ôn liệu có đến được Huế không? Gia nhìn vào mênh mông của nắng lóa và cát gió, hỏi vu vơ, câu hỏi chẳng cần lời đáp, thì tiếng pháo cắt ngang, một bóng đàn bà ngã xuống, máu bắn tung lên chiếc áo trắng chị mặc.

Người ta vẫn mặc áo trắng cho những lần chạy loạn, một quy tắc bất thành văn, một thói quen đã được định hình, hay kinh nghiệm - thứ quái gở nào cũng có thể có ở xứ nước Nam này. Áo trắng để quân mình đỡ bắn lầm quân ta. Đâu là mình, đâu là ta, mà người đàn bà hay ông già kia vô tình phân xử để giờ lĩnh trọn cả quả đạn pháo thế kia. Cát trắng, áo trắng, bóng người trắng di chuyển, làm lóa không gian trước mặt, một giọt mồ hôi rơi xuống, đúng lúc giọt nước mắt lăn qua hàng mi, cái thứ hiếm hoi, đặc sản, tưởng từ lâu đã không xuất hiện ở những người lính. Đã lâu, nó kiệt đi cùng năm tháng, trận mạc và xác thân.

Là Gia nhớ đến ông ngoại, ông ngoại ở Huế này, ông ngoại cũng già như người đàn ông anh vừa nhớ lại vùng tiền đồn Quảng Trị xưa kia. Và ngày đó anh cũng như thằng bé con đó. Ông ngoại cũng thường mặc áo trắng dắt anh ra vườn, đi trên bãi biển, hoặc đi hái những trái thanh trà ngoài bờ sông lộng gió, đánh thức những tâm tình thời tuổi nhỏ, đẹp biết bao, tiên ông và cậu bé, cậu bé chân sáo bước tung tăng, đầu óc đầy những ảo hình của bao niềm vui con trẻ.

Lớn lên con làm gì? Ông thường bắt đầu câu hỏi. Con đi lái máy xúc. Những con máy xúc ngạo nghễ bổ đầu vào đất, và người ngồi trên đó mới oai phong làm sao, so với thân hình nhỏ bé của cậu phía dưới. Con thích làm gì nữa? Đi hái thanh trà cùng mợ Cúc. Sao con thích hái thanh trà? Sẽ được chọn những quả to nhất dành tặng cái Xoan. Đứa con gái xinh nhất xóm, mắt xanh như mèo, mặt tròn, và nụ cười đẹp quá, cho đến hồi năm tuổi Gia được biết về đàn bà.

Đó, ký ức tuổi thơ chập chờn qua người đàn ông ở tiền đồn dạo đó, mà anh đã khóc khi nghĩ về ông. Giờ ông đã mất rồi, bà cũng mất, cậu Hạnh thì tận Quảng Đà, còn mỗi mợ ở nhà. Mợ, sao mợ không đi? Cái lần anh ghé qua nhà hồi sau Mậu Thân năm nào, Huế có nguy cơ bị tràn ngập lần nữa. Ối dào, chán rồi con ơi, ai đi cứ đi, ai ở cứ ở, đi rồi về, ở và đi mà không chết ư?

Cái lý của người già đã nhăn hết da. Tấm áo hồng đẹp lắm, trong ký ức của Gia ngày xưa, giờ nhuộm nâu của những lần mợ ngồi bên cây đèn cầy tụng kinh niệm Phật cho đất trời an hòa, cho đứa con trai toàn thân ở chiến tuyến, cho cậu đang lưu lạc ở Quảng Đà vô sự, trong một lần ra thăm đứa con gái bị kẹt lại. Mợ, con đưa mợ về phía đơn vị con nha. Không cần đâu con, con về đây thăm mợ là vui rồi.

Hôm đó, anh lại được ăn cùng mợ bữa cơm Huế, bên chiếc bàn mây, đặt ngoài hiên chái, bữa cơm ngon nhất mà anh được thưởng thức, trong ánh sáng lòe nhòe của đom đóm nơi bờ dậu, ánh đèn dầu nhà hàng xóm hắt vào từng hột nhặt thưa, bên ấy còn một bà già cũng đang "cố thủ", và đàn muỗi bay từ rặng bần ngoài sông ập đến. Bữa cơm gợi nhớ bao người thân, trong câu chuyện tâm tình với người đàn bà mà lúc nào anh cũng coi như mẹ. Về ông ngoại, về dì Phương, về cậu Hạnh. Chao ôi ký ức, ký ức một thời Huế đẹp với mơ những năm năm mươi ấy, với đứa trẻ thơ nô đùa bên ông ngoại, cụ tiên dắt tay cháu, râu phơ phất dài, chấm vào nắp túi áo trắng xẻ bà ba thường mặc, và mợ ngày đó trẻ làm sao, má hồng, môi đỏ, da như trái thanh trà ngoài bãi. Chao ôi tuổi nhỏ, như miền cổ tích thiết tha gọi ru hoài về mãi không thôi.

Huế, giờ, là thành phố của lính tráng, từng đoàn xe nhà binh chở vũ khí đạn dược chạy băng băng. Họ đã quân sự hóa phố phường, đã chiến tranh hóa những lăng tẩm, đền đài, điền gia, viên tịch, bờ sông, bến cát, rặng dừa, và ngôi chùa thơ mộng tự lúc nào. Chao ôi Huế của hai thời cuộc. Chao ôi Huế của thời tuổi nhỏ và lớn lên. Đất nước cũng đắm chìm lâu quá vào sự liên hiệp quốc gia giữa những gái đò với người lính đến từ xa xôi các xứ sở. Khoang đò lại chòng chành, nhà đò lại đỏ đêm ở bến sông Hương thơ mộng, bên hạm đội gái lành nghề kỹ xảo, hậu duệ của nữ cung, hoàng thích. Giờ, bên những anh chàng da trắng, da đen. Lòng Gia se mạnh một cái, gió sông Hương thổi vào không đỡ buốt, nhặt một hòn sỏi ném qua sông sang Cồn Hến, sức mạnh của cánh tay không đủ, làm nó rơi tõm quá gần phía bên này. *Dài tay ta với, với những xanh xao*, thành phố của Diễm xưa, nhạc Trịnh, của u buồn và cô tịch đây sao?

Thì Gia nhớ đến thằng Tấn chết, chết khi tay đang cầm cuốn sách Văn.

2.

Hồi mới về đơn vị tác chiến Gia cũng chưa viết gì, giấc mơ nhảy dù nó choán hết tất cả những miền khao khát của anh.

Chú chim đại bàng tung đôi cánh mênh mông, cánh chim lớn của Quận He, sải rộng dặm dài, bay thẳng trùng khơi, đối diện muôn ngàn sóng gió, bão bùng, là nỗi khát khao đâu phải của riêng mình anh. Hồi đó, tên tà lọt theo sau phục vụ anh là Tấn. Tấn người thấp đậm, mà chắc nịch. Trông hắn như con nhà võ. Tay to khỏe, rám, cơ nổi cuộn, bắp chân cũng thế, eo thắt, ngực nở mình ếch, đẹp vô cùng.

Nhưng Tấn lại có một tâm hồn văn chương lai láng. Tấn hay làm thơ và viết văn. Tấn hí hoáy bên quyển tập bất cứ lúc nào, đêm khuya, khi mờ sáng, lúc thấy hắn ở cánh rừng hoa mlah trước mặt, lúc hắn ngồi thẫn thờ bên một hố bom. Mày làm cái gì thế? Gia thường lấy giọng vừa dậm doạ vừa giễu nhại hỏi hắn. Em tư duy nghệ thuật. Có quái gì đâu ở chốn này, hố bom chứ có quái gì. Anh không thấy sao, hoa đã bắt đầu nở, cây mọc, và chim hót, nước của nó thì trong leo lẻo và thẳm xanh, anh không thấy sao, sự sống hồi sinh, sự lưu chuyển của tử phục diệu kì thế. Tan hoang, chết chóc khiếp khủng, nhưng giờ đây, nó cơ hồ chỉ còn là một mặt hồ trong veo đầy sự sống, cá tôm mở hội, hoa nở đón chào ngày xanh, nắng thì vàng rơm hơn, anh không thấy sao.

Quả thực vậy, nên lũ lính tráng thường tụ tập ở đó những ngày không hành quân, chúng bơi lội, trổ tài mò cua, bắt cá, hái rau, đào hố ếch, và đó là trung tâm của những trò vui đùa thách đố giữa những nơi tẻ ngắt gọi là chiến trường này, thì thằng Tấn đang tư duy nghệ thuật, quả là không có gì lạ, trên miệng hố bom đã hồi sinh sự sống, như nó nói.

Mày tư duy gì? Về lẽ sống - sự sống thì không bao giờ ngừng trôi, vạn vật không ngừng tái sinh, chỉ con người là khát khao hủy diệt, nhưng không hủy diệt được, chỉ con người là muốn làm chậm lại sự tái sinh. Bản thân con người cũng là sự sống, và chúng ta cũng đang hồi sinh mạnh mẽ, như em đây, tư duy nghệ thuật trên hố bom. Mày đúng ra phải đi học triết. Văn, sử, triết bất phân, em thích văn học hơn, song triết là gốc của mọi vấn đề, văn không triết như người có tim mà không óc vậy. Mày viết được nhiều chưa? Vài bài trên Tuổi Ngọc, Tuổi Hồng. Nó cho Gia xem.

Anh tiện bút phê thêm. Nó gật gù, nói thật, anh tư duy nghệ thuật cũng không thường đâu.

Thằng Tấn cần mẫn, chỉn chu, nghiêm cẩn với công việc nó làm. Như thầy tu, sáng nào nó cũng dậy sớm gấp chăn màn, thu võng, xếp balo, nấu cà phê, thổi cơm, gọi Gia và thằng Lực ăn, rồi lại dọn rửa, lau chùi, chằng balo, ôm súng theo Gia trong những cuộc hành quân. Nó hay tư lự, im lặng nhất trong những cuộc vui của những thằng lính khác. Nó hay nhìn xa xôi. Lúc đầu Gia thấy lạ, sau mới hiểu đó là cách tư duy nghệ thuật của nó.

3.

Anh Lãng ạ, tôi không biết anh là ai. Có phải người cán binh tôi gặp được ở mật khu D, mà các anh vẫn gọi không?

Anh Lãng ạ, anh có về được Sài Gòn gặp cha anh không? Tôi đồ là không. Chủ nhân cuốn nhật ký này là ai trong hàng hàng những cán binh ngã xuống kia, tôi đã thấy trong một trận đánh lớn, có yểm trợ của không lực, khu trục, cường tập, B52. Hàng hàng cán binh Cộng sản ngã xuống, trước mắt tôi. Tôi có nhìn họ hả hê không, lúc nào đó không còn thế, lúc nào đó chỉ còn ai oán trên quê hương lửa cháy, trên bao số phận bi thảm, có cả bạn bè tôi.

Chúng ta đã chĩa súng vào nhau, kẻ chết thì ắt có người sống, sự lựa chọn ngặt nghèo chó đẻ, và anh chết, có thể lắm, trong hàng hàng cán binh Bắc Việt kia, họ nằm ngồi đủ mọi tư thế, vũ khí đạn dược tan hàng chất đống. Chắc hẳn anh cũng được học *Bạch Đằng hải khẩu* của cổ nhân rồi. *Ngạc chặt kình băm non lởm chởm/ giáo chìm gươm gãy bãi dăng dăng.* Ngày đó, tôi đã tự hào biết bao, người thầy giáo dạy Việt văn thấy đôi mắt tôi rực lửa, má máu tụ về đỏ lựng, và bàn tay nắm chặt, ông hiểu, giọng truyền cảm của ông đã động được vào tôi, ở lòng căm thù, nỗi tự hào vô biên, và tinh thần dân tộc mạnh mẽ. Đúng, mạnh trong tôi đến nỗi, tôi muốn vươn dậy ra sa trường, để bóp nát kẻ thù ngoại xâm, lập nên chiến tích lẫy lừng, như ông cha.

Tuổi trẻ thường nhiều máu huyết, tuổi trẻ thường nhiều hoài bão, tim họ được đong nhiều bởi máu, tim họ được truyền nhiều hơn bởi những kích thích tự hào. Và tôi ra trận. Nhưng không ngờ người dưới bàn tay tôi lại là anh, tôi không ngờ, bài học giảng đường và thực tế chiến trường khác nhau nhiều quá. Anh được bơm bởi dòng máu nào, tôi cũng thế, chỉ có điều, nó là chiếc bình ngược thông nhau, anh Lãng ạ. Chắc anh cũng được học bài thơ đó, chắc anh cũng đã động vang lồng ngực để cất lên Nam quốc, chắc anh cũng hóa vào vó ngựa Thái Tổ, bóp đầu giặc Minh, chắc anh cũng sung sướng hô vang nước Đại Việt. Chúng ta, cùng được nối truyền bởi một dòng máu, sao lại có đục trong, sao lại có độc lành, máu nào trong, máu nào đục, ai nào đoán được, nhưng có điều nằm mơ tôi không thể nghĩ, nằm dưới chân tôi là một con người cùng yêu một khúc đoạn hùng văn.

Anh Lãng ơi, anh là ai trong hàng hàng người ngã xuống kia, tôi không biết, vì đều máu đỏ, vì đều da vàng, tóc nào cũng đen, mặt nào cũng nhỏ, mũi nào cũng tẹt, mắt nào cũng hí, và chân nào cũng ngắn, thân thể nào cũng quắt queo, để phân biệt được chúng ta. Phải rồi, tôi đã cho anh vào tiếng chúng ta rồi đấy, anh về phía chúng ta. Là tôi nghĩ đến một tên Mỹ, tôi phải gọi vậy, người Mỹ cũng nhiều kẻ xấu xí, anh Lãng ạ, nó hất hàm hỏi tôi. Tao đố, mày và tao khác ở điểm gì? Lúc đầu tôi còn chưa hiểu lắm, nghĩ nó đáng yêu như bao người Mỹ khác, nên cho, chiều cao ư, nó cười hô hố, rồi cầm cái mũi dù không mấy tẹt của tôi dí thật đau, và chỉ vào mũi nó, cười hô hố, đồ mọi vàng dị tẹt, và không ngừng sờ vào làn da tôi rồi vuốt vào tay mình, như một sự chứng thực rằng, chúng tao thượng đẳng, làm sao chúng mày đạt đến, dù cả ngoại hình đi nữa.

Sự bé mọn chưa bao giờ rõ rệt thế, nỗi nhục nhằn Á Đông chưa bao giờ cụ thể thế. Tôi đã táng cho nó bằng cả cánh tay nó vuốt mình lúc trước, nhờ những lớp dạy Vovinam mở ra nhan nhản ở trong này, dạy lòng quả cảm, tinh thần thượng võ, sức dồi dào tuổi trẻ để bảo vệ núi sông. Tôi đã táng cho nó bằng tất cả tình yêu dân tộc, sự động chạm, lòng tự tôn sâu kín bé nhỏ mà đáng thương tội nghiệp phải ẩn giấu đi nhiều lúc, để tạo sức mạnh tinh thần riêng trong cõi người đầy trớ trêu này đấy, anh Lãng ạ.

Tùng Lãng, tên anh thật đẹp. Tôi không biết ba anh đặt tên cho anh có ý nghĩa gì. Lãng là sóng, sóng trùng vây ư, và tôi tin, ông cụ muốn anh là ngọn sóng đẹp đẽ, nhất tề phi, bay lên đối diện vĩ kỳ, như thể vũ trụ bao la vậy, ngọn sóng nhấn chìm tất cả ngoại xâm và những thử thách, nhưng tiếc là anh dùng ngọn sóng đó để nhấn chìm tôi, nhưng tiếc hơn, chúng tôi không bị chìm, mà các các anh lại bị vùi chôn nhất thời đồng loạt. Tôi nhớ Triệu Thị Trinh muốn cưỡi gió, đạp sóng, chém cá kình. Chúng ta hai ngọn sóng, trùng trùng ngọn sóng, mạnh lắm của nước Nam, và hôm nay những năm 72 của thế kỷ 20, tôi tiếc, chúng ta đã không hợp quần để tạo thành trùng dương phi trào sức mạnh, lấn át cả năm châu, để tên Mỹ trắng nào không dám vuốt tay tôi rồi chỉ vào ngực nó, it's me, rằng chỉ tao là nhất, là tao, mày biết không. Để nó hiểu cái thứ mọi rợ vẻ ngoài ăn nhằm gì với giá trị tinh thần nhân bản, sâu xa mà đẹp đẽ, cao vợi mà sang trọng, lớn lao, loài người hướng đến.

Đừng tưởng hạ được các anh hàng hàng kia mà tôi không nghĩ. Thằng đệ tử của tôi ngày đầu xung trận, nó không dám bắn người. Anh của em vẫn ở cùng mẹ em ngoài đó, ai em nhìn cũng giống anh em, hu hu hu, anh đừng bắt em bắn. Lẽ ra phải đá đít, tóm cổ, bắt nó về trại lao công đào binh, để cho nó mất tính *tiểu tư sản, tả khuynh, nhụt chí,* như các anh vẫn gọi. Nhưng người chỉ huy cấp cao nhất của tôi lại lấy tay lau mắt, ông khóc, vì anh của ông cũng đã chết ở mặt trận đâu đó, một cán binh cộng sản cộp, và cái chết chẳng lặng lẽ, mà rùm beng trên các mặt báo, như là một chiến tích lẫy lừng phía bên này, hạ được một cộm cán phía bên kia, mà họ giáng một đòn đau chí mạng cho ông. Lê Hữu Hòa, ông là Lê Hữu Hợp. Khi đặt tên như vậy, hẳn mẹ ông đã mong, các con bà yêu thương, hợp hòa, tạo sức mạnh cho gia tộc giống nòi. Và ông khóc, vuốt lưng thằng bé, ba hiểu, không sao đâu, từ mai ba cho con sang bộ phận tiếp vụ, nín đi. Thằng bé từ trạng thái khóc, đã ngạc nhiên vô cùng, khi nó đang chờ đợi một tiếng thét, cái đập bàn, bạt tai, tống cổ, đâu ngờ nó được cảm thông, tha thứ, điều tưởng chẳng bao giờ có ở chiến trường giữa cấp trên và thuộc hạ đấy, anh Lãng ạ.

Nói như vậy để anh biết, chúng ta đáng không nên ở đây, không một chút nào, và việc phải xả súng vào anh tôi cũng xót, nhưng chiến cuộc đặt chúng ta vào sống và chết, mất và còn, điều tiếc và đau là chúng ta bắt buộc phải lựa chọn.

4.

Nếu những ký ức níu Gia về Huế ở thời tuổi nhỏ, Cồn Hến buồn lắm, Cồn Hến tiếng nước rơi bán âm trong một khoang đò có người kỹ nữ buồn so nhìn trăng soi nơi đáy nước, mặc niệm một nỗi cô liêu của thân phận người đàn bà lạc lối, lạc cả tấm thân, giữa chốn trần ai ải đầy mịt mù. *Rồi đây em sẽ từ trong ra ngoài*, câu thơ của một nhà thơ Bắc Việt gốc Huế nào, hi vọng vào việc đổi dòng, thay cảnh, song làm gì để Huế thay đổi cảnh dòng? Người mẹ nào vẫn ôm con chạy trên đèo Hải Vân về Đà Nẵng để tím chết đứa trẻ yêu trong chiều lạnh hoang của núi rừng vùng đất độc. Chúng ta đã làm gì? *Từ nay em sẽ từ trong ra ngoài, thơm như hương nhụy hoa nhài?* Tiếng trăng rơi nơi thềm bãi lọt vài âm vào khoang đò chật chội, ánh mắt rười rượi của nữ thôn vẽ lên trên đám mây tán sắc, vạt áo nào hững hờ chờ hứng tình buồn, những cơn giãy nào của dục tính ê chề. Dạ anh, *anh cọ muộn?* Giọng Huế dạ thưa dịu dàng tưởng chỉ dành cho những điều tuyệt lành của đời sống, một thế giới êm mơ, tưởng chỉ dành cho sự mị mê của cõi sa mù tinh khiết, nhưng không phải, dạ anh anh *cọ muộn*, người cung nữ xưa giờ vấy bẩn tấm bào, hồn trinh bạch xưa giờ hoen những ố thân.

Trăng vẫn rọi trên nhà đò. *Hồn em rách nát còn lành được chăng, hồn em, à ơi...* Câu thơ được lái theo điệu Nam ai trải dài, xa rộng, mênh mang, u uẩn, đục lờ, vắt trong, buồn thảm tận cùng, như nỗi hoài xa vọng cổ của ông hoàng rời xa cấm thành về nơi gió cát, vận nước tan hoang, lấy huyết rửa thù, *à ơi, hồn em rách nát còn lành được không.* Ôi người Huế ơi, bao đời điệu ca hồn nhạc đã nảy trên mặt nước con sông u buồn này, tiếng nước rơi bán âm, điệu gió buồn vọng nhịp, đã làm nên khúc não ca ai bằng đi vào lòng người đến rệu rã cảm thương, chia lìa non nước, nỗi tình nhà ta oán, niềm thương cội rễ ông cha, máu rơi đầu chảy, lạc loài viễn xứ, tiêu điều dải lụa oan, xé toang hồn lụa bạch, còn gì để hứng tiếng Nam ai?

Huế buồn như thế đó. Gia đã lang thang ở Huế, từng đêm vọng nhịp trên Tràng Tiền, đặt gót trên Cồn Hến, nhìn từ bên này sang kia, vọng một sắc áo bà ba ngồi đãi sỏi bến quê, trông một sắc áo bạc màu, canh cho những những đò nan bé xíu xuôi dọc nẻo xa, ơi Huế, Huế buồn hơn một nét mi, Huế chứa đựng bao kỉ niệm tuổi thơ êm đềm. Ông ơi, quan tư đồ là gì? Là chức quan giữ việc nông thương, cảnh sát, giáo dục trong triều đình cháu ạ. Sao ông không làm nữa? Vận nước buồn đau, dâu bể tang điền, mọi thứ cuối cùng không còn nguyên vẹn. Là thế nào ông? Lớn lên cháu sẽ hiểu. Vua đâu rồi ông? Cháu hỏi vua nào, thiên mệnh ý trời, người lưu lạc trời Âu, người về đất mẹ, tan tác hết rồi, vì sao nên nỗi. Sao vua phải phiêu bạt tận trời Âu? Cái gốc mất rồi, ngọn ngành biết lý giải làm sao.

Đó là những câu chuyện giữa hai ông cháu anh, khi ông dắt tay anh đi trên Đại Nội, trên những con đường trong hoàng thành rợp bóng me, rợp hương sắc hoa hường, đất nước tang thương, dâu bể tang điền, những ông hoàng cũng tan tác theo mệnh núi sông. Đó là những điều Gia nhớ nhất trong câu nói buồn của ông. Còn vua còn gốc, mất vua nề nếp gia phong đảo lộn, tung đào, hả hê, bật rễ, xẻ nghé, tan đàn, lộn tôm, bát nháo. Một thời đảo điên cháu ạ.

Hồn Huế mất rồi. Hồi đó anh trở lại Huế sau Mậu Thân, khi Phú Bài đã mất.

Người Huế vẫn chìm trong những nếp nhà, vườn tược, cối cây, cội mai vàng vẫn nở nơi hai con nghê chầu về cửa thánh, những rặng cau mang hồn quê rõ nét chọc thẳng lên trời kiêu hãnh, trổ một nét sổ xuyên không, thanh mảnh trữ tình, nơi vùng quê Vĩ Dạ vào sớm mai, đón ánh nắng mật từ trời rỏ xuống, từng rặng bần đung đưa nơi bến vắng, hàng dâm bụt đỏ lửa thắp rực lên phía tịnh gia nhà Cổ Nguyệt, hai hàng rào bằng cây thanh hương được xén tỉa gọn gàng. Sự trầm tịch cổ kính nơi đây tưởng chẳng ăn nhập gì với sự ồn ào náo động ngoài kia.

Huế muôn đời cổ tịch, như bức thư phong kín trong dải lụa điều, bị lời nguyền triệu năm không được mở, nhưng đâu phải. Huế lại rộn rạo lên một lần nữa vào năm 72 trong mùa hè đỏ lửa, khi người dân Quảng Trị chạy vào, họ bất chấp tất cả, nhà cửa, sản tài, mồ cha đất tổ, những thứ tưởng đã là hồn cốt vĩnh viễn đóng đinh người An Nam muôn đời vào thứ vô hình mà bền chặt, đôi khi đáng sợ, làm thành sự bảo thủ hủ nho, cái gọi là bản quán lệ làng, thì giờ họ bỏ tuốt, gánh theo con và mẹ già chạy loạn rùng rùng, những đoàn quân người hơn cả những chiến xa xuyên quốc lộ vào Huế.

Huế phải oằn mình để gánh đỡ, trại tị nạn mọc lên khắp nơi, những nhà hảo tâm được dịp rút hết hầu bao cứu rỗi đồng bào, những nhà dòng thắp lửa đỏ đêm trong cơn cứu trợ dân tình gặp nạn. Huế phải gồng bụng chứa những nạn nhân tội nghiệp nhất của chiến tranh, mà vết thương trong lòng mình còn chưa kịp hồi hết máu, nhưng vì vết thương rướm máu, nên người Huế cũng lại vội vàng lên đường làm một dặm dài, họ sợ cảnh Mậu Thân chăng, đoàn đoàn lũ lượt vượt đèo Hải Vân chạy về Đà Nẵng, miền đất sống hơn, như họ từng tâm niệm. Gia đình giàu thì lên những chiếc xe chất chồng vợ con đồ đạc nghiệp tài để di chuyển từ nửa tháng trước, cảnh bần nghèo hơn thì quang gánh xô chậu bị gậy chất chồng cùng nhau trên đường nhựa trong cuộc trường chinh chạy loạn đã thành một đặc ân, nét đặc thù lắm, nơi vùng đất này.

Đất nước chúng mày buồn lắm, người lính Mỹ nào nói với Gia, ở đây không có gì ngoài chiến tranh. Cảnh không đẹp ư? Gia cố vớt vát cho thương hiệu quê nhà bằng một câu hỏi lạc hướng. Quả rất đẹp, rất đẹp nếu không có chiến tranh. Mọi thứ lại quy về chiến tranh. Phải rồi, chiến tranh là đặc sản nơi vùng đất này, nên con người sinh ra cũng có cấu tạo chân tay, bộ não, óc và trái tim, thích hợp với chiến cuộc. Họ sẵn sàng ra đi trong khoảng thời ngắn nhất. Kỹ năng chạy loạn. Một đòn gánh gánh hai đầu đất nước, như ai đó ví. Hình tượng dải đất miền Trung nắng lửa, nảy thành một đòn gánh chín dạn hai vai.

Họ lên đường nhanh hơn một điệu hò. Vài bộ quần áo, chiếc xoong nồi, ít gạo mốc, chai nước, trong cuộc trường chinh không phải là mở cõi, mà đi vào cõi sống hơn mà thôi. Mỗi lần trông thấy cảnh huống đấy, Gia buồn thảm, bóng áo trắng của ông lại trở về, bộ râu tóc bạc phơ, ông là quan tư đồ, cụ ngoại con là quan bát phẩm, nhà ta mười đời phụng sự đức vua cha. Ông vẫn nói bằng giọng tự hào như thế. Và anh tin, trong câu nói, quá nhiều những tự hào về vùng đất thần kinh, văn vật này.

Sự êm ả của những nếp nhà, sự bình yên của đời sống con người nơi kinh thành cổ đâu rồi, sự trầm mặc u tịch của rừng thông, sự thâm nghiêm của những lăng mộ, tưởng chìm mãi vào hương hồn bóng quế nước non, nhưng đâu phải, vẫn bị quật lên bởi đạn bom, bị lao theo dòng chảy của chiến cuộc. Thành phố biến thành chiến trận. Hôm trước, Gia thấy vài chiếc xe nhà binh chở đạn dược đậu ở con đường dẫn vào Phu Văn Lâu, hai cảnh huống, thực chẳng ăn nhập, hai sự vật, thực sự tréo ngoe, đạn bom và văn hóa.

Huế bị tàn phá hết rồi, cung đình, miếu mạo, am thờ, nhà cổ, cột kèo, thư tịch, tung xới nát tan, chẳng còn gì cả, phải bao năm mới xây dựng được, cái cội rễ được nuôi dưỡng bằng thời gian, nhưng thời gian ngàn năm được đem ra đọ cùng súng đạn, thư tịch được thử cùng B52.

Đường hoàng, to đẹp hơn ư, chỉ là mộng ảo về một thứ xa xôi, không bao giờ có chân trời, không khi nào tìm được ngả đến. Phá bỏ rồi, san bằng và đạp đổ - những bộ óc dư thừa duy chí - mà gốc gác văn hóa lại được dựng nên bởi những điều của duy mĩ thẳm sâu...

Này này Gia ơi! Này này Gia ạ! Đó là cách nói của Thăng. Gia không biết rồi, quê mình miền Bắc ấy, ở Phòng đó, ngày xưa mình thường đi xe lửa về quê. Xe đi qua bao nhiêu là cánh đồng, qua một phố thị, qua những ngôi nhà lúp xúp ven đê, là đến một cây gạo to nở đỏ vào tháng ba, những bông đỏ chót lụp bụp rơi như thể trẻ con ném bùn, là đến đầu làng mình đấy, đi bộ một đoạn là vào con đường trải gạch, rồi đến nhà ông nội mình. Gia ở trong này, lớn lên ở đây, Gia không biết được đâu. Miền Bắc lạnh thôi rồi, nhưng mình nhớ cái lạnh đó lắm, như nhớ một người con gái yêu ta từ thời hoa mộng, bao nhiêu là viễn ảnh ấy chứ, đúng rồi, biết bao nhiêu là viễn ảnh. Thế rồi, vì lí do gì đó mà xa nhau. Rồi cứ nhớ về nhau như thế. Đợi chờ, khao khát, ngóng vọng, ảo hình mà rõ lắm. Tóc nàng, mắt nàng, chiếc cúc áo, cả mùi thơm, khi những lần hai đứa đứng cạnh, nói bao nhiêu điều hoa mộng của tuổi thiếu thời đẹp nhất đấy, Gia biết không?

Câu chuyện của Thăng bao giờ cũng gợi mở đầy những điều huyền mơ như thế, nó thường ru ngủ Gia, đưa Gia vào cõi mộng, đưa Gia vào một miền cổ tích, để chính anh cũng thoát khỏi hiện tại, những trận đánh, người vợ nào vừa khóc đòi chồng, đứa trẻ nào vừa chỉ vào anh gọi bố, đứa con gái nào thẫn thờ lên thăm anh trai ở vùng căn cứ, nghe tin anh chết, nó đi một mạch vào động chứa.

Thì những câu chuyện của Thăng - mỗi lần xong một trận đánh, được dưỡng quân, anh về phố phường, thể nào cũng ghé thăm bạn, như là một sự ủi an, như tiếp thêm sinh khí, để nó biết, nó đâu cô độc trên đời này, bạn bè vẫn nhớ đến nó đây, dù lũ con gái cùng lớp đã bỏ Sài Gòn đi du học hết, bỏ thằng áo trận quần nhau ngoài biên cương, bỏ thằng cụt chân sau trận quần thảo giờ về phố phường, vất vưởng như người thừa nơi phố xá, chỉ tiếng kêu Gia ơi, là thảng thốt, thảng thốt như nhớ lại mối tình thời học trò, với cô bạn cùng lớp, Diễm Quyên.

Mày còn hay nghĩ về nó không? Nghĩ thì được gì nữa Gia? Hai cảnh huống, hai cuộc đời, cõi sống và chết, âm và dương, còn gì nữa đâu, nghĩ mà làm gì Gia. Là Gia biết nó nhớ Diễm Quyên, trong mỗi lần ví von về tình yêu thời hoa mộng nào đó, trong câu chuyện tưởng nó mượn của ai. Gia biết có hình bóng của nàng, đứa con gái ngồi cuối lớp, mắt thăm thẳm, tóc dài, dáng người thanh nhỏ, vai thon, mặt nở nụ cười có chiếc răng thừa mà duyên dáng. Nàng chỉ mặc áo dài xanh và trắng, hai màu, tinh khiết và thanh bình đó, quanh năm. Và Thăng yêu Quyên đến độ không cần giấu diếm, đậy che, và Quyên cũng yêu Thăng đến độ, nói với chàng, đợi Quyên nha, ba má Quyên khắt khe với con gái lắm, nếu hở ra là về Quyên ăn đòn liền, hãy đợi Quyên. Mối tình kín đáo mà lộ liễu, hàm tiếu mà ai cũng biết, đẹp như một bài thơ e ấp, theo Thăng đến tận hai năm trời, là nỗi khát khao của bao thằng trai, là nỗi hờn ghen của bao cô gái.

Là Gia biết Thăng nhớ đến Quyên. Có những thứ mất đi, một cách vô lí mà cũng nhiều đoán định, như một ngày đẹp trời, nhận lệnh hành quân, hát vang khúc quân hành, xông vào chiến địa, giã nhà thét roi, nghĩ lập công trạng hiển danh, để ghi dấu ấn trong lòng người đẹp, vốn yêu phong sương, thích đồ lính trận, yêu màu hoa sim nơi biên ải, yêu bản lĩnh, sự cứng cỏi của những chú chim đại bàng ngược gió tung cánh bay cao, thì một quả mìn bất ngờ nổ, giữa lúc cơn mơ đang ở đỉnh cao của loài hoa bướm ấy, hai đôi chân rời khỏi thân thể, nhanh chỉ như tích tắc, chớp một cái mắt, đã hai trời cách biệt, mộng hoa và địa ngục, nồng thắm yêu thương và lạnh lùng xa cách.

Gia ơi! Thăng thường hay bắt đầu như thế. Nó khác với tất cả những người lính khác ở sự bay bướm, trong cả tâm hồn và cách tác chiến. Thăng điệu, người ta vẫn gọi thế, nó chỉn chu, cầu kì, và làm dáng, kiểu cách, cả khi đi tác chiến. Cái chất nghệ sĩ ấy, có ăn nhập gì với quả mìn ác nghiệt kia không, cũng không biết được. Nhưng y như tính cách của nó khi còn ở nhà. Tóc lúc nào cũng hất ngược, ống tay áo xắn cao, chiếc dép xăng đan ôm khít bàn chân trắng, người nó toát lên một mùi thơm tự nhiên mà lại rất sắp đặt, bàn tay ngón dài. Nó viết và vẽ đều đẹp, nó đánh đàn động lòng tất cả nữ sinh, nó hát nhiều em phải nhảy lên sân khấu ôm ghì lấy, có cả những giọt nước mắt, khóc vì hờn ghen ư, tiếc bông hoa đã có chủ, tiếc chú đại bàng đã có nơi đón gió ngàn dặm biển khơi rồi. Nó học giỏi đến độ, các thầy giáo nhìn nó như nhìn vào niềm hi vọng, thể như, còn mỗi em làm cuộc đời giáo sư của tôi ý nghĩa. Và những vần thơ nó làm trên những bích báo, thì các cô nàng ai cũng nghĩ đó là tiếng lòng động vọng riêng từ trái tim chàng cho trái tim nhiều mỏng mảnh của riêng mình mà thôi.

Thì giờ nó ngồi trên xe lăn, lặng lẽ nơi cây cầu Bến Nghé, nhìn những đoàn tàu xa lạ đi về khơi xa, gió làm hất tung mớ tóc rối của nó, mấy chiếc lá vàng trên hàng sao sến, đậu vào chỗ chân cụt, nó lấy tay hẩy đi, nhìn mênh mông vào làn mây mờ trên bát ngát dòng sông dài xuôi về với biển lớn, mà nghĩ, mà gọi những câu thật tao tác như từ thế kỉ nào, xuyên thời gian về lại trong đầu óc của nó, đầu óc của thằng trai, đóng đinh lại vào đúng ngày, ngày thất thế.

Thế đấy Gia ạ, có những khải huyền trong đầu mỗi chúng ta, có những mộng diệu trong lòng chúng ta, có bao điều đẹp đẽ của cuộc đời, bao ước mơ suốt một thời trẻ dại, bao mơ mộng của tuổi trẻ chúng mình, bao và bao, Gia nhớ không. Những buổi sinh hoạt hướng đạo, niên trưởng hỏi chúng ta, sau này các bạn ước mơ gì, có đứa làm kĩ sư, có đứa ước được bay trên trời trong những chuyến đó đây theo những con chim đi về các hướng. Thằng Lam ước mình thành bác sĩ, còn mày, mày ước gì, Gia nhớ không, ước được đội mũ nồi đỏ, như đôi cánh thiên thần bay mãi vào miền xanh thẳm của không gian.

Còn tao nữa chứ, tao chỉ ước làm luật sư, thì cuối cùng lại chọn mặc áo rằn ri. Bao đứa đã đi, bao đứa trở về như tao, bao đứa không trở về. Thằng Thế chết ở Đèo An Khê, thằng Lộc ngã ở Hạ Lào, thằng Hưng mất tích ở biên giới Cam Bốt, Thằng Tùng bị xe tăng nghiền ở Quảng Trị, Thằng Vinh học môn cơ học giỏi nhất trường, bị vùi thây nơi biển cả cùng hải đoàn. Và nữa, đó mới chỉ lớp mình thôi đấy. Thế hệ mình, bao ước mơ, và tao nhớ trong những thằng đó, chẳng ai, trừ mày, ước mặc áo rằn ri, rồi theo một nghĩa nào đó, vẫn mặc áo rằn ri và không trở về. Nếu biết có ngày không trở về thì niềm mơ ước của chúng có chừng đoạn không, con thiên nga có bị gãy cánh giữa ngang bầu trời không Gia, thế đó, thế đó Gia ơi...

Những lúc đó, Gia thường rất mệt. Những cánh buồm, từ xa chạy đến, trên dòng tràng giang mênh mông, bị lớp sương mờ làm ẩn khuất đã làm mỏi trí nghĩ và cặp mắt anh. Khi nghe Thăng tâm sự, anh càng mệt, một nỗi đọa đầy thân xác nào hơn vào lúc này. Ngồi với thằng bạn thời hoa niên, ôn lại bao nhiêu kỉ niệm, bao kí ức, bao giấc mơ ở cái tháng ngày tươi đẹp không nhuốm mùi của trận mạc, chiến tranh, ngày Sài Gòn còn chưa có tiếng còi hụ, trường nữ sinh bên đường rợp sắc áo tinh khôi, và đâu đã nhiều những chiếc xe nhà binh. Ngày những đứa con gái mắt còn tròn trong, đứa nào cũng ngực căng, mông đầy, mặc những chiếc quần sooc trong những giờ thể chất, trắng nõn nà làm sao. Cái thời mà giờ đây tất cả đã vùi chôn, như thể ta kể về những năm nảo nào, của thời kì nảo nào của một dân tộc nảo nào, mà đâu biết chỉ vài năm thôi, vài năm, mà bắt ta lùi về quá khứ lâu quá, vài năm, mà vật đổi sao dời, đời người lính trận tích tắc cũng được đo bằng tử - sinh, như Thăng, một tiếng mìn nổ thế là chìm sâu vào mộ đạo, mộ đạo dành cho người đang sống. Mới đau.

Gia lấy tay nới lỏng chiếc khăn mỏng quấn quanh cổ cho đỡ ngột ngạt, anh không còn nhiều để ý lời Thăng, nhưng anh đã chìm vào nó tự khi nào, tự bao giờ, những câu chuyện Thăng kể, luôn khiến anh ngột ngạt, mà như không có nó, anh còn không có khí để thở hơn, nên lần nào về, cứ nghĩ, cho Thăng thêm niềm an ủi, động lực sống, nhưng thực ra chính anh cần động lực đó nhất, động lực từ Thăng, về từ những câu chuyện phút chốc thành quá khứ, tuổi hoa mộng phút chốc như là đời một gã đã trung niên, ngày mới qua, mà như nghìn năm trước, những đứa con gái, tiếng cười, giảng đường, cành phượng, người giáo sư già, bài tập cơ, và những nét chữ trong trắng học trò, trao gửi nhau theo những cánh thư, những bài thơ, mà không biết ai là chủ nhân, thì giờ đây xa cách, thì giờ đây, nó như một nguồn an ủi, một trợ lực, đưa cả Thăng và Gia về cõi sống, chỉ còn bấu vào nó, chỉ còn mỗi cái đó, mới làm cho họ muốn sống mà thôi.

Thôi mà Gia ạ, lần sau không cần đến thăm tớ đâu, nếu mà cậu bận. Đi chơi thế này cũng thích, bà già tớ bận bán buôn quá, chẳng ai đẩy xe tớ đi xa như cậu. Thôi mà Gia ơi, nếu bận thì không cần đến đâu, tớ quen với bốn bức tường, với khuôn vườn nhỏ rồi, thế cũng vui, bầu trời cao rộng chỉ dành cho tuổi trẻ của ai, khát vọng lớn lao chỉ dành cho những sắc tộc nằm ngoài cuộc chiến, chúng ta, những đứa con lạc loài, mang tội tổ tông di truyền, thì muôn đời phải bạc ác với nhau, bạc ác để sống, bạc ác cũng để đau, nhưng đau lại là lẽ sống, đau là sự lựa chọn, cũng là bắt buộc, những đứa con mang tội tông truyền, thế hệ chúng ta...

Thăng thường triết lý vậy, như một cụ non, y thời còn học, nó cũng là đứa đọc nhiều sách triết nhất, cho nên sự biện luận bao giờ cũng logic, vì thế, nó đau hơn chăng khi chẳng thể vô tâm, hình như như thế, nó hạnh phúc cũng hơn chăng, khi có đủ sức mạnh tinh thần làm cứu cánh, để vượt nổi bất hạnh của trùng dương. Nhưng nếu ngày mai Gia không trở về, ai sẽ đau hơn ai, nhưng nếu không trở về, liệu có đau hơn Thăng không?

Đấy, những trùng phức của nghĩ suy, của biện luận, thét gào của những câu hỏi lớn không lời đáp, tạc tượng vào ngàn năm, đóng đinh trong ngôi chùa Tây Phương, mười tám vị cửu huyền thất tổ, đau nỗi đau của dân tộc, từ ngàn năm trước, đến ngàn năm sau, và để di họa cho lũ con cháu chúng sinh, và chính Gia và Thăng, lại để di họa cho con cháu sau này. Một câu hỏi lớn không lời đáp...

5.

Cháu ạ, tiếng Việt là thứ ngôn ngữ linh thiêng nhất và giàu đẹp nhất mà bác từng biết. Bố Tiên lại trầm ngâm câu chuyện về tiếng Việt, mỗi lần anh đến nhà như một tri âm cần chia sẻ, khi anh thường gật gù ngồi nghe ông kể lể, hoặc phân tích, có khi than văn, đôi khi anh chêm vào những câu nhận xét ở những chỗ, những khoảng trống, mà anh biết cần lấp đầy bằng một lời sắc ngọt của một gã ba gai, nhưng không phải kém hiểu biết. Những cuốn sách tân văn, cổ văn, Việt văn, và cả sách của người Tây đã ở trọn trong đầu anh từ nhỏ, trên căn gác bé xíu, thế giới thu hẹp của ba anh, mà ông cho đó là lãnh địa linh thiêng chỉ một mình ông được quyền ngự trị. Nhưng anh thì được quyền mượn và trả, mà có lần thầy giáo vỗ vai anh, trên thông thiên văn dưới tường địa lý, khá lắm, cậu bé, sau này cố mà phát huy, bộ óc vĩ đại đấy.

Vĩ đại sao chưa thấy, nhưng những hiệp đồng tác chiến thời Tam Quốc được anh triệt để áp dụng trong những lần giải tỏa áp lực Cộng quân, đạt được tiếng vang lớn, lên tận lữ đoàn, được thiếu tướng trao thưởng Huân chương, gắn nhiều những bông mai lên ngực áo, thì những tâm tư của người đàn ông Bắc di cư này làm sao anh không hiểu, khi anh muốn đi qua ông để vào thế giới con gái ông. Bác quả có tình yêu mãnh liệt với ngôn ngữ cha ông. Nó tuyệt lắm cháu ạ - ông vỗ tay vào đùi đen đét, như để thưởng cho câu khen - nó tuyệt lắm. Này này, *chàng đi về cõi xa mưa gió/ thiếp một mình buồng cũ chiếu chăn*, nỗi buồn đến đỉnh điểm thiên thu, tận cùng tâm thức, khốc liệt nhất của trạng xúc con người mà bà Đoàn Thị Điểm cũng gọi được ra. Kì tài, kì tài. Mà này, cháu biết không, cái thứ ngôn ngữ cổ này, không khí trang nghiêm, trang trọng này, chỉ bắt gặp ở đâu nhiều, cháu biết không? Các chiếu văn Bắc Kỳ. Người Bắc Kỳ họ tài lắm. Kiêu hãnh, ngạo khí đến tiêu cực, đến thành cực đoan và đáng thương, cái thứ nho sĩ Bắc kỳ ấy mà cháu, nhưng họ giỏi thật, tài thật, trong các chiếu Kiều, chiếu ngâm, họ ngồi diễn giải, phân tích, lấy điển cố, lấy tích xưa, luận bàn, hay đến thần sầu, đến tận cùng cảm thức, đến nhức nhối tấm thân, đến con người phải đấm vào ngực vì sự bất lực và xúc động trước cái cái cao cả, đúng, cái cao cả cháu ạ, ngôn ngữ tài hoa thuộc về cái cao cả, đó là cái đẹp tận cùng của thứ nghệ thuật tót vời, cháu hiểu không? *Chàng đi vào cõi xa mưa gió/ thiếp lại về buồng cũ chiếu chăn...*

Ông thường bắt đầu những câu lẩy Chinh phụ như thế, mỗi lần Gia đến. Và cuối cùng vẫn quy về chiếu văn Bắc Kỳ chứ không phải Nam Kỳ, dù ông sống ở vùng đất này đã gần hai chục năm, hai chục năm, mà không làm cho ông nguôi ngoai sao. *Đoái trông theo đã cách ngăn/ tuôn màu mây biếc trải ngàn núi xanh/ chốn Hàm Dương chàng còn ngoảnh lại/ bến Tiêu Tương thiếp hãy trông sang/ khói Tiêu Tương cách Hàm Dương/ cây Hàm Dương cách Tiêu Tương mấy trùng.*

Tình yêu tiếng Việt và tình yêu Bắc Kỳ của ông ngang nhau.

Bố em cực đoan như một người phương Bắc, Tiên thường nhìn anh cười khinh khích, khi ông đã chìm vào thế giới hoài niệm của ông, mà ngồi im phăng phắc bên con hạc. Nàng thường dắt tay anh kéo tuột khỏi dòng hoài niệm của ba, đưa anh về thực tại, với môi hồng tóc rối, hoài niệm em đây này.

Anh chẳng có miền hoài niệm nào trừ Huế, nên dễ hiểu ông hơn, còn Tiên, không có miền hoài niệm nào trừ anh, nên anh dễ hiểu cho Tiên hơn. Và giờ đây, anh có miền hoài niệm về họ.

Gia - có lần ông kéo tay anh đến chỗ ông ngồi với mấy cuốn cổ văn đã nát hết giấy, những gạch bút chồng chéo lên nhau. Cháu có biết câu này có nghĩa là gì không, người xưa tài thật, cụ Nguyễn kì tài, nhưng với bác, Đoàn Thị Điểm vẫn là cổ nghiêm hơn cả, bà đưa thứ tiếng Việt bình dân phút chốc cho lên ngang hàng bác học, thứ tiếng Việt thông tục muôn đời của người Việt bị chèn ép, lép vế, trong học đường, bang giao, cúng tế, bỗng nhiên nó được lên đài cao nhất, vinh dự, chói sáng rạng ngời lộng lẫy uy phong, đẹp vô ngần, cháu biết không, làm tim mình cũng đau nhói.

Rồi ông lại nhìn về nơi xa xôi, Gia biết ở đó có những chí sĩ Bắc Kỳ nửa mùa thất lạc, vẫn tập trung ở đâu đó, bàn câu chuyện cổ văn, cái hay cái đẹp của tiếng Việt. Họ nằm ngoài thế sự cuộc đời mà ông cho muôn phần tao nhã. Kỳ lạ lắm cháu ạ. Cháu vào bất kỳ làng quê Việt nào ngoài Bắc cũng được nghe những câu đồng dao, những câu văn vần, những bài ca dao, hò vè. Người Bắc thiên về vận văn, làm gì họ cũng vận văn, nên du dương, lời họ du dương có nhạc. Hay lắm. Như một lần bác về một làng quê Bắc Bộ trong một công trình nghiên cứu tiếng Việt của phủ toàn quyền cho Viện Đại học Đông Dương, bác gặp một bà cụ, bà hỏi: *Người đi đã chửa mà về/ đã thương mà đợi, đã thề mà trông?* Trời ơi, nó không có trong bất kì bài ca dao nào mà bác biết. Ca dao từ dân mà ra. Mình đi vào họ tìm hiểu, ghi chép, thì cơ man nào. Chao ôi, tiếng Việt, chao ôi người Việt, tâm hồn họ hồn hậu mà tinh tế xiết bao. Người Nam, lịch sử họ ngắn, tâm hồn họ chất phác giản đơn, điều kiện khí hậu phóng khoáng, thích hợp cho những điệu hò điệu lý trải dài mênh mang sóng nước, nhưng lại thiếu cái thăm thẳm của một cõi lòng thiên thu vọng lạc, thiên thu hoài lạc như người Bắc. Khí hậu cần khô, con người khổ cực, chiến tranh liên miên, lòng người ngờ vực, mất rộng đành đi tìm sâu, sâu thăm thẳm cõi lòng mà không hết cô đơn, sâu thăm thẳm tâm hồn mà không đong đo được, điên cuồng, gào thét, hờn ghen, đắm say, mê mải, nồng nã, sao nói hết được nỗi lòng, nên cứ phải chạy theo tận cùng để diễn đạt cái tận cùng của suy tư, mà cho ta tiếng Việt đẹp đẽ đó cháu, kết tinh nhiều ở vùng ngoài đó, nên bác thèm một chuyến tàu về quê, đi trên những bờ đê cỏ non hát, nhìn vào biết nó đang hoan ca, nhìn đàn trâu mà cũng gợi nhiều thi hứng, bờ đê, đàn trâu, con sáo, nó đã là họa, là thơ, là nhạc rồi cháu, mà ngôn ngữ là tổng hòa của tất cả, nó làm nên họa, nó biến thành thơ, từ lời thơ mà cũng ra ý nhạc cháu ạ. Miền Bắc, bác ước chiến tranh hết đi, lòng người không chia cắt, để bác về ngoài đó. Ngoài đó, bác còn một công trình khoa học đang nghiên cứu dở dang, ngôn ngữ bác học trong lòng người bình dân. Bác đang nghiên cứu dở.

Ông nói rồi xa xăm nhìn vào cõi lạnh, gác hai căn nhà bên đường Văn Lang thành chật chội quá. Đúng là quá chật chội với ông. Phải là cánh đồng, dòng sông, con đò, gốc gạo, mái đình, cây đa, cổng làng, những con nghê canh đình miếu, mới nảy hồn ngôn ngữ, mới cất cao điệu nhạc của lòng, mới làm cho linh hồn dân tộc động dậy qua từng nét thanh. Ngôn ngữ, phải rồi, với ông nó là đạo, là tín ngưỡng, tôn thờ, là niềm tin và hi vọng, đúng, ông chờ vào niềm tin hi vọng duy nhất cuối cùng, ngôn ngữ, để ông vượt qua những khổ nạn, được trở về ngoài đó, đắm chìm trong những chiếu văn và làn điệu dân ca, đắm chìm trong không khí cổ xưa làng xã, để nghe giọng tiếng Việt cổ kính mà thông tục, bình dân mà bác học của người đàn bà lấm lem nào đó, của ông cụ giữ đình nào đó, của bậc tiền bối, hay một nữ thôn cất lên giọng hò, trong buổi trưa nắng gắt, bên cánh đồng quê, hai tay chùi giọt mồ hôi, chân xê thêm một hàng lúa, tay vất nắm mạ, nhìn lúng liếng một chàng trai đi ngang thửa ruộng, cất lên một giọng hò tình tứ mà hài hước, dí dỏm mà buông lơi, thể hiện tinh thần người Việt. Đẹp lắm, đẹp lắm trong những nghĩ suy: *Hò ơ, xuân sang cho thể cánh đào/ trầm luân, nhịp lạc, má nào anh thương?*

Và ông chỉ ước về nơi đó. Điều gì sẽ đưa ông về nơi đó, chiến tranh bao giờ mới hết. Anh ra đây với em mặc ba, anh cứ khơi mào thì ông còn bóc lột chán, em cứ ngây ngô giả đò không biết, nên không mấy khi ông bắt nạt em. Gia cười bởi sự láu lỉnh của Tiên. Anh nắm tay Tiên ra ban công đứng nhìn những gánh bò bía đi về các con hẻm, tiếng rao cũng vọng nhịp à ơi, mà sao chưa tiếng nào vọng nhịp vào phía người đàn ông kia. Đó, mỗi lần nhớ Tiên anh nhớ căn nhà với gác hai có ban công và giá sách, ở đó có Tiên và người đàn ông cả đời vọng Bắc...

6.

Hòa bình à, mày sẽ đi đâu? Tao về quê chơi xả láng một chuyến, ở đó tao có Đào, đứa bạn cùng ấp, thương tao mà không dám ngỏ, nàng e thẹn thấy tội. Tao cũng thương, nhưng mình là lính, ra đi khi nào mới về, nhỡ có sao, thương một loài hoa rũ cánh, nên thôi. Vả lại, nghe chừng má Đào thích gả nàng cho gã buôn gạo ở đầu ấp, ngẫm phận mình, nên tao cũng im. Nếu mày về rồi mà Đào đã lấy gã kia? Thì cũng chẳng sao. Thằng Cao thở dài, Gia nghe tiếng sượt từ miệng nó đi xuyên qua lùm xá xị còn giăng mắc từng chiếc mạng nhện sương trong đêm tối mờ mờ, mà cảm giác âm thanh nào dù nhỏ cũng rõ như thể nhìn thấy nhau giữa ban ngày vậy.

Cũng chẳng sao, thằng Cao nhấn lại, nàng cần hạnh phúc, nhưng tao tin, Đào không phải người như thế, tao chơi cùng nàng từ nhỏ, nên hiểu rõ. Đào cương quyết và mạnh mẽ, không dễ gì bắt nạt. Ngày tao đi, nàng đứng mãi ở ngõ rồi mạnh dạn bước vào, Cao đi nhé, đừng lo gì ở quê. Là ngầm ý bảo, đừng sợ Đào đổi lòng thay dạ. Lúc đó thấy thương chi lạ, chỉ muốn ôm cô vào lòng một cái mà không được, chỉ nhìn cô đầy tha thiết, bảo, Cao hiểu Đào, giữ gìn sức khỏe, rồi Cao sẽ về. Đó là câu nói duy nhất kể từ khi hai đứa biết có tình trao nhau. Hoà bình, tao chờ mong nhất.

Tiếng thằng Cao lại rù rì, âm thanh nhỏ quá, giờ lẫn vào tiếng gió nơi quả đồi mà cả hai phía đang có kế hoạch xua quân giành dân lấn đất, trước khi hòa bình được thiết lập trên bàn hội nghị. Suỵt, giữ im lặng, ai đó lên tiếng, khi đại đội được lệnh ém sát ở đây đợi giờ G sẽ khai hỏa.

Hòa bình, Gia nhớ có lần, những đứa con gái cùng lớp cũng hỏi nhau, mày ước gì. Cái Hạnh quê Thái Bình vào đây từ năm 54 thì bảo, tao thấy bố tao kể, quê tao có dòng sông rộng lắm, có làng trồng lúa, làng trồng đay, làng trồng dâu nuôi tằm, tao ước được về thăm ông bà tao ngoài ấy. Đứa nữa buồn rầu, tao mong anh Hai tao bình an trở về. Cái Thủy thở dài, tao mong Hải tránh được hòn tên mũi đạn, rồi chúng tao cưới nhau, xin vào làm công nhân trong nhà máy nước, nhưng đến bao giờ?

Hải học trên nó hai khóa, đã nhập ngũ, và giờ đang canh tiền đồn tận miền Quảng Trị. Thì Gia ước mơ gì? Gia ước được cùng bố Tiên về ngoài ấy, đi khắp triền đê, ngắm từng con đò, nhìn những đàn sáo đuổi trâu rập rờn trên những triền cỏ, để nghe một điệu dân ca, như bố nàng vẫn hình dung và kể lại, để người đàn ông cả đời vọng Bắc ấy không khỏi cô đơn hoài niệm, mà Gia thấy ánh mắt nào cũng nhiều lưu lạc và đớn đau, giọng nói nào cũng u hoài, âm sắc nào cũng chứa những ưu tư. Bác ước được về nơi đó, ăn một bát bánh đúc, nhìn bờ đê, ngắm một vồng cải trổ, và đi lại con đường Thương nhớ Mười Hai của Vũ Bằng xưa, để nhìn những cánh thủy tiên rung rung trong cái lạnh miền Bắc, se sắt mà ấm lắm, cái ấm của tết đến, xuân về. Ông Vũ Bằng nói hộ lòng người quá.

Gia không biết những người xa quê thì họ có một tình cảm thế thiết như nào. Nhưng Gia hiểu rõ qua bố Tiên, nên cũng tha thiết được đi trên những nhịp tàu rung, đi khắp chiều dài đất nước, qua lăng mộ Khải Định, qua vùng Ái Tử, nơi chúa Hoàng xưa chỉ kiếm, qua Hoài Nhơn, Bình Định, nơi Nguyễn Huệ cưỡi voi ra ải Bắc, qua làng Tiên Điền cụ Nguyễn, thương cùng ông một phận đau đời, qua Đèo Ngang để cảm hoài một nỗi mất nước cùng bà Huyện, rồi về Sơn Tây, ngắm những nữ cung Chiêm Thành lưu lạc. Gia cũng ước như thế. Thì câu chuyện của thằng Cao, càng gợi anh về những miên man ước vọng. Đêm nay, đại đội anh được nhiệm vụ ém sát bí mật ở đây để tái chiếm đồn 54, mà Cộng quân đã xua quân lấn đất.

Hòa bình, hai tiếng thiêng liêng nằm ẩn sâu trong nỗi mong chờ tha thiết nhất của người lính, dù đôi lúc có trêu đùa, hòa bình, bây đi đâu. Tao đâu thích hòa bình, vì đánh đấm là nghề. Người cựu binh già nào ngồi trầm ngâm, câu chuyện ông kể về những bản Noọng Hét của người Lào, từ thời ông còn là nhảy dù viễn chinh cho Pháp, những trận đánh ghi dấu chiến công hiển hách của một cuộc đời binh nghiệp, làm câu chuyện đầu môi, món quà tuyệt nhất cho tất cả thế hệ lính sau này, nó được kể mòn vẹt, với kiểu, chúng bay không biết chứ, hồi 42, tao đã hành quân mòn chân ở vùng Xiengkhoang rồi, đánh trận đó phải là tã tời, thằng Pháp nó khác Mỹ, quân tử hơn, đi với người Pháp thật khỏi chê, vân vân và vân vân, và dĩ nhiên, chỉ là quà của riêng ông, còn lũ lính tráng thì ngủ gà ngủ gật, hoặc có đứa nào sợ thượng cấp đứt mạch cảm xúc, đứt cơn hứng khởi, có ngồi lại lâu lâu chút, giả vờ lắng nghe, còn ý nghĩ thì đang nằm cùng một con điếm ở một động Sài Gòn.

Và ông kể, chưa lần nào hết hăng say, lần nào cũng y nguyên như buổi ban đầu. Thì giờ ông ngồi trầm tư. Cuộc đời moa sinh ra dù để cho trận mạc, biết đánh trận từ ngày chim chưa mọc lông, bao năm chinh chiến, quen bờ bụi hơn giường nệm, quen súng đạn hơn vú đàn bà, quen gái điếm hơn con mẹ nó ở nhà, quen quát to hơn những lời điềm đạm, giờ đây giải nghệ biết làm gì? Ông nhìn vào mênh mông, những dải xanh thẩm của rừng già mà luyến tiếc, mà sống lại cùng bao nhiêu là khoảng đời anh dũng, chói sáng, hừng hực, của một chí trai dặm nghìn da ngựa, hi sinh hết mình cho lý tưởng cao xa, trở về dù tóc có điểm bạc, da mồi, thì cũng một đời rực rỡ và lộng lẫy của một con ngựa chiến binh, của một chú tuấn mã tung vó bốn phương trời, dựng bờm lên bốn ngả mà hí vang, cái khí của đất trời non sông vũ trụ tụ vào, đâu gì quen với bốn góc nhà, những đứa nhỏ, một bà vợ già ưa cần nhằn và bực bội, vì cái thói của nhà binh bà không thể quen nổi khi nửa đời bà đã sống tự do. Đó, người chiến binh già như con ngựa lão. Ông đưa mắt nhìn xa xa. Những đồng tiền nhà binh đã quen tiêu, súng đạn nhà binh quen dùng, nước sông nhà binh quen tắm, không khí nhà binh vào từng vi mạch, dễ gì mà quen với cuộc sống ngoài kia.

Thì có lúc cũng trầm ngâm. Nói gì thì nói, cũng oải, con chim bay mãi cũng mỏi cánh, con ngựa chạy mãi cũng chồn chân, người già cả đời binh nghiệp, lúc già chỉ thèm một bát canh ngon, cay đắng, có lúc cũng đắng cay, nhưng dẫu gì cũng đến lúc về để ăn canh ngon rồi, dẫu gì, súng đạn đến thì cũng phải điếc tai, đánh đấm gì cũng phải chùn tay, ai giàu đến trẻ, ai khỏe cho già, dù gì tớ cũng thích hòa bình rồi cậu ạ. Không có tiền binh nghiệp thì làm một cuốc xe ôm đứng ở đầu đường, đói thì tạt vô quán phở, làm cốc cà phê nữa, lấy tay quệt mỏ cái khà, rồi ra chạy tiếp, chẳng lo kỷ luật, không màng sống chết, đọc một tờ nhật báo, nghe tin tức, chiều về nằm khểnh đợi con mẹ đĩ nấu cơm rồi massage cho mình, chu cha, hòa bình cũng có cái hay của nó chứ bộ. Ông nói xong rồi vỗ đít cái đẹt, nói gì cũng đến lúc cần hòa bình cho con cháu chúng ta.

Nên tiếng hòa bình, dù không nói ra, nhưng nó vang danh, nó âm ỉ, nó hân hoan từ tên binh nhất, đến ông cựu binh già, từ vị trung đoàn trưởng cho đến anh chuẩn uý vừa rời thao trường rèn tập. Ai cũng háo hức đợi chờ.

Các anh Việt Nam Cộng hòa ơi, chúng tôi yêu cầu được nói chuyện với người chịu trách nhiệm cao nhất phía bên này. Xin phép hỏi, tôi đang hân hạnh được tiếp chuyện cùng ai? Xin chào, tôi là Cao Thắng, chính trị viên tiểu đoàn 3, trung đoàn 64, sư đoàn 320, Bắc Việt. Chào anh, tôi muốn biết nội dung các anh cần trao đổi. Chúng tôi yêu cầu các anh rút hết quân số cùng vũ khí đạn dược khỏi đồn 54. Yêu cầu bên phía các anh là vô lý, rõ ràng đồn này đã được các anh xua quân đánh chiếm, lợi dụng bản hiệp định để thực hiện mưu đồ đen tối. Tôi yêu cầu các anh không được nói năng hồ đồ. Nếu nói đen tối thì chúng tôi cũng chưa làm tay sai cho ngoại bang để ức hiếp đồng bào. Ai bảo chúng tôi ức hiếp đồng bào, thế sao các anh đến đâu là đồng bào bỏ chạy về phía chúng tôi hết? Vì các anh tuyên truyền Cộng sản rút móng tay, chặt đầu họ. Nếu các anh tốt đẹp thì tuyên truyền đâu có nghĩa lý. Không nói nhiều, đó là yêu cầu cuối cùng phía chúng tôi. Chúng tôi sẽ không thực hiện bất kỳ một yêu cầu nào như thế.

Tiếng đại bác gầm vang, chíu chíu chíu.

Lúc trước, thằng Cao còn ngồi nhìn đồng hồ và đếm giờ, bảy giờ, như còn sớm quá, một tiếng nữa. Chưa khi nào nó thấy lâu như vậy, kể cả thời gian đợi Đào đi xem xi nê trước kia. Một tiếng nữa sẽ hòa bình, như mơ hay thật, nó bấu tay mấy lần, hình bóng Đào hiện ra, chiếc áo màu hoa táo Đào mặc hôm tiễn nó đi đăng quân, lẫn với màu xanh của chiếc giỏ nàng xách, nó vẫn nhớ như in. Tiếng lào thào của những người lính Bắc quân ở những công sự không xa mấy. Thế là sắp hòa bình, mày ước gì? Tao về với bu thôi, nhớ lắm rồi. Thằng chó nào chẳng nhớ. Đại úy Xuân đã nhảy sang phía công sự bên kia. Các anh lính Bắc Việt ơi, thế là sắp hòa bình, các anh có ước gì không? Các công sự lô xô, nhô ra tất cả những chiếc đầu bù xù, của những khuôn mặt võ vàng. Một người trắng trẻo nhất, dáng thư sinh, cầm trên tay tấm bản đồ, súng K54 giắt cạnh sườn. Chào anh, tôi là trung úy Sang, đại trưởng 4, tiểu đoàn 3, trung đoàn 64, sư 320, Bắc Việt.

Chào anh, tôi là đại úy Xuân, tiểu đoàn 2, Lữ đoàn 3, Nhảy Dù.

Thật vui.

Giọng anh như giọng Hà Nội. Sao anh biết? Tôi người Hà Nội, theo bác di cư vào đây năm 54, lúc đó tôi bảy tuổi. Hồi đó nhà anh ở phố nào? Tôi ở Hàng Bài, cạnh hồ Gươm, đoạn nối với phố Hàng Thùng. Trời, đồng hương, anh học trường nào ngày đó? Bưởi. Khóa nào? Trời, anh học trên tôi hai khóa.

Những cái ôm siết chặt, có cả giọt nước mắt. Hòa bình rồi anh ạ. Tôi ước một chuyến về đó, để nhảy trên khúc cây chìa ra mặt hồ chỗ đối diện nhà thương, khoảng đó là kỷ niệm đẹp nhất của tôi thời tuổi thơ cùng bạn bè, giờ không biết ai còn ai mất. Xuân nói xong mắt cụp xuống, Sang thấy vậy vỗ vai an ủi. Thôi nào đồng hương, hòa bình rồi, nhớ ghé tôi, nhà tôi có cửa hàng giò chả, mẹ tôi hay ngồi ở gốc xà cừ, cạnh trường Trưng Vương, cứ hỏi bà Hoa Thiều ai cũng biết, hàng giò chả nhà tôi ngon nức tiếng mấy con phố. Được rồi anh, tôi thèm vị bánh cuốn Thanh Trì, món thường ăn ngày tôi còn bé, mẹ mỗi lần chợ về vẫn mua một suất, kèm những lát chả quế vàng ươm rắc hành chiên, ăn ướt đẫm môi và lưỡi, vị mặn ngọt của đường mắm, vị béo ngậy của nước thịt, thơm nồng của ngò gai, trời ơi. Anh về, nhớ tìm giúp tôi bà dì, vẫn còn ở phố đó.

Xuân lập cập dở ví ra rút tấm ảnh người đàn bà mặc áo dài hoa chấm trắng, bế trên tay đứa nhỏ, tóc vấn cao, viền môi rõ, nét mặt sắc, hơi mỉm cười, mắt tươi rói. Đây là mẹ tôi, dì tôi giống y hệt bà, anh nhớ về 60, Hàng Bài tìm dì cho tôi, nhắn hộ, gia đình tôi vẫn khỏe mạnh, và hẹn ngày về thăm họ.

Họ ôm nhau lần nữa. Chắc chắn rồi đồng hương, chúc anh khỏe mạnh. Khỏe mạnh nhé đồng hương.

Chiếc tháp rùa rung rinh trong bóng nước, bãi cỏ xanh rờn nơi những cụ rùa mùa nắng vẫn ngoi lên nằm nghỉ, huyền tích thổi vào núi sông, linh thiêng từng cơn gió, Hà Nội ngàn năm, Hà Nội thanh bình đất kinh kỳ văn vật, gốc lộc vừng chìa ra, lũ nhỏ hò nhau trèo ra cành xa nhất thả mình vào bóng nước, tắm đẫm thứ mát trong của mặt hồ ngày tháng sáu, ôi Hà Nội, ôi quê hương, ôi bao đứa bạn tuổi thơ, rồi anh sẽ lại được về nơi đó...

Đùng đùng, chíu chíu, tiếng đại bác, tiếng súng AK nổ giòn, kết hợp cả AR15 nổ đanh, và bầu trời phút chốc đen đặc của khu trục A37, rùng rùng rùng, ùm ùm ùm, khói bốc lên, đất cát tung lên, máu thân tung. Những người Bắc quân nào đó bên công sự phía kia gào lên thảm thiết. Các anh lính Cộng hòa ơi, đừng bắn nữa, hòa bình rồi. Thằng Cao nảy người khỏi ụ súng, nó kê người lên gốc cao su, nhắm vào phía trước, từng hàng những người lính Bắc quân ngã xuống trong đợt tổng phản công từ hai phía trong chiến dịch giành dân chiếm đất trước khi bản hiệp định có hiệu lực.

Thằng Cao ngó đồng hồ, còn năm phút, chỉ năm phút. Hàng hàng những Cộng quân vẫn đổ ào ào, tiếng kêu vẫn xé toang lồng ngực, xé toang gió. Mẹ ơi, ối mẹ ơi, hòa bình rồi mà, các anh lính Cộng hòa ơi, đừng bắn nữa, sắp hòa bình rồi.

Thằng Cao lại nảy người khỏi ụ đất lần hai, giờ thì nó đã ngồi hẳn lên bề mặt - một quả pháo nổ gần đã hất tung nó khỏi công sự. Còn hai phút, còn một phút, cố gắng không nổ súng, không làm gì cả, hòa bình rồi, Đào ơi, má ơi. Nhưng không kịp nữa rồi, một quả cối nổ trúng chỗ nó nằm, chỉ năm mươi giây nữa kim đồng hồ sẽ điểm 8:00, xác nó bay lên cùng đất cát, màu đỏ của máu thịt lẫn áo quần, bay tung lên, đúng lúc một luồng ánh sáng quét tới khi mặt trời vừa ló khỏi đám mây làm nó biến thành một hồng cầu rực rỡ. Đào ơi...Mẹ ơi...

Ngày về Huế, Gia có ghé nơi giam cầm cụ Phan xưa, anh ghé lưng vào bờ tường ngôi nhà, để nghe vực dậy một niềm đắng cay cố hữu, để nghe người xưa thở than trong cơn bất lực không tìm lại được con đường, nghe mang mang những nhịp cuốc kêu vọng ở đồng xa, Huế vẫn còn những cánh đồng, Huế còn những thửa ruộng dài chạy về tít tắp phía thung sâu, Huế còn bờ bãi, nương dâu, và đầm phá, những con cuốc kêu cảm hoài từ thời xưa xửa, chảy qua ngày nữ sĩ Thanh Quan, chảy đến ngày cụ Nguyễn Khuyến, và đến tận giờ, cuốc cuốc cuốc. Cụ Phan đã nghĩ gì, khi nằm đây, nghe tiếng cuốc kêu vọng hoài bốn mùa, trong cơn nhớ nước, trong đoạn trường đình tao loạn của núi sông, trong sự bất lực không làm gì được thêm cho vận hội, trông chờ vào lũ trẻ ư, đặt niềm mong đợi vào bọn trẻ ư? Bọn trẻ đã đưa đất nước này về đâu rồi, cụ Phan ơi...

Ngày về Huế lần sau, Gia vẫn lại ghé nơi cụ Phan bị giam cầm. Đất nước như rùng rùng trong cơn chuyển dạ, một người đàn bà chửa nhiều bào thai, nhưng chỉ cho phép đẻ ra một đứa, đứa nào, là sự lựa chọn của người mẹ hay Thượng Đế, đứa nào cần cho thời đại chúng ta? Nhìn vào bức tường chỗ dựa lưng của người chí sĩ, anh miên man nghĩ, bộ óc đó, trái tim, bầu nhiệt huyết, cánh chim bằng vẫy vùng bốn bể của những đấng nam nhi thời loạn, đâu chỉ cụ Phan, tâm hồn Việt Nam đáng thương và tơi tả, những hồn ma bóng quế đó về đâu?

Ông tớ là Việt Quốc, một gã bộ binh khoe. Ba tao là Việt Cách - thằng khác tự hào - tao còn được kể, đảng viên Đảng Phục Hưng bị giết ra sao, thế thời vận mệnh, chính trị là con dao chặt đứt chúng ta, may mà năm 50, ba tao theo tàu vào đây, nếu không... Các bác tao ngoài đó hình như chẳng còn ai.

Những câu chuyện của người lính tốt trên chiến trường không bao giờ tránh khỏi đạn bom và chính trị. Một thời đại Gia sống nhờ đạn bom và chính trị. Cơn vận chuyển chửa đẻ của người mẹ, sự vần vũ cuộn xoáy của muôn ngàn những đứa con trong bụng, đứa nào cũng đẹp đẽ và ưu thời, khát khao được khai sinh và tận hiến, nó làm kiệt xác thân người mẹ, hay người mẹ vốn kiệt lực mà những đứa trẻ cần ra đời, lớn lên, để gánh vác. Mẹ non sông đau nhiều lần những cơn đau chuyển dạ, việc chọn lựa đứa nào để sinh ra đã quá đớn đau.

Gia bật cười khi nghĩ về sự liên tưởng giằng xé mà không kém phần hình tượng và cảm xúc của mình cho một giai đoạn chuyển vận, để giờ có hai đứa trẻ phía này, kia, và không một người mẹ Âu Cơ nào đặt chúng về biển hay rừng, mà chúng tự khu biệt và đánh giết nhau.

Bố Tiên thì thường nói, chúng ta đang sống trong một thời kỳ biến động nhiều nhất trong lịch sử dân tộc cháu ạ, đứa con nào cũng đẹp, chỉ có điều, mẹ chết rồi, không người hướng đạo, thay sự hợp quần là sự chia rẽ tách ngăn. Cháu nghe này, *thuở trời đất nổi cơn gió bụi/ khách má hồng nhiều nỗi truân chuyên*. Tiếng Việt thế đấy cháu, nó hay, hay tận ở cội nguồn, nó đẹp, đẹp đến tế vi mọi ngóc ngách, làm tâm hồn chúng ta rung lên, khi cùng nghe một tiếng sáo, cùng nhìn một con sông, cùng thưởng thức một điệu hò, một làn dân ca đắm say, trái tim ta cùng rung động, những tần số có khác nhau bao giờ, đâu chia chiến tuyến, đâu phía nọ kia, trái tim ta cùng ngân lên đến tận cùng của cảm xúc, trước ngôn ngữ của ông cha: tiếng Việt. Nên những đứa con của mẹ đều biết tìm đến tiếng Việt, như tấm lụa giữ hồn dân tộc duy nhất mà thôi, ai ghét nhau chi, nhưng đều yêu tiếng mẹ, vì vậy, bác chỉ ở đây, hai lần ranh giới, để còn tìm về một giới ranh, đó là hồn cốt cha ông, đó là tinh túy cha ông, là những linh thiêng của gốc huyền vọng lại.

Bố Tiên đã lý giải tiếng Việt bằng thứ tư duy sang quý mà dễ hiểu như vậy đó.

Mẹ ơi... tiếng một quả cối rạch hàng cao su vào giờ chót của hiệp định, khi thằng Cao vừa bị đốn ngã, Gia đồng thời nghe tiếng gọi mẹ bằng giọng Bắc vang lên thảm thiết ở phía hầm hào phía Bắc quân. Mẹ ơi...

Ở nhà, Gia gọi má, bạn bè Gia nhiều đứa vẫn gọi mẹ. Má và mẹ, cũng là thứ để bàn luận tranh cãi sôi nổi rất học trò, ở những đứa trẻ được sinh ra vào thời khắc của sự kiện 54. Bắc Kỳ rau muống, tiếng chế nhau của những đứa trẻ con ở xóm nghèo, đầu trần, chân đất, chạy chơi suốt những trưa hè, không có trò tranh giành hơn thua, đành vin vào rau muống để trêu ngươi một thế hệ cùng thời, ngược xuôi từ bên kia vĩ tuyến, trong cơn chuyển dạ của người mẹ chuyển đến, làm ranh giới sản sinh và định hình hai đứa. Rau muống hay má - mẹ, là sản phẩm của cơn chuyển dạ đó chăng. Gia gọi mẹ bằng má, nhiều bạn bè Gia họ gọi là mẹ.

Mẹ ơi…, tiếng kêu thất thanh thảm thiết phía sau hàng cao su rồi vụt tắt. Lặng im. Rừng không một lao xao gió, nghe được cả tiếng con dế đêm qua khóc dở, tiếp bản vọng ca, của cái phút ngừng nghỉ im lìm tĩnh ngắt của súng đạn, thời khắc chuyển giao của hòa bình. Hòa bình vĩ đại đã thực đến rồi sao, má ơi, mẹ ơi.

Đại úy Xuân vỗ đùi đánh đét, thế là hoàn thành nhiệm vụ, kịp may thời khắc bàn giao lịch sử, mình đã bàn giao cho lịch sử ít ra cũng hơn một đại đội Cộng quân, 9 xác xe tăng, 70 khẩu AK, 5 đại bác 57 ly, bốn cối 82, ăn mừng hòa bình to dữ hén. Anh nói xong cười rổn rảng, bông mai nào được cài lên phút chót ở giờ phút giới ranh này, mà thằng Cao còn chưa kịp mơ hết giấc mơ màu hoa táo ở phía áo người yêu Đào của nó, và người lính Bắc quân kia chưa mơ hết giấc mơ về mẹ khi hỏi nhau, ước gì khi hòa bình tái lập. Thu dọn chiến trường, kiểm quân, khà khà, đánh đấm thế mới bõ bèn chứ, phải ăn thế mới đã, chơi thế mới đẹp, đánh cho tòe đầu, lòi gan, bung mắt kẻ thù ra chứ, ha ha ha, tiếng cười làm im những con dế kêu than ở từng bờ nước cạnh những cây cao su tướp tơ như chú gà tranh mái bị đánh cho tơ tướp thảm bại, khà khà, một cộm cán đây. Cái xác đã toác lồng ngực chỉ cách hầm của đại đội Gia chừng năm hàng cao su.

Cũng tiếc, giờ phút chót, nói gì, cũng tiếc. Tiện tay, Xuân gỡ khẩu K54 còn giắt cạnh sườn đầy máu, đưa cho hạ sĩ Tùng, chiến lợi phẩm dành riêng cho chiến hữu, xứng đáng được thưởng. Lục soát trong túi xem có tài liệu gì quan trọng không, những tên cán binh cộng sản này có nhiều tài liệu mật lắm. Thưa đại úy, tên tà lọt báo cáo, một cái ví đựng trong bao ni lông, trong có bức hình, vài mẩu giấy tờ. Đưa xem nào. Cao Thắng, cái tên lúc trước đàm phán với ta phải không. Đúng rồi. Cao Thắng chính trị viên Tiểu đoàn 3, trung đoàn 64, sư 320 Bắc Việt. Chính hắn. Mặt mũi nom cũng hiền lành mà sao sắt máu thế chứ, có đáng không. Xuân thở dài một cái, lật tiếp phía sau. Bố Hoàng Cao Liêm, mẹ Nguyễn Thị Liễn, Liêm Liễn, sao hắn là Cao? Xuân thốt lên thảng thốt, sao hắn họ Cao? Tên thật Hoàng Cao Đại. Xuân lấy tay vin cành cao su, nhưng sức mạnh từ thân hình quá khổ của anh đã khiến không một cành cây nào chịu đựng được, nó gãy rụp, kéo theo cả thân hình anh đổ rạp xuống.

Đích thân làm sao, thằng tà lọt hoảng hốt, vội đỡ đích thân của nó đứng dậy, nhưng anh không thể dậy được nữa, anh lấy tay ôm đầu, sao cho cơ thể tiếp xúc với mặt đất nhiều nhất, anh cố để người sát mặt đất, một trạng thái vô thức hay một cảm giác tội lỗi, hoặc anh thấy sợ, thứ ánh sáng chói chang của mặt trời bắt đầu lọt ra rừng cây thưa ở khoảng trước, rọi thẳng vào mặt, không thể nào, không thể nào, để cơn khó hiểu của đích thân qua đi, thằng tà lọt cũng không biết xử trí ra sao. Từ ngày theo đích thân, nó chưa bao giờ bắt gặp thượng cấp như vậy, kể cả ngày ở Hạ Lào, đi qua bao xác Cộng quân cả trai và gái, có thân hình trắng phốp, đẹp đẽ sáng ngần nằm giữa một vùng bom đạn cày đen màu đất. Tóc nàng rũ xuống, chân nàng khép hờ, quần áo bay hết không một mảnh vải, nàng nằm giữa vùng đất đen đặc, ngực chảy xuống giữa hai khe tay, thân mình như đang mở một mộng xuân đài, khoảng không gian xuân thì nhô ra, đám cỏ xanh mượt mà đẹp đẽ, tấm thân con gái đẹp rợn rùng trên một vùng đất đen sỏi đá, môi nàng hồng hơi mỉm cười, vài vệt đất bắn vào má nàng lấm tấm như tàn nhang, vài cọng tóc chạy xuống trán và đổ tràn giữa hai bầu ngực, nàng nằm như thần vệ nữ rong chơi trốn trần, như nàng tiên tắm nắng khi được phái xuống nhân gian gieo lương thiện, như nàng mẫu thơ của một danh họa vẽ khỏa thân nổi tiếng hành tinh có những cú nảy bút thần kỳ khi tạo tác được cả sản phẩm của hóa công, tưởng chỉ thiên tạo mới có quyền chế tác, nàng nằm giữa hàng hàng lính Quốc gia trên tường triệt thoái, xa và gần, như một diễm phúc được chiêm ngưỡng của những kẻ trần gian vốn ưa thoát tục nhưng chưa bao giờ cần thoát tục ở giây phút này.

Nàng đang nằm ngủ, có đứa bảo, nàng đang nằm để họa sĩ nhà trời vẽ, có đứa thiết tha, nàng đang chế tạo loài người, có đứa thủ thỉ, Đức Mẹ đồng trinh cũng chế tác chúng ta bằng cách đó mà thôi, đứa nào nho nhỏ, dù sao cũng là nghệ thuật, đạn bom cũng cho ta một khoảnh khắc nghệ thuật tuyệt đẹp dù đau đớn nhất, một người giữa hàng binh đánh động.

Cứ để nàng nằm để thực thi hết thiên sứ, một đứa lên tiếng, nhưng chẳng ai lỡ động tay vào nàng, không một lời thô tục được nói ra, dù lũ lính tráng quen động dâm nhiều hơn là chiến trường đi nữa, thì không một lời tục tĩu nào buông ra, chỉ là ánh mắt xa vời hoặc kín đáo, đôi chút đau thương tiếc nuối, đôi chút ngời lên khi nhìn tuyệt tác, sự xúc động ẩn ngầm lén từ đầu hàng quân đến cuối. Thì đại úy Xuân vẫn xốc balo và hoàn thiện cuộc triệt thoái như không hề mảy may, mắt anh không nhìn, tai như không nghe, không một âm thanh hình ảnh nào động được vào thế giới riêng khu biệt của anh, mặc kệ lũ lính tráng nhòm ngó, bàn luận, xót xa, ngưỡng mộ, cuồng tín, như tín đồ Hồi Giáo trước thánh Allah của họ đi nữa, anh lặng lẽ xốc lại balo trên đường triệt thoái.

Thằng tà lọt rõ lắm đặc điểm này của đích thân, thì việc một người Cộng quân ngã xuống ở cánh rừng cao su vùng đông bắc Sài Gòn giữa điểm G của bản hiệp định, có gì làm anh phải xúc động cơ chứ.

Đó là anh trai tôi cậu ạ. Tiếng nói nhỏ đủ nghe, đủ nó nghe, kéo trĩu thêm thân hình người thượng cấp sụp xuống. Hoàng Cao Đại, tôi là Hoàng Cao Xuân, bố tôi đặt tên con như vậy, là muốn, chúng tôi sau này làm nên mùa xuân lớn của gia tộc. Mẹ tôi kẹt lại ngoài đó cùng anh, tôi và ba lọt được lên tàu di cư năm đó. Anh, không ngờ anh em ta gặp nhau trong cảnh ngộ này.

Giờ thì đích thân hắn đã ôm người lính Bắc quân rồi .

CHƯƠNG III

1.

Gia không biết người Cộng quân Bắc Việt ăn gì. Vẻ tò mò, hay đã có lời giải đáp. Còn Gia, những chặng hành quân dài, thèm quá, một tô bún cá diêu, thèm lắm, một đĩa bò kho tiêu, chén mắm ruốc, hay ngồi lơ đễnh chờ má nấu nồi bún vịt măng, nước xông vào mắt, vào mặt, nước thơm làm lòng dạ cồn cào những cơn đói, và những thức vị, gọi dậy của ngàn năm cái ẩm thực được kết tinh, được cô mùi, được bén rễ vào tâm hồn người Việt, là sự tích tụ, đan xen, hòa hợp, kết giao của âm dương ngũ hành, của hàn ôn nóng lạnh, của đủ thứ rau cỏ, thịt thà, những thứ được ngậm hương của đất trời, khí hậu, thời tiết, núi sông, sương gió, thổ nhưỡng, địa canh, của cái xứ sở này, từ Nam, chí Bắc, đâu đâu cũng có những món ăn đậm hồn dân tộc.

Chao ôi, giữa những tháng ngày hành quân rừng rú, đi vào bản làng người Thượng, nhìn những ông già chân mốc đen màu vỏ cây, ở cái xứ ẩm nóng hai mùa mưa khô này, những đường gân và da vằn vện thếch thác như da con cá sấu chết khô dưới hố bùn vùng phá Tam Giang, mà thương, thương những người đánh lửa bằng hòn đá và thanh sắt, chữa bệnh cho trẻ bằng đất sét, tắm bằng ruột bí bầu nấu lên.

Sao ôn lại tắm cho em nó bằng thứ nước này? Có gì đâu để tắm mấy anh, cái này mọc ở đây, người xưa bảo làm được thì làm thôi. Gia nhìn gói xà bông được đem từ Mỹ quốc, những viên thuốc cấp cho lính tráng những ngày hành quân, thấy nó chẳng ăn nhập gì với mảng đất sét quật lên đắp vào vết thương trên lưng đứa trẻ, hay những hộp thịt bò, nhằm nhò gì với nhúm rau rừng trộn cùng với tro lá cỏ tranh cho có tí mặn mòi của muối.

Chao ôi, thì bát canh quê nhà má nấu kia, những món ăn truyền thống, nó cho ta nghĩ về những xa xôi của bộ tộc, của một giống người, tích tụ kinh nghiệm ngàn năm, để đẻ ra bao cách kết hợp, để rồi quy tụ vào cái gọi là hồn dân tộc, phải, hồn dân tộc linh thiêng làm sao trong từng hạt muối, từng bát canh, từng thứ bánh tráng phơi sương, thứ bánh giầy giã tay dâng tiên tổ, mà bất kì đứa con nào đi xa, mỗi khi nghĩ về, thèm nhỏ nước miếng, cái thứ vị mùi cha ông, cái thức uống ăn đậm mùi dân tộc. Nên Gia từng tự hỏi, người Bắc quân kia ăn những món ăn gì?

Con nhớ mẹ quá, con nhớ những ngày nhà mình quây quần bên mâm cơm có cà pháo và dưa chua, có bát canh hoa lý nấu cùng tép đồng, có quả bầu mẹ hái vườn bà cố đem về nấu cùng mướp non. Con nhớ vị của con cua béo tháng năm, mỗi khi chợ hàng Da nhộn nhịp, thể nào mẹ cũng xách giỏ lên, đằng hắng vài câu, bố con ở nhà trông nhau, em ra chợ xem người ta bán cua cá ra sao. Và đói nghèo, và khổ hạnh, cả nước có rút hết lòng phục vụ kháng chiến, thì nhà mình mỗi độ nắng hè lên, con cũng có bát canh cua đồng vàng gạch ruộm còn thơm mùi lúa, ăn cùng cơm mới và quả cà trắng phau mẹ muối, mẹ ơi...

Gia tiết vị giác đến rột, một dòng nước miếng ứa ra, anh đứng bật dậy nhìn những trái bắp đã ngậm đòng của đồng bào người Thượng trên thửa ruộng xa mà xao xác buồn, dẫu hình ảnh nào, bãi bắp vùng thượng du tận cùng biên giới Việt Miên, hay cánh đồng lúa vùng xa xôi đồng bằng Bắc Bộ, con cua ở đồng, quả cà ở ruộng. Thì vẫn là quê hương, vẫn gợi nhớ quê hương, vẫn là Việt Nam, có gì xa lạ đâu, và tâm hồn họ, có khác chi mình, và nỗi họ thèm của họ, có khác chi ta.

Gia thở mạnh, lấy hết sức mình, khép lại trang nhật kí, mà anh thấy, nó nặng quá với anh, nó cắt một đường chéo làm tim anh bị dội đợt B52 choáng váng, khi sự tưởng tượng của anh, còn muốn chu du cùng dòng chữ kia về với đồng bãi, triền sông, cánh đồng, và những sản vật nơi vùng quê ấy, mà thực thì, nó chẳng khác với quê anh.

2.

Sài Gòn, mỗi lần Gia về, Sài Gòn lạ mà xa, nếu ở đó không có bố con Tiên, nếu ở đó, không có người mẹ tần tảo gánh cháo bán ở chợ hẻm từng đêm, và không có người ba, ngồi trầm ngâm trên căn gác hai, khu nhà cổ, nhìn ra làn sương mờ giăng mắc. Sài Gòn cũng có những ngày mưa mờ giăng mắc, như xứ Huế.

Người đàn ông ngồi nhìn mưa có khi cả tiếng, ông nghĩ gì, chưa ai đi được vào suy nghĩ ấy của ông, như giọt mưa đậu trên cành khoai lá, rồi tuột đi, không một chút gì lưu lại, mẹ Gia cũng thế, bà bất lực trong việc giải mã chồng, ba con là kiểu gì má không thể nào hiểu nổi, có hôm đặt nồi cháo xuống sân trong một ngày buôn bán, bà về thở dài đánh sượt như thể, cái gánh nặng này bà đã đeo cả tháng, cả năm, và một đời, chỉ có điều hôm nay bà trút ra mà thôi, gánh cháo, gánh đời, và gánh nặng tâm tư cùng cơm áo, gánh nào cho bà, Gia cứ nghĩ. Anh cũng không hiểu nổi ông. Ba Tiên còn tâm sự với anh về tình yêu tiếng Việt, yêu xứ Bắc, yêu giọng nói, cánh cò, vùng quê, những điệu chèo, điệu xoan và quan họ. Còn bố anh, ông đóng khung trong một nỗi buồn mặc định, và treo nó lên khung tranh trên tường, im bặt, tĩnh ngắt, và chỉ chuyển động ầm ầm của nội tâm sôi trào qua những tác phẩm, ở đâu xối đến, nó trực chờ ở cánh cửa nào, nó hội tụ trong góc nào tâm tư ông, thì Gia không hiểu, rồi nó ùa về như đoàn quân dũng khí, như súng gươm hùng khí, như binh đao ào ạt, nó đến trên ngòi bút ông, nó đến trong bàn tay ông, nó đến trên trang giấy, nó đến ào ào và ào ào qua phím khúc, chỉ lúc đấy Gia mới biết phần nào tâm tư ông, còn bình thường nó im lìm, tạnh vắng, để mẹ anh phải bất lực thốt lên đầy tuyệt vọng, bất an, và dáo dác như con gà mẹ không thể nào quản lí được đàn con, như con bò cái không thể nào kiểm soát được con bê đã quá lớn của mình, bố con, nói thật, mẹ không thể nào hiểu được ông.

Kể cả Gia, chưa khi nào Gia đi vào được con ngõ tâm hồn ông. Kỉ niệm tuổi thơ là ngày đầu ông dắt anh đến lớp, chỉ bồn rửa, cách qua đường, dặn cách cúi đầu khiêm cung trước cô thầy, xắn tay áo gọn gàng, thu dọn ngăn bàn mỗi khi rời khỏi, và như thế, ông coi như mình đã hoàn thành nhiệm vụ, lại trở về căn gác bé tí như chuồng chim cu ở một con phố khá cổ Sài Gòn, giáp với nhà của các chú Khách, nó đã khu biệt riêng ông vào đó, đóng đinh ông, như chúa Giêsu bị đóng mình vào cây thập tự. Ông ít ra khỏi nhà, trừ khi có tác phẩm mới, còn không, ông ở lì đợi những đoàn binh hùng hậu về hội tụ vào giây phút xuất thần, thăng hoa đột khởi, bùng lên trong trí óc, khơi nguồn ở trái tim, rực rỡ nơi đầu bút, nơi ý nhạc lời thơ, nơi những cánh đồng nghệ thuật nảy nòi và sinh sản. Chỉ lúc đó ông để lòng mình hiện hình trên giấy chữ mà thôi.

Nên Gia đâu có hiểu ông nhiều. Và việc mẹ anh đặt gánh hàng nặng xuống trong cả ngày suy tư, bà nói câu đầu tiên, má không thể hiểu được ba, cũng là điều thông cảm. Ở góc độ nào đó, anh thân với ba Tiên hơn, anh coi ba Tiên là ba hơn, và ở góc độ nào đó, anh được vỗ về, được cưng nựng, được yêu thương và chia sẻ, được tri âm, được coi là con trai, là đấng nam nhi, là đàn ông, là người trưởng thành, có thể nắm vai, có thể xoa tóc, có thể ngồi đàm đạo. Này Gia, ăn cùng bác một tô hủ tiếu, này Gia, hai bác cháu mình phải hết chỗ rượu này, này Gia, mình mua vé xem một bộ phim đi, có cuốn sách hay, chúng ta cùng đọc và thảo luận, này Gia, và này Gia, nên anh gắn bó với với bố con Tiên hơn.

Và mỗi lần từ cuộc hành quân trở về Sài Gòn, anh thấy lạ xa, nếu như ở đó không có bố con Tiên đang chờ anh bên mâm cơm, bên tách cà phê, một cuốn sách, hay những điều lí thú cần lí giải của đời sống, của chính trị rối rắm, hay sâu xa của vấn đề văn hóa, lịch sử, hay những góc khuất của vận cuộc, dường như bố Tiên chỉ chờ anh.

Sài Gòn luôn đón anh bằng những cơn mưa giăng mắc như thế. Mưa có thể dai dẳng, mưa có thể đột khởi, mưa có thể tầm tã, có thể bất ngờ, nhưng dường như thường là những cơn mưa, và Gia thấy bình an hơn là những ngày nắng, ít ra anh lấy nó che đậy đi những suy tư, những khuất nẻo tận cùng của nỗi buồn, mà đời thằng lính chiến mấy năm ròng mới thấu, mới thấy thừa thãi, trơ trẽn, bất lực, mới vô duyên kệch cỡm ở chính cái xứ mình sinh ra.

Ê, mấy chú lính kìa. Tiếng nữ sinh nào gọi bạn. Mấy chú lính, từ quen thuộc, mà cũng vô nghĩa nhất, như họ chỉ một gánh bánh canh, bò bía, ánh mắt vẫn vô hồn, không nhiều cảm xúc. Các anh là gì ở thành phố hóa chiến tranh này. Sắc lính ngập tràn phố phường, con đường, quán cà phê, vũ trường, rạp hát. Thành phố đầy những xe nhà binh, thành phố đầy súng đạn, thành phố của những cuộc khủng bố và tự thiêu, của những buổi xuống đường rầm rộ, thành phố của báo chí nở hoa trên các mặt trận. Tin tức từ đây đổ về trăm ngả, khắp hoàn cầu, một xứ bé nhỏ vô danh, giờ "lẫy lừng" chỉ vì bởi cuộc chiến. Dường như nơi nào người Mỹ hiện diện, nơi đó thành trung tâm thế giới. Cốc nước ghi tiếng Mỹ, điếu thuốc của người Mỹ, thịt hộp, đồng USD, đến đôi giày, bộ váy áo, cả chiếc vòng đặt cửa mình chị em cũng từ Mỹ quốc. Lâm nhìn anh, mày cũng Mỹ hóa rồi, cái gì trên người mày cũng Mỹ cả. Anh nhìn xuống bất ngờ mà phải bật cười về lời nhận xét đúng quá của Lâm.

Nó chết rồi.

Những tiệm cầm đồ của lính bao giờ ông chủ cũng hả hê vì số đồ mang đến nhiều, số đồ lấy đi không mấy, chiếc đồng hồ seiko, chiếc máy ảnh canon, chiếc honda 67, cái áo nhà binh, cả bông mai, cành cọ, bắc đẩu bội tinh, cho đến nhẫn cưới, có đi mà không một lần chủ nhân chuộc lại. Người chủ tiệm hả hê, vui mừng, người chủ tiệm chờ đợi giây phút ghi trên giấy hẹn như chờ đợi người yêu, và qua phút giây ngắn ngủi đấy, ông biết một người lính đã tử trận, ông buồn nhiều hơn hay vui, Gia tin, ông sẽ vui, sống chết ở thành phố này nghĩa lí gì, số phận con người trên đất nước này tính chi, chỉ có đồ đạc là vĩnh cửu, chỉ có vật chất là giá trị bền lâu, chiếc đồng hồ chơi được mấy chục năm, bộ xác thân chỉ vài năm mục ruỗng, chiếc honda chạy hàng vạn dặm, nhưng con người, vừa phút trước nói cười, giây sau đã ngã xuống.

Nên Sài Gòn chỉ để lại nỗi buồn cho Gia. Tiếng kêu của mấy nữ sinh vô tư mà vô cảm, như họ nhìn thấy một gánh bò bía, bánh canh. Người Sài Gòn vẫn nhộn nhịp, mặc bạn bè anh ngã xuống, người Sài Gòn vẫn ăn chơi, mặc thân xác đồng đội anh tung lên như cát. Họ vẫn đến vũ trường, chơi mạt chược, dự yến tiệc, trang điểm đẹp, lên giảng đường, rủ nhau ăn một bát phở Bắc, rủ nhau đi ngắm hoa vùng Gò Vấp, lên Đà Lạt du lịch thác nước, về Vũng Tàu mặc bikini tắm biển, hoặc vào nhà thương, ra chợ trời bán đi những chiếc vòng xoàn, hoặc vào sở Mỹ, ghẹo mấy chú mắt xanh, hoặc rủ nhau bồ bịch trong những khách sạn, hoặc bàn bạc một thương vụ khi chuyến hàng tiếp vận đã cập cảng Bạch Đằng.

Ai nghĩ đến bọn Gia đang trần mình ở chiến trận, bạn bè anh đang bỏ thân nơi sa trường, những con giòi đang rúc rỉa những cái xác thối rinh, cái đói vàng da của đồng đội nào lạc rừng hai tháng, ai nghĩ đến những cánh tay, cẳng chân, chiếc đầu rơi, ràn rạt như là địa phủ, như ở một thế giới khác biệt, mà thực ra nó chỉ cách Sài Gòn vài phút bay.

Sài Gòn vô cảm với Gia như vậy đó.

3.

Thuở ấy, mỗi lần về Sài Gòn, Gia thường ngồi ở quán Trà Đông, góc đường Chi Lăng, đối diện với con hẻm, gần một tiệm sửa xe, vẫn có hai chị em gái, con nhà ông thống đốc, rất đỗi xinh đẹp, thi thoảng cười vespa phóng ra từ ngôi lầu, có giàn hoa giấy tím, và họ thành tâm điểm của những đôi mắt dõi theo lính tráng, vốn lấy Trà Đông là điểm tụ họp khi về thành phố. Cà phê của lính, ai đó đã ví, rặt một màu áo xanh, thoảng lắm mới có bóng áo hồng - là các chị theo vào hàn huyên, khi các anh không thể dứt được đám bạn ba gai đang bàn dở một đề tài chiến trận. Quán toàn lính, đó là điểm độc đáo chăng, mà bọn đàn ông con trai đủ các binh chủng mặc nhiên kê chân, ngả ngớn, cười đùa, tán tỉnh và nói năng bổ bã, đậm chất nhà binh cũng chẳng ai phán xét.

Lâm thường đến cùng Gia mỗi lần hai đứa đều có mặt ở Sài Gòn. Chọn một chỗ hẻo nhất, ngồi nhìn ra phố, nhìn bàn bên, hứng thú thì luận vài câu chuyện đời sống, hoặc tình hình chính trị, hứng lên hỏi nhau về chuyện gái trai, chuyện đánh đấm, gia cảnh. Lâm bao giờ cũng buồn, cái buồn kéo trĩu mi nó xuống khi nhắc đến đứa em gái, người thân duy nhất còn lại. Bố, coi như đã chết, nó luôn phải nghĩ vậy, hoặc mẹ nó buộc nghĩ vậy, khi bà muốn yên ổn trong vùng đất hai miền ranh giới này. Bố con đi tập kết, sống chết ra răng, má đâu hay. Nên ai hỏi, bà đều trả lời, ông chết rồi. Và nó cũng nghĩ ông chết. Bởi bao giờ hết hỏa tiễn, hỏa châu, đến thành phố Gia đang ngồi tưởng bình yên nhất, mà tiếng đạn ì oàng từ Gò Vấp, Thủ Thiêm, tiếng trái nổ ở nhiều nơi công cộng, như nhà hàng, rạp chiếu, vẫn xảy ra hàng ngày, thì bao giờ hết chiến tranh, để ba nó về, để nó xác nhận lại với mọi người rằng, ba cháu thực tình còn sống, là ông về với chiến tuyến biên kia. Nhưng nó lớn lên lại theo chiến tuyến này, đi lính chỉ mục đích duy nhất, có tiền nuôi em giúp mẹ. Mẹ nó đã chết trong cảnh bần hàn. Lúc còn sống, bà vẫn đi chợ bán buôn hằng ngày, chỉ với mớ nón lá ngồi ở chợ Đông Ba, lấy tiền nuôi nó học hết tú tài, bà đã suy kiệt quá trong những cơn nhớ chồng, bà đã suy kiệt quá, trong cơn mưu sinh của người đàn bà nước Nam trót có chồng ở hai lần ranh giới, để mà cả đời một mình lận đận. Đàn ông đi biển có đôi, đàn bà vượt cạn mồ côi một mình, mẹ nó còn vượt cạn những hai lần một mình, nuôi con một mình, chết một mình trong nhà thương xứ Huế. Nó lớn lên, duy nhất nghĩ vào lính lấy tiền nuôi em, thì hỏi bao giờ đất nước mới nguôi? Cho nên hai thằng thường ngồi nghĩ ngợi sâu xa, thì cuối cùng vẫn hỏi nhau chuyện thế thời, đất nước, những gì sẽ đến, rồi những gì sẽ qua.

Này, Lâm thường cắt lời Gia, chẳng lẽ chúng ta chết trân trong tháng ngày mục ruỗng này ư, không lối thoát, không một lối thoát.

Mày nhìn con ngựa trước cổ xe thổ mộ kia đi, nó đi theo tiếng roi của người chủ, cúi đầu và lầm lũi, không được lên tiếng, không được chệch đường.

Mày muốn nói người Mỹ ư, chúng ta là đồng minh mà.

Cũng chẳng khác đâu, thế mày tưởng Bắc Việt sẽ quang minh hơn chắc, không có Tàu Cộng và Liên Xô.

Chúng ta là con ngựa ư, và họ là người chủ cổ xe thổ mộ.

Cũng chẳng khác gì, cúi đầu lầm lũi, bàn cờ chính trị đã được định đoạt bởi kẻ mạnh, mưu đồ dân tộc đã bị cưỡng hiếp và tước đoạt bởi các tú ông, phận khách làng chơi thì chỉ việc nằm ngửa, mày hiểu chứ.

Gia lặng nhìn, Sài Gòn sắp giới nghiêm, Sài Gòn chút nữa, sẽ giới nghiêm, mà kể cả không, nó đã như một tử huyệt. Có ồn ào, có náo động, nhưng khác nào cái xác được điểm tô. Giòi bọ, chuột rúc, làm nó động đậy, nhưng bên trong là ổ ruột thối, tử khí lên mùi. Đất nước khác gì đâu.

Người đàn ông đã đến bên Gia tự lúc nào. Xin lỗi cháu, cho tôi ngồi đây. Dạ, bác cứ tự nhiên. Cho hỏi cháu được nghỉ phép. Thưa bác. Cho hỏi, sao cháu đi một mình? Ông hỏi như không hề ngại những câu hỏi của mình làm khinh động Gia, không ngại một người nghĩ rằng mình tò mò, cái thứ vốn không phải và đúng đắn của một người lịch sự. Thưa bác, bữa trước cháu vẫn đến cùng người bạn thân, nhưng… Bạn cháu chết trận rồi ư? Sao bác biết? Tôi gặp nhiều người như thế, thậm chí tôi đọc được ở đây, ai người đang đến giỗ bạn, ai người đang đến tưởng niệm bạn. Cháu nhìn kia.

Theo tay ông chỉ, cách ba hàng ghế, Gia thấy người lính với quân phục biệt động, đang ngồi bên hai chai bia, hai cái ly, hai bao thuốc, hai cái gạt tàn, hai đĩa khô mực.

Mày uống đi, uống cho quên mẹ nó đi, hôm nay có lương tao lại mời, mày cứ sợ thời gian không đủ, không kịp về Thủ đô xả láng, không được gặp Lan, Hồng, Huệ, không được vào rạp Tex xem bộ phim, không được đến vũ trường hòa cùng ca sĩ, thì giờ đây, mày đã là vua thời gian, chốn thăm thẳm ấy ai tranh cùng mày, mày chế ngự nó, chiếm đoạt nó, vô biên, vô tận, không ngăn cách ngày đêm, không giờ G, không điểm xạ, chẳng đề pa, chẳng gì cả T ơi, mày là vua của thời gian, thăm thẳm, tận cùng, vô liêu, mày đã chiếm hữu nó, T ạ, uống đi, cùng tao.

Anh chàng rót một cốc, uống cạn, lại rót thêm cho bạn một cốc, lại uống cạn, lại gắp một miếng khô mực bỏ vào miệng, lại bốc một nhúm khô bò bỏ vào miệng bạn, lại bật hộp quẹt châm thuốc cho mình, lại bật hộp quẹt châm thuốc dúi và mồm bạn phía kia. Vài người nhìn, đa số họ không chú ý, đôi ánh mắt thương cảm, nhưng đa phần dửng dưng, coi đó là chuyện thường lắm ở cái quán này, toàn đàn ông lính tráng, lũ đi nhiều lũ về mấy, người cũ đi, người mới lại đến, đến hai, giờ về một, thậm chí không, chủ quán tự xí xóa nợ cho người cõi âm, khách hàng có về bằng linh hồn thì cũng chẳng ai còn sợ, bởi cả thành phố giờ là ma, đất nước ma, và người lính biệt động quân vẫn nói chuyện với ma như nói chuyện với người, đàm đạo với ma, như đàm đạo cùng chiến hữu, vỗ vai ma, châm thuốc cho ma, hú hét cùng ma, khóc cùng ma, bàn chuyện gái trai với ma, hăng say lắm, có lúc hứng khởi quá, anh ta cười tóa lên, mọi người thấy thế cũng chẳng ai thèm để ý, bởi đa số mỗi người đều đang ngồi với một con ma, vài con ma, hoặc chính họ là ma.

Có những thằng lính, Gia nhìn thấy mới lúc trước, đẹp ngời ngợi, da đỏ au, ngực nở, mình rắn, xắn bắp lên, đàn bà nhìn chỉ muốn lao vào hiếp dâm gã. Những thằng lính vừa rời quân trường về đơn vị, hoặc những thằng đã dạn dày sương gió, càng đẹp, càng rắn rỏi, phong trần, nam nhi, và mạnh mẽ, thế mà giây sau, bị đốn ngã, chỉ còn lại một đống thịt bầy nhầy. Linh hồn đâu, tiếng cười đâu, câu luận đâu, sách vở đâu, tú tài đâu, du học đâu, phi công pilot đâu, giảng đường, triết học, Kant, Camus, tất cả đâu rồi, đất nước ngã chìm bao nhiêu cái đẹp thế kia, nhiều lắm, tan hoang hết, chiến tranh làm đất nước tan hoang.

Thì bao thằng đến cái Trà Đông này đều như một bóng ma mà thôi, ma chết, ma sống, ma sống nay chết mai, và chủ quán từng không gặp lại bao nhiêu thằng, hồn ma bóng quế vất vưởng từng đêm. Gia cố nhìn, cố ghi tạc từng khuôn mặt, khuôn mặt người lính bàn đối diện, khuôn mặt chú dù ngoài ban công, khuôn mặt gã bộ binh ngoài cửa, khuôn mặt chàng không quân pilot phía gần đường, ai cũng đẹp đẽ, cũng sáng sủa, họ cười nói vô tư như thể chẳng có đạn bom nào hiện diện xung quanh, nhưng rồi mai, biết đâu, Gia không còn gặp lại ai nữa.

Cháu nhìn thấy chứ, tôi gặp ở đây hàng ngày. Bác hay đến quán này lắm sao? Thường xuyên. Chốn này dành cho lính tráng mà thưa bác. Thì chính vậy, nên tôi mới đến. Có nghĩa là? Con trai tôi đi lính, tôi đến đây để nhìn mặt con qua họ cho đỡ buồn. Thảo nào.

Ông nhìn xa xôi vào khoảng trống, rồi lại nhìn Gia, nhìn bao người con trai bằng tuổi con ông, đang huơ chân múa tay, đốt hết năng lượng cho một lần về phép, để mai lại vào cuộc chiến, chết ở đâu ba mẹ còn không biết, có thể người con nào của ông cũng thế rồi chăng, nên ông lo lắng, và đi tìm hình bóng con qua khuôn mặt lính tráng.

Mà cháu này, có phải sắp tới có cái hiệp định gì đó không, tôi có nghe tin tức. Cháu cũng nghe thấy thế. Vậy khả quan không? Còn tùy thuộc vào thiện chí mỗi bên bác ạ. Mong những cái đầu ấm, chứ đừng quá nóng, và không quá lạnh, để con tôi còn có dịp trở về, cầu Chúa, Amen, mong cho mọi sự ôn hòa trở lại, mong cho, mong cho...

Ông chắp tay, mắt nhắm nghiền, tiếng người biệt động quân bên kia lại chuyển sang cười hố hố. Ối trời, mày ngu lắm, thằng oắt con, mày tưởng trận đó bọn tao thắng hả, thua mẹ nó chớ bộ, bị giết mất bốn chục mạng, tao chạy trối chết mới thoát thân, còn chúng, chết ráo.

Mắt người cha mở choàng, nhìn về phía người lính đang uống một mình và nói chuyện cùng hồn ma. A men, ông lại nhắm mắt và làm dấu thánh giá.

Gia đặt tay lên vai ông. Bác yên tâm, đừng lo lắng quá, có người cha như bác, anh kiểu gì cũng phải tìm đường về mà phụng dưỡng ba.

Đến lúc này ông mới khóc, dường như ông chỉ đợi câu đó để khóc, dường như ông đợi nó từ lâu lắm rồi, dường như lâu rồi không ai vỗ về an ủi ông, không ai an ủi ông.

Cảm ơn cháu, tôi cũng chỉ mong bình an, làm cha mẹ ai cũng chỉ mong bình an cho con cái. Mà cháu còn cha chứ? Thưa bác, cháu vẫn còn. Nhìn cháu lành lặn, mạnh khỏe, vui tươi thế này, quả là diễm phúc cho ông ấy. Thưa bác, cảm ơn bác.

Thì lần sau Gia về, không còn nhìn thấy người đàn ông đó nữa, các bàn lính vẫn chật cứng, bàn năm, bàn ba, bàn hai, cũng có nhiều bàn một.

Gia cũng ngồi một mình, một cốc bia đang uống, một cốc để cạnh, hai khô mực, hai hộp quẹt, hai bao thuốc, hai cái gạt tàn. Lâm thích ruby, còn Gia thích lucky.

Mày uống nhé, thêm một ly. Giờ thì đến lượt Gia mời bạn. Một ly nữa thôi Lâm, mày vốn ít rượu, không ham sắc, chỉ ham đọc, ham tìm hiểu, ham du lịch, thì giờ cũng được khám phá ở thế giới trùng trùng những thú kì rồi, không ai tranh được cùng mày, tao đành chịu ghen với mày, một thế giới bí ẩn, nhiều mộng mơ, lắm dị thảo, và đặc biệt cho cảm giác mạnh, mày vẫn thích thám hiểm, mày thích khám phá miền đất hoang sơ và bí mật thì giờ thích hợp quá rồi đó Lâm. Thế giới của mày không ai xâm phạm được, nó thuộc về mày, vĩnh viễn, vui nhé Lâm. Giờ thì uống cùng tao một ngụm, hút cùng tao một hơi, bàn cùng tao về một vấn đề, cười cùng tao một cái đi Lâm. Tiên vẫn hỏi về mày, mẹ tao vẫn phần cháo cá cho mày, ba tao mỗi khi nghĩ về mày vẫn lo lắng cho tao, cả thế giới không quên mày, nhưng giờ mày được quyền quên hết họ rồi, quên đi để vui Lâm ạ, thế giới này buồn quá, mặt đất này láo liên quá, con người đen tối quá, nên quên hết đi Lâm ạ.

4.

Mỗi lần về Sài Gòn, người đầu tiên Gia gặp sẽ là bố con Tiên. Nếu có Lâm cùng dưỡng quân một đợt, thì quả thực, Thượng Đế đã ngủ quên khi ban phát niềm hạnh phúc không đều, ngài đã quá ưu ái một sinh linh bé nhỏ này. Gia có cùng em đi bar không? Tiên thường nhí nhảnh thế. Và để dụ dỗ, Tiên kéo mạnh tay anh dọc những con đường có hàng móng bò về đêm, lá thở những điệu hồn buồn tẻ ru ru, những cơn gió thoảng trên bầu trời sao chi chít, những chiếc lá vàng rụng xoay xoay đưa mùi hương ngai ngái của nhựa cây cùng những chiếc nụ li ti hồng vào phía hai đứa. Gia lúc đó đã ôm chặt nàng, anh để cơ thể nàng bồng bềnh trong vòng tay anh cùng ý nghĩ.

Được ôm nàng, đó là hạnh phúc nhất, giây phút thần tiên nhất của đời thằng lính trận, sự phồn thực nhất, sự hiện sinh rõ rệt nhất, cảm giác sung sướng đúng trần gian con người, với Gia lại chính ở giây phút đó, giây phút khởi nguồn ban sơ, được ôm người con gái mình yêu, được cảm nhận thân thể nàng mềm mại, ấm nóng, những đường cong, và sự dịu êm ở những chỗ mỡ dày rợn vào da thịt, thú thật, nó khoái cảm hơn cả phút làm tình, nói thật, làm tình chỉ đến sau phút đột khởi bừng sáng của xác thân tâm trí này - giây phút được ôm người yêu sau những tháng ngày dài hành quân, trận mạc rú rừng, làm bạn với trăng sao, với thần chết, xú uế, tử khí, những con giòi, những con cú quạ bay vòng đen nơi tử địa hàng hàng người ngã xuống, phía này, kia, mà trực thăng chưa kịp di tản, gặp cơn mưa mùa đến hẹn, rừng ẩm thấp sũng nước, vắt ra cả biển hơi thì những cái xác lên mùi nhanh lắm, trương phềnh và thối rữa, thì phút giây này thần tiên đến độ, Gia ngỡ Thượng Đế đã ngủ quên trong một lần ban phát để anh được hưởng lạc nhiều hơn. Ngài quả thiên vị cho anh, thiên vị cho thằng lính chiến này, nếu so sánh với những chiếc xác thân kia, bao bộ phận đàn ông bị rúc rỉa, nhão ra, lông lẫn với đất bùn, Gia đã nhìn thấy mỗi lần chôn.

Mỗi lần đồng đội ngã xuống, mỗi lần da thịt bị xé toạc, áo quần tả tơi vì sức ép bom mìn, cái đầu tiên Gia tìm, cái đầu tiên đập vào mắt anh, là bộ phận đàn ông của họ. Có to, có bé, có vừa, có ngắn, có trắng, đen; nhưng Gia tin, cái nào cũng đầy ngạo nghễ và dũng khí, cái nào cũng đầy kiêu hãnh, như chú trống choai ngẩng cổ cao khoe lông, khoe mào, khoe vẻ tráng kiện, đẹp đẽ, ở phút đó, phút được mái. Trời cho họ làm đàn ông, hưởng lạc trên xác thân đàn bà, trời cho họ sống đời con người trần tục và sung sướng, sao để họ thối rữa thế kia, lông lẫn vào đất, bìu dái giòi đã rúc rỉa, những chú trống choai vươn mình kiêu hãnh đâu?

Không hiểu sao, Gia hay chu du những suy nghĩ đó về họ, về bộ phận đàn ông, là Gia thương, hay Gia nghĩ đến thân phận mình, hay anh thương cho bao người vợ đã từng lăn lộn trên xác thân kia, từng hưởng niềm vui đàn bà, hét lên những tiếng âm âm nho nhỏ mà man dại nơi cuống họng, mỗi khi ông chồng họ, người tình của họ ân ái, thì Thượng Đế cắt niềm vui giữa lúc cơn thống khoái cùng tận nhất, thì ông trời phạt ngang nỗi sung sướng ở chính giữa lúc cồn lên sự thăng hoa nhất.

Cái niềm khoái cảm, ai mà chẳng có, ai chẳng cần, nên người tướng nào nghĩ ra việc, cho lính dưỡng quân ở thị thành sau khi đã đủ rú rừng, mà phải nơi nhiều động gái, quả kì tài, một thứ chất tưởng mất đi, nhưng lại dưỡng thân tốt nhất với đàn ông, không có nó, sao là đời, âm phải cần dương và ngược lại, trời không có đất sao còn trời, nước không có lửa sao thành ngũ hành bát quái, sự quy tụ của linh khí, âm dương, chính để sinh ra muôn loài, vũ trụ, nên Gia thường thông cảm với những thằng đàn ông làm lính, nếu chúng có trễ phép một ngày, Gia không khép tội, chúng có trót hẹn hò tình nhân trễ một hôm, Gia đều thông cảm, nên chúng rất quý anh, mà không bao giờ dám vi phạm kỷ luật trong trận đánh. Trong trận đánh, Gia chỉ cần chúng bung hết năng lượng của đàn ông như trên giường với phụ nữ là được.

Gia nhớ đến những mật khu trùng trùng, những lần đơn vị anh hành quân. Những khu rừng già rậm rạp, cây nhỏ, dây leo dày, cả ngày âm u. Cái thư phòng tối tăm, ẩm thấp, che kín mắt người, che kín mặt trời, không một thứ ánh sáng lọt vào, ngày mà như chiều nhập nhoạng, không có mùa đông, không có mùa hè, nơi này chỉ có thứ lờ mờ, nhờ nhợ của thứ nước hến đục lờ cho thêm cục đường phèn, làm nó càng tối thẳm. Tức mắt. Đi được chừng mười phút mà đã tức mắt. Gia thèm có cổ máy, chặt phăng rừng cây, chặt phăng bầu trời, để bay ra một trảng cỏ, nhỏ thôi, nhưng quang mắt, xin trời cho một chút quang mắt. Gia như bà già bị đau mắt đỏ, toét nhoèn, dính dấp, nhử ken đầy, hai mí dính chặt, tức tối, khó chịu, nhức tấm thân, mà tiếng trẻ ngoài kia thì ồn ào quá, không một phút nào cho bà nghỉ ngơi, cả tấm thân và tâm óc, bà muốn chặt phăng tất cả, xé toang tất cả, để thoát khỏi tình trạng này, sự bưng kín của tấm thân, thì Gia cũng vậy.

Đù má, ở thế này cũng ở được, sống là vật chứ đâu là người, bái phục họ ở cái lý tưởng siêu quần, để họ chịu đựng thế kia. Lục soát xem. Hai cái võng rách à, không được chiến lợi phẩm rồi, thằng nào giỡn, hai tượng gạo, ít củi, tấm bản đồ, chiếc đèn pin hỏng, cục đá kê nồi, chiếc xoong rúm ró. Đù má, vật chứ đâu người, sống thế này sống làm chó. Còn gì nữa không, lục soát kỹ. Hai cái áo lót đàn bà. Cái gì thế, rõ ràng là lán trại đàn ông, bọn nhảy toán báo về, cả vùng này không có đàn bà. Đàn bà, sinh vật hiếm hoi và đặc biệt với Cộng sản, thì không thể sinh sôi ở chốn này, cành vàng lá ngọc đó chỉ được phân phối ở vùng thấp, gần thị thành. Đàn bà, giống vật đáng thương nhất của ông trời, bị ném vào cuộc chiến, thứ hành hình tàn bạo nhất của tạo hóa là cho họ chiến tranh, những bông hoa phải để ngửi, những cánh hoa phải để trong tủ kính, mà ngắm thôi.

Nên có một một lần bọn Gia bắt được một trung đội nữ lính công trường, các nàng ai ngực cũng bự, chân to, mông tròn, do được ăn lắm, làm cũng nhiều, nữ xung phong thường không khổ bằng cánh nam giới luồn sâu trong địa đạo, hoặc rừng già. Ngày đầu các nàng khóc rống, kẻ gọi mẹ, người gọi cha, ỏm tỏi cánh rừng, khi thằng V hạ sĩ giả vờ dí súng. Chúng ta thủ tiêu hết lũ giặc cái này đi, bắt làm tù binh làm gì tốn gạo, cho ra biển thả ráo, hay đào một hố chôn tập thể là xong. Nó nói xong nháy mắt cho thằng Tiến. Thằng này láu không kém. Đứng nghiêm, nó hét lên, rồi giơ súng, như Võ Tòng lâm trận. Cha trời, các nàng la lối, van xin, các nàng khóc lóc, gọi ông xưng con. Dù sao các nàng cũng là phụ nữ, phụ nữ, dù gì cũng khổ, phụ nữ phải vào cuộc chiến càng khổ, bóng hồng bị vứt vào nơi gió cát, nhành hoa bị cắm vào chốn đạn bom.

Gia nhớ thân hình nàng vệ nữ phơi phang giữa đất đen vùng Hạ Lào bữa trước, một tuyệt tác của hóa công dành tặng cho con người ở giây phút đớn đau nhất của trần gian ư, đàn bà, nói gì Gia thương lắm, nên Gia lừ mắt nhìn hai đứa, chúng cười lớn, tụi tôi

đùa, bắn các cô làm gì cho phí đạn, bắn, phải mấy thằng xáp lá
cà thường ngày, chứ mấy cô bụng bự, chân to, mình tròn, ôm đất
hàng ngày, đi huỳnh huych, làm gì được chúng tôi, mà ở nhà với
mẹ cha không muốn, lại đi vào đây. Tiếng khóc bắt đầu ngưng, đôi
ánh mắt nào le lé nhìn Gia sau khi hãi hùng đến xám mặt mũi,
xin ông tha cho, chúng tôi cũng chỉ biết đi khuân đất làm đường.
Thật không? Tiến quát to. Khi có máy bay hay đụng độ, bắn cũng
tài lắm bộ. Hai chục cái đầu lại chúi xuống.

Có lần Gia được anh Thanh tiểu đoàn trưởng kể. Có bữa tao gặp
những giặc cái, nhưng tao không bắn, chúng hồn nhiên và ngu dại
bỏ mẹ, chúng đi dưới lòng suối mà ríu ran như đi trẩy hội, té nước
đùa nhau. Đàn bà, muôn đời dại như con gà mái, nên luôn bị con
trống nó đuổi re re, chẳng còn cuộc chiến với các mợ. Gớm, đi ra
giữa lòng suối mà té nước đùa nhau, sao mà có thứ hồn nhiên, nên
muôn đời mỹ nhân làm mờ mắt anh hùng, nên giai nhân chỉ làm
được nhiệm vụ tô hồng thêm cho tướng quân, chứ thằng nào vào
trận lôi các nàng theo thì sướng một, còn bị chết nghìn lần mới
xứng. Các nàng hồn nhiên bỏ mẹ, một con suối, một bông hoa,
một tiếng chim, một con sâu, một cánh kiến, cũng làm nàng quên
hết mẹ nhiệm vụ, hết bí mật, nói chi chính trị vĩ mô, đàn bà muôn
đời mắt chỉ nhìn từ phía mình, đến phía nồi cơm, xuyên vào tim
thằng đàn ông là hết, bắt nàng nhìn chính trị là sai lầm, bắt nàng
vào cuộc chiến càng sai lầm, các nàng sẽ giết chính ta và nàng ngay
tức khắc. Gớm, các nàng đùa nhau té nước, trêu chọc, giọng con
gái vang cả khu rừng, thằng Long bên cạnh hỏi tao, bắn không, tao
bảo, suyt, nhìn đi đã, chấm em nào, em mông to, nó nhận, không
em văn vẩn, nhỏ người mà mình trắm, gặm mới ngon, thằng Thắng
thì bảo, đứa tóc ngắn cắt bờm mới phê, trông nàng hồn nhiên như
từ tranh thiếu nữ của họa sĩ Van Gogh bước ra, không, tớ thích thị
mẩy người đít cong kia nhất, trông mới đàn bà chắc chắn, mà sao
các nàng đó uyển chuyển vậy. Nó giả dạng chân bước, đánh hai tay
vung vẩy, làm mấy thằng phải bụm miệng cười.

Sao chúng đùa nhau, trên vai có súng, vẫn uyển chuyển được nhỉ, đứa nào thì thầm. Là chúng có vú và mông, hai chức phận của đàn bà, mày nhìn con gà mái thì biết, nó đi đít cứ nặc nè, nặng nề, chảy lại phía sau, đánh bên này lại hẩy bên kia, nom ả đến buồn cười, phụ nữ cũng thế, mang vú và mông, nên không đi nhanh được, cứ nặc nè, uyển chuyển, nên bắn làm quái. Cuối cùng anh Thanh kết luận, bắn làm gì cho tội, chúng khác gì em gái mình ở nhà, hồn nhiên, vô tư, đầu óc lớ ngớ, nhớ quên, nếu lý trí như đàn ông, đã đi làm tổng thống rồi, bắn làm quái, hạ ván với chủ lực súng ống rèn tập thao trường chiến trận thư hùng, lúc đó mới xứng cân, mới sung sướng, thỏa mãn, hả hê, chứ mấy ả mái non vô tư vô tâm này, bắn làm quái gì cho tội. Rồi cả bọn rút.

Gia nhớ mãi lời luận của anh Thanh cho những ả đàn bà vào cuộc chiến, nhất là câu nói, khác quái gì em gái ta ở nhà, nên Gia lừ mắt nhìn hai thằng đệ, để nó ngưng trò đùa độc ác đi. Rồi chúng nó dồn tất cả các nàng lên xe GMC trở về căn cứ, sau khi đã trói các nàng thành từng dây, nhưng khổ nỗi, đoạn đường từ đây về Gia Nghĩa lại bị phía Bắc quân chia cắt ở con đường 14, nên đành để để các nàng ở lại hai ngày hai đêm cùng với trung đội, trong một khu rừng an toàn đã được địa phương quân làm chủ. Hai ngày nảy sinh nhiều chuyện khóc cười, phải cho các nàng ăn uống, đái ỉa, rửa tắm, nói chung vô thiên lủng của đàn bà, một thằng không làm được, thế là cả trung đội phải thay nhau, và cái sợ chỉ đến lúc nhất, cũng như vào chiến trường, ban đầu sợ đạn, sau bom cũng chẳng là gì, sợ chết, sau khinh, trừ khi mình chết, mà mình chết còn biết quái gì đâu.

Chuẩn úy Gia ơi, các nàng gọi đích danh tên trên biển hiệu, khi thấy Gia hiền nhất, nói năng nhỏ nhẹ, lịch sự, nên họ nghĩ những người này ít ra trong những giây phút này, sẽ không có can đảm làm hại họ đâu, nên họ tranh thủ phút giây sảng khoái nhất của tháng ngày địa ngục trần gian làm tù binh, trước khi bị đày về nơi thẩm vấn, mà ai đó dọa, sẽ bị vặn răng, rút gân. Vặn răng rút gân thế nào chưa thấy, chứ giờ phút này được chơi cứ chơi đã. Đấy, bảo mà, đàn bà ra trận, mà đàn nào cũng thế cả thôi, chỉ trừ cái chết đặt trước, còn đâu cứ chắt từng phút giây để vui sướng.

Chuẩn úy Gia ơi, cho tụi tôi uống nước. Các nàng cứ réo tên người thượng cấp cao nhất mà gọi, Gia chỉ biết tủm tỉm cười, dường như biết đó là vũ khí hữu hiệu, nên các nàng càng phát huy cao độ hay sao, vận dụng hết cái nữ tính mềm mại của chất đàn bà bất diệt ra mà chiêu dụ, để được sống trong phút giây hạnh phúc trần gian nhiều hơn chút nữa. Tôi đói, anh Gia ơi. Rồi đói cả son môi, thịt hộp, nước ngọt, gạo sấy, vân vân những gì các nàng nhìn thấy trên tay trung đội trong hai ngày ém quân bên nhau trong một khu vực nhỏ đến nỗi con chó không xoay được hết vòng, vì lệnh của địa phương quân, không ai được rời phạm vi năm mươi mét, thì sự hợp quần nam nữ quả là tuyệt, thì ngăn cách giới tuyến không còn, bên này, bên kia; Cộng sản, Quốc gia; ngụy quân, giải phóng, chỉ còn nam nữ. Hạ sĩ V ơi cho tôi xin chiếc lược trên tay anh. Lũ này láu cá thật, nó nghĩ như thể tụi mình sẽ nhân nhượng thêm cho chúng ấy. Úi dào, đàn bà mà, Gia thanh minh, họ hồn nhiên thế đấy. Thế là bao nhiêu nước ngọt, gạo sấy, thịt hộp, dành cho các nàng cả. Tiếp theo là màn đi đái, đi ỉa tùm lum.

Kể kỉ niệm đó cũng vui, khi Gia nhớ lại thời chiến trường, làm anh bước qua bom đạn khắc nghiệt để tồn tại. Và các nàng về đâu, sau khi bị thẩm tra, giờ các nàng về đâu, chỉ biết sau hai ngày, anh thấy mắt thằng V trĩu xuống, trước đó, mắt nó luôn dán vào bím tóc đuôi sam thắt đến ngọn của một cô bé. Vắt tóc dày và dài, đoạn cuối cùng nằm tận giữa khoeo chân. Mắt nàng đen, lông mày gọn, mặt rõ hình trái xoan, miệng nàng hơi rộng khi cười, cái môi hơi vểnh đầy duyên dáng, nàng đẹp vẻ đẹp của tri thức.

Bao nhiêu tuổi, em mười chín, làm gì ở nhà, em học Đại học Kiến Trúc, bao nhiêu tuổi, em hai mươi, trước khi vào đây làm gì, em là sinh viên Sư phạm. Có cả sinh viên Mỹ Thuật và trường Múa. Những bông hoa của núi rừng làm mềm đi sắc lính, mềm đi bom đạn, nên thần vệ nữ Hà Nội nào nằm ngủ giữa rừng Hạ Lào, mặc đoàn quân ầm ầm rung chuyển, nàng nằm, dáng tạc vào thiên thu bất biến là vậy.

Gia thấy mắt thằng V trĩu xuống mỗi khi giọng trong trẻo ngọt ấm của Hà Nội cất lên. Sao lũ này nói giọng hay nhỉ, sao gái Bắc đẹp quá trời, đứa nào lên tiếng. Thì họ đều là tinh hoa cả, mày không thấy bao bà cô ở Sài Gòn đều là tinh hoa Bắc Kỳ trôi dạt vào, tà áo dài, nếp khiêm cung, vẻ sang cả, sự dịu dàng, đoan trang, quý phái, tri thức, đều là do kết tụ của khí trời đất Bắc mà vào đấy à, người Nam mình mộc mạc hơn, chân chất hơn. Làm nên một Sài Gòn hoa lệ, đẹp đẽ, hào hoa, là nhờ họ cả đấy. Nếu không có chiến tranh, các em này cũng mặc áo dài tha thướt, sang trọng. Lại không à? Mà biết đâu em cũng đang sánh vai một nàng dạo phố. Mắt nó cứ ươn ướt nhìn về cô bé tóc đuôi sam. Có thể lắm chứ. Nhưng giấc mơ của nó đến bao giờ? Và Gia nhớ, Gia tự hỏi, giờ họ về đâu, những bông hoa đẹp nhất của đất trời ấy giờ về đâu, không làm một tà áo dài tha thướt, họ đã nguyện làm sắc áo lính xung phong giữa chiến trường, liệu chiến tranh khắc nghiệt có vùi chôn họ?

Thì giờ, Gia nhìn thấy những chiếc áo lót đàn bà ở mật khu, điểm mới mẻ tinh khôi nhất nơi âm u này, nguồn sống duy nhất làm lóe lên trên đôi mắt những người lính, dù những thứ họ nhìn thấy hàng ngày là sự cảnh vẻ của những thứ đồ lót tinh xảo đến độ động đậy mọi góc dây thần kinh của bất kỳ gã trai nào, dù gã có tâm thần đi nữa, thứ đồ lót bé xíu đỏ xanh hoa hòe cầu kỳ diêm dúa xinh đẹp, mới xứng đáng được ướm vào vùng mộng mị thiêng liêng xinh tươi hoa mộng, đóa hoa lạc thú, xứng đáng được đắp tô bởi những thứ mỹ miều diễm kiều sang cả nhất.

Thì những chiếc áo lót cũ mềm, cứng khoèo, toàn cao su, nơi rừng già thâm u, cũng thành điểm sáng duy nhất nơi đây, nơi cây cối che kín mặt trời, dây leo vướng bước chân, sương giăng kín tầm mắt, làm ta nếu muốn nhích một bước phải chặt mười cái dây, thì chỗ này, vẫn là nơi để sống của một toán quân Bắc Việt. Lý tưởng nào làm họ có thể hy sinh đến vậy, động lực nào làm họ có thể tồn tại nơi đây, những con người mặt mũi xám đen vàng vẩu, những con người mỗi sự di chuyển như bộ xương khô, những con người mắt như chết trôi, trợn trừng, không còn sinh khí.

Dù gì, Gia cũng phục họ, phục sức mạnh tinh thần mà họ đã lên gân, để vượt qua khắc nghiệt của đời sống, vượt qua cả nỗi thèm đàn bà, là thứ đói khổ đáng sợ nhất của đàn ông, ở góc độ nào đó, nó thét gào con người hơn cả nỗi đói cơm và rét mướt. Đàn bà. Thì Gia vẫn gặp họ ở đây, nơi địa ngục trần gian có tên mật khu này, qua hình hài chiếc áo lót cứng khô toàn cao su, sản xuất hàng loạt ở một xưởng may nào đó của Trung Quốc hay Triều Tiên dành cho phụ nữ tập thể, những chiếc áo lót tập thể, Gia gọi thế, nó khác với vẻ sang cả, đa dạng, mỹ miều, mỗi em một vẻ, mỗi bé một dáng, được trang trí điểm tô bởi dây đăng ten, bởi thứ vải ren mỏng như tơ trời, bởi hột xoàn hay mỹ kim lấp lánh, làm sáng và đẹp lên những biệt khu khoái lạc của con người, thì những chiếc chiếc áo lót ở đây...

Tội họ, đứa nào lên tiếng, mình cũng là người, được về ôm vợ thơm tho trên giường nệm, nếu không, cũng là các em thơm như múi sầu riêng, ở các động giang hồ, phấn son tươi mới, hấp dẫn quyến rũ, gọi mời đến độ, đầu thằng đàn ông nào cũng muốn ngóc dậy, còn ở đây...

Thôi, không bắt được người, thì tất cả mọi thứ để lại, sống thế này cũng chẳng làm hại được ai. Thằng Long để lại cho họ bức ảnh baby boy, vẫn trong balo của mày đi. Không được, em giữ nó từ lâu. Nàng tóc vàng, to đùng bằng cả người nó, trần truồng khêu gợi, làm bạn với bao thằng từng đêm, mỗi đợt hành quân dài không được trở về hậu cứ để xả hơi và xả tinh.

Cho họ. Chắc gì họ dùng, chắc gì họ dám ở khi biết nơi đây đã bị lộ. Nếu quay về họ thấy sẽ mang vật dụng và rời đi nhanh chóng, có thể cả bức tranh khỏa thân. Thế là thằng Long để lại.

Mẹ, gặp thì choảng cho một trận, nhưng đã không có "duyên" rồi thì thôi, đã tha thì tha cho đáng, như mụ Hoạn Thư xưa: *Tha ra thì cũng may đời/ làm ra mang tiếng con người nhỏ nhen*, như triều đình xưa phạt roi, đã không chết là tha, đã tha là phục chức, đánh nhau cũng phải đàng hoàng, như những anh hùng đấu súng, thế mới khoái, tính chi chuyện cỏn con cho cùn mòn cái đời tư cách đi.

Cuộc săn người không lấy thêm được chiếc đầu nào, thằng Long mất thêm một em tóc vàng trần truồng xinh đẹp, Gia cứ nhớ mãi cách làm việc của anh Thanh tiểu đoàn trưởng, mà Gia có hai lần được đi chung toán.

Ông này nếu không đi lính là đã đi tu rồi, đứa nào kể. Ông có sách kinh Phật mang theo, đứa khác lên tiếng. Mẹ, đi với ông chỉ làm uỷ mị, đánh đấm đéo gì. Tao đéo biết, nhưng đi với ông ít bị đụng trận, ông không có tướng sát quân như nhiều thượng cấp khác. Chắc tại việc ông nghĩ bao giờ cũng thiện lương chăng. Tao đéo biết, thích đéo đánh đấm, đứa nào đụng địch xui cả một đời, mất oan cả mạng, vui đéo gì, cứ không đụng trận là vui nhất với thằng người mình rồi, nên lão Thanh là sứ giả may mắn nhất ở trung đoàn mình mà tao thấy.

Thì câu chuyện đó lại gợi Gia nhớ đến thân hình Tiên, mỗi khi từ hậu cứ về, anh được ôm, nó mới mềm và ấm làm sao, nó hơn bất cứ một món quà trác tuyệt nào Thượng Đế tặng cho con người, ở giây phút nào, nó hơn hẳn làm tình, Gia thấy thế, giây phút ban đầu được ôm trọn cơ thể người yêu khi trở về từ trận đánh, cả đại đội chỉ còn hai chục thằng chẳng hạn, mà mình băng rừng chạy khỏi được vùng hành quân, được đội bạn cứu, cũng thần kỳ, thần kỳ đến độ, tưởng thần chết ngủ quên, còn thần may mắn cũng thế mà buông tay hào phóng cho chàng thêm lần nữa. Thì giây phút này mới phải cảm tạ Người biết bao, thần tiên hơn mọi phút giây, là được ôm người con gái mình yêu vào lòng, khi chạy thoát khỏi cái chết, mà thần chết ngủ quên trong tích tắc.

5.

"Anh thân yêu, em nhớ mùi hương của anh, em nhớ những phút giây được vùi ngực vào bàn tay nóng ấm, khỏe mạnh của anh, ơi thân thể của chồng em ơi, người đàn bà này nhớ chồng đến rạo rực, ơi cơ thể tráng kiện của chồng em, bao giờ, biết bao giờ chúng ta trở về sống những ngày hoa niên, đẹp đẽ, đầy ao ước, cùng những niềm vui thế trần đó, anh yêu. Lần cuối đó, chúng ta cũng không có nổi một mụn con, là cơ thể em chưa tốt, chắc anh buồn lắm phải không? Rồi chúng ta sẽ có những đứa con đẹp đẽ nhất, anh yêu ạ.

Còn giờ đây, đêm trăng ngoài kia, tiếng chó sủa, tiếng trẻ con nào khóc đòi bố, và tiếng con ễnh ưỡng mùa tháng sáu trong cơn mưa rào gọi bạn tình à uôm dội đến, anh biết không, anh biết không, đó là lúc em nhớ anh rộn rạo nhất, đó là lúc cơ thể em cồn lên nhất những khoái lạc hân hoan như vợ chồng mình dạo trước... Nào quên được gối chăn, nào quên được chiếu giường, nào quên cánh tay anh đặt ở đây, nào quên thân thể anh đã từng ở vị trí này, và tất cả, trời ơi, tất cả hiện rõ lắm, về trong em sự chịn chạm, sự cuồng loạn, cuống cuồng, vồ vập, dồn dập của thân trai... Em nào quên, anh yêu ơi. Có bao nhiêu người vợ miền Bắc trong cảnh đợi chờ chồng, có bao nhiêu phụ nữ trên đất nước này trong cảnh khắc khoải như em? "Kìa loài sâu đôi đầu cũng sánh/ Nọ loài chim cất cánh cùng bay...".

Ngày đi học, thầy Kha dạy cổ văn, mỗi lần đọc đến đây, thường nhắm tịt mắt lại, mặt thầy nhăn, trán nổi sóng, thầy bảo, các em hãy tưởng tượng đi, cơ thể đàn bà, những đòi hỏi của tuổi lớn lên, mà tất cả tan tành bởi nội chiến, người đàn ông phơi xác ngoài biên *thùy, người đàn bà nhạt phấn phai son nơi khuê phòng đơn chiếc, tiếc lắm, tiếc lắm, và đau lắm. Nỗi buồn của người chinh phụ là bi kịch chung của đất nước, các em có hiểu không. Và khi mở mắt ra, mắt thầy bao giờ cũng đẫm nước, anh còn nhớ chứ?*

Thì em đây, lúc này cũng vậy, không phòng khuê, chẳng màu dương liễu, không lò hương, chẳng yếm thắm dải điều, không gương lược, đâu sắt cầm, loan phím, không đãi đằng, đài các như người xưa, nhưng đau một nỗi đau chung, dày vò một khối chung của cơ thể và nhớ mong, và trần vặt, và day dứt, và thèm muốn, thèm muốn thân thể chồng quá chồng ơi, thèm muốn anh quá chàng ơi...".

Lời kêu đau đớn của người đàn bà miền Bắc nào trong lá thư, nơi túi áo người chồng đã chết trận, mà Gia tìm thấy ở bìa rừng An Lộc năm 72, nó đậm in, sắc rõ trong tâm trí Gia, nó ghim vào anh như một ráng đỏ của hoàng hôn, chảy ra bao nhiêu là máu trời, tuôn ra hạ thế, tuôn ra rừng già, tuôn trong lòng người. Buổi chiều đó, Gia nhớ, hoàng hôn cũng đỏ ối, không hiểu sao nó rợn rùng đến thế, pháo kéo thành cầu vồng trên không cộng với màu đỏ của mặt trời, loang lổ, đỏ lòm; cả kiếp nhân sinh phù trần đang bị cắt tiết bởi cuộc chiến ư, thì Gia nhặt được lá thư này trong túi áo ngực người lính Bắc quân đã ngã gục bên khẩu súng.

Anh ta nằm đầu nghiêng quay về hướng Bắc, hình như những người Cộng sản chết, đều có điểm chung này, là Gia nghĩ quá rồi, Gia nhạy cảm hoặc trí nghĩ của anh điều khiển cả vật chất, khi nó mạnh đến mức thành ám ảnh. Ngày đại đội anh hạ một đơn vị đặc công nơi đầm phá, họ cố thủ ở một quả đồi duy nhất, trông ra biển, tử địa, không còn một lối thoát, chỉ còn đường máu, mở đường máu không phải để sống, mà lên trời, bao phát đạn phía ta và địch bắn về những kẻ hèn nhát phía nhau, nhưng bao nhiêu kẻ đã anh hùng cố thủ, bao hốc đá tung lên, bao xác người ngã xuống, bao cái chết tráng kiện và hào hùng, bao cán binh dũng cảm, kiên cường, vô song và mã thượng, họ bảo vệ cho lí tưởng của mình. Sau này anh vượt ra khỏi tầm suy nghĩ thường tình, chỉ để nhìn phía ta và địch, Gia đứng ở phía đối phương, Gia thử đi sâu vào họ để lí giải, để giãi lời, để tự vấn, để thôi thúc lương tâm, và tự hỏi, nếu Gia là họ Gia sẽ thế nào, thì Gia thấy, những kiêu hùng, nghĩa sĩ, phía nào chẳng có, đến nỗi tiểu đoàn trưởng phải thốt lên, nói gì, họ là những anh hùng phía họ, cái chết chỉ chịu gục đầu ở thời điểm tận cùng nhất, nó đến sau sự cao cả của con người, họ đã tử thủ, ngoan cường, sẵn sàng tiêu hủy xác thân, hãy chôn cất họ như những anh hùng của lí tưởng phía đó đi, các chiến hữu, cho đầu họ quay về phương Bắc, để thỏa lòng sinh Bắc tử Nam, để cho đỡ cơn nhớ nhà ngàn dặm xa. Mà họ đã phải đi chặng dài thiên lí với muỗi rừng, thú dữ, suối ngàn, nước độc, ma thiêng, sơn lam chướng khí. Cho bõ bèn một lần chết, nha anh em.

Lời dặn dò của vị tiểu đoàn trưởng bên thắng trận cho các chiến binh nơi thù cựu, để một lần đặc ân đầu quay về hướng Bắc, hưởng chút gió ngàn nơi đấy, nhìn chút bóng mẹ nơi quê nhà. Sao Gia nhớ.

Thì trở lại lá thư người vợ lính gửi cho chồng nơi chiến trường. Chắc anh phải nâng niu giữ gìn lắm. Giấy đã nát, có cả vết máu và bùn. Nó đã được truyền nhau, nó là báu vật, là món ăn tinh thần, và cuối thư, là lời hứa của người chồng trẻ nơi tuyến đầu "chống Mỹ". Anh sẽ về, anh sẽ về để ôm em.

Và Gia biết, người vợ đó phải mạnh bạo lắm, sự mạnh bạo của tâm hồn nhiều yêu thương và biết thương thân, của nội lực cuộn trào và bản lĩnh, của một niềm say như biển dâng đầy, nó vượt ngoài khuôn khổ giáo điều, ngoài nghi phép, ngoài răn dạy nữ nam truyền thống, vượt qua tuyên truyền Tổ quốc, hi sinh, để nỗi nhân bản, thương thân, khắc khoải trở về trong chị, chiếm lĩnh, tối đa; để thứ bản năng gốc, những đòi hỏi cá nhân tuôn trào, ngự trị. Chị sống với nó, chỉ còn với nó, với kỉ niệm về người chồng hằng đêm. Chỉ nó còn ở lại, vĩnh viễn, duy nhất, là điều xác tín cho tình vợ chồng, là điều bảo đảm nhất cho sự đợi chờ vò võ của chị: chuyện xác thân. Đó là một người đàn bà miền Bắc bản lĩnh, mạnh bạo, khác biệt nhất, Gia từng thấy.

Như đứa con gái theo thằng Đen, nó theo cả ngày, cả tháng, thằng bé đến đâu là con bé đến đấy, cuối cùng chúng phải lấy căn nhà hoang gần vùng hành quân để ở. Cái gì đã xuất hiện trong đầu người đàn bà kia, chẳng phải chị ta khác người, chẳng vì nhu cầu chị ta lớn hơn, mà chị ta dám sống, dám đạp lên tất cả cho cái xác thân kia cựa quậy, cho cái niềm hoan lạc được thả rông, cho nỗi thèm đàn ông của chị được đi trọn, và công báo với cả thế giới rằng, tôi đang thèm anh Đen đây, tôi thèm người yêu tôi thì có gì sai, cái sai, là các người không cho tôi tự do thèm muốn, đẩy tôi đến tình trạng di chuyển tình dục này, có phải là tội của các người đấy không, đẩy tôi đến tình trạng chạy theo dục vọng trong không gian và thời gian trắc trở này, có phải tội của các người đấy không?

Cái thứ đòi hỏi của xác thân đâu có thể nói ra lời, đâu diễn tả bằng những tường minh, tường tận của ngôn từ, nó là thứ hoa cỏ vương vấn, nó là thứ sương khói ảo mờ, quấn quýt, lan tỏa, ủ nhừ khối óc, làm oặt mềm đi tấm thân sục sôi, đòi hỏi, phá phách, nó là thứ di truyền của một loài vật cổ gớm ghiếc, nó đẩy phần con ra sau làm chủ, nó đẩy phần người ra trước làm nền, cái thứ quẩn quanh, bức bách lấy tâm não con người, cái thứ trần vặt và giằng xé con người, mà tạo hóa nào vô tình reo rắc, hoặc nàng Eva trong phút ngây thơ vô tình đã để sổng ra ấy. Nó đã lần vào đầu những cán binh Cộng sản xa nhà, nằm rừng ngủ rú hàng chục năm trời, vẫn không quên, vẫn không quên, nó lẩn vào óc cô gái có chồng đi mặt trận, bao năm rồi vẫn nguyên giấc mộng đêm hè cũ kĩ, không quên hơi chồng có vị gì, mùi chồng ra sao, và mỗi lần mồ hôi đi qua, hơi thuốc đi qua, hơi ngực người đàn ông khỏe mạnh lao động chảy ròng trên tấm áo, vị nồng nồng của giống đực cũng làm gợi dậy cơn khát tình khủng khiếp nhất trong tâm khảm người đàn bà - giống cái - thực sự bản năng vô cùng mà Thượng Đế đã nặn tạo ra. Thương cho bao kiếp người, Gia nghĩ, anh lấy một điếu thuốc và châm lửa hút, mùi tử khí từ cánh rừng cao su vẫn bay ra nồng nặc, mẹ kiếp; chẳng ăn nhập với ráng chiều, cũng chẳng ăn nhập với bức thư nồng nàn đắm say ấy.

Anh Lâm ơi, anh có nhớ, những đêm trăng bên giảng đường xưa, những mộng đẹp chúng ta đã xây sao mà tha thiết, những con đường chúng ta đã đi, và hàng cây kim liên bên hông nhà kí túc, nơi đó chúng ta đã trao nụ hôn đầu, nơi đó em biết mùi vị cơ thể anh, nơi đó, những phút giây êm đềm bên ghế đá, anh đã cài khuy áo ngực cho em, anh Lâm ơi, ai nhớ anh bằng em, có thức đau nào hơn thức đau khi nhớ tình nhân, có nỗi buồn nào hơn nỗi buồn của người đàn bà nhớ mùi gối ấm nệm êm bên người chồng không anh Lâm ơi, bao mộng ước chúng ta đã xây, bao cung đường chúng ta hứa bước, những ngày hoa niên, những thức nhọn của thời tuổi trẻ, những nồng nàn, đắm say một thủa, tưởng kết thành đôi, tưởng vững bền mãi mãi, phải không anh?

Có bao điều đợi ta phía trước, ngả đường nào em chọn: đôi mắt trẻ thơ và trang giáo án; công trình nào anh vẫn mong, chàng kĩ sư tươi đẹp của em ơi, chồng em ơi, tình nhân ơi, ôi, mộng duyên, tình đời, khát vọng, và nỗi đau, em đau quá chàng ơi, em khao khát quá chồng ơi...

Gia rít thêm một điếu nữa, anh gạt tàn vào đám lá khô bên đường mong nó bùng lên, mong một quả pháo lạc đường tìm đến. Có lúc, con người ta cũng vượt lên niềm ước mong sống, vượt lên lẽ thông thường, muốn tiêu hủy mình, muốn tiêu hủy cả thế giới trong lúc đớn đau quá, trong lúc sự thức nhận nhọn nhất của các giác quan, cảm giác, tri nhận. Giá kể không có tri nhận, ta cũng chỉ như con bò lạc chủ, lóng ngóng chạy về phía tiếng pháo, giá không có cảm xúc, không có sự thức nhọn của thân tâm, ta cũng chỉ như người thần kinh bên đường, vơ lá bỏ vô miệng, như thế đỡ đau, nhưng vì ta là người, ta sinh ra ở thời đại loạn điên, chứng kiến cơn bĩ cùng của dân tộc, chứng kiến Chúa Trời nhả xuống những nhát dao phạt trừng khủng khiếp, mà ta, một sinh linh bé nhỏ, muốn tiêu hủy cả tấm thân để hòa cũng nỗi đau lớn lao kia, hoặc để không chứng nhận thêm một đớn đau nào nữa, nếu có một quả pháo, nếu có một viên đạn, thì chắc nó cũng chỉ đau đớn như giây phút này mà thôi. Quả tim Gia bị cào xé táp tơ, lồng ngực anh bị xé nát tan tành, tâm hồn anh như không thể nào vá víu của tấm áo rách bẩn thỉu, hứng trọn những xú uế, hôi tanh của tận cùng địa ngục vậy.

Bức thư nào cũng đau đớn, lời lẽ nào cũng đớn đau, nếu như Gia không biết tiếng Việt, nếu như tình yêu tiếng Việt của bố Tiên không truyền cho anh nhiều đến vậy, nếu những cuốn cổ văn không là nỗi say mê hết thời tuổi nhỏ, nếu như và nếu như, những người đàn bà đừng có nồng nàn, thứ giống cái muôn đời làm cho con người say mê không chỉ ở vú mông, mà ở cái thiên tính nữ bất diệt, đắm đả, bản năng, ngây thơ, của một bản thể thèm yêu và khát yêu, của một cơ thể rừng rực cháy và đòi dục tình, của một tấm thân được trời phú những thức nhọn của dục tính mà đòi được đáp đền, được trồng cấy những giống yêu.

Chao ôi đàn bà nước Nam, chao ôi phụ nữ con gái nước Nam thời chinh chiến đấy ư?

Anh Lâm ơi, ở nơi đó anh thế nào, buồn khổ không, vất vả nhọc nhằn không, có vinh quang không, đừng nói chuyện vinh quang Lâm nhé, chỉ cần nói nhớ em, thương em, khao khát được trở về bên em là đủ. Những ngày này, tết đến xuân về, em lại cùng mẹ mặc áo mới đi chợ Cầu Da, ngắm đào, ngắm quất, ngắm xuân, xem những bức tranh chuột cưới, bức tranh nào cho chúng ta, nỗi niềm nào cho chúng ta, hàng cây long não bên sông vẫn xanh ngời ngợi thế, hàng kim liên, chứng nhân chúng ta hôn nhau của buổi ban sơ vẫn còn, anh Lâm ơi, người yêu của em ơi, bao giờ về, chúng ta chung đôi, chúng ta dắt tay nhau đi dọc con phố mùa xuân, xem tranh vẽ mèo, vẽ chó, vẽ ông bà, vẽ bố mẹ, vẽ cảnh gia đình quần tụ, xúm xít, vẽ những chậu lan, chậu đào nở rộ, phải rồi, mùa xuân vẫn tuần hoàn, đất trời đâu có đổi, sao con người thế vận cứ đảo điên, anh Lâm ơi, đừng mắng em tiểu tư sản, đừng mắng em ủy mị, em chỉ là người con gái có tình yêu tha thiết bị cắt chia, chẳng giây phút nào cho em nghĩ đến trọng trách, chẳng nguyên cớ gì cho em nghĩ đến người thanh niên vững tay chèo, vững tâm tưởng trong thời đại mới, mọi việc sẽ là vô nghĩa mà thôi, nếu như anh không trở về, mọi việc sẽ vô nghĩa mà thôi, nếu chúng ta li biệt, anh Lâm ơi, vì em mà về, anh ơi, vì những mùa xuân tràn ngập trên quê hương mà hãy trở về, mong hòn tên mũi đạn tránh anh, mong sao những bình an sẽ về bên chúng ta. Trời Phật thương chúng ta để lời ước nguyện năm nào, trăm năm bén rễ, nghìn năm vững bền, ôi, tình yêu của em, ôi, mộng ước của em, người đàn ông ấm áp, chân thành, dịu dàng, hào hiệp của lòng em ơi, ôi anh yêu…

Lời nào chẳng đau, anh Lãng nhỉ. Người cán binh Cộng sản nằm chết trước mắt tôi kia là anh Lâm, chồng chị Tuyết Như, lá thư nào, người đàn bà đó cũng nói nhớ hơi chồng không ngủ. Còn anh, anh đã chết chưa, mảnh pháo nào, đầu đạn M72 nào, quả bom B52 nào đã kịp giết anh chưa? Nhưng lá thư nào cũng đau, lời lẽ nào cũng tận cùng nỗi khổ ải thống thiết, người đàn bà xứ An Nam ai cũng đẹp ở tấm thân, tâm hồn, nhưng vì sao nên nỗi, tôi hỏi đến kiệt cùng câu hỏi đó, tôi đã nghĩ đến nát óc đầu, khi ngày ngày chứng kiến người phía các anh ngã xuống, những chàng trai trẻ đẹp ngời ngời, những em bé mặt còn hơi sữa, những học trò rời ghế nhà trường vào trận mạc, mắt còn ngác ngơ khi ngã, nghĩ mảnh đạn đó sao quật nổi mình, rồi từ từ nhắm lại. Bạn tôi đã vuốt mắt cho họ, tôi nhìn thấy bàn tay xăm trổ đầy lông lá của chú lính Dù can trường trận mạc, các anh gọi là Ngụy, đã vuốt mắt cho những chú bé trong trận đánh ở đồi 54 dạo nọ, nó thủ thỉ, ngủ đi em, những em bé Bắc Việt, anh xin lỗi, bọn anh xin lỗi, nhưng chiến tranh có quy luật riêng, quy luật sống - chết. Nhục thế đó, khổ thế đó, và đau thế đó, biết làm sao, phải không em, để giết em, cho anh sống, đâu là niềm vui, ngủ đi em, miền Bắc nếu bình yên, hãy bay hồn về nơi đó, với mẹ với cha, nơi này xa xôi quá đỗi, rú rừng, khỉ độc, và ma thiêng, mãnh hổ, chỉ làm em thêm nhọc, ngủ ngon lành, các cậu bé cùng quê hương của anh.

Anh Lãng ạ, thế đó, anh là ai trong ngàn ngàn người ngã xuống, trang nhật kí của anh còn đây, những lá thư yêu thương của anh còn đây, nét chữ cô gái nào gửi cho anh còn đây, và người cán binh nằm cách tôi một rãnh đường chết trong tư thế ôm súng AK, chiếc balo để bên, nằm trong tư thế ngủ, một người lính ngủ, vào cõi vĩnh hằng, người lính nằm ngủ trên chiến trường, ôi người lính nằm ngủ trên chiến trường, một thiên nằm mộng, một đời hiển vinh, biết nói sao đây anh Lãng, tôi chợt nhớ tới bài thơ Pháp.

Từ ngọn núi cao mặt trời gieo ánh bạc/ lũng nhỏ bừng ngàn tia nắng ngân nga/ một anh lính trẻ đầu trần, miệng hé/ chiếc gáy đầm trong lá cải xanh tơ/ trên thảm cỏ, dưới trời mây, anh ngủ/ mặt xanh rờn, ánh sáng trút như mưa/ anh thiêm thiếp, chân trong hoa, cười mỉm/ như hững hờ đứa trẻ ốm cười duyên...

Chiến trường, có lúc cũng cất lên sự lộng lẫy đến kinh hãi bởi vẻ đẹp của nó, vẻ đẹp của sự chết chóc kinh hoàng, mà cũng rúng động lắm chứ. Như anh Lâm chồng chị Như, nằm chết trước mắt tôi, mắt nhắm lại, chiếc balo kề bên, đôi dép cao su đặt cạnh gọn gàng, tay áo xắn cao, chiếc mũ cối kê dưới đầu, anh nằm trong tư thế thiêm thiếp ngủ của những khuôn xanh Chúa trời tạo dựng. Đẹp. Những thi hài Bắc Việt chết ở đồi 54 dạo nọ, đã khuấy lên niềm thương xót giống nòi, để thằng bạn tôi, đưa bàn lông lá ba gai vuốt mắt cho họ, nói lời thương đau và xa xót.

Còn chỗ nào nơi quê hương chúng ta bình yên không anh Lãng, còn nơi nào là thiên đường thực sự giữa chốn trần gian không anh Lâm, người cán binh vừa chết kia ơi...

6.

Làm sao không thể tha thứ được cho con người cơ chứ? Khi những vẩn đục của tâm tư như hành xác người ta, những lợn cợn của thứ ái tính dục tính nam nữ cứ chờn vờn nuốt chửng người ta, như con quái vật gớm ghiếc thò hết răng nanh đen ngòm đỏ quạnh nhằm nuốt trôi con người vào cái hàm lởm chởm mà cũng đầy mê hoặc của nó. Sự trắng phớ ra của thứ ánh sáng ban ngày giữa thanh thiên luôn làm cho người ta xấu hổ ngại ngùng và đau đớn hơn bóng đêm che khuất những đòi hỏi, những đớn hèn, cả những dục vọng rất tầm thường, rất đời, nhưng chẳng ai dám phô bày, chẳng ai dám lên tiếng, cố tình che đậy, nhưng nó vẫn nổi lên, cố tình cầm sâu nhưng nó như lớp sương mờ bao phủ vấn vít lấy trí óc, lấy lương tâm, cái thứ dục vọng vấn vít, tầm thường mà nuôi dưỡng cái phần người, để cho cái phần hồn được ngạo nghễ cất lên tiếng chỉ trích, và phê phán, và đố kị và ghét bỏ ấy. Đó những thứ đục lờ của lương tri, thứ vẩn đục của dục tính, làm sao che đậy đi được trong con người cơ chứ.

Nên anh Lãng ạ, người vợ nào của người thủ trưởng trong trang nhật kí của anh có ngoại tình, những lá thư gửi tới chiến trường từ người mẹ chồng, cô em chồng với lời lẽ đắng cay, mà anh bảo là thương những người lính, bao nhiêu đạn bom họ phải chịu đựng, giờ đây thứ đạn bom này còn cày xới tâm thân họ hơn bất cứ loại B52 nào, cũng phải, ai chẳng đau với những thức trắng đen, bạc bẽo ở đời cơ chứ.

Anh thương người thủ trưởng nào của anh cũng phải anh Lãng ạ, cái thứ ngoại tình muôn đời đáng dơ dáy, dù nó được phủ một lớp hoa hòe, cho thứ làm mất lương tri, ngụy dưới danh từ mĩ miều đòi hỏi, nhu cầu, quyền sống đi chăng nữa, thì vẫn đáng bị phỉ nhổ, lên án. Đành rằng là vậy, nhưng cái thứ khuất mờ, như lớp sương phủ lên linh hồn mỗi động đậy của Chúa ấy, có khác gì nhau cơ chứ, sang hèn, hay cao cả, ăn mày, hay Thánh Đế thì có khác gì nhau ở những đòi hỏi, ở những mong cầu, ở những vượt thoát, để mà đạt được cái mục đích tối thiểu, như người cán binh trong mật khu, lấy áo lót của phụ nữ làm niềm an ủi những tháng năm dài bị triệt thoái cái chất đàn ông, cái nhu cầu âm dương tối thiểu, cái mong cầu nam nữ, cái đòi hỏi xác thân chính đáng. Cái quan trọng là chúng ta đã triệt thoái đi cái đấy của nhau, và ai làm nên tội, cái tội tổ tông này, anh Lãng ơi.

Nên người vợ miền Bắc nào có nỡ phản bội chồng, hay người chồng nào có vào Nam đến mười năm để người đàn bà trẻ ôm tơ mành chiếu chiếc, nằm ở gian trong, mà người mẹ chồng già héo quắt gian ngoài, gáy từng đêm vô lo, bên người con dâu hừng hực sức trẻ, bên tiếng thở đều đều của đàn trâu trong chuồng, bên tiếng gáy sáng của lũ gà trống vô duyên, bên tiếng khè khè của con chó đến chiều động dại, và bên tiếng gừ gừ của con mèo đi tìm bạn tình mỗi tối, mà người mẹ già nào khó ngủ, hoặc vô tâm mà ngủ kĩ kia không để ý đến những cựa quậy của cơ thể đàn bà, thứ quyền năng tạo hóa ban cho chị ta ở thời kì đẹp nhất, cái tiết phát dục ấy chỉ nở mỗi kì, mà con bà thì đi chinh chiến đến tận mười năm.

Làm dâu ngày mười tám giờ đã hai mươi tám, vẫn không thấy bóng dáng anh về, đồng quê vẫn đây, cây lúa vẫn đấy, tổ hợp tác công điểm vẫn cần bàn tay, con chó vẫn gừ bao đêm, con mèo vẫn có bạn tình mỗi tối, thì con người nào có sá chi, cái phút giây mỏng manh và ranh giới mơ hồ, để một ngày phải lòng người đàn ông chủ tịch xã, người đàn ông duy nhất còn lại trong cái hợp tác mà mỗi tổ tam tam cũng toàn phụ nữ, khi mà cánh chồng đã đi hết, bến sông rệ suối, nương ngô, bãi đậu, cũng chỉ đàn bà, rặt đàn bà, những người mông nở, vú to, báu vật trời ban, ôm cái thứ báu vật đi về từng đêm, sống một mình, buồn đau một mình, làm gì cũng một mình, kể cả làm tình, thì làm sao mà chịu được. Người đàn ông kia cũng làm sao mà chịu được trước một bầy toàn nữ, cân bằng sinh thái mất đi, lại là cái cớ cho anh ta hưởng thụ những món quà tạo hóa ban chăng, bên vú to, mông nở ở những người đàn bà, chồng đi chinh chiến, hoặc chết trận hết rồi, thì ra, anh ta mới là người ban phát chút ân thừa, cho những thân xác đôi khi, như ruộng nẻ cửu niên đòi một trận mưa từ trời ban xuống, mà đâu có, thì anh ta ban cái ân huệ đó. Ở góc độ nào đó, anh ta lại là ân nhân đấy, anh Lãng ạ.

Đó, tôi hay có cái suy nghĩ ấu thừa và vụng dại, lan man và không kém phần phản động như các anh nói, nhưng nó là sự thật, một sự thật trần trụi đến đau đớn, khi tôi cũng vừa nghĩ ra thằng Can cấp dưới của tôi, vợ cũng ngoại tình, nó cũng nhận được thư nhà như thượng cấp của anh, nó xin phép một tuần về giải quyết, và ra đúng hẹn, nó trở lại, vẫn cây súng cầm tay, băng đạn, nón sắt, đi hành quân theo đơn vị, chỉ đôi mắt đanh vào, sắt lại, người lính phía bên nào cũng đáng thương, nỗi đau như ngàn quả bom dội vào chính lòng, mà vẫn phải hoàn thành bổn phận, vì lịch sử đã chọn chúng ta, thế hệ những người đàn ông gần thế kỉ nay chưa phút nào được ngơi, Việt Nam, người đàn ông thế kỉ chúng ta chưa từng được nghỉ ngơi.

Nó vẫn đi hành quân, bằng khuôn mặt sắt đá, khuôn mặt đó thường ngày dành cho đối phương, giờ dành cho nỗi đau, khi người vợ còn trẻ, phốp pháp, mỗi lần lên hậu cứ thăm chồng, đám lính trẻ nhìn như nuốt nước bọt vào chị ta, thì chịu sao được với cảnh chồng đi chinh chiến cả năm không về. Mà nàng cũng cần phải sống, cần son phấn, cần bạn bè, cần nhu cầu ăn uống, đồng lương ít ỏi người lính có đếm đến rách tờ bạc giấy nơi bờ ruộng sau một chuyến hành quân, nhận được từ nhân viên tiếp vụ, cũng không đủ cho nàng trang trải. Những quán bar Sài Gòn luôn hút mắt gái nông thôn, những quán cà phê luôn cần những chiêu đãi viên nóng bỏng, những vũ trường luôn cần người rót rượu và uốn éo, những khu căn cứ Mỹ luôn cần những cô nàng nội quốc da nâu, ngọt ngào, thơm tho, nồng rũ.

Và nó đã đến một căn cứ quân sự, để nhận những đồng tiền boa, cái liếc mắt đưa tình, điệu cười, cử chỉ, cái bắt tay, sự giao thiệp lịch duyệt, đâu phải cái vồ vập trên thân xác như muốn nuốt tươi của thằng chồng sau sáu tháng rú rừng mới trở về lăn xả vào vợ, với cả mùi mồ hôi, mùi bùn đất tanh nồng, mùi súng đạn khét lẹt.

Người vợ cần nhiều hơn thế, sự tán dương, sự khẳng định đẹp xinh, sự ngọt ngào như những viên kẹo mà người Mỹ mang vào Nam Việt, mới đủ tưởng thưởng, mới đủ chinh phục. Cái thứ bặt thiếp của những quý ông đến từ Mỹ quốc mới làm nàng xiêu đổ. Nàng ngả vào đó như việc đi tìm sự khác lạ, hay có thêm những đồng tiền mệnh giá lớn hơn, những món quà, lọ nước hoa Ralph, cục xà bông thơm hiệu Marseille, hay những bông hồng mà cả đời chưa bao giờ nàng được biết đến cái gọi là tình ái ấy.

Để thằng Can mặt sắt lại trong cuộc hành quân khi trở lại đơn vị. Việc gia đình nó đã giải quyết xong, còn nỗi đau thì bao giờ giải quyết nổi, nó sẽ âm ỉ trong lòng người đến cả đời, đúng, cả đời đấy, anh Lãng ạ. Như người thượng cấp của anh, nỗi đau đeo hết cuộc đời, là có vợ ngoại tình, dù đắp điếm bằng những mĩ miều che đậy nào cũng không tránh khỏi tội lỗi, dù chúng ta có thứ tha mà biện hộ cho nàng bao điều của thứ quyền năng đi nữa, thì nàng vẫn đáng bị phỉ nhổ, như vậy, nỗi đau này cũng kéo hết cả cuộc đời nàng, vậy ai làm nên nỗi, những nạn nhân tội nghiệp vô chừng của cuộc chiến kia, hỡi anh Lãng?

PHẦN HAI

CHƯƠNG I

1.

Khi những cánh rừng Pleiku đã lầm lên màu đỏ của pháo, bom, khi những sinh vật bé nhỏ nhất trên mặt đất này cũng trở nên bơ vơ và mất ổ, như con kiến, con mối, không biết rúc thân vào đâu, khi nơi nơi, đến ngọn cỏ cũng phải quật mình bật rễ, khi những ngày địa ngục trần gian xâm chiếm anh.

Tiên đã đi rồi, nàng theo cha về lại Pháp, nơi cha nàng đã sống hết thời trai trẻ. Ông định học ở đó, rồi về Việt Nam. Sẽ đem hết vốn ngôn ngữ, bản ngữ, cùng chất triết luận và phương pháp của một bộ môn khoa học, cùng kiến thức, kiến văn, vốn ngữ học uyên sâu, khiến ông có thể ngồi hội đàm quốc tế, bên bất cứ một giáo sư hói đầu nào trên thế giới từ Anh Cát Lợi, đến Na Uy, bàn luận về ngôn ngữ, bàn bạc về một giải pháp cho một thứ tiếng chuẩn bị mất đi, hoặc nâng cấp, hoặc làm phong phú, hoặc có kế hoạch vĩ mô cho một thứ tiếng bé nhỏ tiểu nhược cần được bảo tồn, gìn giữ - thứ trác tuyệt và trác việt nhất của giống loài đó, định cư trên vùng đất đó, như tiếng Việt chẳng hạn.

Ông có tình yêu say mê với thứ tiếng bé nhỏ tiểu nhược đó, ông có niềm tự hào vô biên, nên kể cả khi có thể ngồi với những giáo sư hói đầu giỏi nhất trong lịch sử nghiên cứu ngôn ngữ trên thế giới, thì ông vẫn khao khát về Việt Nam, để đi vào những ruộng đồng bản làng, đến tận xa xôi đất nước, để nghe thứ tiếng Việt pha trộn, để tìm về với ngôn ngữ cổ xưa, giờ chỉ còn nằm trong dân gian. Tình yêu tiếng Việt cũng trác tuyệt và bất diệt ở ông, làm ông đau, nỗi đau thời vận chia cắt chung của đất nước hay sao, nên ông đã đi rồi, ông bỏ xứ mà đi, về lại nơi thời trai trẻ đã lăn mình trên giảng đường đại học, mà hi vọng một ngày về hiến dâng cho Tổ quốc, thì giờ ông quyết định định cư lâu dài mãi mãi ở đó, bởi Tổ quốc tang thương, Tổ quốc chia ly và xa cách, để sự ngóng chờ của ông mang mang, vô vọng, và bế tắc, biệt li, biết bao giờ, núi liền dải, sông liền dòng, để bước chân tự do của con người tự do, với tình yêu với thứ tự do nhất là ngôn ngữ, được đáp đền.

Đơn vị cháu đóng quân ở Mỹ Chánh, về đêm, một đơn vị Bắc quân nằm xen vào giữa, mà không hay. Khi hô xung phong, cả hai phía đều vùng lên đó bác. Ông đã nhổm cả dậy nhìn anh, rồi ông ngồi phịch xuống, vẻ mặt cắt lên đau đớn như lưỡi dao rạch ngang đường chỉ mặt. Câu chuyện Gia kể, vô tình đã đâm cho ông một nhát dao chí mạng vào tình yêu tiếng mẹ đẻ, mà ông tin, mỗi âm, mỗi thanh, mỗi tiếng, nó đều động đậy linh hồn, nó đều chứa đựng trái tim, nó là cốt nhục, là tấm lụa hứng vong hồn dân tộc, trong hàng ngàn năm từ thuở khai thiên, lập ấp đến giờ, bao thứ giặc giã, ngoại xâm mà chẳng hề lai tạo, để giờ đây, giữa thời hiện tại, cùng một âm ngữ xung phong, cả hai phía vùng dậy lao vào nhau...

Ông lặng đi trên chiếc ghế bành, mặt ông nhăn nhúm như có ngàn con sâu đang chúi rúc vào dạ dày làm cho nó vốn rệu rã như những lần ông nhăn nhó khác, mỗi lần ông phải đi gặp Đốc tờ, giờ như có cả ngàn con chim mổ trái đang khoét ruột ông, ông đã ôm lấy bụng ho lên một tiếng, từ cái họng vốn nói nhiều tiếng Việt hàng ngày rểu ra một giọt máu. Dạo này bác mệt nhiều Gia ạ, bác chỉ lo cái Tiên, lo cái Tiên chưa đủ trưởng thành, mà cháu thì cứ trưởng chiến trận, đến bao giờ nỗi này mới hết lo đây cháu.

Đó dường như là những câu nói cuối cùng cho lần về phép cuối cùng của Gia, để chuẩn bị lại những trường trận tiếp, để nửa năm anh không về, lần về Sài Gòn gần nhất, thì nghe tin bố con Tiên đã lên đường sang Pháp, những lá thư anh nhận được chỉ từ mẹ anh.

Tiên nó buồn, nó đến tìm con mãi, nó hỏi thăm con từng ngày, nhưng nó không dám gửi thư, nó sợ con buồn, nó sợ nó không vượt qua được, chẳng còn cách nào, chẳng còn cách nào con ạ.

Cái cách mẹ anh nói hạ thấp dần trong mỗi đoạn câu, ở mỗi lần được bà nhắc lại, là anh biết, đúng, chẳng thể còn cách nào, đến nỗi người đàn bà cả đời tưởng chỉ biết đi bán cháo đêm ở đầu con hẻm, cũng cảm nhận được bi kịch của đứa con cùng thời đại, qua cha con người con gái, trong cơn trường chinh chạy loạn từ Bắc vào Nam, rồi chạy một chặng dài sang Pháp, và nỗi đau cô gái có người yêu chiến trận, không đủ làm bà hiểu nổi sao?

Chẳng còn cách nào con ạ, bà nói xong, đưa cho anh một xấp thư được bó buộc kĩ, bà cất thật ngăn nắp, trong chiếc rương vẫn đựng tiền của mình. Tiên nó dặn con nhiều qua những lá thư, con đừng buồn nhé. Rồi bà lại ra đi với gánh cháo đêm, mà anh biết, tiếng đòn gánh trĩu nặng một nhịp, nó oằn xuống, tiếng kêu khẽ lắc qua đôi vai, anh thấy thương mẹ lạ, thương mình biết bao, và thương ba, cũng thương bố con Tiên, giờ họ thế nào, giờ họ ra sao?

Khi những cánh rừng Pleiku lầm lên bởi màu đỏ đất bị xới, bị đào, bị húc, như chú bé khổng lồ, cầm chiếc mai khổng lồ, đào lên những hố khổng lồ, trong một lần cuốc đào tan nát, để tìm những con trùn, con dế ẩn sâu trong lòng đất, tan hoang hết, nát bét cả, là lúc anh nhớ về bố con Tiên, và cũng lúc đó, cảnh huống đó, hoàn cảnh đó, không hiểu sao, bao giờ anh cũng nghĩ về cái tháng ngày mới rời ghế phổ thông để vào trường Võ Bị. Không hiểu sao, hai thời điểm thường trở về một lúc, khi hoài niệm về Tiên, và tháng ngày ban sơ, nguyên chất nhất, của tâm hồn, còn níu lại được, còn dựng dậy im kín, trong những khắc thời đẹp đẽ nhất, sáng trong nhất của một tâm hồn nhiều nhạy cảm, nhiều pha sương, nhiều nước mắt, là anh, càng sau này. Nhưng lúc đó, chao ôi, những mộng đẹp, những thức dậy của một nỗi niềm tuổi trẻ sao mà đẹp như bóng chú bé áo hồng, cưỡi con ngựa bạch đi vào rừng thông mùa thu nơi vùng Hồ Xuân Hương, sương mờ giăng lối, những cành thông thơ mộng lòa xòa trước mắt anh, những hơi sương la đà, những đám cây dại trờn lên một mùi ấm nồng, ngai ngái mà thơm tho kì lạ, như một thế giới cổ tích liêu trai, huyễn hồ, hư ảo, có tiếng chuông chùa tinh tinh từ huyền không vọng lại, đẹp, một bức tranh của đời sống gói vào những ước mơ, ủ kín trong niềm tích huyền, trong cơn vụng dại, trong nỗi thiết tha của thời trẻ dại, mà có lâu đâu, chỉ vài năm trước, anh còn là chàng sinh viên Võ Bị, mỗi chiều chủ nhật không về thành phố, cưỡi con ngựa huyền mơ, ngược những đồi thông vắng, qua Hồ Xuân Hương, lên Thất Tịch Viên vòng về Lâm Tuyền, đi trên những triền đồi thoai thoải, nắng vàng hoặc sương mờ, hơi gió hơi sương động đậy, những sắc dã quỳ vàng khoe cánh, lá thông non nhú lên màu lá mạ, lá thông già bay bay theo gió lạo xạo dưới chân anh, tách vỡ tan thứ âm thanh mỏng nhẹ, chao ôi, cảnh huống, chao ôi mộng mị, những thước phim của một thời trẻ dại cũng cổ tích đến thế mà thôi, lòng anh nhiều khao khát, tâm hồn anh nhiều mộng đẹp, sự tài tử, tài hoa chứa đầy trong tâm chất, không mất đi, chưa thể mất đi, chao ôi mộng đẹp của một chàng thi sĩ, của một kiếm sĩ, nghĩ sẽ sẵn sàng nhảy vào lửa đạn, cứu cả non sông, xông pha sa trường để thành một hiệp sĩ, nó ngờ đâu có như truyện kiếm hiệp Kim Dung, nó ngờ đâu, có phải cái gì cũng mã thượng tưởng tượng đẹp như các anh hùng hảo hớn Lương Sơn, hoặc những kiếm sĩ trong Thần điêu đại hiệp, hoặc những cấu kì, là sản phẩm hư tạo đến hơn nửa phần của La Quán Trung về những anh hùng mặt trắng và đỏ, được vẽ ra bằng ngòi bút hư tạo nhiều hơn là sự thật với Đổng Trác, Lã Bố, Lưu Bị và Quan Công...

Chao ôi, đời chẳng đẹp như thế, đời chẳng đẹp như thế. Mà nó là cơn trầm kha, thống khổ nhất của loài người, nó là địa ngục trần gian, nó là cơn bĩ cực đến chín mươi tầng địa ngục, nó là nỗi kiếp đảm đến cả Chúa Trời cũng không thể nào phục tạo, nó là nỗi trầm luân của tạo vật mà khi đẻ ra một con kiến, Gia tin, Thánh Allah đã vẽ đường cho nó đi trên mặt đất, đẹp và mơ, ngài cũng bất ngờ, khi có một hố thẳm tận cùng của nỗi chết, và ngài đành bật ngửa người ra mà la hét, Allah, Allah, Allah, la chính tên mình như các con chiên vẫn gọi ngài mỗi khi bất lực vậy.

Trái đất có nơi nào như thế, Việt Nam của thế kỉ hai mươi, để chàng hào kiệt bật ngửa người trên lưng ngựa, người tuổi trẻ nào chết trân khi mạc mặt ngoài sa trường. Sóng tanh, sông xám, chín nghìn quỷ dạ xoa, cũng không còn là khiếp đảm so với địa ngục trần gian có rất thật nơi chốn này. Giữa những trùng trùng đau đớn, giữa những phức hợp của tâm tư, giữa những xáo trộn đảo điên thời tao loạn, giữa cũ và mới, hiện tại và quá khứ đan xen và vật lộn, thì bao giờ ý nghĩ về bố con Tiên, cùng tháng ngày nơi rừng thông Đà Lạt xưa vẫn lại hiện về trong Gia như một thước phim quay chậm, làm mờ đi nhân ảnh, cố tình để cho khán giả đoán định, và bồng bềnh trong cõi thiên không cùng người đạo diễn tài ba nào đó, cố tình một nét nhấn. Để rồi vẫn bùng lên một tiếng đại bác, làm choàng tỉnh nhân sinh, để phút giây hư bồng kia tan biến, để bật ngửa người trên ghế xem, để ai đó hét choàng lên sợ hãi, để đứa trẻ nào té ngã giữa chừng buổi chiếu.

Bộ phim kinh hoàng nhất đang được chiếu trên khắp các rạp của xứ xở này, của quê hương này, của miền phước này: bộ phim chiến tranh.

2.

Đó là một trò chơi, không, một tai nạn của Chúa, chẳng phải, là tham vọng của con người, chiến tranh chẳng qua là tham vọng của con người có bàn tay Chúa giật dây, điều khiển. Đó là sự trừng phạt cho sự tham lam tàn ác, ti tiện, bất lực, xuẩn ngốc và bạo quyền của con người, sự trừng phạt của Chúa Trời cho sự dị mọ đó của con người, thế thôi.

Lâm trầm ngâm, nó lấy tay hất mớ tóc lòa xòa còn dính những hạt mưa của đầu hè lại phía sau, ngửa cổ ra ngoài hiên để hít thêm ít gió quán Trà Đông rộn rạo toàn sắc áo lính này.

Mẹ kiếp, đến bao giờ cho hết kiếp nạn của con người đây, đi một chặng dài lại vẫn về phía đó, đi loanh quanh chẳng về lại được chỗ cũ. Mày xem, lịch sử Việt Nam toàn đánh đấm, chán bỏ mẹ. Lịch sử người ta là lịch sử văn hóa, lịch sử văn minh, lịch sử nhân bản, lịch sử ta là vong thân, tha nhân, là tàn sát, là tột bậc của giết chóc, giống loài cắn xé ngổn ngang máu xương, chán bỏ mẹ, có cái quái gì để tự hào chứ, kể cả Nguyễn Huệ, suy cho cùng cũng vạn cốt khô trên lưng một lão tướng, đến cả Lý Thường Kiệt thì cũng cổ súy vũ lực, đa số là người Việt giết nhau.

Nó nhìn xa xăm vào chỗ thiếu nữ mặc áo dài xanh đang dắt chiếc xe mini, nàng để chiếc xắc đeo chéo, dáng uyển chuyển trên đôi gót guốc cao, làm mềm đi những cơn nắng phố. Cuộc sống, thèm một chút bình yên để ngẫm ngợi cũng khó, thèm một không gian nhỏ để đắm mình vào những nghĩ suy, vào sách vở, vào hát đàn, mà khó ghê. Nghĩ rồi, cái đó là của con người, thuộc về con người, tối thiểu nhất, thì nó bị bứt rời, bị xâm chiếm, bị cướp đoạt một cách trắng trợn nhất, nên đến bao giờ…

Nếu không có thời cuộc, chắc mày đã thành một triết gia. Gia chêm vào một câu hài hước cho mềm đi tâm trạng thằng bạn.

Chưa biết chừng, tao cũng thích làm cả bác sĩ. Mày xem này, đôi bàn tay, ông thầy bói bảo, tài hoa phải biết, cầm bút giỏi, cầm dao mổ cũng tuyệt. Ngón dài, thanh tú, mạnh mẽ mà vẫn mềm mại, thon thả mà cứng cáp, cái cậu này, sinh nhầm thời cuộc. Tao nghĩ mãi, nếu không có chiến tranh, tao sẽ làm gì?

Lâm ngửa cổ ra sau, để trọng tâm dồn vào mặt sau của ghế tựa, một điếu thuốc trên môi, nó thả khói bay hình tròn, những lọn la đà quấn lấy khuôn mặt nó rồi vòng ra xa, ra dãy bàn bên cạnh, đến bên cô chủ quán đang lơ đãng chơi cùng chú mèo dưới vòm hiên. Một cảnh quá thanh bình, thanh bình đến nỗi, Gia quên mất thành phố này đang nằm trong lệnh giới nghiêm, những cái chết cận kề, bất kể lúc nào, một quả pháo lạc từ mật khu, một trái nổ theo tay em nữ sinh áo hồng lúc trước, mà nhân danh biệt động, giải phóng nằm vùng, hoặc khỉ khô gì đó. Cả thành phố nhân danh, dân tộc nhân danh, đâu còn cá nhân. Thật nực cười, thời đại nào rồi, họ chẳng nhân danh nổi cho mình còn đòi nhân danh cho thiên hạ, nghe to tát và nhân từ quá độ, nghe đao to và búa lớn quá chừng, có cần thiết không. Một mình đã đủ lớn lao, đã đủ nặng trĩu, và mệt mỏi, đã đủ tã tời xác thân trên đường vạn lý, trên dặm dài thiên di của cõi nghiệp đời rồi, sao còn gánh lên vai gánh nghiệp của ai, sao phải đổ lên vai gánh nặng của dân tộc nào, để người đàn ông Thượng vẫn đánh lửa bằng cục đá. Ông kê thanh sắt vào đùi, ghè đá, dùng bông gòn hứng, cả người ông ẩn sâu, chỗ kê chân hằn lên một vết cứng, vết chai nghiệp nghề trong nghề đánh lửa mà thế giới đã chạy qua cái thời dùng hộp quẹt, đã bay vào vũ trụ, thăm dò để đưa người lên cung trăng, đã lấy lửa từ trên sao Hỏa, đã nghĩ đến một giải pháp a,b,c, để đặt con người vào trung tâm vũ trụ, thì ở Việt Nam vẫn có cách đánh lửa từ 4000 năm trước, ở đồng bào Thượng anh em chúng ta, họ vẫn dùng vỏ cây để che chỗ kín, và dùng đất sét đắp vết thương. Việt Nam thật vĩ đại hùng cường, ngọn hải đăng thế giới sẽ tắt nếu ngọn hải đăng của mình bị lụi ư?

Gia nói xong ngồi nhìn Lâm và thở. Lâm làm thêm một hơi nữa, la đà trong khói thuốc, Lâm không nói, lặng nhìn thằng bạn. Ông triết gia cụ non, mày cũng được đấy chứ, bắt đầu cóc mở miệng, tưởng ít nghĩ lắm, tao nhiều khi còn ngỡ, chắc chỉ có mình nghĩ và nói thôi, nhưng đâu phải.

Lâm đã hút xong một điếu nữa, cậu ấy ngồi xoay vòng cho kịp với con mèo, cứ loe ngoe bên trái lại bên phải, mà cậu ấy vốn thích giống vật này. Những thằng lính gai góc trận mạc, trông thì dữ dằn, nhưng lại thích một con vật bé nhỏ, hiền lành, thiện lương nhất trong những con vật là mèo. Lâm thích nó lắm, dường như mỗi lần đến, cậu lại tìm cách chơi với con vật, chơi với con vật, hay với cô chủ của con vật nữa, nhưng cũng chẳng sao, một nét vẽ làm mềm đi bức tranh Sài Gòn, nếu họa sĩ nào ở đây, ông cũng vẽ bức tranh đàn bà đẹp đến thế mà thôi. Một cô nhỏ ôm một chú mèo lông trắng, ngồi bên hiên nắng vào một buổi sớm đầu hạ, nhìn ra cây điệp lào nở những bông màu hồng mê mải, phía con đường có trường Nữ sinh Trưng Vương. Các nàng ôm cặp, tóc thả dáng dài, thướt tha trên những đôi guốc cao gõ nhịp vào Sài Gòn cho thương nhớ ngàn năm những nghệ sĩ, những thi nhân, những chinh nhân và cả những chàng lính trận mạc.

Chao ôi, Sài Gòn thương nhớ thế đó, Sài Gòn thân thương, Sài Gòn muôn đời là mộng của giai nhân, nỗi niềm của thi sĩ, nỗi nhớ thương của lính trận, bởi nó mang cơ duyên quyến rũ có tên giống cái. Sài Gòn, muôn đời như thế, để giờ đây, với Lâm và Gia, giây phút nghỉ ngơi, dưỡng quân, được hợp quần, cùng nhau ngồi luận bàn bên hiên nắng trong quán Trà Đông, vào một buổi sớm ngày không thứ, chưa quá tấp nập, đã là món quà mà Thượng Đế bỏ thừa, và trút giao hết cho hai thằng trong một cơn hứng khởi nào đó của ngài.

Nên vui nhất là phút này, Gia không nghĩ gì nữa, đến lượt anh thả dáng dài trên băng ghế, hút một điếu lucky, mắt lim dim, nhìn Lâm. Cười cái con mẹ gì, mà sao triết gia im tiếng. Tao nổ suốt mày không thấy à. Nhưng mày ít nói về những vấn đề buồn của tộc người, toàn tao, mày chỉ làm công việc nghe và tăng thêm mắm muối, chút hài hước cho câu chuyện đượm mùi, còn lại là ở tao, tao sẽ là người đổ tràn khắc khoải, mày cừ lắm Gia ạ, lắng nghe cũng là một nghệ thuật, thằng bạn. Nó vỗ vai Gia và bóp mạnh. Thằng quỷ mày làm tao đau. Giờ có thích đi với một em út nào không? Tao còn em út nào nữa, tao cần về chỗ nàng. Biết rồi, tao đùa, tối đưa Tiên qua chỗ tao, tao đãi hai đứa một bữa ra trò, rủng rỉnh này. Nó vỗ vào túi. Hai tháng lương lận, lấy gộp nên cộp tiền, chứ giờ thì tao đi gặp em út đây, cũng nhớ nàng quá chừng, khi hai tháng không về Sài Gòn xả hơi.

Nó đã đi đến quán bờ sông, tìm em bé, nó gọi là nhân ngãi, nhưng nhân ngãi của nó có bao nhân ngãi nữa ở cái xứ sở lính tráng này, nàng ban phát tấm thân cho bao nhiêu sa trường bất hạnh, đâu riêng nó. Nàng biết, nó cũng biết, nhưng cứ gọi nhau nhân ngãi cho thêm mặn nồng với thằng lính trận mạc liên miên, chưa bao giờ có cảm giác sở hữu một em đào, nó nhớ thương mình, gửi cho mình âu cháo gà từ hậu cứ về vùng hành quân, những là thư sướt mướt, những nụ hôn, những cái ôm siết chặt, câu nũng nịu…Nó chưa biết, hay nó sợ làm khổ một đàn bà, nên nó chỉ có nhân ngãi, mà nhân ngãi này, có hàng bao nhân ngãi khác chinh nhân.

Kệ mẹ đời, thế cũng khoái phải không. Nó bóp mạnh vai Gia lần nữa, rồi bước chệnh choạng ra ngoài đường vắng, nơi các nữ sinh đeo cặp lúc trước đã vào hết giảng đường, nơi cây điệp lào nở hoa hồng rực, lẫn với màu vàng của nắng tháng tư, và con mèo ngo ngoe chạy theo nó, nhưng đã được cô chủ ôm về, nó vuốt lông chú mèo, không quên quay lại vuốt má cô chủ. Cưng, anh thương. Nó rút thêm tiền đưa cho cô bé, rồi dặn dò, nhớ phần anh cà phê ngon của lần sau trở lại nha.

Nhưng lần sau nó không trở lại nữa, và cô chủ lần giở sổ nợ của nó ra xem, cô lặng lẽ xóa tên, như lời của ông chủ bố, những thằng lính chết trận, xí xóa, nếu có thể, còn cúng thêm cho chúng nữa kìa.

3.

Ba con nhớ quê như má nhớ nắng vỉa hè. Cách ví von của má Gia, một lần bà lỡ ốm. Để gánh hàng đêm nhớ phố, để cơn gió ngoài hiên nhớ trĩu gánh đòn. Đôi vai chừng đã mỏi, và bước chân người nặng hạt phong sương, để bà ốm một cơn dài mỏi mệt.

Người đầy hơi sương, phổi đầy hơi nước, phù thũng mà rối rắm của tâm tư, nặng nề của tâm trạng. Và trách nhiệm với bố con Gia ra sao, để bà hiểu được nỗi niềm tâm sự của người chồng, để có cách ví von đầy hình tượng và yêu thương như thế. Ba con nhớ quê như má nhớ nắng vỉa hè. Những hột thưa dài trên bước chân những lần bà bước, nó khắc họa gì trong những ý nghĩ chăng, để bà có cách cảm, như người nghệ sĩ tài hoa, khi ông chỉ nằm dài trên căn gác nhỏ giữa phố xá ồn ào, bên tiếng *hảo lớ* của nhà hàng xóm, mấy chú Khách gánh đậu mè, gánh gạo từ bến tàu đi lên, hai chân giậm bình bịch, *hảo lớ, ngộ đang đi, nỉ đang đến, hảo lớ, hảo lớ*... Những âm thanh xôn xao mà vui ấm, lạ lẫm mà thân quen đã hàng chục năm rồi, sao ông vẫn chưa thấy thân yêu, ông vẫn còn nhớ những giọt thưa vỉa hè của những hạt nắng, như những tia cúc nở muộn vào đông, còn nằm trong ký ức quê, như mẹ anh từng ví, những tia cúc quê nhà, vệt nắng lóa lên từng khi rồi lụi tắt, lại lóa lên bến bờ lau lách hoang vu của nỗi nhớ, đợi khi cắc cớ một giọt cành, một bông mai, một chiếc lá rơi, một âm thanh tiếng tàu hỏa đi về phía Huế, một giáo xứ nhà thờ, hay người con gái giặt quần nơi bến nước, bọn trẻ bơi lội trên dòng chảy, chơi đánh đáo ở bụi tre làng, bao nỗi nhớ quê lại ùa về, để ông đóng mình trên căn gác nhỏ xíu mà tiếng *hảo lớ* tưởng thân quen cũng không làm ông thôi nhớ, như những chú Khách cả mấy đời người xuôi ngược bến Nam, mang thân làm giàu cho đất lạ, mà vẫn vọng hoài cố cựu, vẫn thấy kẻ tha nhân trong từng nhịp bước, tìm về với những cũ xưa tiên tổ bằng đỏ xanh của giấy dán dọc những cửa nhà, bằng những cửa hàng chạp pô, tả pí lù những mặt hàng gia dụng, và tiếng Việt ngượng ngọng, dù đã bao đời sống tha hương nơi đất lạ. Cả một đời chẳng thể hóa quen ư. Thì ba anh cũng thế.

Ba con nhớ quê như má nhớ nắng vỉa hè.

Một ngày chợt thấy mông lung cõi lòng, xao xác bởi một cơn gió quen, một âm thanh tưởng đã đứt đoạn chừng, bỗng dưng về lại, nằm trong góc khuất nẻo tâm can. Mà rồi động đậy, mà gọi dậy của nhớ thương, khao khát, của lạc loài, hoài trông quê cũ, như thân Kiều dặm dài mệt mỏi, ước một ngày trông theo ngọn mây Tần về nơi cố quận, thì ba Gia cũng vậy, chẳng gì làm ông thôi nhớ, nên ông treo mình lên gác sách trên cao, lồng chim treo mãi ông vào hồi ức, để tiếng ca nào, áng nhạc, văn phong, cũng mang một nỗi buồn lạc bản. Thì ông gắn kết làm sao được với mẹ anh, với anh, và đời sống. Thì ông làm sao hiểu được vỉa hè nhạt nắng có bước chân người đàn bà tần tảo, vốn dòng dõi quan tư đồ, một ngày thất thế hóa nữ thôn lấy một chàng lãng tử cô hồn, hai người đưa nhau vào tận vùng sông núi phía Nam sống cuộc đời lặng quên, mà đôi thảng ước nghe tiếng Nam ai, mặc tấm áo dài hoàng thành, theo những buổi chầu ở điện chính có voi phục, nơi hoàng cổ phế liêu xưa. Nơi đó vẫn còn cha cô, còn cỗ xe thổ mộ chở một đời nhọc nhằn của xứ sở đã trải bao biến binh, để cái đẹp nét xưa giờ cũng đổi phớ trắng đen giữa thì tên bay đạn lạc. Thì mảnh đất Vĩnh Linh của ông cũng nằm mãi trong màn đạn lạc tên bay, hỏi có giọt nắng vỉa hè nào giờ về khua động chứ?

4.

Ngày về trấn giữ tiền đồn này, Pleiku ngập trong màn sương mờ, giăng kín hết cả những khoảng đồi, những khoảng rừng, không nhìn thấy lối đi, hai thằng đệ trên chiếc xe GMC đi đón Gia, đoạn đường đất đỏ gồ ghề những ổ trâu xộc xệch, xóc nảy cả người. Sao gớm vậy mày. Đây là đoạn đường bằng phẳng nhất rồi đó trung úy. Nó nói giọng của người Thượng lơ lớ và thật thà đến không nỡ không tin. Sự chân thành hiện lên khuôn mặt đen như hắc ín, chỉ hàm răng là trắng, mỗi khi cười, nó xóa ra, làm người khác cũng giật mình hoặc tức thở. Con đường này là bằng phẳng nhất rồi trung úy, mà sao trung uý lại quá giang lên đây. Nó hỏi mà không cần biết Gia nghĩ gì, vì sự thật thà rất ư thiểu số của nó, làm anh cũng buồn.

Thời thế, biết làm sao, trên này thế nào bọn bây. Cũng bình yên lắm trung úy, bình yên đến buồn. Thế thì được, có được ngủ nhiều không. Ngủ cũng được nhưng buồn lắm. Tao đang cần buồn đây. Rồi trung úy sẽ biết hết cái buồn của nó.

Quả thực lúc đó, Tiên mới đi, anh đắm chìm vào rượu đã hết mẹ tiền rồi, thì đành chui vào một xó xỉnh nào đó mà ngủ. Thằng Lâm chết trận, cũng không ai giãi bày. Câu chuyện của mình, không thể đem kể hết cho bàn dân thiên hạ, người ta sẽ tìm cách chửi, cái thằng trung úy không còn non, nhưng bao nhiêu lận đận của thời vận, chiến cuộc, mà vẫn không thể biết, bị một con bồ bỏ còn ngon nghẻ chán so với ông trung úy đồng cấp mất hết cửa nhà, vợ con ở An Lộc ư. Cái trại trẻ An Lộc, mày còn nhớ chứ, lũ trẻ mũi xanh thòng lòng, ở cùng một trung đội lính. Ngày đi gác đường, đêm về trông trẻ. Ba của chúng đều là sĩ quan, nhưng chết hết cả, mẹ chúng tử thủ cùng ba, không chịu chạy trên con đường 13 theo đoàn người di tản mà cũng chết ráo, giờ đây, chúng bơ vơ, thì nỗi thống khổ của mày cũng ăn nhằm mẹ gì với cả người thượng cấp đại úy, còn cô con gái duy nhất mười hai tuổi, nỗi vui nhất của gã mỗi lần về hậu cứ, vào khu gia binh, nhìn mặt đứa con bé bỏng lớn lên cùng vợ người đồng đội. Đứa bé xinh xắn ngoan ngoãn yêu ba đến không lời nào tả được, vì nó hiểu, mẹ nó đã chết vì đạn pháo trên đường ra bể lấy nước, thì giờ đây, nó còn ba. Nó trổ hết tình yêu của đứa bé gái với ba. Mười hai tuổi nó hiểu, bao người đã không về ở khu trại này, tiếng hờ chồng, gọi con không khi nào ngớt, hòa cùng tiếng cú đêm, tiếng quạ, và tiếng con mèo rừng gừ gừ, cùng lũ chuột rúc tìm phần thi thể người bị thương và người chết ở khu trạm phẫu tiểu đoàn, thì với nó, ba nó là niềm hi vọng duy nhất, nó cần trổ hết tình yêu với ba, để ba biết đường về. Thứ tình yêu duy nhất cuối cùng, sợi gắn kết tình thân còn lại duy nhất, nó cần níu. Nó níu đến độ, mỗi lần theo xe tiễn ba đi, nó đều òa lên khóc, nó nức nở, như lần cuối cùng còn nhìn thấy ba vậy. Người cha già trận mạc, gió sương, tóc muối tiêu, nét khắc khổ trên từng đường nhăn giơ bàn tay vuốt mặt con gái, ngoan, ba đi rồi ba sẽ về, và vì thế, mà ông luôn giữ lời hứa, để đứa con gái bé bỏng không còn mong ngóng sao, mà cuối cùng thì nó lại ra đi trước, cũng vì một loạt pháo bắn vào hậu cứ ngày cả An Lộc thất thủ.

Thì nỗi đau này của Gia có là gì, cho nên được lệnh lên trấn tiền đồn này tạm thời, thằng lính Dù đi trấn tiền đồn, cũng là hay, sự hoán đổi ở thời điểm nào trong cuộc đời cũng thật có lí. Chẳng sự sắp xếp nào vô lí cả, như bàn tay Chúa Trời đã sắp từ triệu năm trước, mà con người buộc phải tuân theo.

Nằm khểnh ở một góc hầm đọc một cuốn sách, nghe đài, hay nghe một đoạn băng buồn của tiếng hát Khánh Ly, Thái Thanh, hoặc xem những con gà chọi đỏ mào, xông vào nhau bằng tất cả sức lực của những kẻ hiếu chiến. Mào đã tướp tơ, mắt đã mù, nhưng chưa bao giờ chúng bỏ trận. Gà là thế, những cuộc đấu đá là vậy, hung hăng đến tận lúc chết.

Gia bảo, chỗ nào cũng hữu tình chứ bộ. Lại không à trung úy, còn nhiều điều cho anh thưởng thức nữa. Tiếng người lính Thượng vẫn lơ lớ một điệu sắc màu của núi rừng trầm u, gọi lại từ hoang huyền nguyên thủy, từ cổ xưa, nơi núi rừng thẳm xanh màu cây lá, nơi có bao nhiêu những lễ nghi kì cục của con người từ khởi thủy hoang nguyên, làm cho Gia chùng lòng lại, chiến tranh vẫn có một nơi bình yên thế là đủ.

Xe đưa anh đến tiền đồn, những bao cát xếp chồng lên nhau, những ngổn ngang gạch đá, mấy người lính Thượng đứng cả dậy, chào trung úy, trung úy trẻ dữ ha, trung úy đói ăn gì em nấu. Tao thèm một bát cháo. Có ngay trung úy, anh cứ nghỉ ngơi chút đi. Sự thân tình của những thuộc cấp mà ngày đầu quen nhau, làm cho Gia mềm đi hẳn ý nghĩ. Mình cần nghỉ ngơi một chút.

Nhưng anh không ngủ được. Núi rừng trước mặt rặt kín sương mờ, lòe nhòe trên đó là tháp chuông của một ngôi nhà giáo xứ.

Nơi nào cũng có giáo xứ, anh lầm bẩm. Chúa hiện hình khắp chốn, mà Chúa không che chở được cho nhân sinh. Và cắt làn sương là rặng cây vông, ngọn cao, vẽ những đường lòe nhòe vào bầu sương mờ, hơi núi, một bức tranh thủy mặc đẹp và gợi quá, nếu có cây cọ anh cũng thử vài nét, như Tiên vẫn làm với những bức tranh xưa. Tiên tài hoa, chỉ vài đường cọ, cô tạo ra một thế giới có hồn, anh thèm có cọ để vẽ đồi, vẽ núi, vẽ những nét sương nhờ mờ gãy đoạn khúc một phía xa kia.

Và tiếng đàn từ một quả bầu khô đánh thức anh dậy rồi, trong phút mơ màng chưa kịp ngủ. Tiếng đàn được cất lên từ ống một quả bầu rỗng, nó nghe trầm trầm, mà buồn, buồn đến miên man, miên viễn, tiếng trầm thống của nỗi lòng, tiếng trầm ức của tâm tư, tiếng trầm cảm của tâm can. Sao mà buồn vậy mày, đàn gì đấy? Thưa trung úy, đàn một dây. Đánh bài gì vậy mày. Bài *Ayong khắp adei lu lin*. Lời như thế nào? *Mày có con rồi, mày vẫn thèm vợ, tao chưa có con tao cũng thèm đàn bà, tối mày ngủ có người hoan lạc, tối tao ở đây, thèm cái ấy, không biết cùng ai.*

Có cả cái ấy à? Đúng hơn, người dân tộc họ nói hẳn cái hĩm ra ấy trung úy, nhưng em dịch vậy. Người chúng mày hay thật. Thèm thì phải nói thôi trung úy. Mày thèm vợ thật à? Vâng, lâu rồi em không được về ngửi hơi của nó, đàn bà, cái hơi nó nồng ấm lắm, nên em thèm, cả năm nay rồi, tay em không có hơi cái hĩm của vợ. Đánh đấm giỏi, tao cho về. Lời hứa của mấy đời đại trưởng rồi đó trung úy. Vậy à, tao cũng thèm mà. Trung úy có vợ chưa. Chưa. Thế thì sao thèm bằng bọn em. Tiếng cười lẫn với tiếng đàn lại vang, và thằng tà lọt lại dịch theo tiếng người kinh, theo âm thanh tiếng đàn, nó nghe chắc đã quen quá và thuộc quá rồi:

Này mày ơi, tao thèm cái đó của con vợ, này người ơi, bây giờ cái đó em để ở đâu, mà tay anh đây đang thừa đang thãi, tay anh đây đang lạnh giữa mây mù, này người ơi, hãy ra đây cho anh được cầm cái ấy của em.

Người Thượng, họ cũng tài, cái chất nguyên thủy, phồn thực là gốc rồi, những nhà rông Gia vẫn thấy họ thờ linga, họ coi bình thường, nên nỗi nhớ của người lính nào về cái ấy của người đàn bà cũng hồn nhiên lắm.

Sương vẫn giăng mắc ngoài xa, mặt trời có thẩm hơn một chút là nhìn mây mà đoán vậy, bóng những ngọn cây cao đã thâm hơn vào, tiền đồn buồn, tiền đồn như hòn đảo mây lạc chìm trong tiên giới.

Tiếng con cú rúc rúc nào nghe rợn lên trong chiều vắng, làm các gai da của anh nổi dựng hết lên.

Có những nơi mây mù buồn đến vậy, có những nơi sơn cước khiến ta ngã lòng, có những nơi cuộc sống như ngừng lại, chiến tranh ngừng lại, nhường chỗ cho nỗi buồn, sự suy tư, nếm trải, và nghỉ ngơi của thân xác, cũng như đầu óc con người. Nhưng đâu phải vậy, những bao cát vẫn chất chồng ngoài kia, những công sự đang đào hố dở, những căn hầm đang cần những thanh gỗ giằng để kiên cố thêm.

Sương vẫn mờ, chiều lờ nhờ những nét vẽ cối cây lên bầu trời, màu sương lam ngày càng thêm đậm lại, tiếng con gà nào đó vẫn mổ nhau, chúng chuẩn bị lên chuồng sau cuộc chọi, là niềm vui duy nhất của những người lính Thượng, xa cái hĩm của con mẹ đàn bà, ở cùng mình đã bao năm, từ khi đi sâu thêm núi rừng canh tiền đồn, thì hơi cái hĩm cũng biến dần theo năm tháng, gió mưa, và mùi áo phong sương đầy thuốc súng, dầu mỡ, đất cát. Nhưng chất đàn ông vẫn hừng hực, nỗi trầm thống của những tâm hồn trẻ khát yêu muôn đời có bao giờ vơi cạn, và cứ chiều chiều họ nhớ vợ con, ái ân, mùi hĩm, cùng phút nồng say đàn ông đàn bà trong cơn hoang nguyên của đất trời sắp đặt.

Tiếng đàn bầu vẫn nỉ non, hòa cùng tiếng cú nơi cánh rừng xa, làm cho đêm thượng huyện, ngày đầu Gia đến, buồn bã, ám ảnh anh đến tận giờ.

5.

Những đêm nơi vùng hành quân buồn lắm, gió riu ríu như tiếng người đàn bà hờ khóc người thân chết, tiếng con chim lạ kêu những tiếng như hú loài, nghe rợn rợn, làm nổi những lớp da gà chi chít. Thằng nào bảo, điềm gở đó trung úy. Tau lại vặn răng mày giờ, mai hành quân sớm, mày nói bậy. Có đứa đề xướng, uống đi, rồi say, các người ơi, uống đi.

Thế là cuộc tỉ rượu được xướng lên. Những cơn say vùng Phong điền Huế mới phê pha làm sao. Gia cởi truồng nhảy lên những giàn mướp xanh và hát. Tiếng hát gào cùng tiếng gió, trộn cùng với sóng mây, bay về tận miền ải Bắc, theo đoàn thuyền ra khơi và qua sông Thạch Hãn. Tiếng hát như giọng hò Nam ai của người đất cố đô nhớ nước, như người vợ thương nhớ chồng nơi xa:

Hò ơ, ai đi mạn ngược, ai về mạn xuôi, ai qua cố quốc, ai du sông Hoài, hò ơi...

Tiếng một giọng hò Huế cất lên, làm lung lay cả ánh trăng tán vàng xen sắc đỏ. Thương làm sao mỗi âm như nặng xuống. Người Huế tài thật, tiếng hò tưởng nhẹ mà kéo trì trệt, làm mỗi thanh như trụt xuống mặt nước dòng Hương, làm đắm con đò, làm đắm bóng giai nhân, buồn lắm, tiếng lược bao giờ cũng nặng, nặng như nuốt trôi cả âm sắc, nặng như nuốt trôi cả nước mắt để nó ngược chảy vào trong, vào tận cùng thâm cung cố lòng, vào sâu trong buồng gan cánh phổi, quả tim người Huế. Nỗi buồn, nỗi khổ, nỗi thương của dải đất miền Trung gió sương, nắng lắm, mưa nhiều, cằn khô sỏi mật, lặn vào trong cái âm sắc kéo trệt một đời con người xuống, để khổ thế kia ư?

Gia nhớ ông, nhớ mợ Cúc, nhớ cậu Hạnh và nhớ dượng Thành, còng lưng trên chiếc xe thổ mộ, chở bao nhiêu nhọc nhằn mưa nắng đi trên con đường Gia Hội nắng trưa, chở cả Huế thương và bất hạnh của những năm sau 68. *À ơi, ai về Gia Hội quê eng, ai thương ai nhớ để trình mẹ cha, à ơi...* Thương làm sao câu hò, thương làm sao giọng hát, thương lắm, nỗi nhớ mong vào một sự gắn kết hợp hòa, được gửi gắm trong kì vọng, để ngân lên trong lồng ngực như người Huế đáng thương kia, gửi trong lời núi sông, vọng trong lời non nước, *à ơi…*

Những ngày ở Phong Điền đó, Gia đã say, đã cởi quần nhảy lên cả chuồng gà, chuồng vịt của dân mà quậy; vặt chuối xanh chấm muối, hái bí bầu nấu canh, ơi những thân bí bầu như nước mắt người dân nặng xuống, trĩu giọt sương sa, cho đọng nỗi sầu nhân thế. Lũ chúng ta lớn lên, bí bầu thì lớn xuống, mẹ cha, ông bà đã cất giàn, chăm sóc nắng sương, để ta vùi mình vào cuộc chiến đó đây, *à ơi…*

Giọng ca đã vượt sông Hương, vượt dãy Trường Sơn, về vùng Quảng Trị, bao lớp sương giờ ngăn lối, bao nhiêu trường đoạn tân thanh, đứt ruột bầm gan của vùng đất cách chia, cũng không ngăn được lòng Gia chu du về đó.

Con ơi, đó là mảnh đất cha ông… Ba nuốt những hạt cơm còn nghẹn trong cuống họng, ông đứng dậy, không nói hết lời, ly nước để trên bàn được người tu cạn, giọt nước mắt lăn dài khi đang dở bữa ăn. Trên ti vi đang chiếu cảnh ác liệt bên bờ sông Thạch Hãn.

Mả cha đứa nào hát giọng Quảng Trị, chẳng giống cái chó gì. Thằng đệ tử, đang say quá, nó không nghĩ là thượng cấp nó. Chấp gì nhau, chấp gì nhau một cơn say. Đời thằng lính cứ say và hát thôi, quên mẹ cuộc đời, quên mẹ thế thời, quên những lo toan, quên đi cái chết. Một ly này, ông thầy, uống đi; hai ly này, thằng mày, uống đi. Ông thầy hay thằng mày bây giờ cũng chỉ có một mà thôi - là thằng người. Chắc gì đã được gọi thằng người. Thằng Ngụy quân độc ác - với phía kia; lũ mất dạy - với dân, họ nhìn ta bằng con mắt nghi ngờ, đám lính luôn đi phá quấy làng nước, gọi phi pháo giết chết trâu bò nhà họ; hay thằng chó - gọi theo cách của mấy em bé động giang hồ; hoặc thằng đểu - gọi theo con bồ, nó biết mình ra ngoài là có gái điếm. Đời đã nhào nặn ra thằng chó, thằng đểu, thằng Nguỵ, thằng ma ranh, thằng ba gai - gọi theo thượng cấp; thằng mặt dày - gọi theo thằng bạn, thì đã khi nào được làm thằng người đúng nghĩa, đời sống này có ai được làm người, huống chi là ông thầy...

Mẹ cha thằng nào luận lí, luận lí cái củ cặc, mọi phương pháp luận của cái gọi là biện chứng triết học, chỉ là thứ vứt đi, một lớp lí thuyết suông bá láp lừa người, chẳng có cái chó gì hết, ngoài sống chết, đúng, luận lí sống chết, thế thôi, uống mẹ đi cho say đời, mai có chết, thì được gọi thằng chết ba gai, thằng chết đang say, thằng chết được say, thằng chết xứng chết, thế thôi. Gà này, lợn này, dừa này, bầu này, bí này, ngon hết, ngô non à, càng ngon nữa, đụ má, đi hành quân cả hai tháng trời, không có một cọng rau vào bụng, thì cái đéo gì cũng ngon hết, chuồng trâu à, chuồng bò à, trâu bò cũng chẳng ở huống chi con người, ngôi nhà hoang, ngôi làng hoang, đất nước hoang, người chạy đâu hết rồi, thì uống mẹ đi chứ; người chạy loạn hết rồi, chạy chúng ta hết rồi, thì uống thôi chứ, cho chết mẹ đi.

À ơi, ai về Gia Hội quê em/ thương anh thì nói để xem mặt mình/ à ơi...

Tiếng hò Huế vang lên, giọng vẫn lược đi ở cuối, chìm lỉm như nuốt vào trong uất hận, nuốt vào trong nước mắt, như nuốt tất cả đắng cay và khao khát. Người Huế buồn thế, người Huế thương thế, quê mẹ Huế, nhưng người Huế không thương bằng người Quảng Trị, Vĩnh Linh. Gia chưa được về nơi đó, dù một lần, để xem cái cuống nhau của cha như nào, để giọt nước mắt người đừng chảy giữa bữa ăn.

Ba con nhớ quê, nhưng biết làm răng, biết làm răng hả con. Má anh cũng chỉ biết điều đó, là duy nhất, là xác thực, ở người chồng, rằng ông nhớ quê.

Uống đi chúng bay, ông thầy mày, uống đi nhé; được rồi, mẹ mày, thằng tà lọt hôm nay tau cho bay gọi ông thầy mày, còn mai, bay ăn đạn nghe chưa; tau đéo sợ, đã trên chiếu rượu thì chỉ có tao mày, đã ngả nghiêng Lưu Linh chỉ có tao mày, đời như thế mới vui, ha ha ha, túy ngọa sa trường, cổ lai chinh chiến. *Sa trường say khướt chớ cười/ xưa nay chinh chiến mấy ai trở về*, ha ha ha...

Ôi những cơn say Phong Điền, ơi những cơn say quê mẹ, nghe tiếng hò lược chìm đi âm cuối, nuốt cơn đau như mẹ gánh gồng con. Ơi Phong Điền, ơi Huế, ơi quê cha...

6.

Có lúc Tiên phút chốc trở thành nhân ảnh, nàng chạy qua tâm trí anh không khác bóng ma chạy về hàng liễu rủ xanh dài phía cuối nghĩa địa rồi mất hút, của cái lần anh đi hành quân qua vùng Mỹ Chánh, vùng đất buồn thiu, đến con chó ngồi bên hiên nhà cũng ốm nhách, thằng bé con ôm chiếc nồi cơm và giữ chặt, như giữ chặt mạng sống của mình, giữ chặt chiếc phao cuối cùng của nó để về với nhân sinh. Chiếc nồi không, nhưng đó là dấu tích của những lần nó được ăn no, được vơ bằng cả hai bàn tay bẩn thỉu nghịch đất cát cả một ngày, mà quáng quàng, cuống quýt, mà tranh giành cùng lũ anh chị, mà quờ cả hai bàn tay nhỏ xíu, non tơ vào nồi cơm để mà bốc mà mút và nuốt. Thì cái dấu tích đó nó đang giữ đây. Mặc tiếng súng ùng oàng, mặc những con chó đã vụt qua người chạy hút vào bụi rậm, mặc những đứa trẻ khác lao nhanh xuống hố, và người mẹ cũng nhanh chân ôm một đứa khác vụt qua cái giếng khô, vụt qua bụi cây, lao về phía căn hầm nửa chìm nửa nổi. Thì nó vẫn giữ chặt nồi cơm. Nó sợ khi bỏ chiếc nồi ra có đứa tranh mất, cái nồi đã cho nó những kí ức được ăn no, hay ảo hình no ấm, hay cái ảo mộng của những lần bụng được đắp đủ đầy gạo sắn ngô khoai.

Hết pháo rồi, mấy mẹ con chị lên thôi.

Người nào lấy cái giọng chân tình nhỏ nhẹ, như lời động viên thủ thỉ, chút ủi an, làm cho đời sống con người đỡ oằn lên vì run sợ, run sợ cũng tăng thêm cái đói, cái khổ ở vùng đất mà bọn trẻ phân biệt được cả tiếng súng nào là AK, M79, cối 60, 81, pháo 122, 105, hơn bất cứ một nhà quân sự ít trải nghiệm nào.

Thì Gia bắt gặp những ngôi nhà nửa chìm, nửa nổi, không phải hầm, cũng chẳng phải lều. Nó được vá víu bằng tất cả những vật dụng có thể dùng được, từ tấm tôn, tấm nhựa, bon cho, bao tải, hay lá mía, bất cứ thứ gì, nên chẳng đụp những tâm hồn vá víu Việt Nam.

Chị đưa bọn trẻ lên đi. Không còn nguy hiểm nữa chứ mấy chú? Không, tôi bảo đảm. Thì thằng bé vẫn cứ ngồi ôm khư khư nồi cơm rỗng, như đứa trẻ giữ dịt món đồ hàng, mà cả thời tuổi thơ nó khao khát, bỗng một ngày, tiên ông ban phát giấc mơ lộng lẫy vào chốn cần lao, khổ hạnh: món đồ chơi còn mới nguyên, của ai làm rớt, mà nó ngỡ như ông tiên trao cho nó cái quyền được hưởng chút niềm vui thần diệu, trong thế giới tiên phật, thánh thần, mà nó được hạnh ngộ tham gia vậy. Thì nồi cơm, còn là nỗi hạnh ngộ hơn thế, còn là niềm hạnh phúc hơn thế, hạnh phúc của ấm no, của đủ đầy cái bụng.

Khổ thế mấy chú, nó không rời cái nồi cơm bao giờ, từ lúc thức dậy. Chị nấu gì cho lũ nhỏ đi. Nhà đâu còn gạo chú. Thế bình thường mẹ con chị ăn cái gì? Hôm nào không vay được thì chỉ còn cách nhịn. Thế còn thằng bé? Tôi phải chạy trốn nó, trốn thật kĩ, nếu hôm đó không vay được gạo.

Trốn đi đâu, hỡi người mẹ nghèo khổ nước Nam này, nơi nào chẳng thế, nơi nào chẳng tận cùng đói rét, khổ thương, và giọt nước mắt nào tưởng cạn đến chết đi, khi nghĩ về bầy con nheo nhóc. Địa ngục, có để làm gì, khi những nơi còn hơn như thế.

Đó là năm 74, khi ba con Tiên đã đi, cuộc di tản nặng trĩu của một tấm lòng cố quốc ái ưu ở một người đàn ông già, tóc sương đếm gió nửa đời trôi dạt, như lữ khách tìm về bến mê trong một cơn cuồng phong gặp người kỹ nữ nơi Tương Phố, ở nàng còn đọng lại chút giai các của tháng ngày bặt thiệp đẹp xinh phong lưu phú quý đãi đằng xưa kia, và cuộc vui tưởng dừng lại. Một chút an ủi lúc cuối đời phận bạc, cho người khách buộc ngựa nơi bến quê cuối cùng của dòng nước đục, trước khi nó chảy những điệu lờ qua biên giới. Thì chiến chinh lửa đạn, cơn hoài thác nhớ mong, nỗi cồn mang của một tấm lòng nhớ nước, ngay trên chính quê hương mình, khiến người không thể dừng lâu một chỗ, đành lỗi hẹn với tình nhân da mờ sương điểm, để lại lên đường tìm bến đỗ khác. Bến nào sẽ cuối cùng của chặng hải hồ sương gió, chưa biết, nhưng cứ đi.

Và Gia hình dung, ngày đưa tiễn tình nhân hẳn nhiều giọt lệ trang đài níu lòng tha nhân trinh bạch, như những bức tranh người thường vẽ ra trong vẻ ngoài diễm kiều của niềm nhớ nước xưa, nơi con đỗ quyên còn kêu cảm hoài của một xứ sở lắm sương mù nhiều giông bão, bốn mùa hải hà nhịp đĩa, mà mùa nào cũng khắc nghiệt buồn thương, nhưng không có nó làm sao làm nên cốt hồn của một dân tộc đã bốn nghìn năm phong sương cơ chứ. Những cội rễ dù già nua cũ kỹ cọc còi, vẫn níu hồn chinh nhân vào một bến khổ, mà ở đó, vẫn có những chiếu Kiều, chiếu ngâm, của những con người lạc loài vong thể, tự tìm đến với thú vui nhã tao là sự phỉnh lừa nhân thế, để ngụy tạo cho một cõi lòng tan tác, mất hết cả niềm tin, chỉ còn níu lòng tìm sâu vào trang cổ sách, để gọi dậy cả một thời huy hoàng của tộc tiên, những gì gọi là quốc túy, hồn quê, của ngôn ngữ ông cha vọng từ ngàn năm thiên cổ.

Còn gì níu giữ nữa đâu hả cháu? Ông thường lấy giọng thật buồn để hỏi Gia, hay hỏi chính lòng mình, giữa những đêm Sài Gòn không đủ se sắt, không đủ mưa dầm gió lạnh, nhưng đủ quất mặt người những ngọn gió dàn dạt từ sông xa theo làn hơi nước phả vào, lẫn tiếng rao bánh bao của một chú Khách chuyên đứng ở gốc sao già bên nhà Hội đồng xưa, chiếc cặp lồng đậy nồi hơi khói bốc lên nghi ngút, mỗi khi chú thò bàn tay to bè không Giao

Chỉ vào trong chõ lôi ra những tấm bánh trắng phau như vú nàng vũ nữ, còn nóng hổi cả cái nhân có đôi trứng cút, chút thịt băm, nấm mèo, đông cô, cả chút vị của thứ nước tương Tàu đen xì, người Hoa đưa vào Chợ Lớn vài trăm năm, nó lạt mùi với vị mắm được chất ra từ thân cá vàng ươm của vùng biển nước Nam chan hòa ánh nắng này.

Và ông có nhớ những điều đó không, vùng biển nước Nam chan hòa ánh nắng, vị mắm, và món bún ốc, bún thang, mà mỗi lần kể mắt ông thường ngời lên nỗi nhớ về một Hà Nội văn vật ngàn năm, kết tinh ở giọng nói, điệu cười, tấm lòng sang cả, và tình yêu sách vở tràn đầy, ở những người con tha phương mang cả sắc tộc đất vùng vào phía Nam lập nghiệp, mong quên đi những điều đau đớn, nhưng chỉ trông thấy một sắc áo hoa đã nhớ nhà, nhớ phố, nhớ những thanh âm tiếng chèo, tiếng trống, giọng dân ca quan họ, và vở Quan Âm nơi sân đình đất Bắc, thì còn gì đau hơn thế, thương hơn thế.

Nên sau ngày bố con Tiên đi, đó cũng là những tháng ngày đau buồn nhất của Gia, cuộc dưỡng thương cuối cùng của đời binh nghiệp, đó là ân huệ phúc đức của Chúa hay cuộc trừng phạt khắc nghiệt của ngài cho một nguyên tử người tham gia cuộc chiến, mà Gia có cả một tháng nằm ở y viện Cộng hòa, gặp đủ hạng người: ma cô dắt gái, xì ke thuốc phiện, đứa trẻ bụi đời, cô gái giang hồ ăn chặn khách làng chơi, đủ hạ thượng cám vàng, chen lẫn tiếng kêu của người lính từ mặt trận, chen lẫn cơn nhăn nhó nửa chừng của chàng trí thức nho phong, và một mệnh phụ phu nhân có đôi tay trắng muốt trên đó điểm trang vài viên kim cương lấp lánh, kết quả của những phi vụ áp phe chợ trời, trong những chuyến hàng Mỹ quốc tài trợ vào bến Bạch Đằng, đã được móc nối êm ru, nhẹ đến hơn một hơi thở, dịu êm như cánh tay nàng, cho sự sắp xếp của chồng nàng, người làm cao nhất trong chính quyền với một tổ chức chuyên lập ra dưới sự bảo trợ trong bóng tối của cảnh sát, để tiêu thụ những thứ hàng hợp pháp -

trong sự phi pháp từ Mỹ quốc tuồn vào. Năm trăm lạng cao vốn dành cho lính bị thương nơi chiến trường, sáu trăm tấm boncho chuyên dùng gói xác tử sĩ, năm trăm hộp xúc xích thứ dùng cho người chiến binh mỗi đợt hành quân dài thay cho thứ gạo sấy, mắm ruốc, họ vẫn trệu trạo nhai, thì giờ, nó nằm cả ở bàn tay trắng muốt kia, cùng nàng nâng lên hạ xuống, làm điệu và làm nũng với người chồng rủng rỉnh sắc phục, mỗi khi vào thăm vợ, có vài tên lính cận vệ đi theo.

Em ứ biết đâu, nhớ anh. Cưng chịu nghe lời bác sĩ, mấy ngày nữa, anh sẽ đón cưng về, nhanh thôi. Em ứ mà, nhớ anh. Nghe lời, để anh đi, còn nhiều việc lắm, mai có buổi gặp mặt cấp cao giữa chính phủ với Ngoại trưởng Mỹ. Em ứ mà. Cưng ngoan. Người cận vệ đã đẩy thượng cấp của họ ra khỏi hành lang, một chiếc xe nhà binh nào đang đợi phía đó, trên thấp thoáng một bóng hồng áo đỏ, Gia không biết là phu nhân của ai, hay bà ba, bà bốn, mà những con đĩ ngựa bất chấp tất cả để lăn xả cùng cả hỏa châu, hỏa tiễn, muốn nhịp cùng cuộc chiến tang thương nơi chiến trường mà bọn Gia đang nhào lộn ư - cuộc chiến tranh giữa các phu nhân lớn nhỏ, của những ông lớn đang ngự ở Sài Gòn.

Gia thở dài đánh thượt, hơn tiếng thở của thằng Cao trước giờ hòa bình, nó nghĩ đến Đào, trong chiếc áo màu hoa táo và giấc mơ trở về đưa nàng đi xem xi nê, cướp nàng từ tay buôn gạo vựa ở đầu ấp, mà má nàng đã nhắm nhe.

Gia thở dài. Bác sĩ, nghe chừng đã đỡ bệnh, cho tôi về nha. Anh bảo đảm đủ sự chăm sóc từ phía gia đình chứ. Dĩ nhiên, mẹ tôi còn khỏe, cả ba tôi. Thế thì được, chiến trường cũng đưa về nhiều thương binh quá, bệnh viện A hôm trước gửi cho chúng tôi thêm quá nhiều bệnh nhân dân sự nhờ hỗ trợ, chiến cuộc căng quá rồi, đạn bom ở khắp nơi, cứ đà này chúng tôi chắc không trụ nổi. Giờ đến lượt ông thở dài trước khi gọi y tá kê thêm thuốc cho Gia cùng lời dặn dò thân mật, hơn là sự an ủi, mà ông cảm giác, làm được điều đó cũng đỡ tủi bầy cho người chiến sĩ này chăng?

Gia rời Tổng Y viện ô hợp đó vào một buổi chiều cuối tháng sáu, gió từ sông Sài Gòn thổi vào rười rượi, cái nạng gỗ anh cầm chọc sâu vào mặt đường còng cọc, vài ánh mắt nghi ngại, có người dừng lại ngỏ ý muốn giúp đỡ, anh lắc đầu, ý nói, không hề gì, là tôi muốn lang thang ngắm cảnh phố phường sau bốn tháng hành quân. So với bạn bè tôi, lết hai mươi cây số đường rừng sau mươi ngày mất tích trong một trận đánh, hai chân cụt đến đầu gối, đường gân chĩa ra thối hoắc, chỉ trườn bằng hai tay, mà tìm về được đến đơn vị, thì có hề gì.

Gia nhớ tiếng pháo bắn lên mỗi chiều, âm điệu buồn man mác của tiếng gọi bạn hoàng hôn, tiếng pháo bắn lên vào năm giờ chiều nơi vọng gác xa của một tiểu khu địa phương quân, cất lên đều đều, chầm chậm, buồn tẻ, hằng thường, trong cả tháng trời. Là tiếng gọi bầy tha thiết, thê lương nhất, trong một trận huyết chiến tử thủ chết chùm tan tác, cả một tiểu đoàn, vài trăm lính đã bỏ thây với Bắc quân nơi rừng già suối cạn thâm u, ở một mật khu, mà sự tính toán của cố vấn Mỹ tưởng là chặt chẽ đến độ, con kiến không bò ra được miệng chén, mà nướng đến cả mấy trăm người, bằng xương, bằng thịt, cả sinh viên, thầy giáo, nhạc sĩ, họa sĩ, trong một đợt tổng động viên gần như cuối cùng vét nốt, vét chót, vét cạn và vét cuối cho chiến trường, hết sạch sành sanh cả miền Nam, những chàng trai, đấy là chưa có lệ gái, nếu không, cũng không còn một mống tuổi trẻ nào trên đường phố, để giờ Gia ngắm nghía. Thì tiếng pháo dội lên chiều chiều, gọi bạn tìm về, nếu còn lưu lạc nơi rừng sâu, mà người pháo thủ mỗi khi tra nòng anh đều khóc, oàng oàng oàng, như thê lương, tiếng khóc như não nề, âm thanh cảm hoài, chờ đợi, luyến thương những linh hồn vất vưởng nơi xa, khi trực thăng chỉ tản được hai phần ba xác thân tuổi trẻ, còn lại họ nằm đâu, tan vào đất, hay trên ngọn cây, hay trong hốc nguồn suối cạn, hay ẩn mình nơi cội già rừng thẳm, hay cụt tay, cụt chân, kiết rạc ở rệ nào, nếu hồn nào thoát được kiếp đau thương, hãy nương theo thân hình còn chút ít trần gian tựa về theo tiếng pháo, thì vẫn không hồn nào về.

Âm thanh tiếng gọi bạn trầm thống, buồn thương, não nề, hơn tiếng địch tiêu xưa vang trên bến Tầm Dương mong tìm một tri âm cố hữu lúc đêm khuya, trăng dãi, thuyền chòng chành mạn ngược, của một cô phụ theo chồng buôn chuyến, nương theo dòng nước đã bao niên, ở một tâm hồn nghệ sĩ kỹ ca thất thời thất sủng, một ngày nhớ thương thân, đem cây đàn ra gọi bến, chờ một Tư Mã đồng giao. Ôi tiếng pháo chiều buồn nơi tiểu khu vùng ải Bắc.

Gia không về, anh đứng nơi cây cầu có dòng nước như chảy ngược, đem theo cả rác rều từ nội đô dồn lại, anh tựa mình vào lan can nhìn mãi, hút về phía chân trời, lòng chợt nhớ đến Thăng, anh chưa nặng bằng Thăng, hay anh chưa có diễm phúc được như Thăng, để về ngắm bốn bức tường và những con gà mổ rau nơi mảnh vườn nhỏ của người mẹ già chuyên bưng rổ đậu phộng bán ở khắp bờ sông vào mỗi sáng, lấy tiền trang trải thuốc men cho thằng con vốn xây mộng đẹp chiến trường, tước phong, công hầu, Kinh Kha, hay hứa quốc…để giữa chừng sảy đoạn, phải về nương náu tấm thân già. Anh chưa bằng Thăng, hay anh chưa bị như Thăng, may rủi, được mất, hơn thua, biết thế nào giữa trường đoạn tân toan bến mê bể khổ này cơ chứ, làm sao mà biết được.

Mẹ anh đón anh bằng bữa cơm có cọng dền màu đỏ, cho con lấy lại chút máu tươi vương vãi nơi chiến trường, mà anh không nuốt nổi, màu đỏ nào cũng làm anh dợm giọng, kể cả màu đỏ son môi nơi bờ vành thắm khóe của Tiên. Anh không thích em dùng son môi sao? Một chút cho nhuộm hồng thôi em. Em biết mà, chẳng qua một cuộc yến diện của bạn bè chuẩn bị du học. Vẫn còn những yến diện xa hoa đó sao? Anh người rừng à? Thì anh đúng người rừng mà. Là Gia đang nghĩ đến chiến trường, nơi sự sống tưởng chẳng tồn tại ở vùng đất cát đó, xác thân chỉ là một thành tố hóa học mà Chúa tạo ra để nặn nên con người, không thích thì ngài cho tan tành xác pháo, thì vẫn còn những cuộc xa hoa yến tiệc kia ư, với môi đỏ, váy hồng, tóc bồng, ca nữ, tiếng đàn, điệu nhảy, cái lắc hông, dàn âm thanh cỡ lớn, rượu mạnh, vài ca sĩ lừng danh được thuê đến, cái bê mông của một anh chàng ngoại quốc quá cỡ, phải cúi người để lĩnh đủ bộ đôi bí ngô nảy nở ở cô nàng An Nam quốc nâu giòn, mật ngọt, đưa tình long lanh, và chỉ chút nữa thôi, rượu tan nhạc hết, nàng sẽ nằm trọn trong lòng chàng ở một khách sạn chỉ dành riêng cho người ngoại quốc.

Một cuộc phối ngẫu giữa hai dòng máu trắng vàng có thể sẽ không ra một đứa trẻ nước da lờ lợ, hoặc trắng hoặc vàng mà tóc đỏ, hoặc mũi cao mà môi mỏng, hoặc chân dài mà mắt xếch, thì cũng vẫn đủ để cho ta thích cuộc phối ngẫu đê mê giữa hai sắc tộc đắm say và kéo dài quá thời hạn gần hai mươi năm nơi xứ sở này, mà cuộc hôn phối có xảy ra lâu dài đi nữa thì nó vẫn không là tiêu chí để đánh giá sự ngang bằng bình đẳng cân chỉnh giữa hai sắc dân, bằng chứng, những cuộc hành quân của Gia nếu có cố vấn Mỹ thì sự yên tâm gần như trọn vẹn, bởi tin chắc chỉ cần một cú gọi, hạm đội 7 sẽ cho tàu bay với tốc lực mạnh nhất, vũ khí tối tân nhất để hỗ trợ, tăng cường, tiếp liệu, hoặc tải thương, còn đâu hãy cứ chờ, năm cuộc gọi à, còn quá ít, mười cuộc gọi ư, có thể hi vọng mong manh, tải thương thôi, chết để sau, mười người một chuyến thôi, hai mươi người, tàu bay thối lắm. Dù cuộc hôn phối giữa gái trai hai sắc tộc vẫn cứ diễn ra, những đứa trẻ lai vẫn được đẻ ra và đón về mẫu quốc, còn tại xứ này, những cuộc hành quân, người lính Cộng hòa như Gia vẫn mong mỏi, niềm mong của người mẹ về chợ rằng, có một cố vấn Mỹ đi theo.

Nhưng giờ đây Tiên đã theo bố sang bên kia trong một cuộc đảo chiều của dự tính, khi người định chẳng bằng ông Trời, bởi cuộc chiến tranh bao giờ kết thúc, để bố nàng làm cuộc chu du về đất Bắc, thì cuộc di tản tiếp theo là hữu hiệu nhất, để quên hết thảy, như người con gái thất trinh quên tháng ngày phục vụ lữ khách, mà tự cho mình là gái còn son, lấy chồng đầu tiên và tay gối ấp kề đấng phu quân, như mệnh phụ trong gia đình Nho phong, lo sửa túi nâng khăn cho người chồng cả đời nàng nguyện giữ gìn và dâng trọn tiết trinh vậy. Bố con Tiên đã đi trong một cuộc đảo chiều của dự tính đó, thì Gia cũng đi, khi lần về Sài Gòn này chẳng còn Tiên cũng không còn Lâm nữa...

Gia đi về phía Phù Dung Tía, tên một gác lầu vẫn còn dấu nếp xưa hồn bóng cũ của thứ ca viện, lạc từ thế kỷ nào về. Người chủ nào mang theo dáng dấp văn hoa Hà Thành, mang cả chất kinh kì đất Bắc, với thú ca lâu lầu ẩm vào đất Sài Gòn, mà đâu biết, mảnh đất này đã Tây hóa hơn nửa phần, cái thuần Việt biến thành lai căng tự thuở nào. Chen giữa tiếng nổ của dàn nhạc phát âm thanh chát chúa, cái đánh hông nảy người của đứa gái, hay âm thanh dìu dặt thư phòng, nơi tiếp khách của vị ngoại giao, cùng chất rumba dịu ngọt. Thì còn một chốn vẫn hương xưa bóng cũ không lẫn vào đâu.

Kìa cậu, cần phải bỏ giày ra thưa cậu. Người phục vụ ca lầu trong trang phục truyền thống đã nhắc anh. Mời cậu lên đây. Tiếng nỉ non của đàn nguyệt, sáo nhị, điệu ả đào. Ở đây Gia bắt gặp những chàng lính, và những trí thức người Bắc, những người cũng đi tìm cho mình những bóng lãng thời cố vãng xa xưa chăng...

Con đừng làm gì kinh động đến ba. Đó là lời dặn của má anh sau khi bà đã xỏ chiếc quang đòn vào vai, ngước mắt nhìn lên lầu, nơi đặt vài chậu thảo tiên, bộ bàn ghế mây, chiếc trường kỷ, đôi lộc bình, con hạc bằng đồng đen, và đôi chim khướu, bà quay lại dặn anh, mỗi khi anh rời cuộc hành quân về phố xá, đừng làm kinh động đến ba con. Thế giới của ông lặng câm, im nén đến độ, Gia nghe rõ tiếng con khướu hót những tiếng thanh và lảnh quá, xộc thẳng vào óc anh rồi ngược xuống lòng, làm lớp da gà nổi lên chi chít, vì nó quá rõ ư, vì sự vang động thường thức của buổi sáng lạnh và im đến độ không một tế vi nào chạm đến được cái thứ không khí vô trùng này trong một buổi sáng Sài Gòn, khi mẹ anh đã gánh cháo đi về các hẻm, bà bán thức hàng đó vào sáng sớm hoặc về đêm cho trường nam sinh trung học, và cho những người lao động nghèo vẫn tụ tập dưới gốc cây sao đen, bên ánh đèn vàng, sau khi chạy đủ cuốc xe ôm, sau khi để cố xe thổ mộ thở những tiếng đều đều cùng nhịp rung của thứ dây chạc buộc ở cổ chú ngựa già đứng nghỉ bên kia đường, là lúc người lao động sà đến quán hàng của bà, thưởng thức thứ cháo vịt nóng thơm, phụ tẩm thêm mai quế lộ, là bí quyết gia truyền, bà đem từ đất kinh kỳ cố đô vào, làm giàu thêm cho phong vị ẩm thực Sài Gòn, vùng đất phương Nam nhiều nắng gió, nơi quần tụ của nhân quần tứ xứ, những tha nhân và tha hương trong chặng dài chạy trốn mình và trốn giặc, đã giạt về đây, trăm nghề vạn lối, thi nhau trổ những ngón nghề để mưu sinh và khẳng định, thì thứ bí quyết ngược đời tưởng chẳng thể ăn khớp, giữa hai nền văn hóa ẩm thực Trung, Nam, lại hài hòa đến độ, khít vào nhau như một và tôn nhau lên, nhờ bàn tay khéo léo, cái lưỡi vị tinh tế nhạy mùi của bà, để những bát cháo nhanh chóng hết veo trên đôi tay uyển chuyển đong đậy của bà.

Thì bà vẫn không quên chỉ tay lên gác, nơi đặt một con chó đá hướng mắt ra phía đường, dặn thằng con, khi bốn tháng mới rời vùng hành quân về thăm nhà, sau khi đã xỏ sẵn đôi quang gánh, chuẩn bị cùng tà áo bà ba màu tím, thắt vào giữa cái eo thon, của người đàn bà xứ Huế từng rất đẹp xưa kia, giờ hiện rõ qua đôi mắt đen thẫm, chiếc mày như con bướm ngài mới nở, đu trên gò đôi hồng rực của cặp má, bà còn đẹp quá, kiểu đàn bà xứ Huế xưa kia, để ba anh phải mê mệt, trong những ngày đầu đặt chân vào vùng đất phương Nam này chăng. Và những thứ đó, chuẩn bị theo gánh hàng của bà đi ra ngõ, thì bà vẫn cứ dừng lại mấy giây để dặn dò con, đừng làm kinh động đến ba nghe.

Gia không dám làm kinh động đến thế giới của cha anh, đó là một điều lệ được tuân thủ từ khi anh còn nhỏ. Khi cha làm việc, anh không dám đến, khi cha đàn, anh chỉ dám đứng từ xa, khi cha đọc sách nhíu mày, có khi nhăn mặt tỏ khổ đau, Gia chỉ quan sát và cũng cố nhíu lại, là anh đau thật mỗi khi cha tâm tư. Khi ông ngồi cùng những giò thảo tiên, anh đợi ông gọi, Gia ơi, lấy cho ba ly nước, là ông muốn đổ thêm cho giò hoa. Và đó là giây phút hạnh phúc nhất, cảm giác mình có nghĩa với ba, được thấy mình có ích với ba, đã là hạnh phúc nhất, dù từ bé cha anh chưa đánh anh lần nào, ít mắng, ít nghiêm mặt, cả ít nói, cái kiệm lời đến khó hiểu, hay quá ít của những lời yêu thương vỗ về, cũng làm anh sợ, cộng với sự chiều chuộng vô độ của người vợ luôn sợ động chạm đến dây lòng tơ vương trong cảm thức nghĩ suy của chồng, làm anh đứng về phe má nhiều hơn, dù nhiều lần trước thành tích của anh ông cũng cúi xuống, con ba giỏi lắm, con cố gắng lên, thì một thế giới câm lặng nơi ông là có thật, chẳng gì bù nổi, dù gánh hàng cháo của má anh có đông khách cỡ nào, chỗ eo thắt vào của tà áo bà ba vẫn lấp ló trắng ngần theo con mắt của những người phu xe thổ mộ, thì với ông, nó thật bình thường, không có gì tán thưởng, như việc anh được thêm bao nhiêu bông mai cũng đâu quan trọng, tiếng nhạc của ông vẫn bập bùng về ngày cũ, với bến mơ, cô lái đò, người lữ khách, cô ca kĩ, hay bọn trẻ đùa nhau ở bến nước sông quê có mỏm đá nhô khỏi bờ, nơi phơi những tấm khăn thêu của những nàng thiếu nữ vừa lớn lên đợi khách hải hồ một ngày ghé bến, để nàng giãi bày tình cảm. Tấm tình nàng trong veo như ngày biếc mới lên, như tấm khăn gặp được chiều gió thổi, là thứ còn lại trong nghệ thuật biểu tả: những bức tranh và những bản nhạc của ông chăng.

Còn mọi thứ thật bình thường. Nhưng với bà, thế giới ông lại là điều trọng đại, hơn một nghi lễ, một nghi lễ trọng thị trong thế giới nghệ thuật và tâm tư của chồng. Có phải nó ngược với món cháo vịt bà bán, nó là bến mơ bà từng chờ đợi, và cô gái phơi khăn thêu ra ngoài mỏm đá xưa chính là bà, rồi thời vận đảo điên, quan tư đồ phải về vườn trồng dâu, tỉa bắp, để đứa con gái bé thơ nhiều mộng đẹp, phải dở chừng giữa đoạn, rời trường nữ sinh, nơi dạy đủ thi ca nhạc họa, về cùng mẹ bên nồi cháo vịt ngồi ở cửa Thượng Tứ, nhìn ra sông Hương, bán cho các sinh viên trường Thuốc, mà để niềm đứt đoạn giấc mơ nó ám ảnh đến giờ, để nỗi tự ti thiếu sót theo đến hôm nay, để bà nhìn thế giới chồng bằng cả niềm hân hoan và ngưỡng mộ.

Nếu em học tiếp và hết thành chung là sẽ gặp anh. Thầy nào dạy em năm đó? Thầy Phùng, thầy dạy môn Đông phương và Hội họa. Em chỉ kịp nhìn thấy cây cọ một lần, sờ vào bức họa của Paul cézanne một bận.

Đôi lúc ông thở dài trong câu chuyện hiếm hoi với vợ sau bữa ăn, là cơn hứng khởi khi ti vi thông báo một đợt đẩy lùi quân Cộng hòa của phía Bắc Việt ở vĩ tuyến nơi quê hương, khi gió từ mặt đường thổi dọc qua các dãy lầu, qua tàng khế, qua ánh đèn vàng lên căn gác, có những giò hoa đang nảy nụ đem theo hương thơm xuống bàn ăn một tối, mà ông hứng khởi ôn lại ký ức với bà bằng lời đau thương ve vuốt không kém phần cảm thương và xót xa cho người vợ hiền vốn con quan tư đồ sớm phải đành đoạn giấc mơ đi bán cháo vịt từ miền Trung rồi chạy suốt trong này. Thì ông thương bà thật sự, đó là những giây phút hiếm hoi Gia nhìn thấy đôi mắt âu yếm có chiều xót xa của ông nhìn bà.

Ông yêu bà nhiều không, nhưng bà thì yêu ông không gì kể hết. Ông yêu bà thế nào nhưng bà thường nhìn ông đầy ngưỡng vọng, cái nhìn của con vật được ông chủ xót thương, cái nhìn hiền lành của người nô lệ được ban phát chút ân huệ là nấu cho chủ ăn mỗi bữa, và chưa khi nào anh nghe thấy họ to tiếng, dường như đấy cũng là một dấu hiệu ít nhiều nói lên cái hạnh phúc hiếm hoi, mà Gia tự phỉnh phờ hoặc mặc nhiên là vậy, khi anh thấy lũ bạn bị bố mẹ đánh nhiều khi, và họ cũng đánh nhau nhiều khi, qua lời chúng kể ư, chẳng cần vậy, âm thanh tiếng chén vỡ, ly tan, chửi mèo, giận dỗi, vẫn vọng vào nhà anh mỗi lúc, thì đủ thấy ít nhiều có hạnh phúc ở trong gia đình này, và ít nhiều má anh được ông yêu.

Ông yêu vợ đến nỗi khi có những sáng tác mới được tưởng thưởng ông thường về khoe, lần này mình không phải cho tôi thêm tiền nữa, bằng này là đủ đãi bạn rồi. Và bà vui như có nghìn con chim trong ánh mắt, không phải vì không mất thêm tiền mà vì được ông coi trọng mà thông báo tiền thưởng và địa điểm nhậu của ông. Mà những lần đó lại không hề ít, tức ông là một nghệ sĩ có tài và ảnh hưởng. Bằng chứng Tiên mê ông lắm, bố Tiên cũng nhắc, song họ chưa từng gặp mặt, một nhà nghiên cứu ngôn ngữ và một nghệ sỹ tài hoa, chưa từng gặp.

Cháu thích tranh bác vẽ lắm. Tiên thỏ thẻ mà tự nhiên, mỗi lần đến chơi nàng lấy cái quyền nữ tính ra để phỉnh nịnh, lời phỉnh nịnh tự nhiên và chân thực đến nỗi, mắt ông nhiều lấp lánh, và ông yêu quý cô bé xinh xắn, hoặc việc trong nhà không có một mụn gái, để ông tỏ rõ cái mạnh mẽ bản lĩnh của người đàn ông với thơ đào, liễu yếu, cũng là điều ông thấy thiếu thốn và khát khao chăng, nên ông quý Tiên lắm. Và đó còn là câu nói để gắn thêm khoảng cách giữa ông và Gia, đó là tác cơ để ông về gần hơn với má anh bằng những bữa ăn mỗi khi Tiên đến, để bà được trổ tài xăng xái với mớ cá nấu chua và mẻ lòng non mua ở chợ hẻm đem về luộc cùng với củ kiệu để ông chấm mắm ruốc nhiều khi.

Mỗi lần Tiên đến, nhà anh rộn lên theo mỗi cách khác nhau, tùy thuộc vào tâm trạng thời tiết và chủ đề câu chuyện, nhưng phần nhiều là vui và nó xoay quanh những bức tranh ông vẽ. Bức này đẹp quá, nó trừu tượng đến đánh đố tri nhận con người, cả giác quan. Nhìn bề ngang, như vân đời xếp nếp, nhìn bề dọc nó hóa những hung thần nổi giận, bác tài ghê. Nghệ thuật quả là vô biên độ của trí tưởng tượng và sáng tạo bác ạ, làm người ta xoay vẫn với đoán định, nghĩ suy, và day dứt, thậm chí ám ảnh, thậm chí tức bực trong niềm khát khao giải mã. Ai giải mã được nó đây, cũng như ai giải mã được tâm hồn nghệ sỹ đây.

Lúc đấy ông thường vỗ đùi đánh đét, con bé này làm bác vui quá, không hổ tri âm và sáng tạo, nghệ sĩ và liên tài, ngàn năm vẫn là niềm khao khát của cái giống loài bị trời hành sao.

Và lúc đó Tiên vui lắm, khi được gọi là tri âm, để những lần sau Tiên lâu không đến, ông thường hỏi, con bé dạo này bận ư, và má anh lại xăng xái, chiều nay con về rồi thì qua xin phép đón con bé sang đây, má đi chợ nấu vài món nó và ba con thích. Chỉ là nó và ba con thích ư, còn Gia ở đâu, song anh lấy làm vui, khi bà cũng vui đến độ chưa đợi anh trả lời đã xách giỏ ra chợ, còn ba anh thì tủm tỉm cười, ông đi lên lầu mà vẫn không nói với anh câu nào, hẳn ông đang đợi tri âm. Thì từ khi Tiên đi, ông càng khép lại tấm lòng mình hơn thế nữa, để má anh phải dặn, mỗi khi bà quẩy gánh chuẩn bị đi, rằng, đừng làm động đến thế giới của ba.

Thì Gia đi về phía Phù Dung Tía, nơi anh thường lui tới mỗi lần nghỉ phép giữa những đợt hành quân dài, sau ngày bố con Tiên đi, như tìm lại vị mùi đất Bắc, tìm làn hương và không khí, tìm tiếng đàn và giọng thỏ thẻ oanh vàng của những cô nàng, ông chủ chọn, cũng phải kinh kỳ đất cũ kia. Dù các cô có thể sinh ra và lớn lên trong này, nhưng cái phong cốt của người xưa vẫn ngậm ở những bậc sinh thành để truyền cho các cô phong vị của gia đình nề nếp, mà các cô vào đây dù hoa lạc đàn, bướm rã cánh, nhưng không chịu mất đi cái tinh hoa, cái cốt trọng cung đình.

Anh lại đến ư, giọng của Lan Tuế, cái giọng đều đều, buồn tẻ, không rõ mong chờ cũng không nhiều mất mát lúc chia xa. Anh đi nhé, bình an. Đó là mỗi lần tiễn anh ra khỏi cửa, dù cô biết đợt này, anh theo những cuộc hành quân dài vùng biên giới phía Bắc, nơi Quảng Trị giáp Huế, trong một chiến dịch lớn phía quân lực Cộng hòa đi nữa. Anh đi nhớ về, lời dặn dò đã quen thuộc quá chăng với nàng và bao chinh nhân, để mà giờ đây nó thành vô nghĩa, chỉ như một tín hiệu giao tiếp sáo mòn, vô vị, sao Gia vẫn nhớ và đến, và chỉ tìm cô, bao trọn cô, nằm bên cô, nghe tiếng thở dài, nghe những âm thanh Nam pha Bắc, nhìn những động tác đều đều, chậm chậm, của cách cô uốn tóc, lắc đầu, tô son, dặm má, ngắm nhìn trước gương bằng vẻ mặt rũ rượi buồn bã, hay lông mi trĩu xuống, cặp môi rủ, như đeo đá nặng ở một nhan sắc mỹ miều, đài các; vầng trán băng sương, cặp má đào non, và đôi mắt liễu biếc. Nàng như giai nhân xưa lọt vào vườn hoang địa đàng, nàng như tiểu thư cõi mơ lạc vào bến nhớ của một khách hải hồ trên dặm dài thiên lý, khi đã kịp vuốt mái tóc phiêu bồng trong gió, cầm dải yếm hoàng đào lên, thơm phơn phớt vào gò má, để tay vuốt nhẹ vô tình vào đôi gò bồng đảo, cái thứ ái tình da diết mà ý tứ, khao khát sục sôi mà tao nhã ý chừng của trai gái xưa; nàng như cô gái xưa bước vào động trúc.

Em từng học Trưng Vương, từng thi đỗ trường nhạc, từng ước sau này làm nhạc sĩ, nhưng rồi… Cô kể về cuộc đời mình trong lần thứ ba anh ghé bến. Nhưng rồi, mà thôi… Mọi thứ đã thiên định, chém cha cái kiếp yêu đào, thời nào chẳng vậy, nếu còn chiến chinh, kêu gì cho thấu trời xanh, thấu sao cho tới với thân lươn lấm bèo cơ chứ. Tiếng nói của Lan Tuế cứ xa mờ xa mờ, giọng Bắc pha Nam ngọt ngào, tròn vành mà nhấn nhá, có âm sắc và nhịp điệu, có quãng thanh và trầm, có cao độ, trường độ, cả cường độ, như tiếng đàn của nàng mỗi tối, trước khi chìm vào một gác tía, nàng đánh, phục vụ cả lời ca, cho những khách phần nhiều tri thức, hoặc những chàng lính Bắc di cư, mang phong cách tao nhã, vì ly tao, mà tìm về một chút hương xưa nhụy lành chốn cũ, phảng phất những đêm sinh hoạt ca trù, ả đào phường ca kỹ, có những giai nhân tài hoa bên khách làng chơi, những bậc Nho gia tài tử, phong tình, lãng mạn và phóng khoáng xưa kia.

Ba em mất vì đạn lạc, mẹ một mình nuôi con, mẹ bán những mặt hàng do các bà vợ sếp tuồn ra, thu nhập chẳng bao, thời xưa ba em làm kí giả, mẹ không phải làm gì, với lương ba đủ nuôi bốn mẹ con, bà có cả một tủ áo dài các loại kiểu, vòng vàng, xuyến bạc, hột xoàn, giờ đã bán hết cũng không đủ cho em học tiếp. Em dừng lại cùng mẹ đi làm nuôi ba đứa em.

Những lời trần thuật này đưa nàng về gần hơn với đời sống, kéo nàng ra khỏi bến mê, khách hải hồ, những chú ngựa buộc bên sông, có cánh hoa đào trên yếm. Như bức tranh cổ điển, nó hiện lên ở phong cách, khuôn mặt, dáng hình, và những hoạt động yêu đương, rõ lắm, rõ lắm, thì những lời chia sẻ rất đời nó đánh tan cái bến mơ, con bạch mã, đào hoa mộng ước, đưa nàng về là một gái làng chơi ở lầu Dung Tía mà Gia vẫn ghé bến mỗi lần về Sài Gòn sau ngày Tiên ra đi.

Anh đi nhé. Lần chia tay cuối cùng ở Phù Dung Tía, Gia mơ hồ một nỗi oan mang, anh nhìn Lan Tuế. Em có điều gì sao? Có điều gì đâu, chàng mũ đỏ thiên thần. Lan lấy tay vuốt má anh, thưởng cho anh một cái dụi đầu vào chỗ cầu vai có huy hiệu binh chủng. Có điều gì đâu cơ chứ. Nàng nói nhẹ lại, tiếng nàng thanh như người nữ cung trong lầu son gác quế, bị bưng kín bởi lễ gia tiết hạnh, ở những bóng hồng, được một lần diễm hạnh hay khổ đau, rơi vào nơi trường đình sửa túi nâng khăn cho đấng quân vương, mà chàng vốn không thuộc về một cá nhân nào cả. Em chẳng có gì đâu, anh đừng lo. Nàng nhìn theo hút bóng anh cho đến khi đổ dài trên đường vắng, chỉ có hai hàng cây trâm nở tím vào hè, như thay lời tiễn biệt của ái khanh dành cho đức lang quân trở lại chiến trường. Thì lần trở về này anh không gặp nàng nữa.

Người xưa còn biết tìm về thiên cổ để níu mình, tìm chút xíu niềm tin nơi cánh hoa tàn, dù rã nát vẫn vương chút nhụy hờ, của cái thời vàng son thắm đỏ đó. Còn ngày nay... Hỡi những lữ khách tha phương buộc ngựa hồng bên bờ suối, ngồi nơi quán trọ sương sa trong dặm dài thiên lý trên đường ruổi rong vì nghiệp lớn, có bóng hồng nào dõi theo nghìn trùng? Chàng còn có cái nghiệp lớn, có bóng hồng, có cái mơ hồ thổn thức của chinh nhân khóc thương mình và thương người khác để níu lan. Cái nhân quần dẫu có chết dẫm vẫn còn cái đáng thương của thứ lơ thơ lẩn thẩn của sắc vóc học vấn, của tiểu cảnh yêu kiều, của liễu biếc sơn khê, cái thứ thắm đậm trong vương triều, trong Tống Đường và tứ thư ấy, đó là chất níu kéo của tha nhân xưa, còn ta, ta có gì, trụy phấn sa hoa, hải hồ bế tắc, không còn gì để mong, cái đẹp ít nhiều còn lạc sót đã biến diện, đã nát toang nơi trần thế, chút liễu sắc hoa hương ngày trước không còn một chút nào, không còn chút nào sót lại nữa, ở những con người vàng vỏ, đói kém, bạo tàn, sát phạt, sắt trì, và nung đỏ hận thù hôm nay.

Gia đã đi tìm ở lầu son gác tía bóng dáng bố con Tiên, bóng dáng Lan Tuế, chút dư thừa trên lầu hai viện sách cũ nhà anh, với người đàn ông ngồi trầm niệm bên cây đàn, cuốn sách, như cuộc vũ hội của người xưa tụ về cùng ông, quay cuồng, múa may. Dù sao ông còn được múa may thét gào cùng cổ nhân, còn anh, cái gì đã làm anh bứt lìa những thứ đó. Vĩnh viễn. Chém tan. Đứt lìa. Đoạn tuyệt. Không còn một chút gì níu kéo với thời xưa. Vì bàn tay anh đã nhuốm máu, nòng súng anh đã khạc đạn về phía con người, bàn tay anh có lần bóp cổ họ, chân anh từng dẫm lên bao xác thân, cổ họng anh thét gào những bài ca chiến thắng, lời hô xung phong, Sát Thát, hướng về phía đồng bào, nên anh chẳng còn gì cả, nên anh đi tìm chút Lan Tuế, nét hương xưa bóng cũ, buồng xuân phong gấm, để gợi cái hương thừa của cụ Nguyễn, dù cát lầm cánh ngọc, dù dày gió dạn sương, thân lươn lấm đầu, thì nó vẫn có ích với anh, vẫn có nghĩa với anh.

Nhưng tiếc thay, chút nghĩa cuối cùng bị đứt đoạn, đèo bòng sót lại cũng bị bể tan, Lan Tuế chết rồi, trong một lần nàng tìm cách hủy hoại xác thân. Chút liễu bồ, sắc vóc này còn làm được gì cơ chứ, nô bộc, công hầu, khanh tướng, vương tôn, cũng chỉ mang nghĩa từ là khách, nàng chán tất cả những loại đó rồi, chán rồi, hoa tạ lìa cành, tía xiêm rã nát, cũng đành một kiếp người chứ biết làm sao...

Em mệt lắm, có lần nàng nằm trên người anh than thở. Anh hiểu, nhưng biết an ủi nàng làm sao, anh cũng chỉ một khách làng chơi buộc ngựa ghé thuyền, thì lấy tư cách gì khuyên giải, anh cũng thằng lính lương ba cọc nhờ trò đánh đấm, lấy gì chuộc ngọc khỏi lầu xanh, anh đâu có cái khái khí của Từ Hải, cũng đâu có đủ chút yếu đuối cảm tình của chàng Thúc Sinh, anh không đủ những ngón nghề xảo trá như kẻ Sở Khanh, anh chỉ là thằng người không hèn, sống giữa thời tao loạn, mất hết niềm tin vào cả những thứ tưởng không hề di dịch, cái vàng son vương triều, giờ cũng bị nát bét dưới gót giày chiến sự, thứ đẹp đẽ ngày xưa bị hiện tại cắt lìa và phơi trắng phớ, anh chẳng là gì cả, không phong lưu tư mạo như Kim Trọng, chẳng đủ ngón nghề lừa lọc như Mã Giám Sinh, thì anh làm được gì cho nàng.

Mẹ em bị bắt và đi tù vì tội buôn lậu. Là bà khó quá đấy mà, em biết. Còn lũ em em, em dành những đồng tiền ít ỏi này mang về nuôi chúng và thăm nuôi bà. Đủ không? Không đủ, nhưng biết làm sao, bao nhân ngãi của em chết trận cả, em chỉ sống nhờ họ, như anh, em chỉ có nhân ngãi, không có khách làng chơi, thì kiếm đâu ra, nên anh đừng chết nốt nhé.

Cái phong vị của gia đình quyền quý cũ, cái nếp nhà của cô gái tư gia có học, cái phong tư tài mạo hơn người, cái cốt cách tuyết mai của đấng đài các, vương tôn, đã không cho phép nàng ăn tạp, không cho phép nàng quá trớn buông tuồng và bầy đàn chăng, nên nàng chỉ có những nhân ngãi ít ỏi từ đám văn nhân tri thức, phần nhiều là lính tráng, những chàng trai gốc Bắc di Nam, học năm ba thứ sách xưa, ảnh hưởng nhiều của Pháp học, tìm về với thứ văn chương cổ truyền Hán học, thì họ đến với nàng, tìm chút hồn xưa bóng cũ để lạc loài, như Gia đây, để chui vào một xó thân mà quên đời, để ngạo khí giữa chốn âm u mà thét lên thách thức cùng trời đất, như hành động của người quân tử chẳng được trọng dụng ư, thì Gia là thế, già nhân ngãi, non vợ chồng, thích là vợ chồng nhưng không đến cữ, vẫn sợ chút níu giữ của thứ gia phong chết tiệt, chính nó đã giết chết một đời nàng, nhưng người yêu thì non yếu quá, đành gọi nhau là nhân ngãi cho thẳm thương.

Cốt cách nền nếp, cái phong vị Nho gia, cái dáng vẻ cát đằng, đã làm cho nàng có giá hơn chăng, hoặc vì nó mà nàng thiệt thời hơn chăng, cô Lan Tuế ở chốn Phù Dung Tía ai cũng biết, ai cũng khao khát, nhưng mắt xanh lạc vào động đó hỏi có mấy ai, mà mắt xanh phần nhiều không có của, mà nàng đâu đòi hỏi, nàng đâu cần đến, nàng cần tri âm, cần giãi bày niềm đau, cần nương hồn vào cái nơi duy nhất còn lại đó, nhưng cuộc đời lại đâu dễ dàng đến thế, mẹ nàng vì túng quẫn mà buôn hàng lậu, mấy đứa em nàng đang tuổi lớn, thứ nàng cần hơn một tri âm, hơn một nhân ngãi.

Gia cũng chỉ biết móc hết các túi đưa cho nàng, vẫn không đủ, vẻ e lệ dịu dàng kín đáo của đào lý đợi ngày trổ bông nơi liễu các, càng làm má nàng hồng thêm đẹp, nàng e thẹn trước tri âm, đáng chỉ lên coi nhau là nhân ngãi, nếu thế, chuyện tiền nong thành kệch cỡm. Nếu vậy thì làm sao thăm nuôi mẹ nàng, đủ tiền cho em nàng ăn học, cây đàn nàng đã đánh đành gác dở, cuốn quốc Văn đành treo trên giá, buổi yến tiệc của những nữ nam tú thanh trường nhạc năm nào những đợt cuối năm, cũng vùi sâu vào dĩ vãng, cô hoa khôi trường nhạc giờ là cô Lan Tuế chốn lầu Dung Tía, chút xưa còn lại có ngần này thôi, là sự thanh tú, thanh nhã của một kiểu gái làng chơi đẳng cấp mà không nơi nào có được, mà làm nàng nổi tiếng, cái nổi tiếng bất đắc dĩ, mà kỳ thực cũng nhờ đó nàng có thêm vài nhân ngãi, ông chủ nào cũng phong hoa nho hiền mà hiểu tấm lòng nàng chăng, hoặc ông cũng như Gia, việc mở cái viện ca này là để tìm về một chút hồn xưa bóng cũ, thứ không còn thấy, không thể thấy trong thời buổi nhộn nhạo giờ đây, hoặc tiếng tăm nàng đã đủ làm Phù Dung hút khách, họ đến vì cái vị hương thơm thanh khiết, họ đến vì chút lạ bóng đưa, họ đến vì tự cho mình phẩm giá hơn người, không thể xoàng xĩnh được, họ đến vì tò mò bóng huê các giai nhân, nên vẻ kín đáo mỹ miều e ấp, cái thứ hương lành ủ kín, cái thứ hoa nhạt màu mơ, không cần huy hoàng lộng lẫy đó, lại thường bay xa hay sao, chút nhụy thơm ngấm vào không khí, luồn vào hơi thở, làm cho khách đến lầu viện như đi vào chốn tao nhã thâm cung, bỗng thấy sang trọng cả con người, mà ai không biết, đó là chút phỉnh lừa thân thể, để cao đạo làm cái việc cũng thường tầm như ai, thì Lan Tuế vẫn hút khách, mà Lan Tuế vẫn không hề có khách, Lan Tuế chỉ có vài nhân ngãi ít tiền, nhiều tâm tư và tâm sự, biết lắng nghe nàng, hiểu tiếng đàn của nàng, để nàng nằm lên người và trút những tâm tư, và việc nghe người khác, cũng làm đỡ đau cho cảnh ngộ của mình chăng.

Anh cũng như em, chán cõi đời, thôi thì mặc kệ, sống mà chơi, chứ biết làm sao, cuộc đời bạc bẽo thì mình khinh bỏ, khinh bỏ hết em ạ.

Cơn rượu vào, rừng lời ra, lời nào cũng là gan ruột đá vàng, dầu không có lò hương nối sáp, thì cũng coi như là một xác tín cho lời gắn kết thiêng liêng giữa tài tử giai nhân, giữa anh hùng mỹ nữ, giữa du khách dừng chân buộc ngựa bến mơ để lên bờ với thuyền quyên vậy. Cuộc đời bạc bẽo mình khinh bỏ, ngạo cùng với cả nguyệt trăng chơi.

Là Gia nghĩ thật, là Gia bất cần, mà có thằng lính nào không bất cần, khinh đời, ngạo thế, coi Phật là anh, gọi Chúa là bạn bầy cơ chứ. Có quái gì quan trọng, có quái gì hệ trọng, có quái chi nặng nề, cuộc đời đến đó chỉ để chơi, xem con tạo xoay đủ trăm vòng thì ai chịu nhường, chạy thi cùng tuế nguyệt, thi gan cùng trăng sao chắc chỉ bọn lính tráng. Em cũng thế, buồn làm chi nữa. Tiếng nàng thổn thức như tiếng nữ cung bị đày vào lãnh ngục vì tội quyến rũ vua bằng những chiêu trò lơi lả. Là lẳng lơ hay khao khát hạnh phúc nữa. Em cũng thế, buồn làm chi. *Thân lươn bao quản lấm đầu/ tấm lòng trinh bạch từ sau xin chừa.*

Không ngờ đó là lời cuối cùng của nàng trong đêm mưa cuối cùng trên lầu cao Phù Dung Tía nhìn xuống đường, hai hàng trâm đã nở, gió quyện hơi sông lồng hương hoa bay vào gian giữa, nàng ngửa cổ hít hà mùi thơm, thở căng lồng ngực. Cũng chờ anh ạ, cũng chờ một giấc phụng loan, cũng chờ ngày trổ bông đào lý, nhưng đến bao giờ, ai dám cùng mình kết tóc se tơ, còn đâu buồng xuân rủ gấm, mọi thứ hết rồi. Nàng lặng im và nhìn anh. Gia biết, nàng đang chĩa nghĩ suy vào anh. Nàng chờ đợi, chờ đợi một cái gì, và cái gì, thì thằng lính dù mũ đỏ chỉ biết đánh đấm, bàn tay nhúng chàm, đến cái mũ binh chủng cũng nhuộm màu đỏ máu, thì lấy gì bảo đảm, có gì là niềm tin. Cái thằng đi tìm chút nhụy xinh bến cũ vì bị thất tình, mất đi bóng dáng người xưa các đài diễm lệ, mất đi chút hương vị Bắc cũng phong gấm rủ là khác, thì cái chút rủ là này có là chi, mà nàng đợi, mà nàng sợ mình hoa hèn, sợ mình đáng phỉ nhổ.

Gia có phỉ nhổ không, ồ không rồi, nhưng Gia có lấy đó là điều hệ trọng không, cũng là không, là không rồi. Gia không hiểu, không hiểu. Anh chỉ là một thằng hèn, chỉ là một thằng đàn ông trong muôn vạn đàn ông thấy đàn bà liễu sắc tài hoa thì khao khát, nhưng vẫn khao khát một đào hoa rủ kín ngậm hương, một đào hoa rủ là phong gấm. Gia không hiểu. Gia thấy cần phỉ nhổ anh, Gia thấy cần phỉ nhổ mình. Mình là thằng hèn, một thằng đểu, một thằng nhân ngãi ngụy tạo, kẻ đàn ông tầm thường đểu cáng. Đúng, Gia chẳng là gì cả, nên chàng đâu dám để ai mong, mà nàng vẫn cứ từ trên lầu cao nhìn theo bóng chàng ruổi dài trong ngày ra trận, đi giữa hai hàng trâm hoa tím rợp trời, như tiễn ai lên đường vào nơi gió cát, ơi chàng tuổi trẻ hào kiệt, vươn ngực hít thở gió núi sông, và đang ra sa trường đền ơn vua trả nợ nước, để nàng thê thiết dõi theo như người thê thiếp dõi theo đấng lang quân dặm dài yên ngựa vậy.

Thôi đi nhé Lan Tuế. Anh hiểu ánh mắt em bữa đó, anh hiểu tấm lòng em muốn gửi trao, anh hiểu chút nương tựa cuối cùng em muốn dựa, anh hiểu cả nỗi đau trong chiều dài đôi mắt em nhìn anh thất vọng phút cuối chia tay. Đi nhé, Lan Tuế.

Anh biết em đi chẳng trở về/ dặm nghìn liễu khuất với sương khê/ em đừng quay lại nhìn anh nữa/ anh biết em đi chẳng trở về..

CHƯƠNG II

1.

Cơn mưa rừng Kon Tum ẩm ướt quá. Đám lá mục ngời lên những lân tinh, những điệu vũ của li ti ánh sáng rọi theo những bước chân. Thằng nào nghĩ, cầm những chiếc lá làm mục tiêu cho người sau dẫn lối. Đêm tối đen, đêm thăm thẳm thượng huyền, đêm mung lung như về từ miền cổ tích xa xăm. Đoàn quân đi lặng lẽ, người trước nối người sau, đôi chân nào giẫm lên những chiếc đầu lâu trơn trượt, đứa nào ngã bổ nhào vào một bộ xương còn dính chút da sườn, bầy nhầy thịt gân, lòng thòng phèo phổi, mùi tanh lờm của máu, của tử khí, mùi hôi nực của xác người đang kì phân hủy, bay lên nồng nặc khắp một vùng rộng lớn.

Trận đánh mới diễn ra đấy thôi, hai bên còn chưa kịp thu xác về, để một vùng chiến địa tang thương, hơn cả bức tranh mặc thủy của người đàn bà nằm vẽ trận mạc trong cơn tưởng tượng xưa, mà không kém phần đau đớn trong cuộc nội chiến dài của dân tộc kéo mấy nghìn năm chưa khi nào ngừng nghỉ:

Hồn tử sĩ gió ù ù thổi/ mặt chinh phu trăng dõi dõi soi/ chinh phu tử sĩ bao người/ nào ai mạc mặt, nào ai gọi hồn...

Ai gọi hồn họ về, những lớp áo rằn ri và mũ tai bèo, nằm la liệt ở núi rừng này, trong một trận bom, trong một trận xáp lá cà, bộ ngực nào còn bị lưỡi lê cắm vào chưa kịp rút, chiếc cổ nào bị lưỡi dao chém đứt lìa. Đội hình của Gia đi trên những xác chết, để sang một quả đồi, trong kế hoạch tuyệt mật, hành quân bất ngờ, không thể phản kháng cho một trận đánh sẽ diễn ra sớm đây. Suỵt, đó là tiếng to nhất trong đội hình.

Mẹ kiếp, thèm một chút nước, cả người dơ dáy tanh lòm rồi, bầy nhầy toàn máu của xác chết bám vào, kinh đéo tưởng được, khi cuộc hành quân dừng lại, thằng nào lên tiếng. Nhưng gần đây làm gì có suối, muốn có phải đi xa, nó cởi giày ra, và chùi chân vào cát, coi như việc rửa cạn, cũng đỡ cho sự kinh tởm nó vừa trải qua, nhưng nhằm nhò gì, những điều đó, có nhằm nhò gì với những thằng lính cựu ở chiến trường cơ chứ, cái chết chưa đến, thì mọi thứ thành nhỏ bé quá, mà nó đến xoẹt rồi, còn nhỏ hơn, *những người chinh chiến bấy lâu/ nhẹ coi tính mệnh như màu cỏ cây,* như lời người cô phụ xưa nhớ chồng và hiểu tận cùng chinh chiến đau thương.

Mỗi khi nghĩ về cuộc chiến, không hiểu sao, Gia luôn nhớ về áng cổ văn đó, có phải bố Tiên đã truyền cho anh tình yêu cổ văn, yêu Chinh phụ, mà tiếng ngâm thường âm ẩm vang lên trong họng anh, mỗi khi gặp nỗi buồn trường thiên, cừu hận, tưởng chẳng bao giờ dứt được trong đời một thằng lính sống ngoài hai mươi năm mà tưởng mình đã là Bành Tổ, còn hơn thế, như đã triệu năm, cái cảm giác trải nghiệm ranh giới khổ đau, sống chết, tử sinh; hơn cả thế, những khiếp khủng trên xác thân đồng loại, những tang thương tưởng chỉ có thể dựng ở những bộ phim phải dùng đến kĩ xảo điện ảnh của nền điện ảnh bậc thầy Hollywood mới diễn tả được, thì nó hiện diện ngay trước mắt người lính hàng ngày. Thà ra trận ngày đầu chết rụi, có lẽ không đau đớn ám ảnh kinh hoàng bằng ngày ngày chứng kiến địa ngục trần gian, thứ man rợ tưởng chỉ ở dưới mười tám tầng địa ngục, nhưng có thứ địa ngục trần gian còn kinh khiếp hơn, đó là cuộc chiến tranh của Việt Nam thế kỉ này. Gia bị ám ảnh, Gia bị nặng nề tâm lí.

Chúng mày sức chịu đựng kinh khiếp thật, thằng James nhìn anh lắc đầu, khi nó theo anh hành quân có một đợt. Chúng tao từ chiến trường Việt Nam về ai cũng phải gặp bác sĩ tâm lý, đó là bắt buộc, là quyền lợi, không phải, là điều quy định, để giải tỏa di họa của chiến tranh. Hội chứng chiến tranh, nó khủng khiếp lắm, theo con người đến cả cuộc đời, còn chúng mày, đã bao năm rồi... Gia cười mỉa, mọi thứ với chúng tao là thế, dân tộc chúng tao quen với điều này lâu lắm rồi, từ thời Trịnh - Nguyễn, không phải, trước đó, không phải, trước nữa, rồi sau nữa, liên miên đánh đấm.

Áng công danh trăm đường rộn rã/ những nhọc nhằn nào đã nghỉ ngơi/phận trai già ruổi chiến trường/ chàng Siêu tóc đã điểm sương mới về.

Thì có hề gì, so với những thằng nhà giàu đánh đấm. Chúng tao nhà nghèo, phận cỏ rơm, thì mười năm hay hai mươi năm cũng thế. Có ông già kể mãi những trận chiến từ ngày còn ở bản Xiengkhoang bên Lào đánh cho Pháp, cái ngày chim còn chưa mọc lông, đến khi đã hơn sáu mươi vẫn ruổi dài theo những chặng hành quân đánh đấm đấy thôi, đeo đôi lính tập, vừa cởi ra lại xỏ đối bốt đờ sô đã sao. Bố thằng Lâm theo Việt Minh ở rừng từ ngày còn để chỏm, rồi đánh đấm đến khi hòa bình tạm thời lập lại, ra Bắc rồi từ Bắc vượt Trường Sơn, bây giờ nghe nói đang là sư đoàn trưởng đóng quân vùng B3, theo phiên hiệu Bắc Việt. Cả cuộc đời chinh chiến, ruổi theo từ thuở hoa niên, đến khi tóc đã ngậm sương. Đó là nước chúng tao. Có khi chỉ để đổi lấy mười bốn đô la cho một tháng đánh đấm, chúng mày những một ngàn đô, cái giá của nhà giàu vẫn hơn, giờ thì tao hiểu rồi, đất nước tao nghèo là vì đánh đấm, bọn tao mãi là kẻ nhà nghèo vì đánh đấm, nên chấp nhận chứ biết làm sao.

Và những lúc đó, Gia thường nghĩ đến tác giả của khúc ngâm, là người vợ có chồng đi sứ, bà đã dành hết tình yêu tiếng Việt cùng nỗi thương nhớ chồng, để cho ra đời một áng cổ văn hay đến thần sầu, để mỗi khi buồn, nỗi buồn thiên trùng cổ lãng, Gia lại ngâm nga. Nó giống với hoàn cảnh của anh không sai được, giống với bao bạn bè anh, giống với cả người bên kia chiến tuyến. Nói gì, rặt chỉ là chuyện đánh đấm giết chóc, tìm cách thủ tiêu nhau, hạ bệ nhau, cắt đứt nguồn cơn sống chết của nhau, đưa nhau vào tròng, chặt đầu, bẻ cổ, tống lựu đạn, đâm dao, và hả hê trên thân xác của người khác, còn gì vui hơn là nhìn nhau chết. Chết tiệt. Có niềm vui làm suy đồi nhân cách con người, suy đồi một thế hệ, một dân tộc, nhưng không lấy nó thì biết vui gì trong thời đại, trong thế cuộc này, khi chúng ta đã được bày lên bàn cờ, để kẻ khác nhấc những con cờ du di, một đường đi, là cả một dân tộc ngã xuống, một cú nhấp tốt xe, là cả thế hệ đổ nhào, thì còn gì vui hơn là được đổ nhào cơ chứ. *Xưa nay chiến địa dường bao/ nội không muôn dặm xiết sao dãi dầu.*

Bố Tiên đã truyền cho anh cái niềm yêu cổ văn, nó chính là sức mạnh tinh thần để anh vực dậy, nó, cơn đớn đau của tâm thức, mỗi khi nỗi buồn ập đến, như đêm cuộc hành quân bí mật bước trên các xác thân để về vị trí tập kết, để chuẩn bị cho một cuộc đổ nhào thân xác khác vào buổi sớm mai.

Thế là đến đoạn an toàn có thể cắm trại, đào hầm, mắc võng, và yên trí rồi. Ngủ một giấc lấy lại sức, dù không được tắm, chỉ chùi chân máu vào cát đi nữa, thì cũng cần ngủ một giấc cho lại người chứ. Thằng tà lọt hỏi anh, đích thân, có cần một cốc cà phê không? Có thì tốt. Nó vẫn có thể pha được cà phê ở chỗ này, trong hoàn cảnh này. Trời sinh nó làm tà lọt, nên cho nó biết co kéo, và tính toán sao cho ông thầy của nó thoải mái nhất, có điều kiện tốt nhất trong cả hoàn cảnh khắc nghiệt nhất. Nếu không có cuộc chiến, nó đã cầm bút, và ngồi ở một giảng đường nào đó, có thể Văn Khoa như nó mơ ước, và viết, viết về những vấn đề nó trăn trở, những tư duy nghệ thuật trùng lớp nó thường nghĩ ra, hay vẻ đẹp của đời sống nó phát hiện, mà không một ai có cái nhìn trực cảm thấy được. Nó luôn phát hiện ra những điều thật thần kì lí thú của đời sống, đó là óc tư duy nghệ thuật ở những con người đặc biệt, ở những tâm hồn nghệ sĩ lớn, mà Gia tin, nếu không có chiến tranh, nó sẽ là nhà văn vĩ đại không biết chừng.

Thì giờ đây, nó vẫn tìm được đủ mọi cách pha cho anh cốc cà phê thơm lừng trong một đêm hành quân mà xéo lên những xác người để thẳng tiến.

Cũng được, ngon đấy, mày thật cừ. Ông thầy quá khen, đó là nhiệm vụ của em rồi. Nó đã quên những trang văn, nó đã quên những tư duy nghệ thuật vĩ đại, nó giờ về với cốc cà phê, với mùng màn, chiếu võng, với cây súng, tấm boncho và chiếc máy liên hợp, nó về với tiếng hỏa châu ùng oàng, tiếng pháo bắn cầm chừng từ các tiểu khu, tiếng đụng độ nào giữa AK và M16 ở một cánh rừng không xa vọng lại, nó giờ về với chiến trận, dừng lại những ước mơ nghệ thuật lớn lao nó từng xây dựng.

Cần ngủ một giấc ông thầy, nghe chừng ông thầy đã mệt. Nó nhắc nhở anh, khi thấy anh đốt thuốc liên tục. Có lẽ thế, cần nên thế. Gia trầm ngâm, rồi chìm vào giấc ngủ, giữa canh khuya. Có lẽ đã hơn một giờ sáng, bốn phía xung quanh đều có lính gác cả. Rừng già Kon Tum mưa nhiều qua, lá mục, lân tinh lên nhiều lấp lánh khắp các nơi, thứ ánh sáng như ma trơi trêu con người, lèo phỉnh con người, như ngàn ánh mắt sao rọi vào đêm đen thanh vắng, đẹp và kì thú, nhưng chỉ sáng mai thôi, giữa ánh sáng ban ngày nó trở về là chiếc lá quăn queo mục rữa, thối nát, nghệ thuật quả hơn ánh trăng lừa dối, nghệ thuật quả trở mặt hơn người đàn bà trắc nết.

Gia hay nghĩ ngợi và tư duy như vậy từng khi. Những cơn nghĩ ngợi đã đưa anh chìm vào giấc ngủ tự lúc nào, anh đã đi vào giấc ngủ tự lúc nào, giấc ngủ đón anh vào đêm đen của nó, những cơn mơ gọi anh về những tháng ngày đã xa, và tháng ngày phía trước, trùng phức những hoạt cảnh, hoạt cảnh nào cũng láo liên và náo động, hoạt cảnh nào cũng day dứt tâm can, hoạt cảnh nào cũng gợi nhiều kí ức và tổn thương, hoạt cảnh nào cũng có bóng dáng Tiên và bố nàng, hoạt cảnh nào cũng có vùng Quảng Trị, Vĩnh Linh, nơi bờ kia bến Bắc mà bao nhiêu lần anh đứng đó nhìn sang, muốn bơi qua sông để về bên ấy, thăm người o ruột của mình, ngồi vắt vẻo trên từng ngọn cây đa thả mình vào dòng nước trong vắt, hay nằm quay đơ trên một tảng đá bên cạnh cánh đồng cỏ non rợn, nhìn lên bầu trời ngẩn ngơ, lơ đãng, mà để hồn đi vắng, chu du chốn nào, để óc đi chơi, quên mình là thằng người, và giờ nào tháng mấy, chỉ còn một cái hồn quê, cái tình quê, cái trong trẻo khiết tinh của thứ hồn quê còn đọng lại, như cái cách bố anh vẫn tả về quê hương bên ấy của ông, để bao đêm ông mơ về lại mà chưa được ấy.

Những giấc mơ đưa anh về vùng xa lắc nào đó, chu du, hay cứ chu du đi, trong một đêm yên tĩnh ở một vùng vốn dĩ yên tĩnh, vốn là nơi giao tranh buổi sớm, song phía Cộng hòa đã nhanh chóng làm chủ, một vùng khá an toàn, dù bao xác thân đồng đội anh, cả phía bên kia, chưa được trực thăng và đồng đội họ đến lấy đi chăng nữa, thì vẫn là một vùng an toàn, và những giấc mơ, và những chu du...

Anh em ơi, hát lên nào, bập bập bùng bùng. Người lính mặc áo rằn ri ôm cây đàn nhảy ra sân khấu. Sân khấu của anh là trảng cỏ rộng, anh đội chiếc mũ sắt ụp xuống che đi con mắt đỏ, lòi ra cả con ngươi, nhảy nào, rumba này, chachacha này, và từ trong những hốc đá, bao xác thân bật dậy, họ trườn ra, xô nhau, bổ nhào, họ quay cuồng với một cánh tay, một bàn chân, một chiếc đầu. *Nào nào nào, anh em ta cùng trong một nhà, ra chiến hào vì phận nước non, hà hà hà.* Tiếng ghi ta vẫn bập bùng, điệu hát tuồng cất lên ngày sau đó, não nề, và rên rẩm, hòa cùng tiếng trống quân, không hẳn, là nhạc trẻ, chuyển sang trữ tình rồi, lại nhạc vàng, những bài ca của lính, những khúc điệu của dân, chen lấn, xô bồ, hỗn độn trên một sân khấu người và thân xác. Hát thế cũng hát à? *Đêm nay trên đường hành quân ra mặt trận, trùng trùng đoàn quân tiến bước theo con đường của Bác.* Những chiếc mũ tai bèo đã kết nhau thành bè dài kéo từ trảng cỏ đến tận cuối chân rừng, họ đang ngả nghiêng, đang rã lướt, đang say cuồng như dáng chèo thuyền, như đang biểu diễn, như đang lên đồng, như đang thổn thức, họ nhấp nhô như những cánh sóng ngoài khơi, họ say sưa và hòa nhịp cùng điệu rumba, chachacha. Mặc tất cả những âm thanh hỗn độn, phía nào phía đấy vẫn cứ hát ca, những xác thân hai miền vẫn quay cuồng. Anh em ơi, chúng ta cùng hát một bè nào. *Hầy hầy hầy, một vừng đông mẹ trông chờ ta, một ngày mai vợ trông chờ ta, người yêu ơi, em đẹp xinh hỡi*, những giọng hát phừng lên ở tuổi trẻ, cả sinh Bắc tử Nam và nền tự do Cộng hòa, họ hòa cùng nhịp rồi, ngả nghiêng như thân cỏ, chao đảo, hồn mũ cối, hồn dép râu, hồn rằn ri, hồn pilot, họ đã nhập làm một rồi, và quay cuồng, tuổi trẻ cuồng quay vốn dĩ.

Cậu ở đâu, tớ ở Lạng Sơn, cậu ở đâu, tớ Bạc Liêu, cậu bao tuổi, tớ mười chín, cậu bao nhiêu, tớ hai mốt, chúng mình trẻ quá, chúng mình còn yêu đời quá. Về đông quá, các hồn, về đông quá, người Lạng Sơn, đứa Thái Nguyên, kẻ Cà Mau, người Rạch Giá, về tụ họp nhân quần nơi vùng đất thiêng, trong đêm lân tinh mở hội, trong đêm rừng mưa chiến dịch trập trùng, trong khúc đau thương, mẹ ơi dắt con đi, em ơi đợi anh về, bạn ơi nhặt cho tớ tay, ai ơi nhặt hộ tớ đầu…Về đông quá những linh hồn vất vưởng, những linh hồn chiến binh nhớ mẹ, những linh hồn lính chiến không siêu thoát, ôm lấy nhau mà chẳng bận cựu thù, về đông quá, kẻ Hà Giang, người Quảng Trị, kể cho nhau bao nỗi nhớ nhà, kể cho nhau nghe về một miền quê xa lắc, kể cho nhau đứa con gái xóm giềng đôi mắt sắc, và mối tình thăm thẳm lúc chia xa…

2.

Này anh lính Cộng hòa. Gia mở choàng mắt, vồ vội khẩu súng, người lính phía kia đã lấy chân chặn bàn tay Gia lại, bàn chân gọng kìm của gã đủ làm Gia tê cứng, không nhúc nhích nổi, không thể nào động đậy, đành để nước mắt nhòe sau cú chặn bàn chân. Một sức mạnh vô hình nào đó ghì chặt cả ngực Gia, thằng Võ Bị đánh đấm chiến trường bao năm, võ nghệ không xoàng, từ ngày còn học lò võ thầy Sang đường Cường Để, đối diện với lò văn của thầy Tân, có thằng Hơn cùng học xưa kia. Mà giờ anh đành chôn chân và im lặng.

Có cần phải động đến thứ đấy không người anh em? Là ai? Gia quát lên. Có hề chi, cũng là người cả. Kẻ thù, kẻ thù. Gia hét lần nữa. Cũng có sao, thì anh cũng là kẻ thù của tôi đấy chứ. Sao anh không bắn tôi? Anh nhìn xem, tôi còn vũ khí không? Thì vũ khí của tôi. Lấy vũ khí của kẻ thù, bắn kẻ thù, ha ha ha, cũng là một cách hay và thường làm đấy chứ, nhưng không phải lúc này, anh bạn, có những khi, đánh đấm chẳng còn là cái thá gì của niềm vui nữa, thì còn niềm vui khác, là trò chuyện, anh biết chứ, trò chuyện đi, tôi ở rừng lâu lắm, chẳng gặp chó ai, buồn hiu hắt.

Tôi người Hà Nội, học Bách Khoa, ngành Máy học, sinh viên năm ba, đã mày mò chế được máy băm rau. Lưỡi băm nhỏ, dao thái to, cửa nạp và cửa xả, anh thử một lần xem, thú vị lắm, mà nhà anh có chăn nuôi không, nếu không thì đâu biết tiện ích, tôi cũng không, mẹ tôi dạy Sư phạm, bố tôi dân Kinh tế, tôi lại thích máy móc. Từ bé sơ tán về nông thôn, thấy bà con khổ quá, thế là ước, sẽ vào một trường, chuyên chế tạo máy, năm thứ ba thì nhập ngũ, vào trận mấy năm, đánh đấm đã nhiều. Anh là Dù, bọn tôi đụng độ suốt, lính Dù các anh, đánh mãi không thua, đánh mãi không sợ, càng đánh càng hăng...

Chiến trường quả không như giảng đường anh ạ, quen với cơm mẹ nấu, nước tắm mẹ đun, quen cây đàn, giá sách, hàng quà bánh, quen với rạp phim, hàng sấu, phố phường, cô bạn gái có chiếc áo hoa, những cô nàng má phấn hường, môi đỏ, quen với sóng nước Hồ Tây, quen với di tích hành cung hồ Trúc Bạch, những huyền sử, sách xưa, những trang vàng thư tịch, quen với con ngõ có tiếng đàn từ lầu hai vọng xuống của chị đi Liên Xô về chơi mỗi tối, chứ quen gì với sốt rét, với chết chóc, với đói ăn, đói mặc, với kiệt sức, với rệu rã, phong sương, với hao hụt tinh thần, với phơi thân thể xác như này cơ chứ.

Này, có thuốc thì cho một điếu.

Gia lần tìm trong túi, lôi ra một điếu quăn queo, lucky, anh chỉ thích nó, còn thằng Lâm nhất định phải là ruby. Thuốc của bọn anh thơm ngon bỏ mẹ, thuốc bọn tư bản kiểu gì cũng hơn bọn tôi. Tam Đảo à, Điện Biên à, Ba Vì à, những thứ khét mù, nhưng chỉ với các anh, còn chúng tôi nó vẫn là những thiên thần, thiên thần nàng tiên khói, nó sẽ dìu ta đến một bến bờ khác của cõi mê, một phút tê phê giữa chiến trường thì chao ôi đời là tuyệt đích, quên đi hết tất cả, để cái phổi của mình hứng lấy từng luồng ái ân, để lâng lâng phút giây ít ỏi của mị mờ, nhân ảnh. Anh nào nghĩ ra thuốc lá, quả là kì tài.

Nhưng anh bạn à, những thứ đó làm gì chúng tôi được hưởng, phải là tết, mỗi thằng mới được một điếu, tí tẹo thôi, thằng nào phàm phu thì nhoằng một cái đã không nhìn thấy khói, thằng nào tao nhã thì một chút, một chút, cấu, rồi ngửi, hít hà cái vị mùi của em tiên khói, mới phê pha làm sao, nhưng chỉ béo những thằng hết trước, nó cũng đè ngửa em ra mà đòi hiếp chung, thế là hết, hết xí quách vì cái tội đòi tao nhã quá, ha ha ha.

Tiếng cười của hắn ta dộng năm trắng cỏ, rừng thưa mà âm vang, tiếng thì rõ quá. Gia nhìn xung quanh, xem có một trợ lực nào không, nếu có gì bất trắc, anh sẽ tìm được đường, nhưng khẩu súng đã bị đá bay, giữa mênh mang chỉ còn anh và hắn, kẻ thù, địch thủ, không phải, tiếng thao thao kể chuyện thì là người.

Cứ coi tôi là người đã sao, chia nhau đến mẩu thuốc rồi còn sợ cái chó, ai làm gì anh đâu, võ Vivona hả, bằng gì với thứ võ lâm truyền kì này, cũng lò cụ Luyện nhà Hàng Than đấy, tám mươi tuổi còn chấp đến năm thằng trai, một mình cụ hạ gục năm đứa, bao cát tôi đấm mấy năm trời, giờ mới chặn được bàn tay anh đấy, nên đừng động đậy hay sợ sệt, ha ha ha. Tiếng cười của hắn lại động thêm cánh rừng hoang vắng, nỗi đe dọa tính mạng chưa lúc nào khiếp như thế. Gia bủn rủn người nghĩ đến cái giây phút cùng tận tiếp theo.

Không ai làm gì anh đâu, đã bảo tôi thèm nói chuyện, nằm rừng lâu chỉ thèm người, anh bạn ạ, mỗi tiếng động của hươu nai lại ngỡ bóng người. Tôi sống ở Hà Nội, phố Hàng Khoai, quanh năm chợ người tấp nập, ngó mắt là thấy bóng áo quần, chui vào gác vẫn nghe thấy bước chân. Những ngày xuân còn đông vui nữa, xúng xính đào mai, xúng xính sắc áo dài đỏ xanh con gái, nhưng là từ năm 64 về trước, càng sau này càng ít bóng thanh kì mĩ nữ, cũng tiếc, cũng xót, nhưng sau chiến tranh, lại mong gặp lại những thành kì ấy. Nhà tôi gần chợ Đồng Xuân, quanh năm tấp nập, thế mà giờ đây, tịnh không một bóng người, thèm người lắm anh ạ.

Gia cũng quên khuấy, khẩu súng đã bị đá xa, một tay mình vẫn nằm trong chân hắn, quên khuấy tính mạng rồi sẽ ra sao. Sự thuyết phục của một thích khách, đến một lúc cũng làm đối phương mềm lòng mà nghiêng ngả, hoặc sự bất đắc dĩ trong hoàn cảnh, mà mọi điều đối thủ đều hơn, thì chỉ còn cách lặng im, lặng im cũng là một cách để giữ gìn tính mạng, hoặc phải bắt chước Tôn Tử, hư hư thực thực, giả vờ nghe mà chống đối, giả vơ cầu hòa nhưng thực kế hoãn binh.

Một tiếng oàng, Gia choàng mở mắt, là tiếng AR15, nổ hướng nào, sắp về đến ta rồi sao, mười ngày xé rừng chạy khỏi hang đá nhờ miếng thịt của Lương. Anh nhìn quanh. Giấc mơ. Người lính Bắc Việt. Điếu thuốc. Làm gì có. Khẩu súng đâu? Bàn tay anh đau rát do mối xông, chúng đã đùn lên đến nửa cánh, quanh chỗ anh nằm toàn các ụ, một khúc xương người trồi lên, vương cả những mảnh vải áo Tô Châu. Giấc mơ Hàng Khoai, điếu thuốc Tam Đảo, chợ Đồng Xuân, và người lính Bắc quân...

3.

Ầu ơ... Ví dầu con nhạn kêu sương/ con chim hót nắng con người tiếng thanh...

Con là đứa trẻ sinh ra giữa hai dòng trong đục. Ngày nhỏ cố thường ru con như thế ở một bìa rừng khu Tư kháng chiến. Ông ngoại công tác xa, bà ngoại phải chạy chợ kiếm sống, và đây là vùng đất thứ bao nhiêu trên hành trình cố và bà gánh gồng cả gia đình đến, trên đường chạy Pháp, tìm một chỗ ổn yên, ghé lại, làm căn chòi tạm bợ che đủ nắng mưa, rồi chạy chợ, nuôi gà, mót sắn khoai, đắp đổi qua ngày, để rồi lại chạy tiếp. Và con lớn lên giữa hai lằn lửa đạn đó, Pháp và Việt Minh.

Bà ngoại phải chạy chợ, nhà chỉ còn con và cố, cố mắt mờ chân chậm nhưng chưa bao giờ để con rời khỏi ánh mắt người dù chỉ trong chốc lát, cố canh chừng, giữ chặt, như sư tử cái giữ con, gầm gừ trước tất cả thú dữ có thể tấn công. Một ngày, ông cậu Lăng con trai út của cố ghé chòi nhân chuyến công tác dân vận vùng này, ông gườm gườm nhìn con rồi nhổ bãi nước bọt vào giữa mặt, con thằng phản bội, mệ nuôi làm gì. Cố đã đứng bật dậy, bằng tất cả sức lực, giơ thẳng cánh, nhìn bằng con mắt dữ nhất, táng một táng vào giữa mặt cậu. Thằng khốn nạn, nó chỉ là đứa trẻ, nó là dòng máu nhà mày, mày biết không, bố nó là ai thì nó cũng là cháu mày. Hôm đấy ông cậu đã bỏ đi giữa chừng mà không kịp ăn bữa cơm đoàn tụ và đợi chị gái về trong chuyến chạy chợ xa dù mấy năm trời không gặp, đó là câu chuyện sau này bà ngoại kể.

Con là đứa trẻ sinh ra giữa hai dòng trong đục.

Hồi con lên chín, một ngày nhà mình bỗng đông vui lạ, cái háo hức của trẻ thơ khi nhà có khách, nó xăng xái, linh động, lém lỉnh, và vui thích hơn bất kì lễ gì, vì sẽ được chiều chuộng, vì được chia quà, được cưng nựng và hơn hết được chơi, được ăn một bữa ngon lại không bị trách phạt. Ngày đó, con đã theo cố và ông cậu Hữu về Hà Nội, ông bà ngoại vẫn công tác trong vùng Bốn. Nhà ông cậu được phân là một ngăn nhỏ của ngôi biệt thự cũ, chật mà vui, cậu mợ ở một phòng, con và cố ở một ngách.

Hôm đó còn vui nữa, đứa trẻ chín tuổi vẫn lăng xăng chơi trước hiên nhà gần bãi cỏ rộng bỗng một ngày thấy chiếc xe công vụ đỗ xoạch, từ trên bước xuống bốn năm người ăn vận tươm tất nói cười tíu tít, trong đó có bác Thao anh ruột ba, lúc đó bác đã làm đến chức vụ trưởng, sau này bác sang Cộng hòa Ba Lan làm đại sứ. Bác Thao có khuôn mặt y như ba, người lớn bảo, để sau này con luôn tưởng tượng ba qua dáng bác bước xuống từ chiếc xe, mặc bộ đồ kaki và đi ùa vào qua bãi cỏ rộng, con hình dung vòng tay ba chạy lại đón con, nên bao lần con đứng ở nơi nhìn thấy bác lần đầu, rồi nhắm mắt và ùa ra đúng đến đoạn giữa bãi cỏ có con đường gạch và tưởng tượng con sẽ gặp vòng tay ba ôm trọn lấy.

Khuôn mặt ba vuông, mắt ba lấp lánh, hai gò má cao, chiếc răng hơi to và hô, cằm bạnh mà duyên, giọng nói ấm và nụ cười tươi, ba sẽ đón lấy con như cái cách bác Thao bước ào xuống xe và lao vào giữa bãi cỏ. Con đã nhắm mắt bao lần, tự lao ra từ bậc cửa và tưởng tượng. Để cố gọi, Hồi ơi, con đang làm cái trò gì vậy. Giấc mơ chỉ vỡ nát khi đứa trẻ hàng xóm khóc ré vì bị củng vào đầu. Tan giấc mơ lén lén quay vào, con tự chơi trốn tìm cố ạ. Cố cũng củng đầu con, thằng quỷ, rõ khổ, chẳng ai trốn tìm cùng cũng khổ. Đó là cái ngày con không được ra khỏi nhà. Ở nhà canh nhà nghe, ông đi làm chút nữa về qua chợ sẽ mua quà cho Hồi. Ông muốn con ở nhà canh chừng cả cố, vì cố đã già lắm rồi, lại lẫn. Những ngày ông cậu phải đi họp, mà trường cấp 1 con được nghỉ, thì bãi cỏ, trò chơi nhắm mắt hình dung ba chạy lại, vẫn là thứ quấn quýt con nhất, nhưng con không nói với ai, cả mẹ, và từ ngày người đàn ông giống ba đó xuất hiện thì bãi cỏ càng xôn xao hơn.

Tiếng nói cười giọng Quảng Trị lọt vào khắp chốn, chật cả hai gian nhà. Chị, chị khỏe không, mệ, mệ còn minh mẫn quá, nhận ra em không? Trời cậu Thao, tôi từ họ Huỳnh về làm dâu họ Trương chứ đâu, sang bên này sông có đâu mấy chục năm sao quên được mọi người bên đó. Chị ạ, làng quê mình nghe nói đã đi hết cả, người ra Việt Bắc, người vào khu 5, người vượt Trường Sơn vào Nam chiến đấu. Tôi biết chứ, nên giấc mơ nào chẳng mơ về mồ cha, về cây đa gần Dốc Miếu, có hai ông từ canh đền đuổi những con trâu của bọn trẻ chăn gần. Chị nhớ kỹ quá, trí nhớ tốt quá, em cũng chính là một đứa trẻ chăn trâu ngày đó.

Một già một trẻ sao gọi nhau chị em? Câu thắc mắc của đứa trẻ ngây thơ là con ngày đó, làm vang lên tiếng cười. Một già một trẻ thế thôi, nhưng bằng vai phải vế cả đấy, cố con gọi người này là em, như vậy bố con cũng chỉ là em họ xa của cố mà thôi, theo như gia phả dòng họ Huỳnh.

Và câu chuyện dừng lại ở đó, chùng lại giữa chừng, như dây đàn đang thăng âm thì đứt tiếng, như chú chim đang líu lan thì gặp một trận mưa ướt chùng cả giọt thanh.

Cháu, tôi tuy có ít tuổi, nhưng nếu đúng như vai vế họ Huỳnh, thì tôi bậc cậu, ngang hàng mẹ cháu đây. Bác Thao quay sang ông cậu Hữu. Em Phương tôi đi công tác từ nhỏ, do trẻ người non dạ, vả lại, có lẽ vì xa xôi, khi chúng ta cứ quan niệm gái là ngoại tộc, mà mẹ cháu lại đi lấy chồng từ sớm, về làng không nhiều, để em Phương phạm tội tổ tông, nhưng dễ bề tha thứ, vì đã đời thứ sáu. Nhưng còn việc em trốn tránh trách nhiệm với cháu An Phiên nhà mình đây, thì không thể tha thứ, nên vì cây dây cuốn, em dại thì anh mang, khi cha mẹ mất cả, ngày tôi đi kháng chiến em nó còn nhỏ, tuy là anh em, nhưng tuổi chẳng khác gì cha con, nên tình em nhưng trách nhiệm huynh phụ. Hôm nay tôi cùng phái đoàn họ Huỳnh sang đây, thứ nhất là xin lỗi thay em Phương, sau nhì muốn xin phép bên nhà được đón cháu Hồi về nuôi nắng, xin làm lại khai sinh, đổi lại họ Huỳnh cho cháu, dù gì cháu cũng là dòng dõi họ Huỳnh. Vẫn biết, cháu có ngày hôm nay là ơn dày của họ

Trương, công này chúng tôi luôn ghi nhớ. Giờ chúng tôi muốn nghe ý kiến bên nhà mình.

Ông cậu Hữu lúc đó mới từ từ đứng dậy. Thưa cậu Thao, cảm ơn cậu cùng bà con họ Huỳnh đã có lòng nghĩ đến cháu Hồi, dù giờ tôi biết họ Huỳnh đã ổn định mọi bề công tác, có thể nuôi được cháu, nhưng cần nói rằng, cháu Hồi là con của cháu An Phiên, tôi coi cháu An Phiên như con, cháu Hồi lại được chúng tôi nuôi nấng từ nhỏ, nên coi như cháu ruột, tấm lòng họ Huỳnh chúng tôi ghi nhận, nhưng cũng lại nói thêm rằng, dù gì thì ba cháu cũng là tên phản quốc, nên cháu Hồi không thể mang họ Huỳnh. Và việc để cháu Hồi ở đây là đúng đắn nhất.

Từ "phản quốc" thốt ra, không gian như chùng xuống, niềm vui bỗng tắt, ngọn nắng trước mành như xuyên nhanh, tán cây rụng vài chiếc lá, và con chim vẫn hót ở bãi cỏ xanh không còn lo líu nữa, câu chuyện như chạm một mạch ngầm đau đáu và trầm ẩn, bao gương mặt cúi buồn, ông cậu Hữu được thể nói thêm. Sự thật có buồn nhưng vẫn là sự thật, tôi chỉ trình bày như thế để bên nhà hiểu. Còn cháu Hồi, dù có đẻ bên nhà họ Trương, được bàn tay nhà họ Trương bê thức ăn, bón nước uống, thì cốt nhục dáng hình vẫn của dòng họ Huỳnh. Chúng tôi hứa sẽ nuôi con cháu nhà họ Huỳnh một cách tốt nhất, dạy cháu không quên tổ tông cội nguồn.

Câu nói đấy làm sự xúc động đỡ đi phần nào nỗi tủi.

Từ lúc đó cố buồn, đêm đấy cố hỏi ông cậu Hữu. Hữu, sao con dám bảo thằng Hồi không thể lấy họ Huỳnh, và gọi cậu Phương là thằng phản quốc? Mẹ ạ, thằng Hồi dù dòng giống nhà họ Huỳnh thật, nhưng nó được sinh ra ở nhà họ Trương ta, được nuôi nấng ở đây, được ba dượng nó coi như con đẻ, đã lấy họ của người ta khai sinh cho thằng bé, mà mẹ biết đấy, nếu để thằng Hồi lấy họ Huỳnh, thì tương lai của nó về đâu, vì ai cũng biết bố nó là kẻ phản động chạy sang hàng ngũ giặc, cho nên con phải nói với họ như vậy.

Câu trả lời của ông cậu Hữu vẫn không làm cố vui lên, cố vẫn buồn và thắc mắc, tại sao thằng chắt yêu của cố không thể lấy họ Huỳnh. Cũng là cái họ mà cố đã mang theo từ bờ sông bên ấy sang bên này, mấy chục năm làm dâu bên đây, mười mấy năm chạy loạn, giờ về chốn này, thì hai ông từ giữ đền, đàn trâu, ao làng, cây đa, bến nước, lũ trẻ đùa nghịch ở ngôi chùa trong đó có bác Thao là anh ruột ba, vẫn đi vào giấc mơ hoài niệm khát khao của cố, rằng cố vẫn là con gái họ Huỳnh, và chi nhà ta, là chi cả, và đến đời con là đời thứ bảy đi nữa, thì dây mơ rễ cây má nào, đâu có chặt đứt được cái thứ tình họ hàng gia tộc quê hương, nên mãi sau này cố vẫn lẩm bẩm, thằng Hồi, dù gì vẫn là cốt nhục dòng họ Huỳnh, các con nhớ lấy, nên khi nào nó lớn, các con phải để nó đi tìm ba, tìm bác, tìm về nguồn cội, tổ tiên nhà nó, các con nhớ lấy. Nên ngày con đi bộ đội, cố đã mất, chỉ còn ông cậu, ông đã dặn con. Con vô trong nớ, trả đền nước non, giải phóng Sài Gòn, thì nhớ tìm ba, dù gì ba con cũng đáng thương. Đó cũng là tâm nguyện của cố con, của bác con, của bà con dòng họ Huỳnh con nhé.

Nên ba ở đâu, có nhớ gì đến con, từng đêm con vẫn hỏi.

4.

Gia đã bảo quên nó đi, những kí ức đồng vọng hay gọi về những trùng trùng liên hiệp những đội quân kỉ niệm, những hoạt cảnh chẳng vui, hay những trường đoạn, trong một bộ phim dài tập, có rất nhiều phân khúc, có cảnh máu me, có cảnh chém giết, có tiếng khóc, có cả những chiếc khăn sô dải, như những lá cờ trắng rủ hàng trên tàng cây nguyệt quế, dọc con phố đêm, trong ngày vui chiến thắng, trong giấc mơ, mà đáng lí ra phải là cờ đỏ, thì anh lại thấy rõ những bạch kì tung bay, hoặc ủ rũ tang thương như hàng liễu mềm uốn mình trong sương giá, từ nơi đó, bao nhiêu giọt nước mắt chảy tràn, mà nhìn kĩ thêm, nó là máu, nhỏ xuống gốc thân, nhỏ sâu vào đất.

Gia choàng người tỉnh dậy, sợ sợ, tiếng anh kêu nho nhỏ, San nằm bên anh hốt hoảng, gì vậy anh yêu, nàng vẫn có cách nói ngọt ngào như thế, kể cả những lúc nàng mệt mỏi, đó là tố chất của con gái Bắc, họ có chất giọng thật nhẹ, êm, cái tinh tường đến mềm lòng các đấng tình quân, và tài quan sát, cũng như khả năng lấy lòng, thấu trọn tim gan, và đi tận cùng não bộ người kia, để mà vuốt ve, để mà cưng nựng và chiều chuộng, làm những dây thần kinh cảm xúc của bất kì một gã trai nào dù xù xì nhất cũng phải động đậy, trước tấm chân tình ở nàng. Sự chân tình hiện ra trong từng cái nhíu mày, nhăn trán, hoặc cười tự nhiên trước những điều khoái chá. Điệu cười và cái khóc thì không thể đậy che, và Gia tin nàng không hề che đậy, một cô gái Bắc Kỳ nho nhỏ, hiền lành, và đáng yêu, nhiều nhạy cảm, nhiều dự cảm, có quá khứ không vui, nên càng biết động lòng trước những nỗi bi ai của tha nhân sao. Mà nàng cúi xuống đời anh, nâng anh dậy từ đống bùn của bi kịch, chìm sâu vào khói thuốc, vào hơi rượu, vào những bản vẽ và trang sách - bản thân nó cũng là thứ rượu mạnh, nó làm con người ta đắm chìm, mê mải. Có lần anh khóc, trong sự kiệt cùng của cảm xúc cho những trang văn, nàng đã vực anh dậy, lấy cho anh cốc nước, lau mặt anh, nàng cưng nựng. Tình yêu, anh có đam mê thì cũng cần giữ sức, công việc của chúng ta, em hiểu... Nàng cũng từng kiệt quệ trên những trang viết ư. Văn nàng có cái bay bổng thanh khiết của tâm hồn thiếu nữ lúc nào cũng như mộng mơ trước tình yêu, cồn dông trong nội tâm, nhưng thánh thiện ở vẻ ngoài. Nó trong veo như giọt sương mai, nó trong veo như giọt cành dương liễu, nên anh thường đắm mình vào đó, để hiểu và yêu nàng.

Song, lại có những trang dữ dội, và điên khùng. Nàng điên, nhiều lúc anh thấy nàng điên thật. Điên và thánh thiện, bạo mà trong, tưởng chẳng ăn nhập, nhưng làm nên một phong cách độc biệt, như chính con người nàng, cái man man cần có ở người viết, ở những tâm hồn cô độc, giống như anh, chỉ có điều hai người là hai thế giới riêng, lặng lẽ cảm nhận nhau qua con chữ, còn không bao giờ bàn cùng nhau về một việc, như thứ lấp lánh của ngôn từ, hay tư tưởng giấu ẩn, hay cấu trúc lạ hóa, hay muôn vàn những thuật ngữ chuyên môn, mà những nhà lí luận phê bình vẫn cứ vạch vòi để gọi đủ các tên, như thẩm mĩ, hay phương pháp, hay đa âm, hay gì đi nữa, thì anh và nàng chỉ có bản năng viết, và việc viết không mấy ai chia sẻ, nó là chuyện riêng, như việc những người yêu cũ thì được quyền xếp yên vào ngăn quá khứ, hai người chỉ có nhiệm vụ chia sẻ việc yêu nhau, phải rồi, đó là việc chung, và nó là cứu cánh, nó nâng đỡ tâm hồn anh, để anh có gục mình bên bàn viết thì có nàng đỡ dậy, bằng tình yêu bản năng, chứ không phải bằng sự cảm thông viết lách, dù đôi lúc nàng có bảo, em hiểu, nhưng như một lời cửa miệng để gần hơn tâm hồn ta vào ta, để anh bớt cô đơn và nàng thì bớt cô độc, hai hành tinh đi song song, chẳng chiếu rọi, chẳng làm nhau sáng lên, chỉ làm cho nhau biết thêm cái tăm tối ẩm lãng của cõi lòng mình mà thôi.

Anh thật buồn, có nhiều lần anh cũng ôm đầu bảo. Vâng em hiểu... Nàng chỉ nói vậy. Những cô gái Bắc dường như vẫn kiệm lời và tinh tế, họ biết dừng lại đúng chỗ, ở những ẩn dụ, những lấp ló hình ảnh biểu trưng mà không đi đến tận cùng tỉ mỉ, càng không cường điệu, thậm xưng, làm nên nét hấp dẫn muôn đời của những con người vốn đất lề quê thói chăng. Như Tiên, Tiên ít nói, chỉ nhìn, Tiên hay vuốt má anh, Tiên hay véo mặt anh, Tiên nhìn anh đầy âu yếm, đôi mắt nàng thăm thẳm, nàng nâng cằm anh lên để nhìn góc phải, nàng nâng má anh lên để nhìn góc trái, rồi mắt nàng nheo nheo như thể, anh đang là một sinh vật cho nàng nghiên cứu, mà có thể còn giải phẫu cả cơ thể. Những lúc đó nàng thật nghiêm túc, cái nghiêm túc làm anh chợn lòng và không dám hỏi, anh cứ ngồi yên, để mặc nàng trong cơn thử nghiệm. Nàng thử nghiệm hồi lâu rồi thở dài, nàng cũng không nói cho anh vì sao nàng thở. Nếu ba nàng có cái tường minh, rõ rệt, lúc buồn, ông kể vô thiên lủng về vùng đất Bắc, hoặc bắt anh ngồi lại để giảng giải một câu Kiều, trong cả một đêm, thì nàng ít nói đến kiệm lời, chỉ là những phút giây nhí nhảnh chợt reo lên trong tâm hồn khi bắt gặp một đoạn sống đời nào đó, như con nắng rọi thẳng vào bờ sân, như việc lôi được anh dứt khỏi vòng tay ba trong cơn hành xác ngồi nghe ông giảng giải tiếng Việt, để kéo tuột về phía nàng, ở ban công căn gác hai, mặc ông ngồi với bàn trà, với cuốn sách cổ, đó là niềm vui của Tiên.

Chỉ có cái nồng nàn thân gái là nàng không cần phải giữ, không cần thâm nghiêm và kín đáo. Nàng truyền thống ở tính cách, nhưng hiện đại, cởi mở, và giải phóng hết mình khi làm tình. Em được giải phóng, em thích sự giải phóng, nó là chất lượng đấy, anh biết không. Đàn bà Hồi giáo đấu tranh mấy trăm năm chưa được, phụ nữ Việt cũng ngàn năm mà vẫn phải lép vế trước sự thưởng thức tình dục so với cánh nam. Có bà khi con cái trưởng thành mới thảng thốt, tôi chưa từng đạt đến khoái cảm, tôi chưa từng, nó như thế nào các chị ơi, và ước mình được làm lại, nhưng ông nhà rượu đã phá đủ ngũ tạng cùng bộ phận sinh dục, giờ thử nghiệm với ai, hay lại một gã đàn ông An Nam khác, cũng chỉ biết đến cảm giác thống khoái cá nhân. Nên phụ nữ, phải giải phóng mình trước đã, bên anh em được giải phóng. Nàng thường thì thầm, và lấy tay nhéo mạnh vào mũi Gia như là sự thưởng công cho việc làm đầy trách nhiệm, hoặc bày tỏ sự yêu đương rất mực nữ tính, còn mọi thứ, nàng cũng bưng kín không khác một lãnh cung.

Gia thấy phảng phất bóng dáng của Lan Tuế, và giờ đây, thấy Tiên trong bóng dáng của San. Có phải vì thế, mà lần đầu gặp San tại mảnh đất Chùa Vàng, anh đã để ý không? Nàng đi dự hội thảo văn chương, anh lại muốn tìm một chút Á Đông ở làn da ngăm, dáng hình bé nhỏ, vị sầu riêng, nước dừa xiêm, mà anh chọn Thái, dù nỗi nhớ Việt Nam trong anh cồn cào hơn bất cứ kẻ bị phụ tình nào đã trót lụy tình đi nữa, thì anh cũng không về. Thường anh sẽ chọn những nước lân cận, kể cả Cam Bốt, mà nếu nhiều quá rồi, thì biên giới xa xa như Miến Điện, Hồng Kông, cũng gợi một chút gì rất Việt. Và anh biết, nhiều bạn bè anh cũng thế, chọn cách nằm ở một vùng Mỹ lạnh, mà nghe dạ cồn nhớ bánh bò Long Xuyên, nhớ bánh tráng Mỹ Lồng, bánh phồng Sơn Đốc, còn hơn về.

Sau này San biết được việc đó, nàng cũng không buồn hỏi, mặc nhiên như những điều nàng đã biết quá kĩ về anh. Hai con người yêu nhau, đi bên đời nhau, tưởng biết rõ nhau, mà thực ra chẳng biết quái gì, tri âm như thể tự ngàn năm, mà đến cái sở thích nhỏ nhoi của nhau cũng không rành, hoặc hoài niệm của anh thường về chốn nơi nào, ám ảnh và kí ức, giấc mơ và những mộng mị nữa?

San không hỏi, nhưng nàng sẽ kể, kể mà không cần anh căn vặn, kể mà không cần anh bảo muốn nghe, nàng kể đứt đoạn, dở chừng, mông lung, nhưng ghép nối lại rất liền mạch, như nhà hậu hiện đại với trò chơi khăm người đọc, bằng cách cắt ghép những mảnh giấy tả tơi của nội dung, nhân vật, tình tiết, mang thả tung lên trời, nhưng vẫn rơi vào một chỗ, dĩ nhiên rối mù, dĩ nhiên tung tóe và chồng lớp, làm gì với nó, hỡi người nghệ sĩ hậu hiện đại thiên tài kia? Anh chẳng làm gì cả, anh để nguyên, rồi anh đi chơi tiếp, như bàn tay sắp đặt của Chúa, tự nó khác đâu vào đấy, mà quả thực, mọi thứ khác đâu vào đấy, người đọc tức tối, người đọc dựng ngược, người đọc chửi thề, người đọc điên tiết, họ ném đá, họ chỉ trích, họ mỉa mai, họ cho cái thực tài cóp pết, học đòi, bắt chước, họ chửi rủa, anh mặc kệ, nhưng chỉ ngày mai thôi, chính họ chứ không phải ai khác, lại ngồi xếp bằng ngoan ngoãn, xếp lại cho anh từng mảnh ghép, xếp lại cho anh những mảnh dán tứ tung, tự họ lại ngồi xếp bằng và xếp lại trong não, dù có tức tối vẫn phải làm công việc đó, nếu muốn giải mã, mà họ lại khao khát giải mã, tức cái thứ văn rối ren, chen đẩy đấy đã làm họ ám ảnh, đã làm họ phải bận tâm, đã làm họ bắt buộc phải ghi nhớ và tiêu hóa, còn anh, nghệ sĩ thiên tài, đã đút tay vào túi và đi chơi rồi, là anh lại chuẩn bị cho những mảnh ghép tiếp theo, lần này còn hỗn độn hơn, rối mù, và tung tóe hơn.

Đấy, cách kể của San cũng vậy, như thể cho ta thấy cô ấy quả là một thực tài, hoặc những câu chuyện nó hằn in đến nỗi, cô có kể xuôi, kể ngược, kể đít lộn lên đầu, thì vẫn quy về một mối, cái mối mà cô ám ảnh, để nó ám ảnh đến anh, điều đấy San đã thu hút anh một cách trọn vẹn, và những điều lạ ở anh cũng là thỏi nam châm dính lấy nàng.

Từ bận đó, buổi du lịch ở đất nước Chùa Vàng, mà nàng đang là đại diện của ngòi bút văn Việt đi dự hội thảo quốc tế, anh va vào nàng, và họ hút nhau từ đó, dù hai người vẫn rời rạc của sự thông hiểu, và những lời kể không đầu cuối, tưởng làm nhau khó chịu, nhưng nó như dạng tiểu thuyết chương hồi được kết cấu theo lối hiện đại, nhằm thu hút người nghe ở buổi kể tiếp theo.

Mà San có biệt tài kể chuyện lắm.

CHƯƠNG III

1.

Những ngày tháng sau này, Gia chìm vào trong những bản vẽ, những mặt người nhảy múa, những sắc màu pha trộn hỗn độn, những mảng sáng tối, gam nóng, lạnh, đan thanh, pha tạp không theo một chủ đích, không đúng với tỉ lệ thông thường, nó làm lên sắc gắt gỏng chói lóa và khó chịu, làm tức bực bất kì một họa sĩ chân chính nào, hoặc một thợ mới học vẽ tập tọe.

Sao lại có thứ màu kì dị thế này cơ chứ? Mấy người ở xưởng vẽ qua khu vườn nhà anh, họ đều nhìn mảng màu mà ồ à, anh ta sẽ vẽ cây đấy, không thể, khu rừng thì không cần đến thứ màu kia, là một dòng sông, càng không thể, mặt người ư, mày nghĩ thế nào, nếu thế là một sự trừu tượng vô đối.

Phải, sự trừu tượng vô đối, đến Gia cũng không hiểu anh sẽ vẽ gì, như thế nào, bắt đầu từ đâu, nhưng đầu tiên cứ phải bằng việc pha màu, anh sẽ pha màu trước tiên, rồi mới lên ý tưởng, dường như anh bị ám dụ về những thứ màu, nó đốt tâm can anh, nó cháy trong mắt anh một màu rừng rực, nó đốt cổ họng anh bỏng rát, nó vân vê trái tim anh đến mỏi nhừ. Màu, rừng của da cam; màu, rừng của máu, của đất đá xới tung, cây đổ rạp, và của những xác người; màu, những thứ kì dị nhất mà anh biết, và nó sẽ đến đầu tiên, trong ý tưởng vẽ vời của anh.

Khác với Tiên, cô sẽ ngẫm nghĩ về những bức tranh định sáng tạo. Cô sẽ đau đầu với nó, cô căng toan, rồi cầm bút, thử đi thử lại trên bề mặt không gian, xem sẽ bắt đầu từ đâu, chiều hướng nào, từ mắt mũi chân tay, hay dòng sông, tức có sự chuẩn bị cầu kì kĩ lưỡng, trăn trở, thai nghén, vẽ là công đoạn sau khi đã thai nghén xong. Anh thì chưa có ý tưởng nào, nhưng những mảng màu thì đã về hội tụ, màu đỏ tươi của máu cờ, màu vàng da cam trên những cánh rừng, màu đen của đất đá bị cày xới bởi cường tập, màu tím của da người sau khi chết.

Anh đang vẽ gì? Có lần bên bờ biển Thái Lan, San cũng hỏi, như bao nhiêu người đã tò mò, mắt nhìn chăm chăm vào mảng màu anh pha trước đó. Anh cũng chưa biết. Thật kì lạ. Nàng nói nhỏ nhẻ, rồi đứng im quan sát. Anh đâu có biết thật.

Đó là một năm nào trong bao nhiêu năm chinh chiến xưa, anh nào đâu nhớ nữa, trí nhớ có lúc nó trì lộn lắm vào với men rượu, vào với hơi bia, có khi là lá cần sa, trên lầu nhà hàng xóm, thi thoảng ông ta ném xuống, này mọi, một chút đi, cho quên đời nhé, ông ta có thói quen gọi anh như thế, đã bao năm, khi biết cùng nhau chinh chiến trên chiến trường Đông Dương. Tao vẫn gọi bọn Cam, Lào như thế, thì hòng gì Việt Nam mày. Nước chúng mày nghèo bỏ mẹ, chỉ có đánh nhau, tao đã ở đó ba năm, ngày đó đâu có gặp mày, nhưng gặp bao thằng bạn mày, rạc rời, chán nản, mụ mị, nói chung buồn. Trở về, tao cần phải có nó, giờ đây, tao càng cần phải nó, nếu không có thứ này, chắc chết hẳn được rồi, năm chục khóm đấy, trong nhà kính, không ai biết, bọn cớm làm sao mò được, nghiệp vụ của người chuyên huấn luyện biệt kích xưa, mày tưởng dễ gì chúng thấy được, một năm nữa nhé, tao biết mày cũng nghiện nó. Những đụn khói, nói thật, đưa tao về ngày đó, từng đêm, có khi bên một ả vàng mọi Á, đẹp thôi rồi, da nàng thơm và nâu, tóc nàng đen và thẳng, mắt nàng to và ngây thơ. Nàng đẹp, bầu ngực, trời ơi, lẳn tròn, gái Á chúng mày cũng kì, bé nhỏ nhưng ngực đứa nào cũng thăn lẳn, như nắm cơm chặt vậy, tao thích, bất cứ thằng Mỹ nào cũng thích hết, chúng thích theo kiểu, bỏ tiền được hưởng, còn tao, thích theo kiểu yêu, tao đã yêu nàng, ở tổng kho Long Bình đó, nàng làm cho sở Mỹ, ngày nào cũng về trên con đường có trại huấn luyện của tao, thế rồi, quen và yêu nhau lúc nào chẳng rõ. Nàng đẹp, nói chung, vẫn về trong tâm trí của tao, về trong khói thuốc đấy, hút không, nữa nhé.

Đó là câu chuyện của anh và người hàng xóm, đã mấy chục năm. Và anh cũng đâu biết anh vẽ gì, đã bao năm. Bao năm vẫn một màu rừng đó, màu máu đó, và kí ức, chẳng phai mờ...

Bao nhiêu tuổi rồi? Người lính Bắc Việt hỏi anh. Anh ta hất hàm nghe chừng mệt mỏi và khinh bỏ, khi hai thằng làm qué gì còn súng nữa, chỉ có thể xông vào nhau và bóp cổ, nhưng một cánh tay anh rã xuống, một mảnh pháo chém ngang tưởng đứt cả xương, nhưng may vừa chạm đến gân. Máu chảy ròng ròng, còn bàn chân anh ta thì cụt hẳn, một chân nữa cụt qua đầu gối. Chắc cũng chết mẹ thôi, chết thì chết, sá cái cứt, bao tuổi rồi. Gia không hiểu sao, cái tuổi nó quan trọng với anh ta thế. Hai mươi ba. Cũng là có gì rồi đấy, đây hai mươi sáu, vào chiến trường được tám năm, với bọn tớ thì như thế là cũ lắm rồi. Đại đội trưởng, đại úy, còn đấy? Thiếu úy. Ờ, phía đằng ấy hay bỏ mẹ, học hành trường lớp giỏi giang, nhưng ra trường mãi vẫn thiếu uý, bọn tớ hay bỏ cha, chẳng học hành chó gì, chỉ chui rèn qua đánh đấm, nhưng cũng ra trò, và lên qua những lần ra trò ấy, có người đánh mươi trận ổn ổn đã lên đến đại đội trưởng, nếu như các đại trưởng thay nhau chết ráo, mà chết nhiều lắm, tiểu đoàn trưởng, trung đoàn trưởng còn chết. Có người học chưa hết lớp bảy vẫn làm đại trưởng như thường, chỉ huy cả thầy giáo đại học, chiến trường mà, hơn nhau kinh nghiệm, mà này, trường lớp chúng bay học hành nghiêm chỉnh nhỉ...

Câu chuyện của anh ta bất tận, như thể, đang vê một điều thuốc, rồi khề khà nhét vào ống lõ, rồi ngừng lại thở than, hoặc trò chuyện, rồi vê vê cho nhỏ, nhét sâu thêm lần nữa, rồi dừng lại chuyện trò một lúc mới bắt đầu đánh lửa, rồi rít nửa hơi, nói chuyện tiếp, rồi lại rít, như cái thú thuốc lào của người Bắc và trò chuyện luôn song hành cùng nhau vậy.

Nhưng anh ta không có thuốc lào cũng chẳng có chút bông băng, máu chảy thành vũng đã khô đặc, anh ta vẫn nói thao thao, những thằng tỉnh táo như thế này đáng sợ lắm, Gia bất giác rùng mình, vì thương, vì cả sợ.

Anh nằm im tôi băng bó cho. Nếu có thể, còn đâu thì đéo nào tớ chả chết. Sao anh nói gở. Tớ chiến chinh trận mạc mòn hết cả dái rồi nên hiểu chứ, các cậu thiếu úy mài quần trên thao trường, sao bằng mười trận đánh nhau bọn tớ ngoài thực địa, trường hợp như tớ nhiều lắm rồi, trong tám năm qua, với hàng trăm trận đánh, tớ chứng kiến nhiều trường hợp như này lắm, chết hết cả, chẳng ai sống đâu, có người chết ngay, tớ tỉnh táo, còn nằm nói chuyện được là tốt lắm rồi, chúng ta nói đi, tớ thèm lắm, hai ngày nay chẳng nói được cùng ai, nằm chờ chết thì may có chiến hữu, giờ chúng ta là chiến hữu chứ còn đéo nào nữa, tớ chết, cậu phải tìm cách trở về nhé, chẳng ai thương ta đâu, ngoài mẹ chúng ta, có nước thì đem cho tớ, bi đông tớ hết nhẵn, có tí trong hang đá cũng uống hết từ hôm qua rồi.

Gia dốc cạn bình cho anh ta, là Gia đã nhìn thấy một vũng nước ngoài cửa hàng, chỉ có điều bò ra được là khó, nhưng trong cơn chết sống, cũng phải mò ra chứ biết làm sao. Tỉnh cả người, khổ, chỉ khát, bị thương, đói thì không, chỉ khát. Anh ăn thêm một chút gạo sấy nhé, tôi có cả mắm ruốc. Xem nào, cái thứ tiếp vận của Quốc gia có xôm tụ hơn chúng tớ nhiều không, chà chà, hay đấy chứ, các cậu được cái cái qué gì cũng ngon, chúng tớ nói thật giết các cậu xong, sung sướng nhất không phải các cậu chết, mà là lục lọi được balo để lấy đồ ăn, nói thực, thằng đéo nào cũng đói bỏ mẹ, cơn đói hành hạ còn hơn cả cơn chết, thà được ăn còn hơn được sống, có lúc đã nghĩ thế, nên trong màn mưa bom, mà cơn ăn vẫn háo hức đến độ, nhiều thằng bị chết chùm trong sự hấp tấp lục đồ ăn từ balo đối phương đấy, khổ đéo sao bằng.

Anh ta vẫn còn chắt ra được giọt nước mắt, nó rỏ vào kẽ mắt của Gia. Thôi, anh dùng đi, nói ít thôi để lấy sức, anh không chết nổi đâu, tôi biết, tôi vốn dân y nhảy sang làm lính Dù.

Sống chết có nghĩa chó gì nữa, người anh em, có chuyện gì vui, kể tôi nghe với.

Và câu chuyện tiếp sau đó, không là của Gia mà lại là của anh ta, về mẹ, về cha, về đứa em gái kế đang học lớp mười, về cô người yêu, ngày ra trận, đưa anh năm con phố khóc đỏ mắt, được ôm nhau cái đầu tiên và duy nhất trước lúc hành quân.

Tình yêu, nói thật, trẻ bọn mình đứa nào cũng cần hết ráo, thương lắm, những thằng bé vào chiến trường, nhìn thấy gái tù binh, chỉ mong được ụ một cái, chúng hỏi tao, anh à, nếu em bắt được đứa kia cho em một phát, nói thật nhìn con gái Nam cưng miết, sao mà trắng trẻo, đứa nào cũng phốp pháp, cả bọn y tá lẫn bọn tâm lí chiến, lẫn bọn chuyên úy lạo, cả bọn điếm nữa, nói thực, ngon đéo chịu được, thơm đéo chịu được, hơn cả mùi mít chín cây ấy chứ, nhưng làm được chó gì đâu, chính sách rồi, mình cũng thèm nhỏ dãi, nhưng vẫn phải lên gân, đứa nào lớ xớ, vi phạm chính sách tù binh, tao bắn, bọn nó thèm quá thì thốt lên thế thôi, đứa nào dám. Khi bắt được lũ tù binh gái, chao ôi ngon nè, anh ta lấy tay làm điệu như muốn bảo ngực chúng to bằng cả quả bóng ấy chứ. Khi được lệnh, yêu cầu chúng cởi hết đồ ra, để làm gì, bọn lính há hốc mồm, để chúng không chạy được chứ sao, cả bọn vỡ òa, đã tưởng, nhưng tưởng con mẹ bở làm sao, chính sách có bao giờ dám vi phạm. Lũ con gái cởi truồng thì sợ té đái, có đứa ù chạy tưởng sẽ bị hiếp dâm. Ngồi im đấy không ai làm hại gì các cô đâu, chúng tôi toàn những thằng lính háu đói thật, vào chiến trường cơm mẹ còn chưa no, chim phải to dần lên trong những lần đánh đấm, nhìn con gái cũng khoái bỏ cha, nhưng các cô, cũng chỉ như chị hay em chúng nó ở nhà, cùng là người Việt, không ai chén máu đồng loại khi đồng loại đã thất cơ đâu, ngồi im đấy.

Xót làm sao, câu nói xong mình cũng khóc. Vài đứa suỵt soạt vì cảm động hay vì thấy mình thoát tội chết nữa. Trời ơi, trắng làm sao, ngồn ngộn các vùng, non tơ thanh kì mượt mà làm sao, những đám cỏ xuân hồng, thơm tho làm sao, ngồn ngộn sức sống phồn thực, đẹp như những bức tượng hoàn hảo của tạo hóa, như nàng Kiều dày dày sẵn đúc được cụ Nguyễn Du xuýt xoa, nhìn qua con mắt háo tình của chàng Thúc, đã đi lầu xanh mòn gối, mà vẫn phải thốt lên, ngỡ ngàng và thèm khát, thì đủ hiểu nàng đẹp đến mức nào, và những nàng này còn hơn cả nhân vật của cụ Nguyễn, đẹp lắm mày ạ.

Nhưng bọn lính trẻ thì ngượng ngùng. Chúng thích, dựng đứng lên mọi ngóc ngách, còn mặt thì đỏ lựng, cứ nhìn xa nhìn gần, không dám nhìn vào một chỗ, dù lòng rộn lên, thù địch với ánh mắt, chỉ lòng là kẻ thù của ánh mắt, nó phản trắc và phản bội, nó tỉ lệ nghịch với vẻ ngoài cứ làm ra vẻ thờ ơ.

Khổ thân lũ lính tráng làm sao, nhiều khi tao muốn chúng nó được hưởng chút thân đàn bà, nếu hòa bình tao muốn cả lũ con gái kia nằm ẹp xuống, cho lũ lính tao, những thằng trẻ tuổi hưởng chút quyền lợi của đàn ông, mà đéo phải, cũng là đặc ân của nữ giới. Nhưng đâu được. Và bao thằng trong đám ấy đã chết chỉ sau những trận đánh tiếp theo. Giờ đến lượt tao.

Không sao mày ạ. Đời người, được thưởng thức bữa tiệc xác thân bằng mắt ngồn ngộn phơi bày trong một cánh rừng già nguyên sinh, với những người con gái úy lạo, hoặc gái điếm, dù chỉ bằng mắt cùng đã làm sao, tao tin bao thằng lính trẻ của tao lấy hình ảnh đấy mà mộng mơ mà cho hồn mình du di về một miền hoa mộng, cho những càng pháo bắn hoa trong những đêm trần trọc, cũng một lần được hưởng lạc trần gian, dù theo một cách đáng thương nhất ấy, cả tao, mày ạ, có sao đâu nhỉ.

Có chuyện gì vui vui gái trai phía ấy thì kể cho tao nghe đi. Nói thật, tuổi trẻ mình, có chết, có đến giây phút cận kề sự chết, thì chuyện gái trai vẫn là chuyện thích nhất phải không Gia, mày là Gia nhỉ, tao là Lương, Lý Thịnh Lương, nghe chưa?

2.

Mùa khô ấy, tài mà nở nhiều lắm, rực trên những cánh đồng của người đồng bào Thượng, dọc con sông Sekong, chảy từ Việt, vào Lào, xuống Miên, những dải tài mà trổ hoa vàng nhạt, một màu quyến dụ, mê hoặc, ảo mị,

Bọn lính tráng tha hồ hái về hút. Gia cũng hút, tranh thủ những ngày "nông nhàn" khi cuộc chiến đã kéo dài đến đít, mà chững lại ở phía đầu bên kia, của những rắc rối, một cỗ xe thổ mộ đi vào con đường sạn đạo, một lúc nào đó cũng ngừng bánh quay, con ngựa nhỏ nắng nằm thở hoi hóp, con người điều khiển nhọc nhừ, cũng phải nghỉ ngơi, hoặc một bộ phận nào đó đã quá kì sử dụng, mà cuộc chiến đành dừng lại nơi đây, đến hai tuần, chỉ nhằm củng cố, tiếp liệu, và vật nhau, trò chuyện, cũng lí thú, và hút xách, hút lá tài mà, chảy tràn trên nương rẫy của đồng bào. Cho bọn con nhé. Được chớ, được chớ, cứ hút đi, ai cấm, đây trồng ra cũng để hút mà, làm sao hết được, hút đi.

Sự thơm thảo của người đồng bào, làm kích thích thêm tri giác cho những thằng lính trận, đầu bù xù, chân rệu rã, xác thân rạc rời, và nỗi mệt nhoài của ý nghĩ, thì cuộc hành quân dừng lại. Cũng hay mà, say đi, cho quên đời, như chàng Chương ngủ vùi trên ngực một ả gái. Say đi, cho siêu vẹo bước chân, cho chếnh choáng những quán ca đèn mờ, thứ mới du nhập vào thuộc địa, làm động lòng những hào hoa mọi bản, những năm đầu thế kỉ, để chàng Chương say khướt, đắm chìm trong rượu mạnh, trong gái xinh, đắm chìm vào những bước chân xiêu vẹo lạc loài, cuống cuồng, đam mê, nồng nã, đắm chìm vào cả xác thân.

Say đi em, say đi em! say cho lả lơi ánh đèn/ cho cung bực ngả nghiêng, điên rồ xác thịt...

Thì những cuộc say đó, xảy ra y hệt ở bờ Nam phía này, những thằng lính cuối thế kỉ hai mươi. Những cơn say kéo dài, triền miên chẳng dứt. Hút đi chứ, phê lòi, một cứu cánh cho đời sống đấy, trong giấc mơ tớ nhìn thấy Thắm, tớ nhìn thấy Hồng, thấy con bé mười ba làm điếm đã hai năm ở "thất hạm 292", là nỗi nhớ cồn cào của tất cả những thằng lính, mỗi khi về Sài Gòn. Bé tí mà sành điệu, đủ ngón nghề quyến rũ, vành ngoài hơn bảy chữ, vành trong có lẽ còn mười tám nghệ ấy chứ. Tiếng cười rộ lên. Im ngay lũ khốn. Thằng nào chửi toáng. Thì có làm sao, anh Hai, anh thích gì, hay cơn kích thích quá làm cho anh lạc bước rồi chăng, lạc chân thì được, lạc cái đầu, với bọn này là không song đâu đấy? Không khí gây hấn luôn xảy ra, bất cứ lúc nào, ở những cái lò lửa được hun nóng bởi hận thù và chinh chiến, nó có thể bùng lên bất cứ lúc nào và cũng tan hoang, tanh bành như một cuộc chiến thật ở vùng hành quân, thậm chí hơn, và tang thương, tréo ngoe, và rạn vỡ, một nỗi rạn vỡ lớn lao, ở những con người cùng chiến tuyến.

Thôi im đi, có thế mà cũng cãi nhau. Nhưng ông Hai muốn lớn tiếng với bọn này cơ.

Chúng mày có em gái không, lũ khốn, chúng mày có đứa em nào mười tuổi, ở nhà vẫn còn ôm vú mẹ mày sờ, trèo lên đầu chúng mày để gãi gàu, và cầm tay chúng mày bắt đi mua bỏng nổ, mua cà rem không, hả lũ khốn. Cái gì đã đưa một đứa gái hơn mười tuổi vào động chứa, thế mà chúng mày còn vui vầy trên thân xác nó được, chúng mày còn thích thú, còn mong chờ, còn rỉ tai, còn cười hinh hích với nhau, bình phẩm to bé, bót rỗng, với một đứa bé, nó chỉ như em gái chúng mày ở nhà, lũ khốn.

Tất cả cái đầu lặng đi. Không một cử động, không một nhúc nhích, không một âm thanh, dù giọt nắng nhẹ dịch chuyển vậy, cũng không luồn qua được lớp không khí cô đặc, chai cứng lại, trong khắc thời này, một khắc thời nhói lên của không đoạn, nhưng đủ đóng băng lòng người, đủ đổ xi măng cho chết cứng lại tất cả mọi ý niệm, mọi mặc khải, mọi khả thể, mọi đo lường, mọi đánh giá

Biết rồi, không nói nữa, giải tán. Giọng thằng nào uể oải, phá tan cái không khí đổ bê tông, làm nó bong ra nhiều mảng bong tróc xấu xí, nham nhở, chẳng chét lại nổi cái không gian thanh tịnh như trước kia.

Thôi, không bàn chuyện vớ vẩn nữa.

Đám đông giải tán, lá tài mà văng vít tứ tung, những chiếc hộp quẹt rơi lốc nhốc, và quần áo xô lệch trên một bãi cỏ rộng, mỗi người tìm đến một không gian, một túm tụm, một đôi ba thằng, mỗi con người tự tìm về với thế giới riêng cô đặc và cô lẻ.

Nó có đứa em gái, mẹ nó chết rồi, chỉ còn bố, bố nó bệnh, lá thư nào em nó viết cũng giục anh về, chúng mày đừng làm khinh động nó.

Nhưng thằng nào cũng vô duyên bỏ mẹ, kể câu chuyện vô duyên bỏ mẹ.

Đành là thế, lính mà. Và từ lính mà, nó như chất keo gắn lại những nham nhở, tróc lở, gẫy vụn, người ta vin vào đó để vá víu cả những điều khốn nạn, những rạn vỡ, những mất nhân cách của tư duy. Thì còn biết làm sao nữa.

Nên Gia nhớ mãi khói thuốc tài mà vương phủ một vùng mờ nhạt, lổ loang, khuất lấp, che mờ, những đụn khói bay lên, lả lướt, uốn éo, gặp những đám mây mờ vùng biên cương, gặp phải thứ khí đục của những ngày mưa rừng và ẩm thấp, làm không gian tiền đồn thêm ma quái, thêm thê lương, và nỗi đứt gãy của số phận, của cuộc đời, của tâm tính, của tấm thân con người thêm rõ nét, khoét một cái lỗ đỏ lòm, hãi đảm, để con người phải nhòm vào đó mà lục vấn, mà khóc lóc, và tự thán ta, mà nguyền rủa, sợ hãi.

Chiến tranh, phô bày ra những hốc đỏ lòm của nhân cách như thế.

Thì lá tài mà, khói tài mà, sẽ nối liền lại những huyết đạo đỏ lòm đó.

3.

Chúng mình gặp nhau khi nào Gia nhỉ, Tiên thường nằm lên người Gia, rồi cầm nhúm thịt vặn vặn, đầu cô hơi nghểnh lên nhìn anh như muốn hỏi, hoặc chỉ là cái cớ, cho cô vào những câu chuyện khác, những câu chuyện mà Gia tin, sẽ không có một ai biết kể, hoặc không một ai dám kể, kiểu như, Gia không biết đấy thôi, hôm trước ấy có một đôi nam nữ đèo nhau đến bùng binh thì gặp một chiếc xe nhà binh Mỹ đi ngược chiều cán phải, nát cả óc đấy, phọt ra đầy đường, anh biết không? Thôi đi mà, Gia hất tay cô ra, mỗi khi cô bắt đầu một câu chuyện giật gân như thế. Anh chưa đủ ám ảnh sao?

Hãy ám ảnh đi, hãy ám ảnh đi. Cô hét lên rồi ôm mặt khóc tức tưởi, cô khóc như thể Gia bắt nạt cô, như thể người chết đấy là người thân của cô vậy. Anh có biết, đó là ai không, là con Thỏ Ngọc bán xôi ở đầu ngõ, nó hôm nào cũng ôm thúng xôi đi hết bùng binh, rồi về chải chuốt áo quần đi làm chiêu đãi bên quán Hương Xưa, khi nó bán xôi, nó trông như con mẹ nhà quê lếch thếch, nhưng khi nó diện chiếc juyp màu ngọc, thì trời ơi, nó là thiên thần, mắt nó xanh và trong veo, có lúc em tưởng nó là con lai Mỹ, nhưng không phải. Bố nó cũng có đôi mắt ấy, ông nằm ốm liệt mà chiếc mũi còn vênh vểnh lên, nó thừa hưởng nét rất Tây từ bố. Và khi nó mặc đồ đẹp vào thì lúc nào cũng có thằng bồ đứng chờ sẵn ở phía đường, thằng bé làm công nhân ở nhà máy mì ăn liền, lúc nào cũng đứng chờ con bé bán xong thúng xôi là chở nhau trên chiếc honda cũ để đi về phía Hương Xưa, nhưng mà, nhưng mà, hôm đó, vừa qua khỏi ngã sáu, thì đụng xe nhà binh, và hai đứa…

Nói đến đây Tiên lại khóc. Anh hiểu, khi nào cũng thế, Tiên cứ phải đi đến tận cùng của cơn ám ảnh, để gọi về cái ám ảnh mạnh hơn. Là lòng cô nó phải đủ, để những giọt nước mắt thổ ra, khóc, cũng là một việc giải thoát, mà Tiên thì khóc nhiều lắm, nàng cần khóc, nó là cơn giải thoát lớn nhất, nên nàng cứ phải châm cho nỗi đau đến tận cùng, hoặc làm cho vùng ám ảnh động đậy, thức dậy hết tất cả hình dung, để giọt nước mắt trào ra, như việc nàng vừa đi học đến ngã ba, khi vừa ra khỏi ngã sáu, thì người ta hô, có vụ tai nạn, nàng tấp vào và nhận ra ngay chiếc juyp màu xanh của con Thỏ Ngọc nhuộm đỏ máu, và óc con bé bắn ra xa, bên cạnh là người yêu nó gãy đôi người.

Nàng ôm mặt khóc và chạy, nàng chạy một mạch về nhà, đi qua nhà con Thỏ Ngọc, nàng ôm đầu, không dám hình dung, người đàn ông vợ bỏ, có cái mũi cao, và con mắt xanh biếc, nếu ngày trẻ, hẳn là một trang nam nhi, giờ đang nằm trên giường chờ những đồng tiền ít ỏi con Thỏ Ngọc kiếm được từ thúng xôi, và mỗi chiều đi làm chiêu đãi viên ở quán Hương Xưa mang về, thì đã biết chưa, việc con Thỏ Ngọc bị xe nhà binh Mỹ đâm chết.

Nàng ôm mặt khóc và chạy thẳng con phố về nhà, đi qua dưới lầu, nàng nhìn thấy ba đang ngồi bên cuốn sách, nàng không nói, lẳng lặng vào phòng. Và nàng muốn Gia ở đây, ngay lúc này, nhưng Gia thì biền biệt với những vùng hành quân. Và hôm nay anh về, đã nửa tháng, sau khi con Thỏ Ngọc chết, bố nó đã khóc cạn khô mắt và mấy lần đòi lấy dây thừng quấn cổ, thì nước mắt của nàng mới lại được tuôn ra, nàng nhạy cảm, Gia biết. Anh ôm chặt người yêu và nói, em kể đi, hãy kể đi cô bé, kể theo cách nào em thấy muốn nhất, anh xin lỗi, hãy kể đi.

4.

Sài Thành vũ khúc đan thanh/ phía Tây bến ghé ai thành cố nhân?

Là Gia lấy thơ người xưa để chế tác.

Hôm Tiên ra đi, chẳng có giọt mưa nào, cây đâu cũng có ngời xanh màu liễu sắc, bụi đỏ vẫn ken dày những bước chân, và ai người đưa tiễn bố con Tiên. Nhiều ngày sau, nhiều năm sau, Gia vẫn không muốn nghĩ đến cái giây phút anh thường tưởng tượng đó. Nó hiện về, anh lại gạt ngay đi, tim anh thường nhói lên, những cú chích của lưỡi lam bằng máu, khi anh tưởng tượng ngày Tiên ra đi nơi phi trường, vào một sáng Sài Gòn mưa. Phía Tây đó cô về, và ai nâng chén tiêu sầu, ai cạn nỗi đầy vơi, ai tiễn đưa, ai khóc, chẳng địch sáo, không tiêu tao, chẳng bồng lai tiên cảnh, không một cố tri, để gợi lên không khí cổ kính trang nghiêm, xứng với một lần đưa tiễn giai nhân, tiễn đưa tri âm về một miền gió cát xa xăm, như câu chuyện người xưa vẫn làm, bởi dặm bụi đường xa lắc, dấu ngựa xe biết bao giờ còn lại, lối thu thảo chẳng vương nắng một lần, và hồn lữ thứ thì bặt cùng tin nhạn.

Gia hay nghĩ về ngày bố con Tiên ra đi như thế. Bố Tiên buồn không, Tiên có buồn không, Gia không muốn lục lại ý nghĩ, chỉ để tưởng tượng, một ngày Sài Gòn không biết nắng hay mưa bữa đó, và ai người theo gót chân hai bố con đến giây cuối cùng. Tiên nhìn vào đâu, sau phút cuối rời phi đạo, bố Tiên nhìn vào đâu, họ ôm vác gì, thứ gì mang theo, thứ gì trì kéo tâm tư họ dội ngược lại con đường, có nắng có mưa, không phải bốn mùa, nhưng cũng nhiều kỉ niệm, ở một xứ nóng đặc thù vùng đất Nam phần phía Đông địa cầu, trong lần chốn chạy, và chờ đợi lương thì để về bên kia vĩ tuyến của ông.

Nhiều năm sau, Gia vẫn không muốn nghĩ lại, hoặc để cơn tưởng tượng về vùng ám ảnh đó, nhưng tránh làm sao, tim anh thường dội lại cơn đột quỵ của nhịp đập, nó ngưng lại, và thắt đau.

Anh không muốn nghĩ nữa, anh thường gạt đi nhanh chóng, bằng cách vuốt mắt, vuốt mặt, thở hắt ra, và chạy lại bàn uống nước, lần một ly, và tu ừng ực, như nuốt trôi đi trí tưởng tượng, nuốt trôi đi những võ đoán xa vời, mọi thứ đã xa vời, như Tiên và bố nàng, từ ngày đó, anh chưa lần nào gặp lại họ, không một liên lạc, anh không muốn khuấy động nhiều lên nữa, đôi lần có người bạn chung nhắc đến, anh thường vuốt mặt, anh không muốn nhắc, không muốn kiếm tìm, mọi thứ để trôi qua đi, trôi qua đi.

Nên buổi hôm đó, luôn trở về trong suy nghĩ của anh, nó là thứ phản trắc, khi anh không muốn nhớ nhất, thì nó lại trở về, mọi võ đoán đều dẫn đến con đường đau đớn, nhưng luôn xui người ta võ đoán, mọi ám ảnh về nó, đều dẫn đến địa ngục của tâm tư, nhưng càng vậy, nó càng dẫn anh đến thế giới tối tăm của những tưởng tượng, rằng hôm đó Tiên mặc bộ gì, nàng vẫn cầm trên tay giá vẽ chứ, hay tấm toan, còn cha nàng trên tay là bản cổ sách, hay con hạc đồng ông vẫn thích thú khoe mỗi lần Gia đến, và họ nhìn gì, nhớ gì, mong gì, ánh mắt cuối cùng đọng vào đâu. Đó, những phản trắc của tâm tư, luôn hành hạ anh.

Ngày đó, anh đang theo một cuộc hành quân dài vùng An Lộc giải áp lực địch quân, anh vào sống ra chết cùng biệt động quân, thủy quân lục chiến, và nghĩa quân. Các binh chủng thay nhau vào giải vây, rồi trở ra, rồi lại vào, bao phần trăm chết chóc, liệu Tiên có ngóng, có chờ, có lo lắng, có sợ sệt, và ngày nàng bước lên máy bay, phía An Lộc một quả pháo nào có bay trên bầu trời làm nàng giật mình và hớt hải, và từ ngày nàng đi, bao nhiêu ngày nàng tìm hỏi về anh?

Anh không muốn cho ý nghĩ của mình đi xa nữa, nó cần ổn định, nó cần trật tự, nó cần ngăn nắp và nghe lời, nhưng nó là đồ phản trắc nhất.

Mời người chén rượu cùng ta/ một mai Tây xuất ai là cố nhân?

Ai sẽ là người hỏi câu đó, là anh hay là Tiên? Uống chén rượu cuối không là hai đứa, đi về phía Tây thì chỉ có Tiên. Nhưng rồi anh cũng về phía đó. Từ ngày hướng ấy ra đi, chẳng ai còn có bạn.

5.

Những bức tranh Tiên vẽ thường dị thường quái kỳ đến độ, có lần vô phòng vẽ của cô, anh đã choáng váng, như người sốt rét rừng lâu bị thùng nước lạnh hất thẳng vào mặt. Anh sợ, anh nói với Tiên như thế, nàng nhìn anh im lặng. Có những thứ… chúng ta tri âm…chỉ vậy. Tiên nhẹ nhàng. Anh hiểu, với nàng sự run sợ đã là tri âm. Hội họa vô ngôn nên không cần diễn ý, hội họa chỉ là sự cảm, cảm đến tận cùng phèo phổi tim gan, đến tận gốc tế bào của nỗi sợ, vào tận vi tế của những vi lượng nguyên tử nhỏ nhất trong thân xác con người, làm rung lên những cơn trầm thống nóng lạnh vô thường, đó đã là tri âm rồi.

Anh ôm đầu và ngồi xuống, trước một bức tranh cụt đầu, đè lên một bức khác vẽ thiếu tay, có bức đôi chân như hai cái rễ cây khổng lồ xòe rộng, giống chân con vịt xòe ra tứ phía, bám chặt những nham nhở vào lòng đất cát, giữ cho một cái đầu đầy lông lá đỏ rực tung tóc bốn phía ở trên cao. Cách nàng phối màu luôn làm anh sợ, ở những khoảng lạnh, nàng để rực lên, ở những chỗ cần nóng, nàng làm lạnh đến tê dại, cứng lại mọi cảm giác. Anh không hiểu Tiên nhiều, ít ra ở hội họa. Anh không thuộc một trường phái nào, trường phái của anh là đánh đấm, nên anh cũng không hiểu cả ba mình. Con Tiên lâu rồi không thấy qua. Là ông cần một tri âm cho những bức vẽ, ở một trường phái khác cũng rợn rùng chẳng kém. Mỗi khi bước lên phòng tranh của ông, anh sợ, hơn nỗi sợ chú Hỏa tự móc mắt mình khi nghe Tiểu Thanh, đứa con gái yêu thương nhất chết vì đạn pháo, trong một lần theo đoàn tình nguyện của trường Đại học về nông thôn. Hai người họ nương tựa vào nhau đã hai mươi năm, từ ngày thím Hỏa ra đi vì bạo bệnh.

Hảo lớ, mua đi, ngộ bán rẻ cho, chưa có tiền à, cứ cầm về, khi nào có mang qua cũng được.

Cửa hàng chạp pô của chú bao giờ cũng đông khách nhất trong hẻm này, bán tạp phế lù đủ thứ, kim chỉ, đá đánh lửa, bánh mì, cá khô, dầu mỡ, đến vở tập, sách giáo khoa, cả truyện, không một thứ gì con người có nhu cầu chú không bán, nên thu nạp tất cả những hạng người, từ công chức đến anh bán cà rem, từ cụ già chống gậy đến đứa trẻ hai tuổi thèm chiếc kẹo đỏ xanh, nơi cửa hàng chạp pô, nằm ở lầu trệt, bày biện chật ních đủ các mặt hàng, kéo dài vào tận phía cầu thang, tràn cả con đường nhỏ tí dẫn vào căn bếp, đủ các mặt hàng. Và Tiểu Thanh phụ bán cùng cha. Nàng đẹp, hai mắt mơ màng như những người con gái trong những phim dã sử sống vào đầu đời Minh, lả lướt, yêu đào, liễu tơ, bé bỏng, cần nép vào một cội cây vững chắc.

Tiểu Thanh hay ngồi ở gần cửa trên chiếc ghế bố, nửa nằm nửa ngồi, cầm cuốn sách, vừa lơ đãng liếc nhìn hàng chữ, tai vẫn dỏng lên nghe xem bọn trẻ hỏi mua gì, nàng như thể một bức tranh tĩnh vật đóng khung vào vạt nắng trải qua giàn hoa tử đằng màu hồng, tuôn trên những đám lá khô, rơi xiên xiên xuống mặt đất, lấm chấm của thứ mặt trời, xen vàng úa của lá cây, nơi góc sân chỗ Tiểu Thanh ngồi, thường bên một con chó đen tuyền, có hai mắt sắc lẹm mà trung thành, nó nhìn khách thường lậm lừ như muốn giữ cô chủ đang nửa nằm nửa ngồi để những sợi nắng xuyên những tia chỉ vàng óng ánh từ cao xuyên giàn hoa chạy một đường dọc thẳng đứng vào giữa phía người nàng, trong một buổi trưa giữa chừng của ngày cuối hạ, khi chú Hỏa đã ra Chợ Lớn lấy hàng, con chó vẫn lăng xăng nơi chân cô chủ, mà bọn trẻ sau khi đã thỏa mãn những chiếc kẹo đỏ xanh được chị Tiểu Thanh bán hàng mến khách cho thêm, chúng đã chạy ra tận ngõ chơi trò kéo chiếc xe đẩy của bác cắt tóc dạo, cho thảy hẳn xuống mương, rồi lại hò nhau chạy, để người lớn đuổi theo hù dọa về mách các đấng sinh thành, thì một ngày nắng vẫn có những bức tranh tĩnh vật đẹp như mơ.

Tiểu thư ở nhà một mình à? Anh thường lấy giọng vừa hài hước vừa thân thương hỏi nàng như thế. Hơi giật mình, nàng rời cuốn sách ngồi thẳng dậy trên chiếc ghế bố đã bẻ oặt về sau. Chào thiếu uý. Chào anh Thạch Gia thôi. Dạ, là bọn bạn ở lớp em quen gọi vậy. Có luky không, bán cho anh một hộp. Anh lấy hai hộp đi, em còn duy nhất, ba đi lấy hàng mấy hôm nay hết loại này, các bà vợ sếp không thấy tuồn ra nữa. Cũng được. Em đọc cuốn gì? Vòng tay học trò. Còn bé nhỏ thế sao? Anh biết đâu mà bé nhỏ, chuyện người lớn đó, cô yêu trò. Bé tí đã bày đặt yêu. Ai bảo người ta còn bé. Thanh thường khép nép và đỏ mặt mỗi khi câu chuyện hai người đưa nhau về yêu đương.

Hình như hai đứa có chuyện gì với nhau, chú Hỏa có lần cũng tếu. Mặc chiếc quần cộc khươm mươi niên, chiếc áo ba lỗ kỳ khu, chú vừa cười, vừa hỏi, cái lần anh trêu Tiểu Thanh dưới lầu, khi chú từ căn gác đi xuống. Là cô ấy không chịu con. Anh xạo. Tiểu Thanh cố cãi. Hàng xóm là đẹp nhất, đợi ngày đẹp, tôi qua nói chuyện với ông bà. Cách đùa ngược của chú làm Tiểu Thanh cười vang đỏ mặt, nàng vỗ vào lưng ba bỏng rát, anh cũng cười vang trong một buổi sáng nắng ruộm các gốc cây hồng rực, bọn trẻ đã chạy ra mương chơi hết, thi thoảng mang theo mùi nước, mùi bùn, mùi lục bình, mùi cả bến sông nghèo ngược xuôi ghe thuyền chạy lại. Tiểu Thanh nhớ nhé, để bố em sang hỏi anh.

Đó, những bức tranh tĩnh vật của anh về con ngõ nhỏ có nhà chú Hỏa hàng xóm đã bao năm, yên bình và đẹp quá. Để anh chỉ nhìn cuộc sống bằng con mắt trực giác và thực tế, bình yên và ấm áp với đủ giác quan và giác thể, anh cảm nhận hội họa bằng khả giác, còn tranh của ba anh và Tiên lại bắt anh ở một loại giác quan chưa hề mọc cánh trong thân thể con người, Thượng Đế chưa nặn ra, đấng sáng tạo chưa từng mặc định. Tiên và ba anh bắt anh phải có một khả năng siêu phàm ở một giác quan chưa hề tồn tại ở con người, mà những người nghệ sĩ lớn, Gia nghĩ thế, hoặc có tố chất lớn, họ thường soán vị đấng tạo sinh muôn loài mà tự chế tác ra, bắt con người phải tiến hóa đột khởi, nâng tầm con người đến vĩ kỳ nhất ở khả thể, cái khả thể mà chính tạo hóa cũng chưa định nghĩa được đấy.

Anh sợ. Anh thường bảo nàng vậy, khi bước vào phòng tranh ấy, nó nhảy múa, những hình nhân nó khuấy động anh, nó trêu ngươi, cười cợt, nó vặt mũi anh, và cười nhạo, nó cù lét anh, nó dẫm đạp trên lưng, đầu, cổ anh, những hình nhân quái dị như những ký ức ông ngoại thường kể cho anh về những bóng hồn ma nơi cung cấm xưa, ma vua, ma chúa, ma hoàng hậu, ma thái thượng hoàng, ma cung nữ, ma nữ tì, ma thái giám, ma quan bát phẩm, mà hầu đồng, tiểu nữ…đi đi lại lại, cụt đầu, cắt tay, mặt trắng, mắt đỏ, mũi dài, môi to, kỳ dị, mà người Huế vẫn bắt gặp trong những ngày mưa lâm thâm buổi sáng hoặc xế chiều, những đoàn người đội mưa trên đại lộ trong một buổi chầu, rầm rầm đi đứng, âm thầm xếp bóng, dịch chuyển rùng rùng mà im lặng, trong những lễ nghi trang hoàng, đoàn người ma xứ Huế, Gia thường được kể xưa kia, giờ về hội tụ trong căn gác nhà Tiên, rồi vòng chuyển sang căn gác nhà Gia, họ im lặng mà trò chuyện, họ câm nín mà cãi cọ, họ nhắm mắt mà trợn trừng, họ trật tự mà xáo trộn, tung hoành một đoàn người ma, qua cây bút của Tiên về hội tụ, làm anh choáng váng, anh đau đầu, ôm sập người xuống, hơn cả khi nhìn thấy chú Hỏa tự móc mắt mình ngày Tiểu Thanh bị pháo bắn từ mật khu vào con tàu trên sông Sài Gòn, khi đoàn từ thiện của sinh viên về các chi khu nông thôn làm công tác thiện nguyện, chú đã chết như thể một con chim hót tiếng cuối cùng của đời sống đẹp nhất rồi lao đầu vào bụi rậm, để gai nhọn đâm mù mắt, chú đã chết như thế.

Anh đã nhìn thấy điều đó, và giờ, nhìn thấy tranh Tiên. Tiên vẽ gì, ba anh vẽ gì? Anh chưa từng giải mã được hai người, cho đến lúc này, cho cả đến những năm sau ba theo anh sang Mỹ. Ông vẫn thói quen lặng câm và nín thinh như thế, cho đến ngày chết đi. Ông mang cả thế giới bí mật của ông vào căn huyệt mộ, chôn kín cả một cuộc đời mật phục, kín bưng. Ông tự xây cho mình những huyệt đạo từ khi còn sống để chết đi, nó đã đủ rộng để chôn vùi tất cả, không bao giờ, ít khi nào anh được khám phá, chỉ một vài câu, một vài câu mà ghim cuộc đời anh đau quá đến tận lúc này, chỉ một vài câu, ba ơi...

*

Ba à, bữa đó ba đã sang Nam Vang bằng cách nào, những ngày hè đỏ lửa chiến sự đó, người Việt bên Cam chết như ngả rạ vì Lon Nol, người Cộng hòa mang quân sang đánh nhau cùng Cộng sản, ba đã sang Nam Vang bằng cách nào, phương tiện nao, nhờ vào đâu sao mà trót lọt. Nhưng chưa bao giờ ba anh kể, chưa khi nào anh được nghe thêm một lời tâm sự từ phía ông, về quãng ngày đó, và má anh, má anh ở đâu trong khoảng ngày đó, thì ông không nói.

Càng ngày ông càng không nói. Ông không có thói quen nhắc về vợ, như bao người đàn ông khác, khi vợ chết đi, thì ký ức về người tào khang luôn nằm lại nơi đầu môi người ở lại: má mày ngày xưa thích mặc thứ này, má mày ngày nọ thích ăn món ni... Nhưng cả đời dường như chỉ bà biết ông thích ăn gì, mặc ra sao, nên ông không bao giờ nhắc về điều đó, ngay cả việc má dặn thế nào khi sắp chết cũng được ông bưng kín.

Thế giới của ông nằm ở phía nào, thực anh đâu biết, không phải anh, không phải má, không là phía Việt Nam ngày cũ, không phải Mỹ bây giờ, không rạch ròi đến độ chia rõ Bắc - Nam như ba Tiên, cũng không tiêu cực đến cứ chỉ nghĩ ngôn ngữ phía ngoài mới đủ cho đời sống tinh thần người nghệ sĩ. Ông nhớ về Vĩnh Linh chỉ thế, ngày còn ở Sài Gòn, sau này sang Mỹ ông không nhắc lại lần nào, hoặc má anh chết đi không còn người phát ngôn tinh thần, dù ông không mấy khi kể, nhưng sự mẫn cảm của người vợ yêu chồng đến đau đớn, bà đã phải mở đến cả cái giác quan thứ bảy, hoặc tự tạo ra nó trong hoàn cảnh thích nghi của loài động vật cao cấp sống trong một hoàn cảnh ngặt nghèo của tình yêu thương đặc biệt, để bà mọc thêm một giác quan đặc biệt, để hiểu được những vô ngôn trong lòng ông, mà diễn ngôn ra cho Gia cùng hiểu chăng. Ba con nhớ quê như má nhớ nắng vỉa hè. Còn ông không mấy khi tâm sự. Như anh cũng tự mọc những giác quan đặc biệt để hiểu được ông và Tiên vậy.

6.

San à, em yêu ai rồi trước anh. Có lúc, những lơ đãng nhất, những lúc chẳng nghĩ gì, hoặc cái đầu trống rỗng, khi tiếng sóng biển ngoài kia cứ cồn lên từng đợt, làm anh gợn nhớ tiếng sóng Vĩnh Linh vùng giới tuyến ngày nào, cái ngày anh theo đơn vị ra hòng bắt tay với đại đội thủy quân lục chiến quần thảo ở vùng này đến vài tháng. Tiếng sóng biển bữa đó cũng êm ru, mà sôi réo, nỉ non mà gầm rú, nó thê thiết mà như muốn lừa người, những miếng võ của nó như con quái vật gầm gừ từ xa, mưu mô và xảo trá, đủ những ngón đòn, đủ những lừa gạt khôn lường, để đưa con người vào tròng của cõi chết. Nằm bên bờ biển mà anh nghĩ ngợi nhiều, nghĩ nhiều về tất cả, ngôi làng bên kia sông, có phải ngôi làng của ba, mà mẹ anh thường nhắc, có dòng sông, có con đò, có những người con gái ngồi phơi áo, phơi khăn thêu, đợi những người đi xa rong ngựa trở về? Tiếng sóng biển hôm nay cũng thế, muôn đời nỉ non giả vờ van xin nhưng là xiết họng, giả vờ nũng nịu nhưng là lừa tròng.

San à, trước khi yêu anh rồi, em đã yêu ai, San nhìn anh trợn trừng, như muốn hỏi, trời ơi, ông đang ở thời kì nào, đồ đá cũng không có hạng người này đâu, quý ông lịch lãm mà em gặp ở đường phố Bangkok đâu rồi, cái người nhìn em nở nụ cười bằng mắt, bắt chuyện bằng một câu tiếng Anh, xen vào một câu tiếng Việt nhỏ lắm, tưởng em không nghe thấy, nhưng đâu biết, cái sóng âm của tổ tiên đã đọng vào từng thớ thần kinh nhạy cảm của con người, để nó rung lên xao xuyến và hồi hộp, cơn rung ngân của trái tim, trước thứ âm thanh lắng đọng của tộc Việt, *cô bé này*. Dạ, em là cô bé Việt thưa quý anh.

Ngày đó, San gọi là quý anh, chứ không phải quý ông như lời đùa tếu sau này, nhưng dù quý nào, trong con mắt San, anh là một người đàn ông lịch lãm, tinh tế, không bao giờ nói thừa một tiếng, không một hành động lạc. Đúng là một quý ông tinh tế đấy Gia. Sau này đã yêu, nàng thường tựa mình vào vai anh, và rên lên những tiếng nho nhỏ, như con chim sâu được mẹ mớm mồi, nó mãn nguyện và no đủ, nó hạnh phúc và đã đầy, nên rên lên những tiếng hạnh phúc bên người tình mà nàng nói, em đã tìm một trăm năm, đúng một trăm năm đấy, người đàn ông lịch lãm của em ơi.

Là trái tim nhạy cảm ở người nữ viết văn, hoặc có một tuổi thơ không nhiều hạnh phúc, hoặc nàng quá đỗi mong manh, hoặc tâm hồn nàng quá ưu tư, hoặc những điều gì đó như là được cấu tạo khác, có một sự cấu tạo thật khác trong lớp dây thần kinh, trong tế bào cảm xúc, mà nàng thật khác, với bao người con gái Tây mà Gia từng gặp, hay bao người con gái Việt mà Gia từng biết chăng.

Mà nàng rên lên khi gặp một quý ông. Và Gia cũng xiết chặt báu vật vào đời mình: một mong manh cảm xúc, sự tế vi của tâm hồn nhiều nhạy cảm, cũng nhiều đáng thương nữ giới, một thánh thiện - giữa trà trộn, xô bồ, toan tính, trùng trùng cái ác, cái xấu, đang ngự trị nơi xứ sở nàng. Để anh thương, anh thương nàng lạ lùng, mà không một hành động thừa nào chăng. Làm em yêu anh đến điên cuồng đấy Gia, yêu đến điên cuồng, sao mình không gặp nhau từ nghìn năm trước, sao mình không thể sống được nghìn năm sau, để mở mắt ra em còn nhìn thấy anh, để nhắm mắt vào em còn được ôm anh, sao giờ em mới gặp anh, tuổi trẻ của anh đi đâu, tuổi trẻ của em thế nào, để giờ em mới gặp anh.

Nàng nói như nàng đã sống hết thời tuổi trẻ vậy, còn tuổi trẻ của anh thì quả đã hết, anh dành nó cho bom đạn, cho nỗi đau, sự tổn thương của trí thân, nỗi nhọc nhằn của thể xác, của tâm tư, những tổn thương của tâm lí không thể nào đắp đầy, nên anh khóc khi nàng hỏi về tuổi trẻ của anh.

Nhạy cảm quá chàng trai, đó chính là điều em yêu anh đến điên cuồng, nhân hậu quá chàng trai, đó chính là điều em mới bắt gặp nơi đây.

Ít những sẽ gặp rồi chứ San? Anh đùa vui, nhưng là thật. Tâm lí của người thích sở hữu vật yêu thương, làm anh khao khát muốn đi sâu vào thế giới của nàng để khám phá, nhưng nàng cũng bưng kín như Tiên, như bố anh, anh không thể nào khai thác được, mà sự khai thác quả là lạc loài với một con người lịch lãm. Sao anh phải khai thác, như thế, anh có đang đánh mất đi chút tinh tế mà nàng vẫn ngợi ca không?

Nhưng anh chỉ là một thằng người, với trái tim nhiều yêu thương, có ghen tuông, tò mò, cả muốn đi sâu vào thế giới người yêu, ở tất cả mọi chiều. Thể chất và tinh thần, xưa kia và hiện tại, cả chiêm bao, cả tổn thương, cả niềm vui, hạnh phúc, nên nửa đùa nửa thật, trong cơn lơ đãng hay vô tình nhất, anh hỏi, San ơi, trước anh, em yêu ai rồi?

Nàng nhìn anh như nhìn một người ngoài hành tinh, như muốn hỏi, hỡi quý ông lịch lãm, sao anh có thể hỏi em thế chứ, em cứ ngỡ, chẳng bao giờ anh đi sâu vào đời tư cô gái, khi cô chưa muốn kể.

Cô chưa muốn kể, nhưng rồi cô sẽ kể chứ. Ánh mắt anh xoáy vào San như muốn hỏi, như khao khát muốn chiếm lĩnh cả thế giới bí ẩn riêng tư, những giấc mơ, và nỗi đau, kí ức, sự bí mật, thuộc về một miền hoa vàng mộng mị, và xa vời trong thân tâm mỗi con người, và ở đây là người yêu anh, anh khao khát nắm bắt, dù anh sợ nó, anh muốn nó hờ hững mịt mờ và bí mật để cả đời anh chạy theo kiếm tìm và khám phá, nhưng rồi anh sợ, sự bưng bít tối thui của những tâm hồn, để khi họ đi rồi anh vẫn ngơ ngác hỏi, Tiên vẽ gì, bữa ấy Tiên đi, Sài Gòn có nắng không, và Tiên có uống rượu giao bôi, Tiên đi về phía Tây liệu có ai là bạn?

Đấy, những ý nghĩ về Tiên lại trở về với Gia, và thật bất công cho San, bởi San không là Tiên, nhưng ở góc độ nào đó, San giống Tiên lạ lùng, ở sự hồn nhiên và bưng kín, ở sự nhí nhảnh mà mật vụ, ở sự rõ ràng mà u minh, ở sự thẳng thắn, mà lại như một thế giới ngầm, không bao giờ Gia đi đến được tận cùng, nên anh sợ sàng, anh cuống quýt, anh âu lo, anh sợ tuột khỏi San một lần như với Tiên đã từng, và anh lơ đãng trong cơn cố ý một ngày để hỏi cô, trước anh, em đã yêu ai rồi?

Em yêu ai ư, cái này em chưa thể kể, chưa thể, hoặc không thể, hỡi quý ông lịch lãm của em ơi. Nàng véo anh rồi cất lên tiếng cười giòn giã, là nàng đã coi anh là trẻ nhỏ, ở câu hỏi đó, ở dáng nằm, cái nheo mắt giả vờ, và nỗi lo âu hiện hình trên khuôn mặt. Đàn bà thường nhạy cảm và dự cảm, nàng hiểu được điều thâm kín, sâu kín nơi người đàn ông của họ, cả nỗi tự ti, cả nỗi lo lắng, cả cơn thường trực của yếu đuối, mà anh thường yếu đuối lắm, với vẻ ngoài mạnh mẽ, bản lĩnh nhiều khi.

Rồi em sẽ kể, chú nhóc của em. Nàng lại véo anh, cái véo đàn bà đáng yêu, nàng lại cười điệu cười giòn giã. Nàng hồn nhiên và đôn hậu lắm, trái tim nàng như trẻ nhỏ, đứa trẻ chưa lớn mà đã trưởng thành, đứa trẻ còn non tơ mà phải thành bà cụ, đứa trẻ trong nàng người đàn bà chín chắn. Nên Gia yêu nàng đến điên cuồng, có nhiều khi Tiên tan mờ trong ánh mắt của Gia, Tiên chỉ hiện về, một lúc nào đó, Gia cũng không biết. Nhưng nàng thì lại thường biết. Chúng ta là hai thế giới bí mật đi hết cuộc đời cũng chẳng hiểu hết nhau, trường thành vạn lý có thể kéo lê đôi chân mà hết, còn lòng người lê cả kiếp cũng không lết nổi cõi lòng nhau, phải không anh yêu? Cứ thế thôi, mà yêu nhau, sự tổn thương nào cũng làm nên sức mạnh, những bí ẩn nào cũng làm thành động lực, và cơn trùng phức nào của số phận cũng làm thành bề dày của nhân hậu. Em biết yêu đời sống hơn vì lẽ thế, em biết yêu anh hơn vì lẽ thế Gia ạ, rồi em sẽ kể, sẽ kể cho Gia nghe về cuộc đời em, sẽ kể.

Tiếng nàng nói nhỏ dần, nhỏ dần, nàng đã đi vào giấc ngủ tự thuở nào, nàng vẫn thế, hồn nhiên như cây cỏ, mà bão dông như con sóng cồn ngoài biển cả, ngày hải động, nàng là thế, anh miết mải đi tìm nàng và kiếm tìm mình, anh vẫn miết mải từ năm đó đến nay.

7.

Ngày đó, khi rời An Lộc về Sài Gòn dưỡng thương, anh đi thăm Lâm ở vùng Phước Long. Con lên thì mang cho nó mấy gói khô bò, chắc nó nhớ món này phải biết, lâu rồi nó không về phố, lần về nào nó cũng qua đây, mỗi lần về lại thêm rắn rỏi, vẫn điệu cười hiền và buồn, lần ghé sớm nhất, má biểu, ở đây ăn bữa cơm cùng hai ông bà già, má đã chạy ra chợ mua con cá diêu, loại mà nó thích, nó lấy tay gạt đi, má nghĩ, con có hai ngày phép mà chỉ ngồi gặm cá của má ư, bao em út đang chờ con đến gặm má kìa, cha thằng quỷ, vẫn lém lỉnh thế, ba con từ trên gác lọc cọc chạy xuống, Lâm à, con lại đi à, không ở được thì ba dặn con nhớ giữ gìn sức khỏe nha, con và thằng Gia làm ta lo, ta lo nhất đó. Với ba con, Lâm như con mình, với ba con, ông yêu Tiên và Lâm lạ lùng như đứa con mình vậy.

Ba anh ít bộc lộ tình cảm với con cái, nhưng lại dễ bộc lộ tình cảm với những người bạn của con, phải chăng, ông hiểu được, nỗi buồn của những người trẻ mất mát, trong đôi mắt tưởng trong veo và ngác ngơ của Tiên, trong nỗi thẳm sâu cùng của gia cảnh nhà Lâm, mà ông thương hơn chăng.

Rồi nó đi, từ bận đó đâu có về, lần trước, nó có nhờ một anh đại úy đem qua đây chút măng rừng Lộc Ninh. Nó bảo ngon lắm, đặc sản nó mua, trong lần hành quân qua đó, từ bận đó đâu có thấy nó, con lên thì đưa cho nó cái này, bảo ba và má đều nhớ nó, mong nó sớm về chơi.

Anh cầm bọc thịt khô má gửi, mà như cầm hơi ấm yêu thương từ gia đình, mỗi lần về phép được ba má gói ghém rồi gửi cả theo. Anh lên thăm Lâm ở vùng rừng núi Phước Long. Đơn vị Lâm đóng quân trên một quả đồi. Buổi chiều, cả vùng này chìm trong làn sương giăng mắc, cái nắng quái hoàng hôn ánh lên, chiếu vào những dải sương mờ, bắt đầu sà xuống từ lũng xa, từ đất ẩm bay lên, quyện vào không khí, làm không gian vừa lạnh lạnh vừa nong nóng, ẩm mà vẫn cảm nhận sự chan hòa của nắng tươi.

Cũng hay, không khí nơi đây thật hay. Thằng quỷ, hay thì lên đây ở mà thay tao. Lâm cười, rủ anh đi men con đường mòn xuống. Sông mùa này cạn, cây hai bên bờ xanh mướt, những rễ tre chọc ra ăn sâu vào lòng nước, những đám lục bình nổi trôi, và những bụi hoa lắc các trên bờ, nở một màu đỏ thắm, in vào dòng nước biếc xanh của một chiều mùa thu, chao ôi nó đẹp, một cảnh đẹp không lộng lẫy mà thanh sơ, trong lành và ấm áp, làm lòng người cũng rộn lên một nỗi nhớ thương cảm hoài, không gọi nổi tên, phải rồi, nhớ nước, thương nước, ở ngay trên chính mảnh hồn quê của nước, mà vẫn thương nước xiết bao.

Đừng mộng mơ đi Gia, mày vẫn mắc cái bệnh đó. Mày không thấy sao, dòng sông ít sóng mà miên man đẹp. Mùa này bớt đó Gia, ông đi vào tháng trước mới thấy vẻ huyền diệu của nó, cứ chiều chiều, những áng sương phủ lên mặt nước, trông như động đào tiên cảnh giới, bọn lính tráng lấy ghe chèo ra, và một nét điểm xuyết của con thuyền nhỏ trên mặt sóng, như bức tranh người xưa vẽ bằng mực Tàu và chì ấy, mơ hồ, bảng lảng, lãng đãng, ảo mờ, dịu ngọt, lênh bênh, lang mang, thực mà mơ, trời ơi, đẹp lắm đấy. Thôi mày đừng tả nữa đi, tao lại tưởng lạc vào bồng lai tiên cảnh, cội đào, thiên thai mất, chỉ không có một nàng tiên nữ ở đây mà thôi, cẩn thận, không trở về Sài Gòn đã cả trăm năm. Lúc đó biết đâu Sài Gòn thanh bình rồi, không còn tiếng súng, cũng chẳng còn mẹ cha, không còn Tiên. *No no*, cái này thì không muốn, con xin người hãy để con muôn đời trần giới, phàm tục thế nào cũng song.

Hai thằng cười vang, đi dọc con sông, lấy chân hất lên những bụi hoa vàng nở dọc bến, hái những lá cỏ thơm, hít hà mùi nắng còn vương trên đó, những chú chuồn kim bay nhảy rập rờn, cùng những cánh bướm mỏng tờ, chấp chới, chấp chới như đôi mắt giai nhân nhìn mình trong mỗi lần làm kẻ bộ hành lữ thứ, từ biệt người đẹp lên đường, dứt khoát như Kinh Kha vào đất Dịch Thủy mà lòng thì buồn miên man, nàng nào có hay, cứ nghĩ ta, một gã gia đình một dửng dưng, nên chỉ biết khóc thảm thiết, nước mắt cũng nhỏ xuống như những giọt sương này, và hai hàng mi chớp chớp, làm thành những chú bướm đẹp xinh kia.

Thôi thôi ông ơi, mày cũng hài tếu phết, thi bơi không? Sợ gì nào. Nhảy ùm. Lòng sông đã đón hai đứa con tội nguyền của ngài, chẳng một mảnh vải che thân, nồng nỗng sức trai, những cơ gân khỏe mạnh, sự cương cứng của một tâm hồn, lẫn xác thân khỏe mạnh. Hai đứa bơi dọc làn nước xanh biếc, bơi mải miết cùng những đám lục bình, bơi qua đụn cỏ lác màu xanh, quờ chân thấy cả những chú cá thia, cá mại nhỏ bé, đang quẫy nước làm buồn buồn, nhột nhột những ngón chân, bơi qua đám hoa súng nở hồng mặt nước, một bông sen lạc nào nở muộn chen vào giữa, làm bừng lên cả sắc hương, làm ta nhớ đồng, nhớ bãi, nhớ những ruộng lúa, nhớ nương dâu, nhớ ao làng, nhớ những con kinh mương lạch quá chừng, chao ôi, đất Việt, cái gì cũng gợi nhớ đến đất, đến nước, đến cội cây, suối nguồn là sao. Cả một vùng rộng lớn chỉ cội cây, suối nguồn, sông nước, còn có gì nữa đâu, mà để ta nhớ, ta thương, ta hằng ghi suốt quãng đời tuổi trẻ và già, suốt tháng năm còn sống là sao?

Gia và Lâm đã bơi đến cây cầu cụt nằm giữa khúc sông rồi, hai thằng với lên những thanh đà, đu người lên đó, thở khoan khoái, nhìn ra xung quanh, nắng vẫn chiếu vào mặt sông lấp lóa, những cánh chuồn vẫn rập rờn ở giữa mặt nước và phía bờ hoa, những chú chim trên những cành cây gần bờ hót ríu ran, một con sóc chuyền từ cành cây cẩm thị, sang cành gù hương, vẻ đẹp yên bình của nó khiến người ta muốn làm thơ, dưới chân anh, là dòng nước miết mải chảy qua, mang theo cả rều rác, mang theo cả lá khô, một chiếc lá khô màu đồng, xoay xoay theo chiều gió từ ngọn cây lá dài, bay thẳng về phía hai đứa, rồi rơi xuống, đậu trên thanh đà giằng, văng ra, lẫn với màu xanh tím của lục bình, màu lam của dòng nước, mải miết cùng dòng trôi, trôi xa về phía cuối.

Mẹ, cuộc đời chẳng lẽ lại chỉ như những chiếc lá khô thôi ư? Thì cũng chỉ là lục bình trôi nổi. Chẳng lẽ lại, *phận sao phận bạc như vôi/ đã đành nước chảy hoa trôi lỡ làng.* Mẹ, nói toàn chuyện buồn thôi. Nói buồn để hướng vui, ôn cố mới tri tân mà mậy.

Tiếng con chim nào trên cành cao hót lên những tiếng nghe chừng lạ lẫm, trói cột, bắt cô, Gia ngồi trầm ngâm, về Sài Gòn, toàn thấy sinh viên biểu tình cũng chán, lên căn cứ, làm bạn với khỉ, với gió trăng mãi cũng buồn, đời thằng lính chẳng lẽ chỉ có thể thôi ư, một vòng luẩn quẩn, hậu cứ, vùng hành quân, tổng y viện, rồi lại hậu cứ. Đời nghĩ cũng chán.

Tiếng con chim vẫn hót vang lừng, giọng nỉ non, và thê thiết lạ, tiếng lạ lắm. Ở vùng này thường có những loài con, loài cây mà ở Sài Gòn đâu có thấy, những cô sơn nữ cũng đẹp như những loài cây vào loài con đó chứ Lâm? Nàng tặng tao này. Nó giơ ngón tay lên khoe. Một chiếc nhẫn cỏ đấy, đáng yêu không? Nàng nào? Mới quen, đang học đệ nhị cấp, lãng mạn, biết làm thơ, đảm đang và có nụ cười thật hiền ngoan, trong trẻo lắm. Và đấng mày râu đã xiêu vẹo ư? Ai không xiêu lòng trước một giai nhân nơi bến nhớ như thế cơ chứ? Cũng được mà mày. Biết thế, nhưng mình phận bọt bèo, biết có về không mà để người ta ngóng đợi, đời người phụ nữ nước Nam, chó gì sao khổ thế, tao thấy ai cũng khổ, bà tao, mẹ tao, em gái tao, má mày, Tiên, rồi đến nàng nữ thôn nơi miền sơn cước này cũng thế. Biết thế rồi.

Tiếng hai thằng trầm đi trong màn gió núi thổi dọc những cánh rừng, thổi dọc triền sông, thổi tấp tơ, táp vào hai đứa, cây cầu rung rung, dòng nước rung rung, những chiếc lá vẫn xoay vòng tròn trên cao rung rung rồi rơi xuống, màu đồng úa, có khi vàng rực, lẫn với màu xanh mướt, tím biếc của hoa lá lục bình, màu xanh lơ của dòng sông, và màu trắng của thân thể hai thằng ở độ tuổi thanh xuân rực rỡ nhất, bắp tay tròn vo, rám đỏ, bộ ngực vạm vỡ thanh tân, và bắp chân lực lưỡng như ống đồng, mà hình tượng chàng Đăm Săn khắc nổi trên nhà rông của đồng bào Ê đê mỗi lần hành quân về Đăk Lăk Gia vẫn thấy, Gia ngầm so sánh với Lâm, ngầm nhìn vào bộ ngực mình.

Khói đã lên cao ở phía ấy, những chiếc chòi của cánh thủy quân lục chiến. Khói chiều quê buồn quá. Khói nấu cơm của bọn lính tráng đấy chứ. Khói nào mà chả buồn.

Nó vương vít bay lên, la đà qua mái lều ẩm, qua những đụn cây cao giữa nửa chừng vách gió, rồi vút lên, hòa với đám mây trên cao lẫn với màu trời xanh của một chiều sơn cước.

Quê hương, vẫn điêu linh thế, quê hương điêu tàn, mà không phải không có phút giây đẹp đến nao lòng, không phải không có khoảnh khắc lộng lẫy đến diệu kì. Con chim lạ lùng vẫn hót ở khoảng xa, giờ là một tiếng khác, típ típ típ, víp víp víp; như tiếng kêu của con vịt ở đầu lạch nước. Tiếng nó lẩn khuất, lúc xa, lúc gần, rồi mất hút vào một rặng cây nào đó, chìm đi âm thanh cảm hoài trong một ngày nắng hoàng hôn nơi bến vắng, làm lòng người cũng gợi nhiều những cắc cớ, nhớ mong, nghĩ suy…

Mày nhìn đám hoa thanh trà bên kia sông đi, đám hoa bắp nữa chứ, những hoa bắp, không hiểu sao nó luôn đọng hồn thằng lính một nỗi buồn vô cớ lắm, mỗi lần nhìn vào tao buồn lắm. Là mày nhớ đến đám bắp lay trong thơ Hàn Mặc Tử, viết về xứ Huế quê mày chăng? Không hẳn, màu rũ xuống của nó, vẻ dật dờ của nó, cái vô sắc vô hương của nó, cái không chịu đứng yên trước bất cứ một ngọn gió dù nhỏ to nào của nó, và dáng cờ rủ của nó, chao ôi thật buồn.

Bắp buồn lay chốn không nhà/ dòng trôi chẳng đặng, người xa còn về...

Liệu chúng ta có là kẻ không về nay mai không? Mày đừng nghĩ nhiều thế, chết sống có số, tao vẫn nhăn răng bắt xe đò, đi hơn trăm cây số đến gặp mày đây. Biết thế, nhưng sự tao ngộ có trùng phùng, nỗi tri âm có nhiều ngày đón đợi?

Nó hay nói bằng ngôn ngữ văn chương. Thằng này chúa thích văn học cổ, một pho sử sách, và Gia cũng ảnh hưởng từ nó chăng, để anh thích cách ví von đầy cổ kính, trang nghiêm, trịnh trọng và thanh thoát ở người xưa.

Đừng nghĩ nữa, buồn. Ừ đừng nghĩ nữa.

Hai thằng tiếp tục ngồi trên cầu, khi mặt trời đã trốn sâu dưới bụi tre hoang, khi nó đi qua những ruộng bắp non và bạc hà, khi nó chiếu những tia lửa đỏ rực vào đám lục bình làm đổi lên một sắc cam lạ thường, giờ nó đã chui sâu về phía núi, tiếng con chim lạ đã gọi bầy và kéo về phía bãi bờ nào chẳng rõ, chỉ còn những con chuồn cuối cùng vẫn tiếc một chiều nắng đẹp chao mình bên bãi cỏ chỉ, cánh nhỏ rập rờn, vui đùa cùng với những cánh bướm, như cuộc vui đâu lỡ dừng lại, Thượng Đế tạo ra một khoảng ngày để cho các sinh vật vui chơi, như tạo ra xác thân tuổi thanh xuân căng tràn nhựa sống để hẩy người vào cuộc chiến, để có những phút giây ngồi bên nhau tuổi trẻ nghĩ suy, bao đồng, và trăn trở này.

Về đi thôi, Lâm lên tiếng. Hai thằng lại bơi một dọc dài khúc sông, nước sông lúc này ấm mà lại sâu, chảy vào giữa hai sườn thấy nhồn nhột, ngước lên cao những bông hoa các quỳ vẫn nở đỏ thẫm, màu thẫm của mặt trời sắp đi vắng, mà những mảng đen chưa về lại, nên nó khép nhường trả lại màu rực rỡ, để chuẩn bị đi vào bóng đêm. Những cội tre già vẫn nép mình bên bến, bụi rễ tỏa ra tứ phía, như tóc người mẹ già bời bời xổ tung, trong cơn đợi con kéo dài như thiên thu đại lịch.

Chao ôi, đất nước, nhìn vào đâu cũng thấy thế thời này.

Và đó là lần cuối cùng Gia lên thăm Lâm ở vùng hậu cứ, lần cuối cùng hai thằng còn gặp được nhau ở vùng thâm sâu, của một chiều thu nhạt nắng, bên cây cầu đổ do đạn bom, bên tiếng con chim vịt kêu chiều, con sóc nhảy cành, và đóa hoa trôi dạt, để nghĩ về nàng Kiều trôi nổi phận nước non, chao ôi cô Kiều như đời dân tộc. *Ma đưa lối quỷ dẫn đường / Lại tìm những chốn đoạn trường mà đi...*

8.

Đêm trung du, đêm của những cỗ xe thổ mộ đi trong đêm. Phố huyện chìm trong màn sương mờ, một lưu tình nào đó vọng lên ở phía xa rồi tắt lịm, tiếng ếch nhái, tiếng bước chân người về trong đêm từ những sân kho hợp tác, đôi cỗ xe ngựa đi từ từ trong đêm về phía cánh đồng, rồi vòng qua khu làng về phía trại sắn, bác xà ích ngủ gật rồi, người bạn đường cầm đèn bão vừa đi vừa trò chuyện, tiếng được tiếng chăng lẫn vào những vệt khói đốt đồng và gió vùng trung du. Đêm trung du, tiếng hát thôn nữ vang xa váng vất, bay lên trên lũy tre đằng ngà, ngoài ngôi đình sinh hoạt chung của trai gái, vài cô chưa về dù trời đã khuya, nán lại hát cho nhau nghe những tiếng ca buồn vọng lại từ lâu niên tiền kiếp.

À ơi... Đoái thương con nhện chăng mành/ biết đi đâu được giữa thành quách tơ...

Mình vào góp chuyện cùng các cô đi. Năm thằng rẽ con đường đất đỏ, đổ từ chỗ ngọn đèn dầu le lói nơi dốc núi huấn luyện buồn này, dẫn ra cái phố huyện leo teo vài ngôi nhà ngói, nơi ngồi những bà bán hàng trong đêm, bên những phong kẹo lạc, kẹo dồi, cả một hàng xôi gánh nhỏ dành cho những chú bộ đội đói, đợi ngày huấn luyện được nghỉ, vượt tường rào ra đổi gió nơi con đường bụi mịn, có những quán hàng lưa thưa lợp bằng tranh tre nứa lá, của "thành phố lính" vùng trung du.

Tiếng hát ngừng khi bọn mình bước tới. Chào các em, hãy cất cao tiếng hát lên nào cho bọn anh tham gia với.

Được thôi, chúng ta cùng hát nhé. Và đêm văn nghệ lại bắt đầu bằng tất cả những nhịp vọng của đủ những làn điệu, quan họ đến xoan, chèo, và cả lượn, sli. Tiếng hát rộn cả mái đình, làm thức những chú chim sâu trên vòm gai già im lặng ngủ, thức đóa hoa đại nở vô thường cạnh sân tam bảo, thức đám lạc tiên vẫn ngời xanh mỗi độ nắng mai lên.

Phố đêm vẫn đèn dầu le lói, những cỗ xe trâu rời sân hợp tác đi lọc cọc vào khuya, gõ nhịp tẻ thường buồn thảm vào đêm đen, vọng vào những cổ mộ ngủ im lìm, thanh vắng nơi vùng quê của Đề Thám và những nghĩa quân áo vải cờ đào phất nghĩa dựng khí binh gần trăm năm về trước.

Đêm vẫn thanh vắng quá, đêm cô huyền, và lẻ quạnh, đêm gợi nhiều những nghĩ suy. Bóng thằng lính - sinh viên Tổng hợp, sà vào một quán hàng, mà người bán ngồi bên những thanh kẹo lạc, ấm trà, và bóng đèn dầu soi cả những nếp nhăn rãnh sâu trên trán. Mẹ có hai người con đi nhập ngũ từ buổi đầu, một người đã báo tử, một người bao năm chưa hề có tin. Các con cứ ăn đi, không có tiền thì mẹ cho chịu, chưa có trả, thì khi nào về trả. Làm sao thế được mẹ ơi, mẹ còn cần phải sống chứ. Không có các con thì sống cũng làm chi?

Về đêm, mái đình như cong hơn, tiếng hát buồn hơn, theo cỗ xe ngựa lọc cọc về phía xa, tiếng gió loãng đi cùng tiếng chó sủa gần, âm thanh tiếng gà nào đã gọi sáng ở phía cuối chân đê.

Nơi đây, nhiều thế hệ đi, mà không mấy người về. Anh Thắng năm kia, anh Tùng năm ngoái, anh Hội năm trước nữa. Họ chết cả rồi.

Tiếng khóc sụt sịt, khi câu chuyện càng về khuya càng thân ái, khi tiếng hát càng về khuya càng buồn, tiếng tâm sự mỗi lúc một gần gũi, lời hỏi thăm thắm tình quân dân, thắm sự xuyến xao ít nhiều trai gái. Gái trai thời chiến, những mối tình thoảng qua, những mối tình chớp nhoáng, những mối tình lặng thầm mà sâu sắc, những cuộc gặp gỡ ngắn ngủi mà trăm năm. Họ chẳng về, chẳng ai về nữa.

Tiếng khóc vẫn thổn thức cùng cả tiếng hát, át tiếng gáy quá sớm gọi ngày của chú trống nào cất giữa canh hai.

Đêm trung du, đêm phố núi tịch huyền trước ngày mình đi…

Thằng nào đổ sơn dầu ra xoa, mùi thơm dậy lên khắp năm gian mái đình. Thơm, đêm muộn, càng thơm. Mùi thơm như chỉ đợi không gian, thời gian này để lan ra mà vẫn tụ lại. Không bay xa được, cứ vương vất, nó làm dậy lên nỗi thèm xưởng vẽ, nó làm trí tưởng tượng những bờ mông thon con gái đặt trên tấm đệm hồng, được chiếc cọ thằng nào du di, cùng những cú lắc tay thần điệu, và đôi mắt nhắm vào trong sự tưởng tượng, trong cơn tạo tác thần kì bất chợt của những chàng nghệ sĩ lớn, mang dáng dấp sinh viên Mỹ Thuật Hà Thành.

Nhớ trường bỏ bu, thằng nào cất tiếng, khi mùi sơn dầu chẳng bay xa nổi, cứ vương vất năm gian nhà gỗ đình thôn.

Đêm trung du, đêm tịch huyền trước ngày mình rời phố núi để lên đường đi B.

Yên Thế, ngày… tháng… năm…

Gia khép lại dòng nhật kí của người lính Bắc quân. Anh nhìn ra sân, nơi con con chích chòe vẫn nhảy nhót, một đóa hoa muồng đã nở, mang hương thơm vào chiếc gối anh nằm. Áp một bàn tay lên má, anh nhìn những giọt nắng đu trên cành cọ giấy. Má giờ này sao vẫn chưa về?

PHẦN BA

CHƯƠNG I

1.

Hào hoa sót vụ. San véo Gia, rồi đẩy anh nằm sâu vào phía nàng. Hào hoa sót vụ, anh chính là thế đấy. Em có từ gì lạ thế, hào hoa sót vụ, ha ha. Anh sống bằng ấy năm mà chưa nghe bao giờ, nó ngộ nghĩnh à nha, mà hay quá, rất hình tượng, em ví anh như là một bông cúc cuối cùng sót lại của mùa thu năm cũ đã bền bỉ kéo tận đến mùa xuân năm sau, kiên gan cùng tuế nguyệt, từ một nụ mầm bé nhỏ, đợi đất trời sang canh, đợi nắng đã tan, mây đã hết, tiết vụ đã chuyển dòng, đồng bạn đã rã nát, mới bắt đầu mở cánh, khép hờ, rồi tung ra, ngơ ngác nhìn một bầu trời lạ lẫm, gió mưa lạ lẫm, tiết độ lạ xa, và cứ thế bỉ bền theo quý niên sao?

Anh tưởng tượng còn hơn cả em kìa, nàng cười, ôm chặt anh hơn. Những lúc thế này, nàng anh yêu anh lạ lùng, hay anh yêu nàng lạ lùng, chỉ biết, họ hiểu nhau đến độ, bất cứ tín hiệu nào dù không ngôn ngữ, hoặc vô ảnh, vô thanh, cũng được nhau giải mã, gọi tên, thậm trí tưởng tượng thêm trên cái nền cõi cũ. Hào hoa sót vụ, em đã từng gặp ai như thế. Có rồi, năm em mười chín, em đã từng gặp một người như thế.

Câu chuyện bao giờ cũng đưa nàng vào một mê cung khác của những con đường nẻo khuất dẫn về quá khứ, mà nó bắt nguồn từ những cái cớ, đôi khi tưởng chẳng có gì ăn nhập. Em đã gặp một hào hoa như thế, năm em mười chín, rời quê lên thành phố. Hôm đó, em đứng ở giảng đường X, tòa nhà Y, em đứng ở hành lang nhìn những con chim chuyền trên vòm lá biếc của cây bằng lăng, lá xanh ngời xếp ngược mắt, để ánh sáng nhòm vào soi rọi, từng ô thoáng lọt qua lấm tấm những tia vàng rơi trên nền đất thẫm, em mê mải ngắm nó đến độ, người đàn ông mặc Âu phục đứng bên cạnh hỏi em. Này, cô bé em có biết cái cây em ngắm có từ năm nào không? Em giật mình ngoảnh lại, một đôi mắt ấm áp nhìn em, lạ lùng, lạ lùng lắm, như có nắng xuyên qua nụ cười, một chút điện lóe lên nơi đầu con ngươi, chiếu vào em một sự ấm áp lạ thường, lạ thường lắm, lòng em run lên những cung bé nhỏ và rõ ràng. Em trả lời khe khẽ theo nhịp rung lạ lẫm chưa từng đó. Em không biết, thưa ông. Là cây bọn tôi trồng năm mười tám tuổi, ngay trước ngày chúng tôi lên đường. Đi đâu vậy ông. Một cuộc trường chinh, em không biết được đâu, thế hệ chúng tôi, em không biết được đâu.

Người đó nói giọng chùng đi, có sự nghẹn nghẹn như kẹt lại, một chút ngập ngừng. Một chuyến đi kéo dài quá, cô bé ạ, nhiều tao đoạn, cô bé ạ, cũng nhiều khổ đau. Những bạn tôi không trở về, hay chưa trở về, tôi về đây để tìm họ, đợi họ, mà đâu thấy, chúng nó đâu hết rồi, những người đã mang cái cây kia đặt vào đó, để tôi lấp hố trồng, trước ngày chúng tôi lên đường, như một nhủ nhắn với khóa sau, các anh đi, hãy ở lại chăm màu xanh các anh đã gieo cấy, hãy ở lại thực hiện giấc mơ xanh các anh đã từng mong đợi. Đó, những thông điệp thường xuyên lắm ở những ngôi trường xưa, trong thời đại đó. Ngàn ngàn cây cũng thành vô chủ, hàng hàng sinh viên thành chiến binh đi vào lửa đạn, mang theo ước mơ xanh, giấc mơ xanh, đi vào cuộc chiến, mang theo cả những đam mê, khát vọng một thời ta trẻ, để rồi mãi chẳng trở về, như hôm nay, tôi đứng đây chờ các bạn tôi, chờ các anh tôi, tìm các em tôi.

Cây hàng đầu là cây khóa bốn, cây hàng sau là khóa bảy, cây giữa là khóa năm, còn cây này khóa sáu của tôi. Em hiểu chứ, cô bé. Em nhìn lên vòm xanh nõn lá kia đi, những chú chim đang hót, những đóa hoa trời vẫn rơi xuống nhân gian, thiên nhiên vẫn hằng thường theo cách của nó, bền bỉ, chỉ con người là hữu hạn mà thôi. Đứng đây, khắc thời này, không gian này, ngày hội khóa này, thực chỉ là hữu hạn. Chỉ còn chín thằng về trong một khóa, em biết không.

Rồi người ấy khóc, bờ vai run lên, em thấy rõ sau lớp dày của vải áo comle, rung lên ở một góc sâu cùng nhất của khu giảng đường khoa Y, mà em đã trốn chui vào đây, mong kín nhất, tránh ồn ào ngoài kia, những biểu ngữ, cờ giăng, tiếng loa phát, giọng hát văn nghệ, đôi nữ sinh đang uốn mình trên sân khấu, vài nam sinh mặc áo xanh giải phóng đang uốn điệu chèo đò, tiếng ngâm thơ cất lên ở khoảng giữa sân trường, lẫn tiếng hò reo chúc tụng:

Đò xuôi Thạch Hãn xin chèo nhẹ/ đáy sông dưới đó bạn tôi nằm/ có tuổi hả hai mươi thành sóng nước/ vỗ yên bờ mãi ngàn năm...

Giọng trầm hùng mà thê thiết. Em thấy cái thê thiết của giọng ngâm nhiều hơn. Đôi cánh tay đưa lên lau mắt, tiếng suyt soạt nào, chiếc mù xoa được lấy ra từ túi áo ngực, giọng chiến trường khê đặc, át giọng thanh tú nữ sinh, họ nói chuyện với nhau về chiến trận.

Thì em tránh ồn ào đi sâu vào góc khuất, đợi những con chim hót lên màu nắng, đợi những lắng đọng xúc động sâu xa của hàng trăm cựu binh nhiều hơn cả sinh viên học đường buổi đó. Họ trở về trên cả chiếc nạng gỗ, họ trở về trên chiếc xe lăn, đâu rồi những hào hoa, đâu rồi nét bút thon thanh, đâu rồi mái đầu xanh trên từng bản vẽ, đâu rồi vẻ lãng tử đôi bàn tay từng làm xiếc trên mỗi tấm bố. Em chui sâu vào góc tối, để rồi nghe vang động một hào hoa, hào hoa sót vụ. Em biết đấy thế hệ chúng tôi... Nhưng sao tôi lại kể ra điều đó, tuổi trẻ các em khác chúng tôi, sao bắt em buồn cùng thế hệ chúng tôi. Em ngước nhìn lên, qua bầu trời xanh thẳm, em thấy mặt biển xanh, thấy nắng động trên bờ môi, vòm trán, mái tóc điểm ngâu, và nụ cười cố lặn sau nỗi buồn vương vấn. Em rung động, lần đầu nỗi rung động cất lên êm ả, nho nhỏ, không kém phần dữ dội. Em đọc được tim em những cơn rung nhỏ mềm mà rõ lắm, rõ lắm những buồn vui, ở đứa con gái chỉ biết trải lòng trên trang sách, gửi ước mơ vào một thế giới lạ xa, em nghe rõ tim mình những nhịp đập...

Rồi sau đó ra sao? Ra sao à, một hào hoa sót vụ, ra sao à, thì giờ em ngủ đã.

Đấy độc giả thân mến ạ, nhà kể chuyện hậu hiện đại tài hoa của tôi bao giờ cũng thế, nàng bắt đầu ở những chỗ không ngờ nhất, và kết thúc bao giờ cũng là nơi người ta cần muốn đến nhất, nàng khơi nẻo rồi để đấy cho dòng chảy tự trôi, nàng bới ra rồi để người ta tự nhòm vào đoán định, nàng như nghệ sĩ dân gian kể chuyện Tam Quốc, tôi đành phải chờ, chờ đến khi nào nàng bắt gặp một tác cơn bất ngờ thú vị khác vậy thôi.

2.

Vào đầu những năm 2000, Gia nhớ cũng một mùa hè, thằng con trở về từ chuyến công tác Việt Nam. Con không hiểu sao ba không muốn trở về nơi đó? Có những điều... Gia nói rồi để lửng. Tuy nhiên rồi ba, con hiểu, con hiểu, ba sẽ không thích đến những nơi ba không muốn, đó là quyền, đúng ra con không nên hỏi ba như thế, nhưng ba biết không, nơi đó lần đầu con về mà bị lôi cuốn, lôi cuốn quá chừng. Sao ba lại có một quê hương đáng yêu như thế chứ. Nếu không về, con không thể nào hiểu được Việt Nam, càng không hiểu được ba, và hiểu được cần cảm ơn đấng sinh thành, vì họ đã cho con một cái quê đáng yêu đến thế.

Điều gì hấp lực con đến vậy? Gia hùa theo câu chuyện vui vẻ của cậu con trai. Món ăn và những cô gái, cánh đồng lúa, đàn trâu, những con chó thả rông trên đường vắng, con lợn nái xệ vú đi lại giữa hai quả đồi, người đàn bà để ngực trần đi trên những thửa ruộng bậc thang vào mùa tháng mười nắng chín, hay những cụ già ngậm tẩu ngồi yên lặng trên những ngôi nhà sàn, dưới là bò trâu, nhìn xa về phía núi, những đụn khói bay lên vòng vo, vòng vo, rồi tan loãng vào những nếp nhăn, như những vết cào của con gà tãi đất nơi khóe mắt, và bàn tay đen kịt màu chàm, vần rổ những vân mây.

Ba à, nơi đó con bảo đảm, chưa có đâu đẹp vậy. Là con thấy lạ. Con đi nhiều nơi còn lạ hơn. Vì nơi đó có một phần máu huyết của con. Đúng rồi đó ba, nhưng ở đó con còn có cả một cô gái. Điều này thì ta lạ nha. Ba lạ là phải, mà ba đã biết thế nào là yêu chưa? Đã từng. Dĩ nhiên là không phải với má. Con đừng nói vậy, tội bà. Con hiểu, dù má mất rồi, nhưng con hiểu. Ta chưa bao giờ làm gì có lỗi với má con con. Con hiểu, chính điều đó mà con yêu ba, chính điều đó mà con cần nhìn sâu vào mình để hiểu ba hơn, con nghĩ, con là một phần thân thể và tính cách của ba, con cần giải mã chính con. Con hãy đến bất cứ đâu mà con muốn. Dĩ nhiên, và con cần dành nhiều thời gian hơn về nơi đấy ba ạ. Nếu con thấy thích thú. Nói thực, quá thích thú với con, nếu giờ này ở bển, con sẽ xách honda chạy thẳng vào khu rừng, leo lên những quả đồi, nhìn xuống những thung sâu, để thấy những đường đèo ngoằn ngoèo, như thân những con sâu uốn éo, vặn vẹo, chạy qua những tầng mây, chạy qua những tầng xanh lá, và đi về tận phía tuyệt mù nào đấy, những con đường, con luôn có hứng với nó, và tự hỏi, nó sẽ về đâu, cũng như ba đến từ ngả nào, và mang con đến đây, thế giới này, ông con đến từ ngả nào, và em ấy, con luôn tự hỏi, Việt Nam mang cho con nhiều ngọt ngào và lý thú quá ba ạ. Sẽ còn nhiều điều lắm con. Nhưng ba, ba thực chưa quên được? Không phải, song còn nhiều ký ức Alex ạ, có nhiều ký ức quá, mà cái nào cũng lại chồng lớp, ba thấy nặng quá, khi nhấc nó lên, ba muốn thanh thản rồi, con hiểu không. Dĩ nhiên con hiểu, song vẫn muốn một lần ba về đó để gặp người ấy cùng con. Một cô gái như thế nào? Rất thú vị đấy. Ba không nghĩ con có hứng với một cô gái Việt Nam. Ồ cái này thì ba lại không biết rồi, tất cả những thằng bạn con, da đen, trắng, hay vàng, đều thích các nàng cả, cô gái Việt Nam, họ lạ lắm nha, nhu hiền mà chẳng phải, tinh quái mà dịu êm, ngây thơ mà phức hợp, ba không hiểu họ rồi, làm xoay mòng cả những thằng trung thành tuyệt đối với thuyết giản đơn nhất ấy chứ. Vậy ư?

Gia thích thú với lời luận của con. Vậy Tiên có phức hợp không, và cả San nữa. Nhưng rõ ràng họ bí ẩn. Họ chưa bao giờ cho anh đi quá vào đời sống của mình. Họ như một bức rào ngăn những chú chim xanh muốn xẻ đường mà tiến. Ở họ có một uy quyền khiến anh chỉ đứng từ xa mà xin xỏ mà tỏ ra thuần hậu để họ thương mến cho tiến lại gần. Chỉ có điều, Tiên mặc áo dài chấm hồng hoặc xanh lục, nàng cũng có ba cái màu huyết lựu, hoa đào, và màu cẩm thạch…Nàng hay đi trên chiếc vespa màu lá cải để tà áo dài xòe xuống hai chiếc yếm khum khum như hình tấm mai rùa, ôm lấy chiếc đầu gối thanh thanh trong làn lụa mỏng của chiếc quần màu trắng. Em thích áo dài, em chỉ thích áo dài. Có lần nàng reo lên vẻ nũng nịu. Em thấy vẻ huyền mơ của nó. Sao ai tạo được sắc áo dài con gái xứ Nam, quả kỳ tài, em phục họ quá. Nàng thường nói về những thứ nàng thích bằng một cái giọng nhõng nhẽo, nhiều niềm vui, pha vào tiếng reo ở mỗi âm sắc cuối, cùng hành động rúc đầu vào cánh tay anh, vào nách và cổ anh, như là nơi trú ngủ bình yên và yên ổn nhất, để nàng tỏ bày những điều thích thú, hoặc cả luận về chính trị, khá am tường và sắc nét, ở vẻ ngoài ngây ngô tựa như thiếu nữ mới vào đời, giống như Alex nói với anh chăng, sự phức hợp trong cái vỏ ngây thơ của những cô gái Việt, làm động lòng cả những chàng trai vàng hay trắng và tôn thờ chủ nghĩa giản đơn nhất.

*

Nhiều khi anh không biết lí giải ra sao, những mâu thuẫn nghi hoặc chồng chéo, nó làm đầu óc anh rỗng tuếch, làm cho những giây thần kinh tư duy của anh vận hành hết mức, cả mớ xúc giác lộn nhào. Đau đớn, tức thở, phải tìm câu trả lời, nhưng làm sao biết, khi cái dây tơ vò đã quấn bao vòng, đã kịp thắt nút, kịp lộn lăn, như con gà mắc vào mớ rối rồi chạy lăng quăng, làm cho cái nút đầu đã biến mất.

Đó, những lúc anh rơi vào trạng huống, một trạng huống gây cho anh không ít sự tức thở.

Có những thứ bao nhiêu năm trường anh vẫn tự hỏi, và mấy chục triệu trái tim đang đập thổn thức phía bán cầu kia cũng tự hỏi, kể cả người trong cuộc như anh, như Lãng, kể cả người sinh sau cuộc chiến như San.

Anh à, nó là thế nào? San vẫn nhìn anh đăm đăm, khi những vướng mắc của tâm tư người con gái, nhiều nghĩ suy, nhiều tò mò, ham bới tìm, cũng phải dừng lại. San thường hỏi anh về những mâu thuẫn rối bời mà cô gặp phải. Cái chân lí, không là chân lí, thứ lẽ phải, không hẳn lẽ phải, sư ngược ngạo, đâu đúng, là đường đi, không phải, chính là ngõ cụt.

Em quan tâm nhiều về nó làm gì? Không, là em ám ảnh. Chưa khi nào em thôi ám ảnh. Cái cuộc chiến chết tiệt. Là chính sử hay phụ sử, là lẽ phải, con đường, là dấu mốc, hay là những ngả rẽ lươn khươn. Trời ơi, nó làm em đau.

Anh hiểu, nếu San không là người viết, hoặc giả dụ, San là người viết thông thường, thả những cảm xúc đẹp đẽ, giản đơn để được thưởng ca, nói những điều hiển nhiên và ba chớp trên những tạp chí hiền lành, như sự cứu cánh cho chút háo danh, đắc ý, sự ghi dấu cho một cô gái cầm bút trước cuộc đời bé nhỏ, rằng tôi có viết đây, và có hề gì, khi tôi nói được niềm vui, sự tụng ca, khi tôi đầy mục đích với thế cuộc, dù có nhẹ, nhưng nó là chất dung nham cho thứ dịch truyền lan tỏa.

Giá kể San cứ thế đi, như bao người. Nhưng nàng không thế. Nàng đi đến tận cùng ngóc ngách, nàng bắt anh cũng phải động đậy, bên này hay bên kia, nếu không có ngã rẽ thì cỗ máy về đâu, không có nhân vật xuất tầm, thì đất nước theo hướng nao, ai nhúng tay, và bãi chiến trường dân tộc, là chủ nhân của thế lực nào?

Đó, San của anh, nàng luôn tò mò, hay nàng vắt kiệt tâm thân của cả cuộc đời cầm bút gần ba mươi năm, chỉ để hỏi những câu tầm phào ngoài tầm hiểu biết của người trẻ, và ngoài tầm giải thích của cả những con người từng đi qua cuộc chiến như anh.

Có những thứ, rối hơn cả cuộn tơ vò đi qua chân con gà xáo động, không một nút gỡ, anh không gỡ nổi. Anh nhìn San, hôn nàng, nhẹ nhàng sờ tay vào vòm ngực, cho bàn tay vuốt lên đôi nhũ hoa, anh cảm giác khi mình làm như thế, chính tâm hồn mình được cứu rỗi, và làm cho nàng được cứu rỗi, sự tổn thương tinh thần, thì hãy lấy thân xác để giải tỏa, anh giải tỏa chính anh và nàng bằng cách đó, chỉ bằng cách đó, và nó hữu hiệu đến độ, cặp mắt nàng dãn ra, và cảm xúc của nàng mềm đi, thân thể mềm đi, có khi để hòa nhịp cùng dịch chuyển của anh trên cơ thể nàng tiếp đó. Nỗi đau tinh thần, chỉ có thể xác làm cho tiêu tán mà thôi. Anh đã học được cái đó từ đâu, nhưng chính anh, cái tháng ngày xưa - lại đưa anh về ngày đó - từ câu chuyện của San. Là ngực Tiên, bờ môi Tiên, phần hạ thể của Tiên, những kì khu trên lớp lông mềm, vẻ ướt át của cơ thể nàng, mùi ngây ngấy của thứ nước con gái, nó mới đủ làm anh đê mê, nó mới đủ làm anh quên tiệt.

Anh nghĩ gì hả, hay đau gì? Nàng thường lấy tay vò mái đầu anh, đẩy nó sâu hơn vào bộ phận dưới cùng của cơ thể, như một sự động viên, như tiếp thêm cảm xúc. Hãy yêu em như những gì anh muốn. Nàng hổn hển, và hòa nhịp cùng nỗi đau hay sự tê mê của anh. Những lúc đấy, nàng biết anh đau. Khi đó, anh thường không nói, vùi mình vào ngực nàng, vùi đầu vào phần dưới cùng cơ thể nàng, để cho những ướt át từ chỗ đấy tắm đẫm tâm hồn anh, tắm đẫm những mặc cảm tội lỗi.

Đứng lên, cả đàn ông, đàn bà, con trẻ, đứng hết lên. Những run run của thân thể già nua và xiêu vẹo. Con lạy các ông. Bố mày cho một tràng thì chết hết. Con lạy các ông, con tám mươi tuổi, không dám nói sai, chúng con không giấu tài liệu, không ai có tài liệu. Nếu có trừng phạt, xin trừng phạt người già chúng con, còn những đứa trẻ, những bà mẹ, những cô gái nhỏ, xin các ông tha cho, xin các ông lính Quốc gia. Không lằng nhằng, cởi hết áo quần. Xin các ông. Tao đã nói, cởi hết ra.

Vẻ khép nép nào của bé gái mười ba, hai chúm cau hồng tơ trên cơ thể mới bắt đầu phát lộ, nàng e ấp, và nước mắt chảy vòng. Đau đớn. Gia nghẹt thở.

Thôi nào mày.

Kệ tao, thằng Khanh gào lên. Tao cho mày một băng đạn bây giờ. Mày không nhớ thằng Trung hôm qua đã chết thế nào à, ở chính ngôi làng này, bởi chính bàn tay những kẻ kia, giờ đây phải bắt chúng đền tội. Tiếng khóc òa lên rồi ngưng bặt, không ai dám động đậy khi tiếng M16 lách cách lên nòng.

Giờ thì đàn ông một bên, bà già một bên, con trẻ một bên, con gái một bên. Tất cả răm rắp theo sự chỉ đạo của cái đầu bừng bừng khí giới. Giờ thì cởi hết ra, quần trong ngoài, cởi hết.

Tiếng khóc rộ lên lại im bặt cùng tiếng lách cách mỗi lúc một mạnh hơn. Ông cho một băng, chúng mày sẽ về chầu Diêm vương tất.

Xin các ông, chúng con xin các ông Quốc gia.

Những cái quần lần lượt được hạ xuống, trên những thân thể gầy guộc rúm ró, bợt bạt da chì, cóc kẹ, ghẻ lở, ốm o. Mấy cặp vú xệ của mấy người đàn bà nuôi con bú, cặp vú dài chảy đến rốn của mấy cụ già, những cục thịt thâm thèo như củ mài ngâm nước, trên cặp đùi đen xì chốc lở, nham nhở, ở những người đàn ông gầy như con chó đói vẫn chạy rông khắp cánh đồng khi mất cửa nhà, gia chủ. Có ai không thả rông trên đất nước này cơ chứ.

Tiếng thút thít rộ lên từ đám gái nhỏ, những thân thể quặt què, nhếch nhác, tấm áo vá chằng, không đủ đậy phủ thân thể mới lớn, đang phát rỡ. Vẻ gầy gò càng làm cho những ụ gò nổi lên trên bề mặt của cái bụng phẳng lì. Những cặp vú bắt đầu sưng to, cũng có khi căng mọng. Và gò mu, lớp lông đen loăn quăn mượt mà như đám mạ ngày xuân, ẩm ướt, mát dịu, làm mắt thằng Khanh sáng lên. Mắt nó sáng lên rồi. Nó không phân biệt được đâu là người đâu là vật, nó không biết chỗ nào là dân mình, dân nó, khi tiếng van xin của họ nó hiểu, khi tiếng nói của nó họ giải mã được. Nó không biết rồi, súng vẫn trên tay, được tiếp ứng bởi hai thằng tà lọt. Chỉ mình Gia một phía. Gia định chạy vào rừng, Gia định biến đi khỏi mặt đất, trong phút giây này, cơn đau tim, làm mặt anh biến sắc, anh đang bị cơn đau tim hành hạ, cơn đau của số phận, cơn tột bậc của giống nòi bị tra khảo, bị hành hình, bị nhục thân. Anh muốn chạy vào rừng.

Đứng nguyên đấy, nếu không, tao bắn cả mày. Thằng Khanh hét lên.

Nỗi thù hận nào, nỗi đau đớn, nỗi ám ảnh nào, khi thằng bạn thân nó chết. Đau đớn, tức tưởi, buổi chiều qua trên chính bãi cát nóng mùa hè này. Nhiệt độ miền Trung lên đến năm mươi độ. Gió Lào à, biển à, bỏng cát à, sa mạc à, phi lao cằn cỗi à, lửa trời à, và thằng Trung bạn nó bị trói đứng trên chiếc cọc sắt phơi trần giữa cái nắng như nung tháng sáu trên cánh đồng cát trắng mênh mông. Thâm đen hết của thịt da, ruồi muỗi bu kín, không còn nhận ra, chỉ còn lại bảng tên, nó đã chết bởi người anh em phía bên kia, chết vì nắng, vì nóng, vì đói, vì sợ, vì khổ, vì nhục, vì nhớ mong, vì thương cha, xót mẹ. Nó đã nghĩ gì giây phút cuối cùng khi biết mình sắp chết, sẽ chết, chắc chắn phải chết. Chỉ một chút nữa thôi, đâu nhiều với cái nắng như nung trời đỏ lửa xứ miền Trung gió Lào này. Nó đã nghĩ gì, về ba nó, má nó, đứa em, và cuốn truyện Kim Dung đang đọc, người con gái nó thương, đã hứa hẹn, sau chuyến hành quân này về hỏi cưới.

Và cành phượng, cây bằng lăng, hàng sala bên hiên ngôi trường Đại học trước ngày ra trận. Bằng đấy ý nghĩ, làm nó đau và chết ư.

Và nó chết thật. Chết đau đớn, chết thảm nạn. Cái chết, làm ám ảnh thằng Khanh.

Đứng yên, giờ thì đứng yên, đứa nào nhúc nhích chết với tao.

Được sự hậu thuẫn của hai thằng đệ nhăm nhăm cây súng cao nòng hướng về phía trước và sẵn sàng nhả đạn.

Những thân gày gò kia, chỉ nửa viên, đâu cần cả băng, là đổ nhào, máu trộn cát, tanh lòm, ruồi đến đậu, muỗi đến châm, mặt trời giúp cho nhanh phân hủy, cả vùng sẽ thối khẳm trong cả tháng trời, vì mấy trăm xác thân những kẻ đang đứng dưới kia, như những gì Gia đã thấy. Đứng yên, đứa nào nhúc nhích, tao bắn chết. Hai thằng tà lọt đã nhăm nhăm cây súng cho thằng Khanh thực hiện hành động đầu tiên, và cuối cùng, đoạn tuyệt cái phần người sót lại của nó, trước khi bị quỷ dữ tha đi. Nó bị quỷ dữ tha đi rồi, nó khô-ng phân biệt được người và vật, nó không phân biệt được nó và ta, không phân biệt được kẻ thù và nhân nghĩa, nó cho ai cũng là loài vật, và loài vật thì phải có nghĩa vụ phục vụ giống người. Quần nó đã tụt rồi. Đứa con gái mới lớn, mầm vú đã sưng to, lớp lông xuân thì ngạo nghễ dưới nắng hè, cặp mắt to, lớp da trắng, được che đậy ẩn đi đằng sau vẻ rách rưới của trang phục vá chằng đụp lúc trước, thì giờ đây ngạo nghễ một vẻ đẹp xuân thì trời phú trước nắng hè.

Đừng, con xin các ông. Người mẹ xổ nhào, bà đưa bàn tay chới với về phía Khanh. Con xin các ông đừng làm thế với con gái con.

Một tràng đạn nổ, im bặt, máu người mẹ hòa cát trắng, chảy tràn, xối xả, toác vỡ lồng ngực, óc bắn tóe vào cả chân đứa con.

Tiếng khóc im bặt, đứa gái mắt trợn trừng nhìn mẹ, nhìn vào nòng súng, nỗi sợ làm nó co rúm người, thân thể co rúm, vẫn không che đậy được cái lồ lộ của đứa trẻ mười ba, nhưng sớm phát lộ, có bộ ngực của cô nàng mười sáu.

Nó đã đè đứa con gái ra rồi, những nhịp rung lắc phần phật, không một tiếng khóc, chỉ còn ánh mắt căm hờn, hoặc tột cùng sợ hãi, im bặt trên bãi cát rìa làng, của hàng trăm con người, không một mảnh vải che thân.

Gia đã bỏ đi về phía rừng, anh không sợ chết, thằng Khanh đang tận hưởng chiến lợi phẩm trên thân xác, hai thằng tà lọt đang đợi đến lượt mình thụ hưởng, chúng đang thỏa thuê trên thân thể đồng bào. Chúng cười sằng sặc man rợ, chúng no nê bú mớm, chúng làm muôn vàn những điều bản năng vật ở chúng sai khiến, đứng trước những tấm thân con gái trần truồng, chúng hoàn toàn trở về làm vật, những con vật mang hình người. Gia đã bỏ đi rồi, anh đi liền một mạch về Sài Gòn, không báo cáo, chẳng cần giải thích, không giãi bày, dù ngày mai anh có vào tù vì tội vô kỉ luật đi nữa.

Thì Tiên đón anh, sau màn vuốt ve và im lặng. Tiên biết cần vuốt ve lúc nào, hỏi han, hay im lặng. Tiên hiểu đến tận cùng những xúc cảm dù mơ hồ và tinh vi nhất trong lòng Gia. Tiên hiểu cần làm gì với tấm thân nhiều tổn thương ở chàng trai nhiều nhạy cảm, trắc ẩn, bứt ngoài cuộc chiến, mà phải đi sâu vào cuộc chiến, khao khát lao vào, mà muốn đành đoạn trở ra này.

Đấy San ạ, có những điều… Nhưng anh không kể với San. Có những thứ, anh cần lặng im. Lặng im mà nghĩ ngợi, lặng im mà phán đoán, lặng im để cả đời nó cắn rứt vào lương tâm anh. Nhưng cũng đành lặng im. Thì làm sao anh có thể trả lời những câu hỏi của San cơ chứ. Khi chính anh cũng cần một liệu pháp, khi chính anh cũng đang rối vò, hơn con gà mắc tơ để cho cuộn dây vòng chân và lúng túng, càng chạy càng cuộn chặt, càng cử động càng bị trói sâu hơn.

3.

Chỉ sau này, khi đã bứt khỏi hậu phương hiền lành, khi đã vào cuộc chiến, khi những mơ hồ mộng tưởng đã tiêu tan, rằng, đó là ngôi đền thiêng, chứa những điều kì diệu, con người phải bước qua, phải tôi rèn trong đó, như là thứ bắt buộc, như là một bảo đảm cho vẻ đẹp nhân cách, như một quy định cho lòng thành tôn, đức bền gan, ý chí kiên cường, và sự dũng cảm, cũng như tấm tình yêu nước thành thật nhất của con người.

Khi những thứ đấy qua đi, Lãng mới hiểu, tháng ngày xưa, những năm tháng ban sơ, khởi đầu, nhiều mộng ước, trí tưởng tượng còn phong phú, sự ngây thơ còn dong đầy, và đức tin còn ngời sáng ấy, là tháng ngày đẹp nhất, khi anh được sống trong tình quân dân, trong xóm làng, bên những tiếng hát, bên các nữ thôn, mắt lúng liếng, da hồng múi bưởi, và điệu cười giòn tan như quả dưa leo nằm trong miệng trẻ, giòn giã và đẹp biết bao, mãi sau này anh mới hiểu, khi cuộc chiến đã vào giai đoạn quyết liệt, khi thằng Hiếu lấy sơn dầu xoa tay đêm trước khi vào chiến trường đã chết, thì Lãng mới biết, tháng ngày thân ái đó, lại là quẵng ngày đẹp nhất của anh, bên gia đình bác Tính, bên căn nhà nằm giữa đồng không chìm trong làn sương mờ, trong làn trăng lẻ muộn, vẻ bàng bạc của nó vào khoảng chiều tối, hoặc sớm hôm, lúc trăng mới lên, hay khi trăng tàn muộn, chưa ra khỏi đám mây của những ngày tháng mười năm ấy, thì ngôi nhà quả như một miền cổ tích, có bếp lửa, có những củ khoai vùi ấm trong tro, có vợ chồng bác Tính, có thằng con út chín tuổi, những tối mùa đông, bác sai em bé bê lên những rổ sắn còn nhựa tươi, được luộc trong chiếc nồi gang to, thơm nồng cả mùi đất đỏ đồi, khói bốc lên nghi ngút, các con ăn đi, mai mà ra chiến trường, thằng bé chạy biến cùng lời mời đon đả thân tình của bác gái, cái cười hồn hậu ấm áp của bác trai, bác viên sợi thuốc lào cuối cùng, rồi khà khà bảo, cây nhà lá vườn, có cả bưởi kia, hồng kia, mía kia, thích ăn gì thì chặt, thích gì thì hái. Bác ơi, bác không sợ hết sao? Bao nhiêu thằng lính, và bao đời chúng đã ở đây, hái và phá bao đợt có hết được đâu, mía cứ có mầm là mọc, bưởi cứ còn gốc lại lên, chanh và đào nữa, cứ đến vụ là trổ bông, ra trái, chỉ để cho lũ lính tráng leo trèo vặt hái, ăn đi, không hết đâu các con. Là bác sợ ngày mai, có nhiều đứa không về, không được thưởng thức trái thơm vườn lạ nữa.

Những đêm mùa đông ấm áp, trong tình quân dân, tiếng hát nào vẫn vang nơi mái đình cổ có người con gái tóc dài, hết phiên sinh hoạt thanh niên, còn ngồi nán lại, hát cho nhau nghe những bài ca thời chiến, kể những tích chèo, vào đêm mùa đông tháng mười lạnh lẽo, trăng bàng bạc gió lùa, và tiếng chó dội ma vang lên khắp chốn, bếp lửa nhà bác Tính vẫn bập bùng giữa cánh đồng không có đại đội Lãng trú nhờ, bếp lửa đỏ cả đêm để đặt thêm nồi nước cho đứa nào ngứa chân ngâm trong những ngày huấn luyện gắt, cho đứa nào nhớ người yêu, khơi sáng lên đọc thư tình, khi cả đại đội đã ngủ, cho đứa nào đói đào củ khoai vùi vào, đợi gió lùa từ ngoài vách từng đợt ầm ào luồn qua bức tường hở, làm bùng lên ngọn lửa bếp đêm. Tiếng xe trâu vẫn lọc cọc về trên con đường xa ngái, người xà ích ngủ gật trên thành, người dẫn đường cầm đèn bão vẫn ran ran những câu chuyện vui, sự dịch chuyển của họ như đi vào một thế giới liêu trai mờ mịt, biến vào những cổ mộ của các nghĩa binh xưa.

Thì đấy, những kí ức đó, tháng ngày đó, ngôi làng đó, tiếng hát xưa, những đứa trẻ thò lò mũi, đứng hai bên đường nhìn đoàn quân ra thao trường tập rèn mỗi sáng, những cô gái cấu lưng nhau cười hích hích trước tiếng trêu đùa của lính tráng mỗi khi, và người mẹ nào ngồi yên bên thanh kẹo mỏng, chờ những thằng lính như con mình ra để bán chịu, dù thời gian nợ kéo dài bằng cả đời người đi chăng nữa.

Thì tháng năm đó, đêm bàng bạc u huyền đó, tiếng chó sủa ma, và tiếng con trâu thở mệt nhọc trên đoạn đường xa về, khi đã giẫm lúa cả đêm, bên sân kho hợp tác, tha về trong khuya cả mùi rơm tươi rạ mới, những hạt thóc còn dính trên lớp lông, theo chân người đánh xe về trong ngõ xa, nơi có tiếng chó sủa rộ, tiếng gà gáy gọi ngày sớm, lại là quãng ngày đẹp nhất của anh.

Thì Gia cũng nhớ đến Đà Lạt, Đà Lạt mù mây vào mỗi sớm, con đường xe thổ mộ đi, tiếng lọc cọc của người xà ích, quất những nhất roi vào lưng chú ngựa, nó đi chìm vào nẻo hút của cánh rừng thông, cái ngày hồn Gia còn trong trắng, cưỡi con bạch mã đi giữa núi đồi, qua Lâm Viên, Cửu Tuyền, để cho tiếng động huyền không rọi vào tâm cõi, để cánh dã quỳ ngân khúc ban sơ...

4.

Anh chẳng thể nào biết được, San khóc và gục đầu vào vai anh. Nàng có thể hồn nhiên và hét to, nàng có thể cười giòn giã, thường, nàng trầm ngâm và ít nói, nàng nhìn anh như một sinh thể lạ, nàng hất ngược tóc anh lên, soi những li ti của từng cọng trắng, nàng có thể hất cằm anh lên, nhìn tận sâu vào vùng tối thẳm của hai hốc má, hai hốc mắt, vành tai, và cả cánh mũi, nàng cũng làm y nguyên công việc nghiên cứu thân thể như Tiên xưa. Nàng giống Tiên lạ lùng, sao anh thấy nàng giống Tiên quá đỗi, hai người đàn bà, hai thế hệ, hai vùng kí ức, hai thái cực, hai đầu trái đất, sao giống nhau lạ lùng. Chỉ có điều Tiên ngày xưa mặc áo dài trắng, cưỡi chiếc ves-pa hồng, và mái tóc lòa xòa của những năm đầu thập kỉ bảy mươi. Nàng đi trên con đường Trần Nhật Duật, có những hàng me, lá lơi rơi, điệu lả tả, nhẹ nhàng, rơi vào mái tóc nàng, vào yên xe, vào dọc bàn chân nàng bước, những bước chậm buồn, của những lần nàng thả bộ, đợi chờ anh đến đón, những ngày anh theo đoàn hành quân về vùng ven, tranh thủ thăm nhà, nhắn nàng, cứ ở trường, chiều anh qua đón, đi ăn, và xem một bộ phim. Dáng nàng thả trên đường Nhật Duật, những chiếc lá me nhỏ mềm đuổi theo tà áo vào buổi chiều, ánh tà dương nhuộm đỏ phía tây hắt tia mỏng mờ lên dòng sông uốn khúc, đường phố bắt đầu náo nhiệt, bóng áo dài nữ sinh bay đầy các con phố. Tiên của anh ngày đó là vậy. Còn San?

Ngày đó đi học em mặc gì? Anh vẫn tò mò hỏi San như thế. Là anh không có một khái niệm nào về miền Bắc, nhưng vùng đất mới, nơi đồng bào ở, luôn kích thích trí tò mò của tâm hồn ham hiểu biết, khao khát về cái vùng giới ranh mà bố Tiên ao ước xưa, bao đứa bạn Bắc di cư một thời cũng khao khát trở về ngôi làng của chúng, có con đò, dòng sông, vùng trồng dâu, dệt cửi. Nó kích thích anh lạ lùng.

Ngày đó, em mặc bộ quần áo diềm bâu. Bà nội mua vải ở chợ quê đem về nhuộm. Bà đun sôi nồi củ nâu, thả vải vào, rồi dìm sâu xuống ao bùn cho cứng lại, một tháng sau, mới vớt lên may áo quần.

Nó thế nào?

Anh không thể nào biết được đâu. Nàng khóc. Giọt nước mắt chảy qua gáy anh, xuống cổ, khi nàng tì cằm vào đó, anh để yên cho nàng khóc.

Anh làm sao hiểu được San nghĩ gì, anh sao biết thế hệ sau họ nghĩ gì, miền Bắc ư, xã hội chủ nghĩa, những mĩ từ, và cánh đồng quê, con đường làng và sân kho hợp tác, đàn trâu và tiếng kẻng gọi nhau về mỗi tối, người đội trưởng, luôn giắt lưng con dao phát mỗi lần ra đồng thăm lúa, hay đến từng nhà xã viên dặn dò, bà mẹ nào, ngồi bên sân phơi rơm, trông đợi những đứa con trở về sau ngày hòa bình, chiến thắng, Gia đâu biết, Gia đâu thấy, Gia đâu sống trong bầu khí quyển đó, môi sinh của anh là Sài Gòn, là hàng me, có bùng binh, có con Thỏ Ngọc chết cùng với người yêu trong ngày ra quán Hương Xưa làm tiếp vụ, có những cuộc chống biểu tình, Gia mặc áo chống đạn, nón sắt, mặt nạ, và tay lăm lăm khẩu súng, trèo lên chiếc tăng, mắt không rời thằng bạn, nó cùng Gia đi qua hai mùa thi khốc liệt nhất của tú tài một rồi tú tài hai, nó chia cùng Gia chiếc bánh in trong đêm ôn thi ở lò thầy Tân gần con hẻm dẫn ra đường Cường Để, có hàng cháo khuya của bà già mù cùng cô con gái, dọn từ khoảng chín rưỡi đêm cho sinh viên mấy trường nghề gần đó.

Nó nhìn Gia, Gia nhìn nó, anh quay mặt đi, vì anh hay vì nó, vì những tác cơ trớ trêu mà buồn bã, vì những kỉ niệm chưa xa của hai đứa, cùng trường, cùng lớp, cùng một ông thầy, cùng thích một đứa con gái chuyên mặc áo dài, trong có cooc xê hồng phấn, thì giờ đây, nó nhìn anh không phải ngại ngùng mà là thách thức, anh buồn bã xoay mắt đi, nhìn thăm thẳm vào một không gian nhỏ nhất, để ánh nhìn trút vào đấy, để nỗi niềm xoáy vào một lỗ thủng của vũ trụ, hút anh vào một khoảng trống rỗng, và vô cảm, anh chẳng biết mình đang nghĩ gì, không, anh chẳng đang nghĩ gì, anh đã nghĩ nó chết trên mật khu, ngày bọn anh ném lựu đạn vào một buổi họp của những người quan trọng trong chính quyền tự lập của cái mặt trận gọi là giải phóng, bóng áo xanh Nam Định, mũ tai bèo, khuôn mặt to vuông bạnh, và vầng trán rộng, có người báo nó đi lên mật khu, và giờ đây, nó thế này ư. Anh thấy chiếc xác nằm tơ hơ, anh không dám nhìn, anh đi nhanh về chiếc trực thăng đang đón lõng, chờ những thằng thắng trận mà như thất trận đang rệu rã hướng về phía đấy, để về Sài Gòn, gột rửa những vết máu nhơ của cả tâm hồn.

Anh chạy nhanh khỏi cái xác lật ngửa, có khuôn mặt to vuông, cặp lông mày rõ nét đến độ hơn cả mày ngài của những nữ cung xưa nơi cung đình, đó là vẻ đẹp, tạc tượng vào lòng người, như một di chỉ cho nét đẹp người con gái xứ Nam, nó có đôi mắt rất đẹp, có lông mày đẹp, anh đã chạy chốn khỏi nó, cố không nghĩ gì về nó, không nghĩ, thì hôm nay anh gặp nó ở đây, đôi mắt nó nhìn anh có phần cụp xuống, sau giây phút thách thức như thừa thãi, anh đâu là đối thủ, nó cũng biết anh đâu là đối thủ, anh từng chia cho nó cái bánhin lúc hai thằng học tới sáng, anh chia cho nó cả lời tâm sự về đứa con gái chuyên mặc áo dài có cooc xê hồng phía trong, anh chia cho nó bài tập lượng giác, chia cho nó cả tình thương mến thương, ngày nó buồn, mang bộ mặt ủ rầu đến lớp, ném vào anh cái thông báo, như cần san sẻ cho cái gánh quá nặng mà một thằng bé đã sớm phải mang, ba nó mất đột ngột, vì ngộ rượu, thì anh gặp nó ở đây.

Và thế giới của anh là vậy, thì sao anh hiểu được thế giới của San, những tâm sự của San, nỗi buồn của San, để đi đến tận hang cùng ngõ hẻm của lòng người mà trả giá.

Thế giới của anh và nó là Sài Gòn, có người thầy dạy ở lò Cường Để, ngày bọn anh ôn thi tú tài, ông đứng vươn vai, cổ cao như con gà chuẩn bị cất lên tiếng gáy, trong một buổi sớm yên bình, có gió và nắng, có hừng đông, chân trời rộng mở phía một vầng đỏ dương, như màu của máu, màu của huyết thanh, màu của tương lai và hạnh phúc. Màu hồng, màu của bình minh buổi sáng, mà con gà trống đang vươn cổ, thầy nói với bọn anh về lòng yêu nước, nó hòa hợp làm sao với lí tưởng của những gã trẻ tuổi khi xưa.

Anh lên đường ra đi vì nghĩa lớn/ chiến chinh ơi sao ngăn nổi đời anh/ dựng quốc kì bao xác người ngã xuống/ đau thương nào bằng tiếng mẹ kêu than...

Thằng Hơn đã hát như thế, nó tự làm thơ và hát lên thành nhạc điệu, ở một căn gác trọ tiêu điều nóng nực, mà mùa hè không có nổi cái quạt, nó kể cho anh về đời sống này, những cao sang nó thường hướng đến, những lớn lao của mảnh hồn dựng xây đời mộng tuyệt, những giống nòi cần bàn tay dang đón ra sao. Chao ôi, mộng ước, mộng ước ở một thằng trai quần đùi, chuyên vận chiếc áo ba lỗ cháo lòng, và bê cái rổ nhựa đi xin rau chiều chiều bên gác trọ có những mệ người Quảng Nam, xuôi dạt vào đây làm nghề đồng nát, vẫn chia cho nó những cọng rau bé nhỏ, không còn non tươi, họ cũng nhặt nhạnh được từ cái chợ tạm bé nhỏ, của những người mẹ nghèo nào bán ế, không lỡ vứt đi, và trợ cấp cho những người đồng bào còn đói khổ hơn, để các mệ lại trợ cấp cho tâm hồn lai láng thơ văn, và dệt mộng ước lớn lao, ở thằng trai học giỏi, nhà nghèo, chuyên mặc quần đùi, nằm trên căn gác trọ nóng như nung, làm thơ, và bữa ăn thường chỉ có gạo, mì. Nó vẫn cất lên tiếng hát như vực dậy từ hầm hố nào của bão tố người, bị chôn vùi dưới thẳm sâu địa đạo, giờ bật lên mà thét gào, mà đòi quyền ngự trị, mà chiếm lĩnh giang sơn, mà thành những tráng sĩ oai phong, thét roi cầu Vị...

Ta đến đây, ơi giống nòi mù mịt/ những chân trời thắp ngọn đuốc tim ta/ Đan Kô cháy như mặt trời rời rợi/ tắt ngực này để thiên hạ minh san...

Những bài hát, Gia đã nghe ngày đó, nó chỉ làm cho anh nghĩ, Hơn, vốn là chàng trai nhiều khao khát, lòng nó nổi dông, cồn lên những ước vọng, của một tâm hồn chưa kịp lớn, nhưng đau nỗi đời của một thế hệ, mà dân tộc bắt chín già khi chưa kịp xanh non.

Gia chỉ nghĩ đến thế mà thôi. Nó đâu có tố chất làm "cách mạng", nó đâu có dáng vóc nhảy rừng, nó đâu có thể hiên ngang ưỡn ngực che luồng đạn cho đồng đội như trong tranh cổ động, nó đâu có thể nằm trong tăm tối u minh những khu rừng già, ăn khoai sắn quanh năm, phù thũng những thân thể, héo mòn những cơ trai, nó đâu thể...

Thì hôm nay, anh thấy nó đứng kia, trong thế đối đầu, trong thế nghịch thù, như hai kì phùng địch thủ, chỉ khi lên võ đài mới biết là anh em, như hai con trâu chiến được tôi rèn thành nhà nòi chuyên đánh đấm, dùng bộ sừng sắc nhọn sẵn sàng chọc thủng mắt đối phương, làm trò tiêu dao giải trí, làm tiếng cười cho thiên hạ, làm lễ hội nở hoa tưng bừng, làm băng rôn cất lên những vũ khúc, làm cho người chủ mở mày mặt sau bao tháng năm ròng, cắt cỏ, trổ hết võ tài, để dạy cách đấu đá ra sao, thì nó phủ phục rồi, hoặc quay gót chạy, khi nó ngửi ra mùi anh em, trâu vốn có giác quan tinh nhạy, nó nhận ra cốt nhục, nó đã vùng chạy rồi, và chấp nhận đòn thù giáng xuống, vì cướp công, thì nó cũng đâu có gan mà tiến lên cùng cốt nhục.

Thằng Hơn hạ mặt xuống, khi nó biết, anh đâu phải là đối thủ. Khi nó biết anh chỉ là thằng đọc những bài thơ cùng nó trong nhóm bạn nam, luận bàn, và đưa ra kế sách tán gái sao cho tuyệt kĩ nhất, hút thuốc sao cho sành điệu nhất, cúp cua sao cho thầy không biết, lê la những quán hàng nào gần lớp học, chỉ một tiếng trống là phi rào chạy đến cho nhanh, và lặng lẽ chép ra tất cả những bài thơ tình do lũ bạn và mình làm, và của cả Nguyên Sa, Thanh Tâm Tuyền, Tô Thùy Yên, dạy con người ta nhiêu trạng giác của yêu, của sống, và mơ ước mà thôi. Anh đâu phải là đối thủ.

Thế đấy, lãnh địa của anh, Sài Gòn của anh, thời đại của anh, thì anh biết kể với San thế nào?

5.

Đống lửa nhân quần chẳng ấm tối nay, mê man một kiếp phù du lạc, ta lạc chính lòng mình, lạc cõi nhân sinh, lạc mẹ lạc cha, lạc xóm làng, lạc loài vạn kiếp tha nhân.

Chẳng biết đâu là bờ mê, đâu là bến giác, sông Hằng bên ấy vẫn trông sang. Là hoa, là lá, là bãi cát vàng nắng rọi, là phù sa tinh tuyển tự thuở nao.

Con thuyền bát nhã nổi trôi chẳng thể đưa ta về bên ấy. Bên này chỉ có sông mê, có bụi lầm, có hứa hon, có những đợi chờ dằng dặc, có nghĩ ngợi, có mòn mỏi, có những mù minh tăm tối cõi nhân sinh vọng loài nhân bản.

Chao ôi, đâu là bờ mê đâu là bến giác. Sông Hằng bến ấy vẫn hân hoan trong tưởng tượng, đắm say trong mộng giác của con người, vẫn là thứ tương lai ngời soi của thời mạt pháp, là thứ hảo trân của vạn kiếp phù trần.

Chẳng biết đâu là bờ mê, đâu là bến giác, con thuyền bát nhã vẫn cứ xuôi theo dòng, chiếc bách dành riêng cho cõi người vẫn vời vợi ở xa, và sông Hằng vẫn chảy trôi về bến ấy, bên này nhìn sang vẫn là mảng xanh mờ, tươi tốt, vẫn cát vàng trải lịm, vẫn hải hồ những tiếng chim vang, vẫn là dòng lắng của phù sa vươn dậy, con chim thanh tuyền vẫn cất tiếng gọi lơi.

Bờ mê, hay bến giác, thuyền mê hay ngõ hạnh cõi người, đâu sẽ cho anh dừng lại, đâu sẽ cho Tiên níu lòng mình, và cho San không thổn thức, những kí ức nó như những nhát cắt của cỏ tranh vàng rực, một chiều mộng du cứa đứt chân người nơi hành quân vùng xôi đậu, có những đứa trẻ mặt vàng vo, đói lả, đứng khóc một mình nơi quê hương đổ nát, nơi nếp tranh đang cháy ngùn ngụt.

Gia đi đốt quê hương, bao bạn bè anh đang đốt quê hương, phía người nào cũng đốt quê hương. Những con chó chạy ra từ đống đổ nát, bóng người già lòm khom như những con chó ốm chui ra từ những đống rơm, lồm cồm bò trên lửa đỏ. Quê hương cháy rụi cả rồi, bờ mê vẫn ở đâu đây, bến giác vẫn chỉ là ảo mộng.

Những khuôn mặt nhẫn nhần cần sâu vào sỏi đá. Mệ làm gì đó? Làm gì, các chú hỏi làm chi. Phá hết vườn cải nhà tôi, bắn chết hết trâu bò nhà tôi, thả bom chết hết con cái tôi, làm gì, các chú hỏi làm chi? Quê hương cục cần, quê hương vô tâm, quê hương tàn đạo, quê hương coi người không phải là người.

Thì cái thứ xa vời huyễn ảo, biết đâu mà chờ, thì còn đứng làm chi ở bờ mê bên đó. *Chờ gì nữa, mình chờ gì nữa, ta hãy mau cùng đi, xuống thuyền bát nhã, con thuyền rộng lớn sẽ đưa ta về bên kia, ma ha bát nhã ba la mật đà.* Tiếng hát nào cất vang, chẳng nối được bóng quê hương về ngày cũ, chẳng nối được tình núi sông, được khúc ruột cháy trăm chiều, được cửu tuyền đi thông với niết bàn hạnh ngộ, được lòng người đốt núi sông, về qua những xóm nghèo có những người đàn bà ốm đói, đổi thân xác lấy tiền, lát gạo sấy, bọc thịt khô bằng một đêm tình tự, những hoan ca chẳng nở trên xác phàm, tiếng rạo rạo nhai gạo chẳng ăn nhập cùng với với tiếng ì ạch hưởng lạc hoan phía dưới. Những người đàn bà đổi tình cứu đói, những người đàn ông đổi gạo lấy cái no đủ xác thân.

Cháy hết, mục ruỗng hết, giống nòi, cỏ cây, con đường, đình làng, thôn xóm, tiếng trẻ không còn ca vang, bảng phấn gãy tan, giấy trắng học trò bôi bẩn, trường học cô giáo chết gục, trẻ em lem nhem chạy từ góc lớp đến snach bar xin vẽ kí họa cho người Mỹ, hoặc cò mồi cho những động chứa chan hoa vàng nở rộ, chú ơi giải xui, gái quê còn khít, vừa dưới bể đổ bộ lên, hàng nào ngon đó, vú mông đủ đầy, chú ơi xui giải.

Quê hương nát tan như đóa hoa vàng nát trên đầm cỏ dại, bị vùi bởi bùn đen giã bấy, bị quật bởi tanh hôi đất bồi, bị vấy vá tinh chiên bởi trăm ngàn dơ dáy.

Ta về, vui chút nhân quần/ lửa nồng chẳng rọi trên thân thể tàn/ ta về điêu thế li tan/ thương em một cõi hoa ngàn dặm xưa...

San là cõi hoa ngàn nở từ thuở đất trời chưa dông bão, ủ mầm, để bật lên khi đất trời vẫn vần vũ bão dông. Cơn bão dông trong lòng San chưa khi nào nguội cả, đôi mắt nàng buồn từ thăm thẳm thiên thu. Nàng như đóa hoa Huyền Trân thất trần dương thế. Cây quế thơm mọc giữa đất Mán Mường, thất lạc cõi người, thất lạc cả cõi thân. Có ai không thất thân thế đâu. Cả Tiên và nàng và Gia nữa. Chỉ có rượu, chỉ có lá tài mà, mới đủ kéo anh ra khỏi cơn mê hồng trần vần xoay đó.

Ê này, một chút nữa nhé, đủ cho ông bạn đắm say đó.

Tiếng người đàn ông mũi lõ gọi anh từ phía bên kia rào. Như muốn giúp anh kéo dài cơn hư tưởng, hoặc muốn cùng anh chấm dứt những tổn thương quá khứ cả hiện tại bây giờ.

OK đi, nhiều hơn mọi ngày chút. Được mà. Nắm tài mà ném sang, như người ta cho nhau rau, như đại đội Gia ngày đó cày nát nương tài mà của đồng bào thiểu số vùng biên giới Việt Miên, tróc cả rễ thân của thứ cây như một cứu cánh đối với những người lính sau những vụ đốt quê hương đã mỏi rạc rời, về ngổn ngang nơi bìa rừng chờ kiểm kê lại quân số, bổ sung và biên chế cho nhiệm vụ mới tiếp theo.

Lúc nào chẳng kiểm kê, khi nào chẳng bổ sung. Những trường đại học, bao anh tài, đèn sách, bao cặp mắt non tơ, bao dáng hình mảnh khảnh, bao cặp kính thư sinh, cũng chẳng đủ. Bắt bao nhiêu, vận động bao nhiêu, hô hào bao nhiêu, huấn luyện thế nào, cũng chẳng đủ.

Thì chỉ lá tài mà, gốc rễ của nó, cái thứ thanh hương hậu vị, mới đủ làm lòng người quên đi, mới đủ ru chín những khúc đau trong chín tầng ruột của con người, mới đủ lịm đi mọi giác quan cảm giác, đủ chất xúc tác, để làm chết tiệt đi dây thần kinh quên nhớ mà thôi.

Hút đi ông bạn, chúng ta trở về không có nó là chết hẳn, chết hẳn đấy. Người cựu binh già, đồng đội, từng chinh chiến trên chiến trường Việt Nam xưa, như đọc được tâm trạng của anh, ông ném sang thêm vài nắm nữa.

Bọn cớm làm sao bắt được, cái chết chẳng đã đến với chúng ta ngàn lần rồi, có những thứ thống khổ đến nỗi chết còn sướng hơn, đúng, như chính lúc này, phải không ông bạn, là quá khứ, là kí ức, là cái đầu. Anh ta lấy tay gõ gõ vào trán, như muốn bảo, chính nó hành hạ tôi, và như thế, có đi tù triệu năm sao đau khổ bằng kí ức, nên lá tài mà là một giải pháp. Vẫn có thứ đứng ngoài pháp luật, bất chấp, ngạo mạn, say sưa, bất cần và bất tận, và ngang nghiên, và đương nhiên, cười nhạo, chế giễu, cái thứ văn minh nơi xứ sở văn minh nhất này, nó tồn tại ở đây ư, nơi hai thằng người rừng sống giữa văn minh, bất chấp pháp luật, thiết lập thứ cuộc sống của riêng mình trong vòng cấm địa của riêng ta. Ha ha ha.

Tiếng cười dộng lên của người hàng xóm, đã kéo tấm rào lên cao hơn rồi đẩy nó về vị trí cũ, anh ta đã đi vào trong ngôi nhà, một tử địa, mà Gia biết, nó bí ẩn hơn cõi nào của đời anh, nó bí ẩn như trái tim anh, như con người anh, chỉ xuất hiện đúng lúc, đúng chỗ, đúng ngày, đúng thời điểm Gia cần, khi anh ngồi bên giá vẽ, khi mông lung với những hồi niệm, khi lãng đãng cùng đám chim sâu nơi vườn nhà, này này, hút đi, rồi ẩn sâu về phía tường rào, và không mấy khi xuất hiện, bố mẹ anh là ai, ở đâu, anh đến từ thế giới nào, anh làm gì bây giờ để sống, có mấy cô bồ, mông to, mông nhỏ, ngực bự hay bé ra sao, chẳng phải vẫn là những câu chuyện chia sẻ đầy thầm kín mà lộ liễu của những người hàng xóm là đàn ông mà lại độc thân, nơi khắp xứ sở này đó sao, nhưng không phải ở đây, hai tử huyệt, anh ta cũng chưa từng biết Gia sống thế nào, thằng con có hay về không, có bao nhiêu cô bồ, đã về Việt Nam được mấy bận, chỉ vài câu ngày trước, nhưng đã thiết lập một mối quan hệ thân quen đến độ, nhìn thấy nhau bên giá vẽ, thấy nhau ngắm những con chim sâu mổ nhằn trái bơ, là biết nhau đang đau, và chỉ một liệu pháp, một liệu pháp duy nhất, mới dấp được đầy hố thẳm, là lá tài mà, hút đi chứ ông bạn, kiêng khem cái chó gì, thế thôi, một sợi dây tình cảm gắn kết khá đặc biệt, khác thường, thú vị, và Gia tin, sẽ còn nhiều dây tình cảm như thế nữa, ở những con người có cùng chung hoàn cảnh như Gia, mà phải về cùng một nơi chinh chiến, đó là Việt Nam, phải, Việt Nam, chứ không phải nơi đâu, sẽ cho ta nhiều những mẫu số chung, để hai thế hệ, hai con người, hai khu vực, hai hệ hình, hai quan điểm, hai mối bận tâm, mà vẫn sáp lại gần nhau như một, soi chiếu vào nhau mà hững hờ, đứng bên đời nhau vồ lấy nhau mà lảng ra xa để quan sát, hỏi han nhau mà cóc cần, quan tâm yêu thương nhau mà lạnh lùng mặc kệ, như mối quan hệ giữa San và anh, phải rồi, giữa San và anh, đó cũng là một hệ hình từ hai tiếng:Việt Nam. Nên đâu là bờ mê, đâu là bến giác.

Càng đi càng khuất nẻo mù/ tăm tăm tối tối âm u cõi người…

6.

Tuyết đổ dày quá, từng chùm vẫn bay và rơi ngoài kia, gió mùa đông thổi, mang theo hơi lạnh vào căn phòng, từng luồng sáng ngoài xa, xuyên thứ trăng mỏng mờ, xuyên đêm đen như người ta ném những đuôi sao chổi vào hố sâu vũ trụ.

Lập lờ, ngũ sắc, sáng xanh của ánh đèn từ nhà máy sơn hắt lên khoảng không, rọi vào vô cõi, một niềm u ẩn, mang mang, cõi người nhân thế.Tiếng hát từ chiếc đĩa cũ vang lên, giọng người ca sĩ nỉ non, rên bài vọng thác vào nghìn thu câm nín, vào nỗi niềm đa âm, trầm ức.Tiếng hát dội vào thác bờ, tiếng hát dội những dòng sông xa xanh phó mặc, tiếng hát luồn khe sâu khơi nguồn về con sông H'Drai vùng cực bắc của biên giới Việt Miên, có những người đàn bà Thượng thả rông bộ ngực trần, của tháng ngày trên cố quốc quê hương đã xa mờ vạn lối.

Tiếng hát khơi nẻo về những con voi rừng cao nguyên, đi rùng rùng những bước như hùng binh cổ đại về giữa đại ngàn gió thác, trong giờ phút biển dâu của tộc chủng này.

Gia lặng đi với những âm thanh, lúc trầm mặc, khi nỉ non, khi rú gào, khi cao độ không một thang âm nào của ngũ cung có thể diễn tả, khi trầm độ đến không một quãng năm nào có thể gọi được ra. Tiếng cung, tiếng chủy, tiếng giốc, tiếng thương. Cái thứ âm nhạc của một miền buồn cố cựu đó, tưởng đã xa lắm rồi, mà hôm nay gợi về không xót một âm giai.

Cũng cùng bản ghi ta, sao chúng mày chơi khác với chúng tao.

Thằng James xích lại gần hơn trong một đêm rừng rú, bên thác nước, gợi về những hoang nguyên, huyền tổ của những câu chuyện cao nguyên núi ngàn, gió dữ, có những người con gái đẹp tự cổ xưa hiến mình cho chúa đất. Nó cất lên giọng ngạc nhiên khi bản *Giàn thiên lí đã xa* vừa ngưng lại, trong sự ngạc nhiên thích thú, như phát hiện ra một cái gì đấy, dị thảo kì hoa lắm, mà ở xứ này muôn vàn những thứ dị kì đó, nó đâu đã khám phá hết, như người con gái Thượng chiều qua, trao nó trái bắp, ánh mắt lúng liếng, nàng nhìn nó, và mời nó một bát rượu đầy trên sàn nhà rông, trong ánh lửa hồng bập bùng, và tiếng cồng chiêng, thứ âm thanh nhạc khí mà nó chưa từng được biết đến, chưa từng tưởng tượng lại có ở đây, và chỉ nó, những thứ đó, mới thu âm hết được thứ nhạc của trời đất, là gió, là mưa, là suối ngàn, là rừng thẳm, là những hùng dũng của chiến binh rùng rùng chuyển động, của những đàn voi đại ngàn như hàng hàng cổ lính xưa, hiện về trong một giao tranh thời đại.

Đất nước chúng mày thật kì lạ, đất nước chúng mày thật kì thú, và bản ghi ta này cũng vậy, cùng một bài, sao chúng mày chơi khác, chúng tao cho ra một âm vực khác.

Gia chỉ cười buồn, anh lấy tay gảy vào khúc đàn lần nữa, những tiếng thanh, trầm, đục, lảnh lót vang ngân, của một bản dạo không chủ đích, mà thành kĩ luyện trên đôi tay đầy ngón nghệ tài hoa. Cũng phải thôi. Chúng mày biết sao được, chúng tao đánh bằng cả năm đầu nhỏ máu của bàn tay, đánh bằng cả mối cảm hoài cố quốc, đánh bằng cả niềm rưng rưng của tâm hồn người đi mở cõi xa xăm, đánh bằng cả nỗi đau của cắt chia Đông Đoài Nam Bắc, bằng cả tâm khảm của một thời đại bi thương, mà lịch sử đã chọn chúng tao, tộc người chọn chúng tao, thế giới nhân quần, loài người sống chết đảo điên đã chọn chúng tao làm bãi tập, làm nơi thử nghiệm, làm rốn con mẹ đĩ, để tất cả thằng đàn ông đều có thể ngoáy dương vật vào, chúng tao hát trên những xác thân đồng bào, chúng tao ca trên những xẻ dọc ngang nát tan trời đất, chúng tao hát trên bài hát cháy quê hương, chúng tao phập trên những âm giai giết giống nòi... Thì làm sao người Mỹ chúng mày hiểu được. Những đồng cỏ, dòng sông, những cô gái hiền hòa nón trắng, những triền xanh bãi rộng bến bờ, những dòng thơ con đò xuôi dọc, những ảng mờ nét phơi sương trời đất, bóng ngôi chùa, tháp Nhạn, núi xa... Đó, quê hương tao, nằm trong từng vũ khúc. Chúng mày sao hiểu được.

Gia nói xong, nằm thẳng đờ trên bãi cỏ rộng, có những thân cỏ nhọn đâm xuyên cả làn áo dày vải bạt. Anh nằm trong chát chúa của ánh mắt và lời nói như chưa dừng lại ở tâm trạng nối dài của những tâm tư anh muốn giãi bày với thằng James đang nghệt mặt thở dài, khi nó không thể theo kịp được lời dịch của thằng cố vấn, hay thằng cố vấn không theo kịp được nỗi niềm của anh, chỉ biết mọi thứ đuối hơi, cố sức, kiệt cùng trong tất cả tấm thân rã rời của cả một trung đội đang nằm ngồi ngả ngớn trông lên trời cao, từng ánh sao mờ trải dọc về tận trảng cỏ phía xa, thi thoảng một làn gió mát mang theo hơi rừng khuya khoắt tới.

Không ai hiểu được nhau lúc này, không ai muốn hiểu ai lúc này, sau phút nghệt mặt, khi không bắt kịp được lời dịch - cũng đành thu ngắn đến tối đa và tối nghĩa - thằng James cũng ngả người lên trời nhìn những vì sao, nó thu mắt vào một chòm tinh bụi, nhìn hút vào đó, hồi lâu hồi lâu, có lẽ sự mường tượng đã giúp nó bay về với vùng thảo nguyên và những đàn dê, cánh đồng nho ngút ngàn của miền xứ lạnh bắc Mỹ, những cô nàng đội trên đầu giỏ cây, đi sâu vào khu rừng mùa nấm mọc...

Đêm, vẫn hoang nguyên huyền thủy.

Đêm, vẫn rùng rùng âm binh của cổ lính, từ đàn voi đại ngàn đi từ cổ đại về lạc tới hôm nay.

7.

Kí ức của San luôn có mùi bùn.

Mùi bùn, anh làm sao biết được, nó hôi nồng như người ta quật lên ruột ao rồi đem phơi cho nỏ, nó tanh tanh như xác con cá nhặt lên từ tấm bèo hoa đem ra phơi nắng, mùi bùn, sền sệt, cái thứ nhền nhệt, nhão nhoẹt, mà mềm mềm, mà âm ấm, dúi tay vào thấy êm êm, rút bàn chân ra thấy trông trống, sục sạo năm đầu ngón vào thấy cả vương vướng cái thân cỏ rễ, vướng vướng cái thân cây lúa đang đơm đòng và mọc nhánh, trổ bông, để đâm tua tủa ra từng lớp gốc, ken dày đặc trên chất đất nhão làm vướng víu chân người, nhưng gợn lên một mùa vụ no đủ, vàng bùn và gạo, tanh hôi và no đủ, nó gần nhau lắm, năm nào ngửi mùi bùn tanh, giẫm chân thấy sền sệt, nhìn lớp đất đen thấy được cả cái bẩn của phân, là em biết một năm no hơn rồi anh ạ.

Em thèm ngửi mùi bùn non.

Nàng rúc sâu hơn vào trong nách anh, hít hà cái mùi hoi hoi của những sợi dài bắt đầu loi choi đâm ra ngoài cả chiều rộng của nách, khi anh khép kín hai tay nó vẫn lơ thơ và dọi dọi vào mũi nàng, nàng hít cái mùi ngây ngây đó, thêm chút dầu thơm của thứ sữa tắm quen thuộc anh vẫn dùng. Anh thơm lắm, không phải mùi bùn non, mà anh thơm mùi ao bèo, anh thơm mùi lúa đồng lên nõn, thơm mùi bãi ngô dậy thì, thơm mùi bờ sông đang trổ đòng của hoa cải, phải rồi, anh thơm lắm, mùi thơm của bãi bờ, của ngô lúa, của cỏ đậu, của ruộng mật, của lòng em...

Nàng nói xong, rồi cười, điệu cười rúc nách, anh không nhìn rõ mặt nàng lúc đó, nhưng nghe được hơi thở, cảm được làn hơi phả từ tấm miệng xinh xinh vào những đám lông loi nhoi nơi chiếc nách đã khép chặt vẫn còn chòi ra ấy.

Thường tiếp theo, kí ức của nàng sẽ trôi dạt về một góc ao bèo nào đấy, có người bà đang khỏa nước cầu ao, chiếc rá vo gạo trên tay, bà vảy từng cái một, làm nước bắn tung, xôn xao con cá cờ phía dưới, và xao động nào cả phía cánh bèo hoa.

Cây sung trên bờ chao gió, từng chùm quả trĩu trịt như con lợn sề ôm ấp đàn con nheo nhóc, sai lúc lỉu, của một mùa nở đẻ sinh sôi.

Nắng đã lên cao, nắng rọi trên mái đầu từng chùm le lỏi, len trên những lớp lá ken dày của khu vườn lặng gió, vào một sớm mai, có những hàng mít, hàng hồng, và nhãn. Nắng len xuống lớp rong đuôi chó, nở những cánh vàng li ti điểm tô cho làn nước biếc. Bóng bà cô như người nghệ sĩ xiếc đang hành nghề giữ cho thân mình thăng bằng trên chiếc cầu nhỏ, chỉ làm bằng hai cây tre có cọc trụ giữa, níu lại một đầu, bám chặt vào một bờ phía bên vườn cải. San vẽ bằng ngôn ngữ hình tượng, để anh vẽ bằng ngôn ngữ sắc màu vào bức tranh sơn mài tưởng tượng, rực lên ở đường nét quê, trong hoài ức của San.

8.

Em nhớ ông, San lại có thể bắt đầu bằng một câu như vậy, nàng nằm ườn như con mèo trườn lên đống chăn, hít thở rồi ngúng nguẩy đuôi, nó nhác lười, hoặc nũng nịu, nàng nằm xoay lưng vào Gia, ở một dạng huống khác, khi anh vừa từ phòng tắm bước ra, rất muốn ôm và hôn nàng, rất muốn chiều chuộng như những đôi uyên ương vẫn thường vẫy vùng trong những đam mê của họ, khi nỗi nhớ đã xuyên cả thời gian và không gian, xuyên thềm lục địa của tháng ngày dài hai người chẳng gặp nổi nhau.

Em nhớ ông, câu nói thật chẳng ăn khớp trong hoàn cảnh này, nhưng nó lại rất hợp với tâm thế của nàng - người kể chuyện hậu hiện đại tài ba bậc nhất ấy.

Ông em hay ngồi sưởi nắng ở góc sân có hai hàng dâm bụt được tỉa cắt gọn gàng, trổ những bông hoa lửa xuyên tán lá xanh và bùng lên ở những ngọn cành vào những ngày nắng hạ, ông ngồi bên con mèo, cạnh hai gốc cau thẳng đứng và cao vút được trồng tự bao giờ em đâu biết, những tàu lá đung đưa từ trên cao lạo xạo, chuẩn bị đổ xuống những bẹ già, bà em nhặt lấy ép cho thẳng rồi cắt ra làm những chiếc quạt mo. Quạt mo cau, quần diềm bâu, vại cà, chum muối cua, nghiên mực...

Ông sẽ gọi, San ơi, San à, San lấy cho ông thỏi mực và mài giúp ông. Là khi ấy, có những người nhờ ông em viết sớ để họ cúng đền.

Thoi mực Tàu được em miệt mài mài trong nghiên, rồi thêm nước, ông sẽ nhúng đầu bút lông mềm vào đó, rồi vẽ trên tấm giấy bản, bàn tay ông xanh trắng, di chầm chậm đều đều từng nét chữ.

Nắng vẫn ngoài sân, còn mèo lười giờ vào nằm cạnh gốc cau, cành cam lòa xòa đưa hương thơm vào tận hiên chái, ông ngồi bên chiếc trường kỉ, hai tay đưa đều trên từng nét chữ, mắt xa xăm nhìn vào mảnh giấy, lại nhìn vào tận đâu xa, xa lắm của tháng ngày tuổi nhỏ em xưa.

Ông hay dắt tay em, ngồi bên bờ lúa chín ngày hè, nhìn nắng chiều soi vào thảm vàng của đồng ruộng mênh mang, đôi mắt ông mờ đục, dòng chữ thành mờ xa, cuộn giấy bản nhòe đi, và mùi mực Tàu thơm phức theo kí ức ông lăn cùng ngọn gió vào sóng lúa chạy đến tít chân trời.

Có những thứ, sau này, cháu mới hiểu.

Ông nhìn em, lòng đầy thương cảm, đầy ẩn trắc và xót xa. Đừng nhạy cảm quá, rồi sẽ khổ muôn chừng...

Thoi mực mài vẹt đến chữ Nhân, đổ thêm một lần nước nữa, sóng sánh ánh đen, ngạt ngào mùi thơm ngát. Ngọn lau mềm vảy hoa trên mặt giấy, những nét tinh, mềm mại hiện lên theo hàng dọc, từ phải qua trái, đều đặn, tinh tươm, tươi tắn, đẹp đẽ. Đó là kí ức của em về ông, đó là kí ức những lần em cùng ông làm bạn với tập giấy bản, với bút lông, mực Tàu, và đồng lúa, ánh mắt xa xăm, nhìn về phía trước, sau.

Còn anh, anh nhớ gì, hả Thạch?

Gia nhớ gì, anh đâu biết. Một giọng hò cất lên từ kí ức, cũng dội về những đêm Chiêm Thành lộng gió biển khơi xa, những ngư nông đánh cá dặm dài lênh đênh miền sóng, mong ước được trở về ngày cuối năm, những vũ nữ múa điệu Chăm Pa uốn lượn trước con mắt bá vương Đại Việt, nàng My Ê reo mình xuống dòng sông Lý Nhân, khi thoái thoác thuyền rồng Đức Thánh Tôn, người kiến trúc sư già cần mẫn, dành nửa đời xây những tháp đền, giờ trở ra xây những chùa chiền xứ Bắc, những tù binh theo vó ngựa người Kinh, ruổi rong ngàn dặm về lập nghiệp trên miền xa lắc, ngày đêm mong nhìn được ngọn tháp ngà, ngửi mùi trầm gió, thấy tay mình như đã nhúng chàm mà không rửa nổi, thì tiếng Hời nào kể được, khúc nhạc nào cất nổi cung thương, âm điệu nào đủ nỗi sầu ai oán, điệu Nam nào nói được nỗi lòng mất nước thán ca, ca bài Nam ai gửi vào nỗi đau kinh thành đỏ lửa, nỗi đau mất giống nòi, nỗi đau mất quán quê, nỗi đau hủy hoại tộc loài.

À ơi, thương thay cung điện ngọc ngà/ trắng lau, úa cỏ một pha đổi dời...

Nên Gia chỉ thích điệu Bắc, tiếng vó ngựa đêm thâu, bập bùng lửa đỏ những trảng nội hoa ngàn cùng gió cát thảo nguyên, tiếng phi phầm phập, tiếng lục lạc lanh canh, tiếng kim khí va nhau chát chúa, tiếng hú hét gọi bầy của những cư dân du mục, mới thực thu hút anh, cùng điệu hát vui tươi, bằng tiết tấu nhanh mà trẻ, hồn nhiên mà da diết, trải dài mà nhộn nhịp, rộng mở mà hoan ca. Anh chỉ thích điệu Bắc.

Câu trả lời của Gia không ăn nhập với câu hỏi của nàng.

Và Gia nhớ gì nữa ư?

Gia lại nhớ - giữa đám lau lách bạc phờ của trí nghĩ, giữa đám cúc dại nở mòn trên tâm trí, giữa những kí ức vỡ vụn như những mũi châm xuyên dọc tấm thân, giữa những bông hoa sứ trắng vật vờ nơi bến sông cửa huyền phù ngày con nước đục, mang theo một khúc Pháp thân, mang theo bức tượng Phật trôi sâu về phía biển, mang theo thánh thần, mang theo cố quốc quê hương, thì đám hoa cúc dại giữa bùn lầy vẫn nở những bông vàng rực của trí nghĩ, đám lau lách bạc phờ của ngày mùa thu vàng nắng vẫn cháy xém trong tâm hồn Gia ở một nơi xứ lạnh mà anh thèm nóng, ở một nơi chỉ có rừng, có cây, có cỏ, có những đàn chim, trảng cỏ rộng mướt xanh, anh thèm sông, hồ, ao, suối, thèm nghe một tiếng chim bắt cô, thèm trèo những cây xoài sai trĩu trái, thèm hứng một cọng dừa làm nước chảy vào chum, thèm những tiếng gọi mùa xao xuyến của con chim bìm bịp, con chim tu hú, con bồ nông, con sáo, con diệc, con cuốc, con gà nước, con le le…

Và thèm về lại khu rừng thở xa lạ, đi mãi không hết bến bờ của hoài ức, đi mòn chân, không ra khỏi lầm mê, nơi kí lạc những tháng ngày tuổi trẻ hào hoa và đau buồn nhất ấy.

Tao cho mày về với niềm tin tôn giáo nguyên thủy Cộng sản của mày, tao cho mày là đấng cứu thế, đức sáng tạo, vị thiên sứ, đấng mặc khải, để mày đủ sức mạnh đưa dân tộc mày bay lên cùng niềm tin chúng mày hằng tôn thờ, thằng mọi ranh.

Phập, phập, phập, máu chảy đầy lòng bàn tay, máu dính vào thân cây, da thịt dính và đinh sắt, phập phập, chiếc búa rìu bổ xuống năm đầu móng chân bật rễ, máu xối trên thân xác con người, máu chảy vạn vạn ngàn thế kỉ, máu khóc ròng trên những đức tin nguyên thủy, máu từ Đông sang Tây, đổ tràn từ Jesus, sang Muhammad, từ Adam sang đức thánh Maisen, từ Abraham sang thiên thần Gabriel, từ Tân Ước sang Cựu Ước, từ chủ thuyết tự do sang nền Cộng sản, từ tư bản sang xã hội quân bình…

Máu đã chảy, máu nhân loại cỏ cây; máu con vật đồng bào; máu mọi rợ, cao sang; máu man di, quý phái; máu rợ Hồ, Hoa Hạ; máu dịch dị, văn minh…

Tiếng phập phập đóng khung người vào gốc cây cổ thụ, tiếng rú từ gốc huyền tổ tiên vốn đã vậy, người ta không dạy chúng ta có bao nhiêu tiếng hét trong đau đớn của con người. Từ xa khơi, khởi thủy, con người khi cùng cực nỗi đau thể xác thì cách biểu hiện ra sao, khác gì giữa văn minh và cổ đại. Nhưng Gia tin, chỉ nguyên tiếng rú là còn lại, chỉ nguyên tiếng hét là giữ nguyên bản, chỉ còn tiếng kêu đau đớn khi loài vật bị hành hình là giữ trọn cả triệu năm, còn mọi thứ đều đổi thay: hệ hình, ý thức, thượng đẳng, hạ di, tôn giáo, vô thần, tăm tối, Sáng Thế…mọi thứ đều đổi thay, chỉ tiếng rú của giống loài còn lại từ thời thượng cổ đến thời văn minh hiện đại này.

Chúa Giêsu bị đóng hình trên cây thập tự trong khu rừng già chẳng biết đã ai người lui tới, tiếng hét gọi bầy, tiếng thét van xin, ánh mắt van lơn hoảng hãi, máu chảy, cái ngả đầu lịm đi theo dòng huyết đỏ, tiếng gọi mẹ ơi, ai đều nghe thấy, dòng khắc xăm "sinh Bắc tử Nam" tất thảy đều đọc được trên cánh tay người đồng loại, ở khu từng, thời hiện đại của thế giới văn minh, vào năm 1972.

Chúa Giêsu vẫn phải đóng đinh trên cậy cổ thụ, cuộc trường chinh thập tự vẫn diễn ra vì tội tổ tông, những đức tin vẫn chảy trong huyết quản loài người không hề xê dịch, cháu con Muhammad vẫn đánh giết nhau sau hơn nghìn năm được thiên khải. Đức tin nào còn lại, chân giá trị nào vĩnh viễn không đổi trong thời gian, loài người sẽ về đâu.

Amen, Amen, người sĩ quan tuyên úy trân mắt nhìn hình hài treo thập tự, điều gì thế này, Amen Amen. Anh ta đưa tay liên hồi lên ngực, mắt nhắm lại liên hồi, tiếng cầu kinh vang xa trong buổi chiều đỏ máu, Amen.

Jerusalem, Jerusalem, phải chăng là nguồn gốc tội đồ, nơi hội tụ cả tháp chuông thánh giá, vành trăng lưỡi liềm, ngôi sao sáu cánh, ơi tội tổ tông, Amen…

CHƯƠNG II

1.

Gia hay trở về những kí ức, cái tiền đồn bé nhỏ vùng Pleiku heo hút nghèo nàn, và đẹp mê hồn, có tiếng suối reo, có đàn cá tung tăng bơi nước, tiếng túc túc của con vật núi rừng rúc lủi trong từng bụi rậm, tiếng kêu lúc gần lúc xa làm động những đóa hoa nở vàng li ti trong kẽ đá. Nằm khểnh bên một gốc cây, giở cuốn sách ra đọc, xem những trang tuổi ngọc, tuổi hồng từ những em gái hậu phương gửi tới, chờ thằng tà lọt nấu một bát canh lá gi-ang, dang tay cho nắng chiếu thẳng vào mắt, nhìn lên những tia thẳng đứng trên cao, soi vào từng ô thoáng đãng, mà nhớ về Sài Gòn, hoặc để đôi tai lặng yên nghe gió, để tâm hồn thật tĩnh mà thả hồn mình về với những đồi mì, ruộng bắp, bãi khoai của đồng bào người Thượng, những nương chè nắng lên thẫm lá, màu xanh ngọc phủ bụi xuống những tia sương, làm mờ cả một khoảng đồi xanh bát ngát của vùng Biển Hồ, thì chao ôi, cuộc sống như tiên, chao ôi sương mù, ruộng rẫy, chao ôi hương cây, bóng đất, bụi bờ, mùi của núi rừng, mùi trận mạc, mùi của tâm hồn non tơ trong những tháng ngày đầu tiên chuẩn úy, tâm hồn phơi phới phong sương, đem thân vào vùng gió cát, hát vang tiếng hí đại ngàn, truất ngựa lên đường mở những chiến công, bờ vai lộng gió, vòm ngực vẫy chào những vọng âm.

Một thời trẻ đẹp và buồn quá, một thời buồn quá. Gia trôi về nơi đó, nơi thằng tà lọt đang lúi húi nấu nắm lá dang còn tươi rói hái trên rừng, cho vào nồi nước, cho thêm chút mắm ruốc. Mùi thơm bay ngất vào hương cỏ, quấn quýt vào những thân may, quyện bầu trời ngày thu quyến, nơi vùng núi cao nguyên đất đỏ ngút ngàn. Gia nhớ, như nhớ một cõi lòng mình vậy, nhớ như nhớ con sông quê chảy qua hai miền chia cắt...

Đoàn tù binh lặng lẽ đi, trong cắt cứa phong sương, trong bầm gan tứa mật, bàn chân như những mũi dao chích xuyên qua da thịt, lộng lên óc đầu, ong ong tiếng nói gục ngã chết chóc của những đôi chân quen đeo giày trận, trắng trẻo thư sinh vừa mới ra trường, hoặc phong ba gió táp nhưng chưa bao giờ chịu một cuộc hành hình âm ỉ, đau đớn, kiệt ngã, tím lịm sức chịu đựng khủng khiếp của con người trong gần một tháng trời cuốc bộ trên hành trình cỏ tranh, núi đá gan heo, hành trình sỏi nhọn suối khô, rừng già vắt muỗi...

Hãy cho chúng tôi một tràng AK đi anh giải phóng, chúng tôi không chịu nổi rồi. Đi đi mấy người, giết chóc nhiều thế, sao chịu đựng một tí đã kêu ca, quân đội anh hùng ở đâu, hay anh hùng rơm?

Tiếng thằng nào rít trong kẽ răng, đù má, lần này tao quyết liều sống chết với thằng Bắc Việt chó chết kia. Thôi đi ông nội, hùm thiêng khi đã sa cơ cũng hèn, chúng có vũ khí, mày chỉ có cái miệng, chịu đựng một chút đi, trả hận, mười năm đâu muộn.

Nhưng ức đéo chịu được.

Không cần phải ức đâu người anh em. Tiếng mỉa mai vẫn vang vọng, lộng óc, xoáy nhọn vào tim, làm tứa máu lòng tự trọng của lớp sĩ quan vàng trường Võ Bị, lừng danh núi sông một thửa.

Đù má, tao liều sống chết đấy. Tiếng kêu rít qua kẽ răng ken két, ken két, vẫn giọng nói lúc trước.

Tiếng thở nặng nhọc khác vội chen ngang, tiếng chân người bước lịch thịch tiếp nối, tiếng rít kẽ răng vì đớn đau của cơ thể khác đã khéo léo che lấp đi giọng nói chửi thề cay cú. Nhưng đâu có lọt qua đôi tai của người cầm AK cạnh đó.

Các anh có biết đây là đâu không, nơi vừa lội qua ấy. Một dòng nước nhỏ, những viên sỏi cuội, vài bước chân, những chú cá rô thia xinh xắn, bờ kia đến thật dễ dàng phải không. Chúng ta đã bước qua lãnh thổ Nam Cộng hòa, sang phần đất xã hội chủ nghĩa tươi đẹp miền Bắc thân yêu rồi đấy, người anh em, chỉ vài bước lội. Sông Bến Hải thật hiền hòa, sông Bến Hải thật kì lạ, cách chia bao năm ròng, thuyền ghe súng đạn, chết chóc kinh niên, mà có những đoạn trên thượng nguồn chỉ nhẹ bước chân, thế là sang đất nước xinh đẹp xã hội chủ nghĩa miền Bắc chúng tôi rồi, các anh phải cảm ơn và nằm hít đất, thơm tình yêu của một xã hội tươi đẹp đi chứ?

Đù má, lần này, tiếng rít kia chuyển hành tiếng gào. Người sĩ quan tả tơi áo quần, thứ anh ta mang trên người chỉ là hai ống tay áo, và hai chiếc rảnh quần teo leo treo bên cạnh sườn. Anh ta bật thẳng dậy, trong hàng năm người được cột bằng dây sắt, anh ta nhìn hút về phía bên bờ Nam, nhìn xuyên cánh rừng sẫm, nhìn đăm đăm sâu thẳm về phía đã đi qua, đau đớn như người lỡ khước từ đất mẹ, như đứa con lạc loài bao năm mong tìm về cố quốc, một ngày thấy cố quốc, mà lỡ bước qua vì vận cuộc. Anh ta gào lên đau đớn, xông vào người lính Bắc Việt bằng tất cả sức mạnh còn lại của con thú bị tra tấn sắp phải hành hình, tru lên tiếng kêu thảm thương của đồng loại bị phụ bạc, anh ta đã giằng được khẩu AK và bóp cò, một dòng máu phun ra ướt đẫm mặt anh ta, ướt đẫm mặt bao người, và một tràng AK khác nổ ngay tức thì, lại những tràng máu phun ra, ướt đẫm mặt anh ta, ướt đẫm mặt bao người, từng hàng những dây sắt đổ xuống, máu hòa vào sông, máu loang những viên sỏi cuội, máu theo những con cá rô thia trôi nhanh về phía trũng, máu nhuộm từ bờ kia sang bờ này. Những con cá vẫn tung tăng, những chiếc lá vàng vẫn dạt từ từ bờ ấy sang bờ đây, gió vẫn thổi cùng một khu rừng không phân cách, rễ cây sẫm u lan từ viên sỏi cuội bờ Bắc bám chặt vào những hòn đá bờ Nam lan lên tận mặt đường, và bóng người tù binh cùng Cộng sản đổ dài từ phía đó sang phía này. Chỉ vài bước chân, chỉ mấy viên sỏi, chỉ mấy cái lội, chỉ rẽ nước nơi những con cờ bơi lội, vốc một vốc nước uống chưa kịp phân định đã chảy qua kẽ tay và rơi xuống theo dòng miết mải.

Lá vẫn trên cao, gió vẫn thổi hoài dọc tuyến, nước vẫn miết mải một dòng, những con cá vẫn bơi lội tung tăng, và đàn chim vô tư hót trên một khúc đoạn cành vươn từ hai phía.

Đụ má chúng mày, ông thèm gì cái miền Bắc chết tiệt, đụ má chúng mày, cho chúng mày về chầu Diêm vương tất.

Mẹ cha lũ ngu xuẩn, miền Bắc thanh bình không muốn hưởng.

Đụ má lũ Cộng sản ngu lòi, trả tao về với miền Nam của tao.

Gió vẫn du dương và máu vẫn chảy dọc khúc sông cạn vùng thượng nguồn ấy...

2.

Mọi thứ sau này như một thước phim quay chậm, những hoạt cảnh láo liên, những trường đoạn be bét, những phân đoạn tã tượi trở về, trở về liên tục, như người đạo diễn ám ảnh với sản phẩm của mình, như diễn viên gạo cội không làm tốt một cảnh quay, để cô ta cứ đau đáu, tức tưởi, mỗi khi sản phẩm được trình chiếu trước công chúng, mọi người hỉ hả, reo ca, chỉ mình cô lặng lẽ đứng sau hậu đài, lau những giọt nước mắt của đắng cay, tủi hổ, của thấy mình vô trách nhiệm, với một cảnh quay, mà cô đã phải gồng mình, không đúng với thực tế, không là cảm xúc thực, không chân thật chút nào, không phải như thế, nó xoáy vào tim một diễn viên tài năng, cả đời mong phụng sự cho sự nghiệp và công chúng, càng đau đớn khi công chúng hả hê và ngợi ca, chỉ mình cô sau hậu đài lau nước mắt, giọt nước mắt của xấu hổ, bẽ bàng, bởi chỉ mình cô biết, nó không thể như thế.

Nó cứ trở lại, thế đấy, trận đánh giữa chiến trường, ai đó ngợi ca, bên ta bảo toàn, bên địch hai trăm xác chết, bên ta toàn thắng, bên địch ba trăm khí tài bỏ lại, thì đó chỉ là thứ hoan ca rởm, nó nằm ngoài vùng kí ức, sự quan tâm, nỗi niềm, cả hứng khởi, của người lính..

Tấn kể, Thằng Tứ nói với em, mày còn viết, mày sẽ là một nhà văn nổi tiếng, sẽ có những tác phẩm để đời, mày cần phải sống Tấn ạ, sống mà viết về những sự chó chết này, viết về cái chết vô ích của chúng ta, sống để rửa hận cho đồng đội, để gào lên cho thế giới biết, tuổi trẻ của chúng tôi, thế hệ chúng tôi, giờ nằm chết dí ở đây, chờ những quả cối từ điểm cao làm tan xương trong chốc lát, một đùi tao đã bể, tay mày cũng nát, nhưng tao biết chỉ tao chết, còn mày sẽ sống. Chạy nhanh lên Tấn, chạy đến quả đồi kia là sẽ thoát, tao sẽ ở đây, để đợi một quả đạn nữa, xé toang lồng ngực này, và chết ở đây, giờ này, khắc này, tháng năm này, địa điểm này, hãy nghe tao, phải sống để viết, và nghe tao, phải sống để kể lại, và nghe tao, đơn vị chúng ta, đại đội chúng ta, trung đoàn chúng ta, không phải một chấm nhỏ vô tri, không phải là một gạch chân vô cảm, không là chỗ khoanh tròn của một tên tướng bại nát tâm hồn, không phải là chỗ đánh dấu trên la bàn chiến lược ở những cuộc họp của những vị sếp ăn to, nói lớn, ôm vợ ngủ, và thí quân vô tội vạ, mà là những con người, những thanh niên đẹp đẽ, những tài hoa, những thanh xuân, những tuổi trẻ, những cơ bắp, những cuộn trào của giấc mơ, những sục sôi khát vọng, những tình yêu và lẽ sống, những trăn trở và đau đời…

Mày nhớ, hãy sống mà kể lại nhé Tấn.

Rồi Tấn cũng chết, trong một sự lãng xẹt.

Một quả pháo chia ba, vị tiểu đoàn trưởng, tên truyền tin, và nó - thằng tà lọt của Gia.

Tấn chết khi chia ba quả pháo cùng hai người còn lại, khi mặt trận phía tây chẳng còn gì lạ, nhà văn Remarque cũng đã ngủ quên trên trang sách của mình, Hemingway đã giã từ vũ khí, còn Kafka đã tự tử trước thời đại của anh ta, Camus thì quá đau nỗi đau vô lí bởi đời sống này, sự thực cảm, sự phi lí, sự vô đạo, sự phi nhân cách, sự phi giới luật, họ đã chết hết rồi, trong niềm trăn trở của họ cùng thời đại, Tấn ạ, thì mày chết.

Mày chưa là nhà văn gạo cội, mày mới là người cầm bút say mê, là thằng lính trơn thích viết, là thằng tà lọt có tâm hồn văn chương lai láng, là đứa vô danh có một tâm hồn nghệ sĩ thích tư duy, và có thể tư duy nghệ thuật trên từng hố bom, trên từng thân thể chết, trên từng đợt pháo dội. Thì mày cũng chết, chẳng cần một cơn cớ tác động của thời đại, không cần cơn bi phẫn của thế cuộc làm nổ tung những thiên sứ, sứ mệnh cao cả của những tâm hồn nghệ sĩ lớn, mày vẫn chia ba quả pháo cùng tiểu đoàn trưởng và thằng truyền tin.

Trung úy, phải sao đây? Làm sao nữa, còn gì thì hốt lấy chứ biết làm sao. Một mảnh ngực của Tấn còn nhận diện được, cái đùi có hình xăm của tiểu đoàn trưởng còn thấy rõ, và cái đầu có nốt ruồi giữa trán của thằng truyền tin. Còn tất cả, trộn lẫn vào nhau và vào đất cát, tan nát, bết bê, máu bùn, lòng ruột và đất. Làm sao trung úy, thì chia ba, của thằng nào thì thằng đấy giữ, còn chia ba. Cái đầu của truyền tin, cái đùi của tiểu đoàn trưởng, cái ngực của Tấn, còn lại chia ba. Cho thằng truyền tin nhiều hơn vì nó cao to nhất. Không được, cho ông thầy của tôi nhiều nhất, thằng tà lọt của tiểu đoàn trưởng đòi quyền lợi. Đù má, đến lúc này ít hay nhiều thì có hề chi?

Nói vậy, để các ông biết, đến lượt tôi cứ phải ưu tiên, để má tôi sau này còn sờ được cái lóng xương nào đó của tôi, để bà còn biết, con bà còn đây, da thịt đấy, cốt nhục đây, nó đây, chưa tan hết vào đất cát.

Gia lặng đi, anh lẳng lặng đến bên cây cầu vừa bị pháo đánh sập, ngồi trên một lan can đổ dở, nhìn những đám lục bình trôi, những bông hoa tím mê mải bên màu đen đặc của nước cống. Những bông hoa vẫn tím mê mải, bên mùi hôi thối của thứ nước thải bị đạn pháo bắn tóe lên bờ cùng cả những con cá nhỏ. Thì những đóa lục bình vẫn tím mê mải trôi về phía xa, như tâm hồn những người lính của anh, trắng trong và ngây thơ, hồn nhiên và bộc trực, chỉ đòi lấy thêm một khúc đoạn xương cho mình và đồng đội, để gửi về cho mẹ ở quê.

Những con chim trên trời đập cánh bay về khoảng cây xa. Trời chiều, ánh nắng chiếu chan trên những ruộng bắp, chiếu đỏ trên những lối đi, chiếu nóng vào từng khuôn mặt mồ hôi nhễ nhại, chảy từ lưng thằng lính tân binh, chảy vào mắt anh xót buốt. Ánh mặt trời đỏ, màu đỏ như máu, màu đỏ như tiết con vật bị hành hình để cúng tế, trong một lễ tạ ơn tổ tông, trời đất, thần rừng, thần biển ngày lễ máu non sông, và ngàn ngàn những con vật ngã xuống, máu trôi thành sông, máu hòa vào nước, máu bốc hơi lên trời, thành màu ráng đỏ, máu chạy tít về khơi xa, phía đó là biển, biển máu hòa liền biển mây, hòa liền biển trời đỏ, hòa liền biển máu người, máu vật, máu non sông…

Hú hú hú, Gia hét lên một tiếng, tiếng hét làm động những tầng lá thấp, đánh thức đàn cò bay về trú ngụ tao tác cất cánh lên cao, tiếng kêu chiêm chiếp khiếp đảm của đàn con, tiếng tác tác của con chim giống lạ đang tìm mồi giật mình bay dựng. Thằng Tấn đã ước làm nhà văn, Thằng Tứ đã muốn nó sống để thành nhà văn, thằng Tấn đã đánh xong trận, đã gác kiếm, thằng nào đó đã thốt lên "xong", cánh tay nó bị một mảnh pháo cứa đã được băng lại, nó đã ngồi trên hố bom và giở cuốn sách văn ra đọc, nó đã đắm chìm vào từng trang chữ, nó đã không nô đùa cùng đồng đội, nó chìm trong tư duy nghệ thuật đặc thù và rất đỗi lớn lao dị biệt của nó, thì một quả pháo lạc bầy, một quả pháo vu vơ, một quả pháo cầm canh, một quả pháo, mà có lẽ thằng xạ thủ nào phía đối phương, trong cơn lơ đãng ngái ngủ, giật nòng, cho nó bay, cốt để đuổi những đàn muỗi rừng đang bu lấy hắn ta, mà giết chết được Tấn, giết chết luôn tiểu đoàn trưởng và thằng tà lọt, đang ngồi gần đó, ngắm đàn chim trời buổi chiều bay về tổ, ngắm ráng chiều đỏ máu chạy về tận biển xa, ngắm những con chim lạ tìm đàn tao tác, mà thở dài, mà trăn trở, và nghĩ đến nồi cơm má nấu, và nhớ đến đứa con thơ, và mong cánh tay e ấp của người vợ trẻ, riết lấy cổ mình, vùi ngực vào bộ phận ấy của chồng để hít hà mùi đàn ông, như bao lần về phép. Thì quả đạn bay tới, một lỗ tròn ủng, xoáy sâu, cày rộng, tan biến một giấc mơ văn chương, tan biến nỗi nhớ người vợ trẻ, tan biến nỗi nhớ bữa cơm chiều mẹ già nấu đợi, tan biến những Hemingway, Camus, khi chưa kịp giã từ vũ khí, khi đã tưởng, phía tây không còn gì lạ nữa...

3.

Gia à, chính sự cô đơn đã nuôi dưỡng ta, không phải bất cứ một thứ gì khác, để ta suy nghiệm, để ta suy lí, để ta đi vào chiều sâu tận cùng tâm thức mà mổ xẻ, và em mổ xẻ được rằng, là gì, Gia biết không?

Nàng khẽ kéo Gia vào sâu người nàng, để cánh tay anh chạm vào vùng nách mềm mại ấy, rồi nàng nằm im, tiếng rên nho nhỏ, mỗi khi suy nghĩ gì nàng vẫn thường phát ra âm thanh ấy, âm thanh vô thức, nhưng mách bảo rằng nàng đang sống đời sống nội tâm cuộn trào nhất, sự nội tại đang cựa quậy, và nàng đang đi về phía ngày trước, cái ngày nàng vẫn kể cho anh bằng lối hậu hiện đại của sự nhảy cóc tưởng không gì gắn kết, nhưng nó là mạch dính của keo loan, nó là chất nhầy của nhựa cây dầu rái gắn được cả lâu đài thành quách, được đền đài miếu mạo, được lịch sử, được hưng triều phế đô của cả một thời đại, được vạn niên những cổ tịch ngàn năm, của một vương quyền đã đi vào cõi vĩnh hằng, đi sâu vào lòng biển cả, chìm vào đại dương của những kí ức và nhớ thương trong lòng những cư dân cổ đại, hóa vào lớp người ngày nay mang tên Chế, Trà, khóc thương một thời rực rỡ, cha ông đã dựng xây và kiến thiết, để rồi đắm bể sâu những công trình đồ sộ; cơ đồ thành phế tích, lòng người hóa thạch những tác tan, tội tổ tông thành nỗi buồn vương trên từng khúc Nam ai rầu rầu ta oán.

Chất keo loan gắn kết của San vào những câu chuyện nàng kể, về quá khứ và kí ức, cái thứ kí ức mờ nhạt mà rất rõ ràng, cái thứ kí ức rời rạc mà liên hoàn ấy.

Em cũng chẳng cần phải nhớ nữa, em cũng chẳng cần phải nhớ nữa, người ấy, là ai, mà anh đã từng hỏi phải không Gia, người ấy đó hả. Nàng lục dở lại câu chuyện của những năm nào từ ngày hai đứa mới quen. Gia tò mò muốn đi sâu vào lịch sử đời nàng để khám phá người con gái anh yêu, hòng biết thêm chút gì, để gắn vào với đời sống của anh cho thêm khỏi rời rạc.

Từ lúc nào Gia sợ sự rời rạc, từ lúc nào Gia sợ mình không thuộc về một căn cước, căn cước xứ mưa, hay căn cước mùa khô, căn cước vùng cao nguyên đất lửa bazan, hay căn cước vùng Quảng Trị gió Lào đỏ lửa, căn cước Sài Gòn, tiếng leng keng tàu hũ, hay căn cước bông điên điển miền Tây và con cá linh mùa nước nổi. Từ lâu Gia không thuộc về nơi nào cả, dù từ lâu Gia cứ nghĩ mình thuộc về tất cả những nơi nào cả, của những nơi ấy, nhưng đâu phải, nên anh sợ, và muốn đi sâu vào thế giới của San mà hỏi, để gắn thêm một chút quyền lợi của mối liên nhân, giữa người với người, cho thêm tình đồng loại trong tận cùng cô đơn, mà có khi nhìn San anh tự hỏi, nàng là ai, nàng đến thế giới này làm gì, sao nàng ở đây, như nhiều lần anh nhìn những đồng bào sống cùng bao năm trên xứ cờ hoa và tự hỏi, họ là ai, họ thế nào với mình, chung dòng máu sao vẫn thấy rời rạc. Và những lúc đó Gia sợ lắm, anh thường đổ thêm màu cho những bức tranh chói gắt lên như màu máu để che đi nỗi sợ, trước khi anh bắt tay vào sáng tác một hình thù cụ thể trên tấm toan, sau khi đã đổ màu. Đổ màu, là công việc đầu tiên của người họa sĩ thì phải, hay chỉ với Gia, nên anh đã hỏi San, em đã yêu ai rồi chứ, người đó thế nào?

Cũng chẳng thế nào đâu - nàng vẫn nhớ như in lời hỏi của anh dạo trước, và giờ nàng nhắc lại không thiếu một từ, đã bảo rồi, nàng là người kể chuyện hậu hiện đại tài ba nhất, nhớ trong sự quên, gắn kết trong sự rời rạc, kí ức xáo động trong sự thống nhất tột cùng.

Ngày đó em yêu Cù, yêu lắm, yêu của thứ tình trẻ nhỏ, ngây thơ và đơn độc, yêu của thứ tình gái trai mới lớn lên và thèm nhau, yêu của thứ tình người cha với cô con gái nhỏ, yêu của thứ ái ân bồng bột, sôi nổi, trào dâng, thăng hoa, tò mò và dâng tặng nhất. Đó em yêu, đó là Cù, người đàn ông em bắt gặp trên giảng đường Y, trường Đại học X, mà dạo xưa em kể ấy. Em đã yêu một tài hoa sót vụ, em đã yêu một bông sen lạc mùa còn lại, em yêu như thể cả Hà Nội thu nhỏ vào anh ấy, để rồi chắt ra những giọt gieo ngân của thứ tinh cất, thơm lừng và quyến dụ lắm. Phải, Hà Nội hào hoa, Hà Thành thanh lịch, trầm tư và ngây ngất, em yêu như thể, ôm cả vào lòng, ở một cô gái nhiều mộng mơ, lắm đắm say và nhiều huyễn ảo, nhiều cả sự cầu toàn, điều tưởng chỉ dành cho mỹ học, phải rồi, tình yêu là mỹ học, một thứ mỹ học đặc thù, và cầu toàn nhất.

Cù là một người như thế. Cù có tất cả tiêu chí và mộng mơ của em…

Đó là một vẻ đẹp Hà Nội cuối cùng còn sót lại. Em chỉ thấy Hà Nội ở anh, ở Cù, chỉ vậy thôi, chỉ vậy thôi.

San nói với anh nhiều về điều đó, những ám ảnh trong nàng, những trĩu nặng, cả nỗi khát khao. Nàng là tín đồ cuồng vẻ đẹp, vẻ đẹp con người, nàng đi tìm nó. Nàng như người độc hành trên sa mạc - còn sót lại dấu tích vụ mùa của những năm xưa cũ. Giờ biến đổi rồi, khí hậu, phong ba, mây mưa đã cướp hết vụ mùa con người được gặt hái từ nền giáo dục Hán văn, được ảnh hưởng bởi chất Tây phương cổ điển, được tắm đẫm bởi vẻ phong nhã và lịch lãm của cả một thời đại, khi Đông phương được soi chiếu dưới ánh sáng văn hóa Tây phương lộng lẫy, khi những nhà Nho chơi với không biết bấu víu vào đâu để gọi hồn cố quốc, để lay động xác thân của một thân thể đã sắp kiệt rục, vì những cố cựu, cả lai căng, phá tan nền văn hóa ngư tiều canh mục, thì lớp con cháu của họ đã kịp vươn mình đến với Viện Pasteur, Viện Viễn Đông Bác Cổ, với những buổi nhạc hội âm thanh, tiếng đàn Beethoven, bước chân uyển chuyển điệu slow, như dòng Hương chảy mà như không nơi vùng nước tĩnh sâu hơn cả mặt hồ yên ả.

Và vụ mùa bội thu được gặt hái từ đó, hào hoa của buổi thời, mà thứ chuyển động rùng rùng đầy lửa máu chưa hòa cùng dòng người như suối sông, đổ dồn trong những hoạt động đảng phái, trong cơn vận cuộc, chửa sinh của xã hội Việt buổi đầu nền đại định của công cuộc tìm kiếm con đường chính đạo, thì vụ mùa hào hoa ra đời trong cơn vật dạ chửa đẻ đó, giữa hai dòng thác, giữa rùng rùng cơn mưa cách mạng, vừa tìm về với nét xưa cội cũ, vừa với tay vào với tinh hoa của nhân loại phía trời Tây, để ra một lớp mùa người bội thu - hào hoa xưa cũ, giờ còn sót lại có Gia, cả Cù của em, anh hiểu không, hiểu không?

Nàng tìm cách giải thích cho anh như thế, anh quên hết rồi, cơn chuyển mình của lịch sử, anh quên hết rồi, là ta đã từng có một lớp hào hoa buổi đầu như thế và còn may sót lại chút dư thừa nhụy lạc ở anh và Cù của em.

Em chỉ yêu thứ đó, em chỉ tìm thứ đó. Đứa con gái lớn lên ở buổi thời tạp âm xáo trộn, cũ và mới, sạch và bẩn, trắng và đen, bị đào xới và nát bấy, tan hoang của cả lòng người, mất đi chuẩn lượng và triết lý, mất đi cái đạo của trời, mất đi đường kẻ chỉ trên tay người đồ mộc, mất đi nét trung thực trong tính cách kẻ sĩ phu, thì em vẫn thèm và chỉ tìm thứ đó, hào hoa sót vụ. Em như cô hành một mình giữa sa mạc tìm vụ mùa sót lại, tìm dấu tích ít ỏi thuở xa xưa của những bông hoa phẩm người đẹp nhất còn tròn trịa, ít bị dấu đời làm vấy bẩn. Thứ kinh viện vẹn nguyên trong những bức thư cổ tịch, trong những trang sách đóng đinh vào chiếc giá, trong ngôi nhà cổ thuộc về thời đại xưa. Cù còn được điều đó và anh. Sao chỉ còn ở hai người, sao vụ mùa thất lạc chỉ sót lại hai hạt mầm của thứ hoa đẹp nhất là anh và Cù?

Nàng nằm im và hổn hển, những câu hỏi gợi nghĩ suy hơn là cật vấn, đúng hơn nàng đang nghĩ suy thông qua những câu hỏi, và may mắn có anh nghe để cùng lý giải.

Là có những thứ đã vĩnh viễn mất đi em ạ. Anh đã thấy người đàn ông niên trưởng của anh. Anh đã ngưỡng mộ họ ở nhân cách, lối sống, lòng nhân văn, trắc ẩn và vẻ hào hoa. Nhưng rồi một ngày ổng đã lừa dối một đồng loại da vàng khác để đạt được chiếc ki ốt ngồi bán chút cà phê nuôi năm đứa con và người vợ bệnh, ổng đã khóc khi anh biết chuyện. Hết rồi cậu, mọi thứ đảo lộn, tôi cũng cần đảo điên để tồn tại, hoặc là con tôi hoặc là chết, hoặc là sống hoặc địa ngục. Nhưng sống còn ý nghĩa gì nữa, sống, đó là thứ gì, nội hàm là sao, chưa ai trả lời tôi, sống có nghĩa là gì, là ăn, là ngủ, là lừa lọc, làm tình, là lường gạt và trộm cướp, hay được thưởng thức một bông hoa, được đón nhận một tác phẩm nghệ thuật, được đến buổi hòa nhạc để hòa tấu phẩm giá của mình ở cường độ và trường độ cao nhất, để hòa vào với vũ hội phẩm giá của tha nhân, để nâng tầm con người - một cây sậy bé nhỏ, mà một hạt nước lạc chỗ cũng giết chết họ, thành thứ cây sậy vươn lên được đến cả thần linh, chỉ không gian của trời, mới đủ đo tầm vóc nó - tầm vóc nhân cách, tầm vóc tư duy, tầm vóc tâm hồn. Phải, tầm vóc tâm hồn, sẽ được đo từ vị trí của anh ta đến Thượng Đế. Một cây sậy bé nhỏ mà một giọt nước đủ giết anh ta, nhưng anh ta đã vươn lên ngạo nghễ đến được thần linh. Là sống, là sống, phải như thế, phải không cậu, tôi đang sống ư, có phải tôi đang sống không?

Thời gian sau, Gia qua đó, không còn cái quán cà phê mang tên Lường Gạt mà ông chủ tự đặt biển hiệu to tướng choán chỗ ra vào gây bao tò mò cho người Việt nơi động vàng hoa cỏ đó, quán cà phê Lường Gạt, như lời tự vấn, như sự sám hối của một cây sậy mất nhân cách nhưng thực ra đã vươn đến thần linh tự thuở nào, khi ông đã tự nguyện rũ bỏ thân mình về với Chúa, xin ngài che chở cho tấm thân rách nát trong lần tự hủy duy nhất, khác bao người tự hủy không thành ở lần duy nhất ấy. Đó là những đồng bào trước đó của ông.

Tất cả vỡ nát rồi, chẳng còn nguyên vẹn Gia ạ, em như người độc hành trên sa mạc, chỉ đi tìm những giá trị cũ xưa, đóa cúc vàng chỉ nở vào độ thu, giờ không còn loài hoàng hoa đó nữa, những cánh lã tã đã theo gió bay đi...

4.

Ba, con chưa biết mặt ba, mẹ vẽ lên ba bằng hình hài của con, nên con nhìn mình trong gương để thấy khuôn mặt ba.

Thằng nhỏ sao giống cái thứ quỷ quyệt phản bội thế không biết. Đó là lời ông cậu. Ngày con còn nhỏ sơ tán về vùng Lộc Hà, mẹ đi công tác liên miên, con ở cùng cố và bà, bà đi gánh thóc thuê, bà xuôi sông về Ngàn Phố buôn nấm bán măng, bà nhảy rừng lên vùng Hương Sơn mua mật ong về đổi gạo. Con ở cùng cố, cố xòe đôi cánh yếu che chở cho con, cố cố giữ con bằng sức lực cuối cùng của người già, cố gắng che chở cho một quả trứng ấp non. Nó giống thằng ba phản bội của nó đến ghét. Mày cút đi, mày có quyền gì sỉ nhục nó, tao sẽ đuổi mày cút khỏi đây.

Cố hét lên và đuổi ông cậu rời khỏi căn nhà tạm dựng ở bìa rừng vốn để che nắng che mưa, ngày ông ngoại công tác vùng hậu chiến, bà đi buôn ngược xuôi để nuôi cả gia đình, mẹ theo bác Lương ngược đường ra chiến khu tham gia đoàn văn công kháng chiến. Ba nó ra răng, ba nó thế thế nào, thì nó cũng là cháu tao, cháu mày, máu mủ của mày, mày biết không, máu mủ mày mà mày còn không thương. Cố giáng mạnh cánh tay vào mặt cậu, trước khi cậu bước khỏi căn lều, còn cố lấy sức khạc mạnh vào mặt con bằng tất cả sự căm hờn nhất của kẻ phía bên này.

Thằng nhỏ giống con quá Phiên ơi.

Cố cố lấy giọng vui tươi để nói với mẹ. Nó đâu giống con. Mẹ trầm ngâm nhìn vào cánh rừng, phía đó đàn cò trắng bay rợp ngọn cây, tiếng kêu chiêm chiếp của bầy non động ổ một buổi sớm mai bên dòng sông Lộc Hà băng giá, trong tháng ngày, phải nằm lại căn lều, mà người bạn dựng tạm nơi cửa rừng, khi mẹ về đó sinh con. Trốn con mắt người đời, mẹ ôm bụng chửa về sinh con ở một vùng quê hẻo lánh, nương nhờ người bạn. Bạn thương mẹ cũng chỉ dám dựng tạm căn chòi ngoài rừng vắng cho mẹ nằm đó đẻ con, nhìn ra dòng sông băng giá, xám ngoét của đất đá quạnh hiu.

Mẹ đã định nhảy xuống đó cùng con, ngày con khóc tiếng không ra hơi vì không có sữa. Mẹ không có sữa, mẹ không có gì ăn để ra sữa, mẹ đói và con khóc. Mẹ không được cưu mang, con đã khát sữa khóc cả đêm, mẹ đã ôm con ra đến dòng sông băng giá đó, rồi cơn gió lạnh ùa đến làm con khóc ré lên, cắt băng cơn đau của mẹ, đánh tan nỗi buồn của mẹ, chặt đứt ý định cùng con sống mãi với dòng sông kia.

Và cố đến, như một bà tiên. Sao khổ răng rứa con, sao đời con khổ rứa. Cố lập cập đổ gạo ra nấu để có nồi cơm to cho mẹ ăn. Bữa đó đầu tiên con được bú no, con nằm trong lòng mẹ quấy quấy, bàn tay vẫy vẫy huơ huơ, đôi chân tí hon đạp đạp, đôi mắt to nhìn lên nóc lều lơ phơ rơm rạ mục, con cười, cố cười và mẹ khóc, mẹ khóc tiếng nấc lên của niềm vui và đau khổ, khi con được ăn no. Răng mà khổ quá vậy trời, thằng bé giống con quá Phiên ơi. Nó giống ba nó mà. Không, cố thấy giống con, cái mắt tròn to này đích thị của con, cái mũi hơi hớt này của mạ nó, giọng ồ ồ vang động nữa đích thị của má nó rồi, rồi thằng bé sẽ hát hay hơn con, khỏe hơn con, trời, nghe giọng nó thì biết, khỏe và vang quá chừng.

Mẹ cứ cầm chân con lắc lắc. Ngoài bờ sông tiếng bìm bịp đỗ kêu, tiếng con chim vịt nhớ nhà không còn khắc khoải, con bồ nông cô độc vẫn nỉ non sớm tối chắc đã có đôi, và đàn còng cọc đã chịu vào tổ ấm ngày đầu đông, không còn giơ những chiếc cẳng chân dài ngoẵng lặn lội đồng xa, ruộng trũng, vũng bùn để tìm bằng được những chú cá tôm còi, đời con vạc, con nông, con cò và đời mẹ cũng tựa nhau. Mẹ nhìn ra ánh sao đêm, ngôi sao nào phía Bắc, ngôi sao nào phương Nam, chòm Bắc Đẩu lúc nào cũng lừng lững một phương, chỉ có chòm Nam Thập là di mình về bên ấy. Mẹ nhìn chiếc xoong đã vét cạn đáy, chơ vơ góc lều, được rọi bởi thứ ánh sáng le lói từng mảng đậm nhạt của chiếc đèn dầu hắt hiu mà thở dài. Mẹ ôm con chặt hơn vào đôi tay, nó giống y bố nó cố à. Con đặt tên nó là gì? Là Hồi cố ơi. Sao mà lấy tên nó khổ chi vậy, cả đời vọng ngược, cả đời tìm xuôi, con đặt tên nó là Giang đi, dòng sông kia chứng kiến con làm mẹ, dòng sông kia chứng nhân cho việc nó ra đời, dòng sông kia chở những vui buồn hai mẹ con. Con nên đặt nó là Giang cho đời nó hiền hòa như dòng chảy của sông con ạ. Không nó phải là Hồi, Hồi cố ạ. Con còn thương thằng đó thế ư?

Mẹ không nói, quay vào ôm chặt con hơn, mẹ ôm cả cơn gió ngoài đồng không thổi tới, ôm tiếng cắc bụp của một chú chim thiên di từ ruộng xa vọng lại, ôm luôn tiếng ọ ẹ nho nhỏ của con cùng tiếng nói xa dần rồi mất hút vào khoảng không đêm vắng, đặt tên chi cho nó khổ hả con, tiếng cố nhỏ dần, xa dần rồi chìm vào tĩnh lặng, cố đã ngủ khi chưa nói trọn hết câu. Đặt tên nó chi cho đời nó khổ…

Tiếng chim vịt lại cất lên rồi, víp víp, lúc xa lúc gần, lúc như ú tim đồng loại, lúc khơi gọi, lúc cảm hoài trong cơn tao tác, tiếng xa rồi gần, rõ rồi đứt đoạn, như tiếng kêu nhử mồi của con vật bị đa thương đến không cả bảo vệ được mình.

Ngôi sao nào vẫn lặn ở trời Nam, ngôi sao nào vẫn mải mê trôi về phía Bắc, bàn chân con vẫn hươ hươ quấy đạp. Mẹ nhìn đăm đăm vào mắt con mỉm cười. Chiếc nồi đặt ở góc lều đã vét cạn cháy, con đã được ăn no trong một giấc ngủ tròn, bầu ngực mẹ cũng được căng cứng lần đầu khi làm mẹ.

Răng mà hai mẹ con khổ quá chừng? Cố đã đến đúng lúc tiếng khóc con ré lên ngoài bờ sông lạnh, đúng lúc mẹ định, Hồi cùng mẹ sống mãi ở dòng sông kia, đúng lúc bầu vú mẹ cạn khô vì con rúc, và nước mắt con cạn dần trong bao ngày khóc đòi ăn. Chiếc nồi trơ đáy chỏng chơ, chiếc nồi để ở góc lều chẳng đậy nắp, chiếc nồi được ngọn đèn dầu chiếu lúc vàng lúc đậm, chiếc nồi gõ lên leng keng có khi trầm đục mà làm được lòng người vui, làm được lòng mẹ vui, làm được con ngủ say, làm cho ngôi sao vượt quyết vươn mình về phía Bắc xa dần khỏi trời Nam. Năm con bốn tuổi cố quyết định đưa con ra Hà Nội.

Ba con chưa biết mặt ba, mẹ nặn con bằng khuôn mặt của ba.

Cứ nhìn thằng nhỏ là thấy khuôn mặt đáng ghét của cái thằng phản quốc ấy. Tiếng ông cậu út nói ngày con còn vô tri chưa hiểu gì, nhưng lời kể của cố sau này thì ăn sâu vào con từ bé. Khuôn mặt ba ra sao, sau này con cố nhìn trong gương để đoán. Mắt ba đây, mũi ba đây, gò má, cái răng hơi hô của dòng họ Huỳnh vốn dĩ được di truyền từ cụ tổ vốn làm quan trong triều đình Huế, cái ảnh còn giữ được trong từ đường dòng họ. Mặt ba ra sao, mắt ba thế nào, con nhìn gương để đoán, để thấy mặt ba, để thấy mặt con, thấy cả dòng họ Huỳnh ẩn hiện, nhìn gương thấy sự bội lòng, bạc nhân, trốn chạy, thấy phản trắc, thấy sự truy lùng, khinh bỉ, nhìn gương thấy gương mặt của ba...

Ba thế nào, nhiều lần con tự hỏi.

Con không biết mặt ba/ mẹ nặn ra con mang hình hài người đó/ tóc con mướt dày ngày con còn nhỏ/ môi con cười ngậm cả nỗi oan mang/ ngày ba đi dông nhiều lũ lở/ phía mẹ bờ, mưa đã chắn cơn ngang/ bao đau thương mẹ dồn vào làm áo/ khoác lên mình con, cho ấm những thiệt thòi/ ngày ba đi đất trời dồn chật lại/ những oan khiên miệng tiếng người đời/ mẹ gom vào làm thành ngọn giáo/ chĩa lên trời che chắn cho con...

5.

Ngày rời Hà Bắc lên đường, những cô gái ngày thường hay trêu lính, giờ rúc phía sau những người già, đôi mắt đỏ hoe, tiếng chào, tiếng từ biệt râm ran, tiếng khóc nào nấc lên nghẹn đắng, anh đi mạnh giỏi, bọn em vẫn ở đây, giọng con gái nghe ngòn ngọt như khúc mía lùi bếp rạ ngày đông, những gói xôi lạc giấu sâu nơi tấm áo nâu được trao vội.

Ta đi từ thuở hồng hoang/ nắng chan đỏ nước, chim than đỏ rừng/ chào em cô gái đã từng/ phố xin ở lại, phía rừng ta đi...

Tiếng thằng nào đọc lên khe khẽ, lời thơ vừa tự sáng tác, hay là của ai, đâu còn quan trọng nữa. Thằng Hiếu Ninh vẫn rủ Lãng đi vẽ, khi cánh đồng mùa gặt đã vàng tươi dịp tháng mười, đám lúa xanh cũng bắt đầu hoe hoe ngọn, mùi ngai ngái thơm nồng của những hạt thóc đã cứng sắp được thu hái về ngào ngạt. Huấn đổ màu ra tấm ni lông, nó pha thật khéo, để tô cho trọn bức tranh đồng quê, như tấm bản đồ xóm thôn được chú bé yêu thả diều vẽ lên bằng trí tưởng tượng, vẽ lên bằng tiếng sáo và những ảo ảnh mộng mơ...

Hiếu Ninh yêu vẽ, nó tư duy nghệ thuật theo cách riêng và vô cùng đặc biệt, một bờ thửa, một đoạn sông, một cánh cò mỏng chao chấp chới, một bụi chuối hoa, cây xoan vườn nhà rụng cánh tím vào sân, nơi đặt ang nước trời, cạnh cái giếng khơi, nở nhiều những chú ễnh ương, chẫu chuộc.

Hiếu Ninh tư duy nghệ thuật trên từng bức vẽ, nó đưa cái truyền thống lồng khung trong vẻ hiện đại đến bất ngờ, tranh nó phảng phất có dáng quê, mà lại cồn lên niềm khát tục, tranh nó tận cùng của sắc màu dân tộc, mà vẫn sơ khởi cái thứ nào xa, gợi những chân trời, gợi những con tàu viễn du ngai ngái một cung đường.

Hiếu Ninh đã bóp màu ra tấm bố rồi, mùi thơm của sơn dầu bay khắp không gian, bay vào đồng ruộng, bay trên xóm làng, bay thoảng cùng hương cau, hương rạ, bay tới tận nơi nào của viễn mộng xa khơi...

Thì giờ nó trong bộ đồ bạc phếch, áo trận chưa dính phong sương mà đã nhạt màu chinh chiến. Giờ nó bước những bước chân rắn rỏi, tung bụi đường đất đỏ ngày hanh khô.

Ta đi từ thuở hồng hoang/ nắng chan đỏ nước, chim than đỏ rừng/ chào em cô gái đã từng...

Ngày mới đặt chân vào Quảng Trị, Lãng đã đứng lặng bên bờ Bến Hải, chỗ dòng sông nơi thượng nguồn, chỉ vài hòn đá, và dòng nước chảy nhỏ hiền hòa, là bước chân anh sang đất Nam. Anh đứng đó bùi ngùi, để nghĩ ngợi, và bao thằng bạn anh cũng thế, chỉ một dải non sông nhỏ, mà đi bao năm vẫn chưa gặp nổi, thằng Hiếu Ninh ngậm ngùi, nó nhìn miên man vào phía khoảng xanh mờ bát ngát thẳm lại phía xa, vào dòng chảy hiền hòa của con suối, nhìn xoáy sâu vào dòng nước những viên cuội, có cả những con cá nhỏ bơi lội tung tăng, chúng vẫn vui đùa tung tăng được, sao con người? Đàn chim bay trên cao cũng thật vô tư, chúng truyền cành từ bờ ấy sang đây.

Đêm bên bờ Hiền Lương... lời ca của mẹ ngày đó, xoáy vào lòng Lãng giờ. Điều gì để mẹ trông ngóng, dân tộc chờ mong, để những bánh xe lửa không nối liền hai phía, để những người mẹ Huế chiều chiều ngóng những đứa con ra Bắc mãi chẳng trở về, đất nước chia đôi, con đường cái quan không thông bến giọt, con sông nào chẳng chở nổi nhịp đôi bờ, và mái chèo nào khua chỉ một nấc đã chạm vào ranh giới phía nhau, thì con nục ơi, con măng, thì rộng đường khơi đất trời, chứa chan bao nỗi, để người đàn bà đứng bên cầu Hiền Lương mà hát, tiếng chảy dài vào khuya vắng, tiếng làm khóc những con dế con giun, làm tủi hờn cả gió lá khô khốc mùa đông, để người vợ nào trên tầng tư ngôi nhà tập thể khóc, đứa trẻ ọ ẹ, ba nó đi đã bao năm chẳng về.

Ơi con sông Hiền Lương, ơi con đường cái quan chẳng thể nối liền, ơi nào con nục, con măng còn tung tăng nơi biển khơi rộng đất trời, ơi ngọn gió, con chim, cánh bướm, có chấp chới, có chao lòng động vọng ở phía nhau?

Thằng Hiếu Ninh đã lấy tay vớt một chút nước lên, nước chỗ này là phía Nam, nó ngăn đôi dòng suối nhỏ để phân định, tao muốn ngửi một chút nước dân tộc mình phía đây để thấy nó cũng ngọt lắm, như tình ta đất nước, dù có đốt cháy cả Trường Sơn, cũng phải thống nhất, để cho tiếng còi tàu chạy dọc Bắc vào Nam, cho người mẹ Năm Căn được gặp đứa con mình tập kết, cho người vợ miền Bắc đưa đứa nhỏ vào Nam tìm chồng, và để bố chúng ta gặp lại chúng ta dù là chút mồ trong đây chứ.

Mày chỉ nói bậy, mới đặt chân đến bờ Nam mà đã luyên thuyên, rồi chẳng mang nổi cái gáo về. Nó nhìn thẳng chửi hoắng, không nói gì, nó hiểu, nỗi e sợ kiêng khem lính tráng có đủ, thì một sự dự cảm có gì là không thật cơ chứ.

Con cá cờ đã rúc vào bàn chân nó, nhột nhột buồn buồn, nó cười nhìn lũ cá ủi chân, rồi lại nhìn vào khoảng tối xanh thẳm rì mà xao xuyến, mà ngơ ngác, nó nghĩ gì trong cái buổi chiều đó, cái buổi chiều thiêng liêng im lặng mơ hồ và trọng đại, đứng ở khúc sông thượng nguồn nhưng chỉ là con suối nhỏ, chia đôi vĩ tuyến hai miền, mà nghĩ về một tiếng còi sương thổi dài hơi nước, thổi dài nỗi nhớ mong, xuyên hai miền, để nối liền mong nhớ, nối liền nỗi hội ngộ, nối liền cả việc, bố nó sẽ vào Nam tìm được mộ phần con.

Thì chỉ vài tháng sau, khi trở ra chiến đấu ở làng Triệu Trạch, nó đã ngã xuống và có mộ phần thực sự.

6.

Hiếu Ninh chết, nó chết trong trận càn vào làng Triệu Trạch, ngày đại đội tôi tăng cường cho sư đoàn bạn, trận đánh ác liệt đến mức, không một thằng nào sống sót, sau buổi sáng chào nhau để về bên kia Triệu Phong.

Hiếu Ninh đã chết, cái sọ của nó to tròn, gợi nhớ cái đầu lúc nào cũng lúc lắc đung đưa. Người có cái đầu đung đưa, là cuộc đời nhiều niềm vui lắm. Thầy Hà dạy môn kí họa đã đùa, ngày thấy nó đứng vẽ bên cây bàng cạnh bờ sông. Nó đứng nghiêm trang, tay cầm cọ, mắt nhìn thật xa vào khoảng không gian nó chọn, phía ấy là cánh đồng, có dải trắng mờ xa, cả những con thuyền trôi nhanh về biển, cánh cò mỏng nhẹ bay hờ trong không trung trên nền trời nước. Bức tranh trữ tình đáng phải pha màu khác, chọn cách vẽ khác. Nhưng không, nó vẫn vẽ theo cách của mình, bản năng và hoang dã, chẳng giống ai, nhưng chẳng ai làm nên được nó, hồn nhiên và trong trẻo, hào hoa và đầy đặn, phúc hậu trong từng nét đưa, dù nó vẽ kí họa, vẽ theo mẫu, hay vẽ gì, thì tranh của nó cũng đẹp lạ thường, đầy đặn và phúc hậu và trong trẻo và nguyên sơ. Khi nó vẽ bao giờ cũng có đồng môn đứng sau chiêm ngưỡng. Mặt nó nghiêm lại rồi, nó nheo mắt nhìn cánh cò, có lúc ánh nắng xuyên vào, nó nhíu mày để ánh nắng đi qua, nó lại nhìn sâu hun hút vào phía đấy, phía bản năng hoang dại, của thằng sinh viên thích vẽ, chỉ vẽ, sống bằng vẽ, ăn thở bằng vẽ đó.

Hiếu Ninh chết rồi, trong cánh rừng thưa, tại một trận đánh giúp đội bạn giải vây trong một trận càn lớn, nó chết, mình không nguyên xác, chỉ còn cái sọ tròn tròn đầy máu, được thằng bạn vùi sâu vào một ngôi nhà hoang, ở đây nhé Huấn, ở đây, mày sẽ có nhiều dòng sông, cánh đồng để vẽ, nhiều thời gian để mặc sức sáng tạo.

Thế là nó đi, nhẹ như cái phẩy cọ vào làn sương bức tranh mùa đông sớm nó vẽ ở cánh đồng vùng Hà Bắc ngày chúng tôi huấn luyện, mỏng như tơ một dải lụa voan hờ, hồn nó bay lên mãi. Hiếu Ninh vẽ rất đẹp.

Tôi nhìn mông lung vào ánh mặt trời trưa đổ nắng, chiếu những tia lửa rực vào người, dội vào đất, âm âm, một thứ khí hừng hực, mảnh đất này chôn bao nhiêu bạn bè tôi, mảnh đất làm đỏ bao nhiêu xác thân đồng đội tôi.

Tôi nghĩ đến thầy Hà, thầy nhìn Ninh đứa học trò đầy âu yếm mỗi khi nó quên mình cho bức vẽ, không một hiện tồn nào còn lại, không một thứ vi trùng nào lọt được vào khoảng vô trùng nó đang sáng tạo, không một không gian nào lọt được vào cái chật ních chật chội của tư duy nghệ thuật cô đặc của nó, những môn đệ kề bên, nó đang làm công việc bản năng nhất, bản năng của người nghệ sĩ, thì giờ thân xác nó chìm vào đất đai kia, bên dòng sông Thạch Hãn, cái đầu nó vẫn tròn, nhưng cuộc đời đâu nhiều niềm vui như thầy Hà tiên đoán.

Rừng, những âm thanh vẫn quen thuộc, lũng sâu, ếch nhái vẫn kêu, những bông hoa cỏ mần trầu vẫn ngoi lên khỏi mặt nước, hơi nóng hừng hực phả vào tứ phía, phả vào hồn tôi một cơn trĩu nghẹn.

Một cuộc đời đã qua, một con người đã qua, nghìn năm sau trái đất này vẫn vậy, chỉ Hiếu Ninh mãi mãi sẽ không còn.

Dòng nhật ký của người lính Bắc quân tên Lãng lại được Gia mở ra.

7.

Gia không biết Cù của San ra sao? Cù hiền, Cù lịch duyệt và ấm áp, Cù hay véo má em đùa là con trẻ, Cù nhiều cười và ít nói. Cù chỉ đi sau lần về cuối, thăm lại vùng quê thời thơ ấu tản cư về.

Cù đấy à, cậu đã về, đã bao năm. Mắt mẹ lấp rấp những niềm vui, mắt bố trông xa, mắt Cù cụp xuống, Huệ à, bao năm rồi cậu hình như vẫn thế. Vẫn thế là sao, mẹ cười ngượng, mẹ biết Cù an ủi, hay trong mắt Cù, mẹ vẫn thế. Cô bé có đôi bím tóc dài, da trắng, nơ hồng, đội mũ rơm, mặc áo non trắng, quần lụa đen, xách cặp may bằng bao dứa, đi tung tăng khắp đường làng ngày nắng.

Năm đó miền Bắc, máy bay Mỹ bắn phá nhiều, trường Cù sơ tán về đây, Cù học chung với mẹ, Cù vẫn lẽo đẽo theo sau người con gái bé nhỏ suốt một năm ròng. Bố cũng đi sau, bố đi sau cả Cù. Bố mặc quần diềm bâu ống què, cắt ra từ chiếc áo nhuộm củ nâu của bà nội, bố dùng quản bút bằng đốt tre, ống nứa dùng đựng dụng cụ học tập. Bố theo sau mẹ và Cù.

Luận à, cậu cũng vẫn vậy. Cù ngượng ngùng quay sang phía bố, Cù nhận ra mẹ trước hơn cả bố. Hai bạn vẫn thế, giọng Cù trầm xuống. Tiếng "bạn" chậm hơn, mắt mẹ buồn, bố lũi cũi đi sâu vào bếp, bố nhốt con gà cho chặt, con gà định bụng mang sang cho chị Cải nhà bác để con gái đầu lòng. Mình ở nhà làm thịt, tôi ra chợ mua chai rượu trắng ta làm bữa nhậu gặp lại nhé Cù.

Bố dặn mẹ rồi đi. Bố đạp xe qua đường làng sang xóm Cuối, bóng bố cúi cũi trên chiếc xe đạp không phanh gióng ngang, chiếc mũ nan bằng cói bố đội trên đầu phấp phới trong nắng trưa, đôi dép rách bố ghì vào chiếc bi đan. Bố đi mua rượu mà mất cả buổi chiều. Bữa cơm dọn chừng chập tối, bố về cười ngượng, Cù, cậu cũng vẫn vậy, còn hiền hơn xưa. Bố nhìn mắt mẹ lấp lánh, bố nhìn mắt Cù vương vương, bố nhìn bố trong gương lớp râu đã mọc dài thêm một đoạn, bàn tay ngón cáu cạnh, móng chân đen vì thối đất, Cù, cậu vẫn vậy. Mẹ cười buồn hơn từ đó.

Cù không về sau bận đấy.

Thế còn Tiên của anh? Đôi khi San cũng dừng lại những nghĩ suy để hỏi, những câu hỏi không chủ đích, Gia biết, bởi Tiên ra sao, Tiên lượn Vespa khắp phố Sài Gòn, Tiên học Luật nhưng đam mê vẽ. Tiên thích mặc đầm xanh, Tiên có hai mươi chiếc zip cả hồng, cả tím, có năm mươi chiếc áo dài, màu ngọc bích như nhiều hơn. Giá dép của Tiên có đủ loại, từ xăng đan đến giày cao gót. Cách Tiên ngồi tỉ mẩn mân mê vuốt ve từng dáng guốc, đưa lên soi ngắm rồi ướm vào chân, phủi bụi, ngắm nhìn kỹ lưỡng như không hề chán, là việc thường xuyên, mỗi khi Tiên nghĩ, mỗi khi Tiên được nghỉ ngơi, hoặc khi đó một ý tưởng vẽ tranh chưa được hình thành mà niềm mong muốn thì đã thôi thúc quá, nàng cần chạy vespa về Phú Cường hoặc Vũng Tàu, nàng cần lên một ngọn đồi cao nhìn xuống biển, hoặc đợi Gia về, lấy con chevrolet chở nàng lên Đà Lạt, những cánh rừng thông bạt ngàn thân thẳng vút, lá đã phô vàng tiết trời tháng tám, ánh hoàng hôn nhuộm đỏ thêm, nhuộm đỏ cả con đường đất bụi, những vạt cỏ hoa thưa, và cả con hồ vốn xanh phía dưới. Nàng sẽ tỉ mẩn bày toan và say sưa vẽ. Mọi sự hiện tồn không còn nữa, đất không còn, trời không còn, cả Gia.

Lúc đó anh sẽ một mình tản bộ về cuối rừng, đứng trên gò cao nắng, nhìn về phía thành phố, những nếp nhà xanh xen kẽ với những vườn quả, những ngôi nhà công sở trùng với nhấp nhô những thân thông dáng thẳng kiêu hùng. Thành phố trong sương, thành phố mộng mơ, thành phố của những đôi lứa yêu nhau mà cả đời thành xa cách, đồi thông hai mộ nằm cạnh nhau vạn kiếp nhưng chốn phù trần họ vẫn vĩnh viễn cách ngăn, thành phố thâm u và buồn tẻ, thành phố của cả những trận đánh giả tập xưa kia. Gia im lặng và quay mặt đi. Anh không dám cả một tiếng thở dài, anh không dám để cho ý nghĩ của mình đi thêm chút nữa, anh sợ động vào những kỷ niệm, những kỉ niệm ở ngôi trường Võ Bị, lớp lớp những người con ưu tú dáng to, bắp khỏe, bầu nhiệt huyết trào căng, máu nóng sôi trong lồng ngực đẹp. *Quỳ xuống nào hỡi các sinh viên, đứng lên nào hỡi các tân sĩ quan.*

Ngày ra trường ràn rạt những thanh xuân, thanh xuân nào cũng đẹp, phơi phới cầu vai, áo xanh, mũ trắng, đi đừng nghiêm trang, mặt rạng ngời niềm tin yêu, hồn thiêng núi sông trong từng mạch máu, tay giơ cao tuyên thệ trung thành, ánh mắt chứa chan hướng về phía thủ khoa, đang dương cung bắn bốn phương trời, giấc mơ nào của chí trai hồ thỉ, của nợ tang bồng vay trả phận nước non?

Họ ngã xuống cả rồi, dàn dạt, thủ khoa khoá 24, thủ khoa khoá 25, niên trưởng hát hay, đẹp trai lớp Thiết giáp, cậu em Không quân khóa sau.

Ngày hành quân về vùng Quảng Trị, để bắt tay cùng với đội bạn trong một trận đánh đã định trước cả tuần, Gia đến tiểu đoàn 1, có thằng Soi bạn học xưa làm đại trưởng.

Ở đó Gia gặp một sĩ quan trẻ vừa mới rời trường. Bữa đó mưa nhiều, cánh rừng phù thũng như lên men của mọi vật, mọc nấm rêu của cả những nỗi buồn. Cả đại đội ngồi lặng thinh nhìn mưa và chờ lệnh mới. Có đôi mắt buồn hơn tất cả. Đến giờ, Gia vẫn không hiểu sao người đó buồn đến vậy, cảm giác hai bên thái dương của anh ta kéo nặng làm cả bầu mắt cũng như sũng nước. Đó là Kiên, tân sĩ quan vừa rời trường Võ Bị.

Buổi chiều sương xuống nhiều, mặt đất bắt đầu mờ mờ những hơi nước, bọn lính chơi trò đọ tay, lại chuyển trò đá giày, trò nào cũng vui và hứng khởi, nhiều tiếng cười và sự dịch chuyển, chỉ Kiên ngồi lặng yên một chỗ và trông xa. Gia nhìn ra bọn lính, chúng nhanh chóng hòa nhịp cùng một trò vui mới, trò thi nhả khói hình vuông. Tiếng nói cười rộ lên, tiếng rít liên hồi, hơi thuốc tỏa khắp rừng, chỉ Kiên ngồi lại, mắt nhìn xa về dãy Ba Hòn, mắt nhìn xoáy vào các đỉnh nhọn, mắt cắm đinh vào một điểm không rời. Kiên nghĩ gì, nó nghĩ gì đây trong buổi chiều đó. Đến giờ Gia vẫn hỏi, khi nửa năm sau anh quay lại, Kiên đã chết, cùng với đại trưởng của cậu ta.

Giờ đây Gia vẫn hỏi hôm đó Kiên nghĩ gì. Nên Gia không dám để cho ý nghĩ của mình đi sâu thêm chút nữa, Gia sợ động vào những kỷ niệm. Gia vội đi về phía Tiên, nàng vẫn vẽ, vẫn đắm chìm vào những suy tưởng nghệ thuật, mắt nàng đôi lúc nheo nheo, cái miệng nhỏ xinh có khi nhoẻn nụ, nàng đang đắm đuối sáng tạo mà không biết đến sự hiện tồn của ai, cả Gia và nàng, chỉ còn tâm thức ở lại, còn si mê, còn đấng thiên năng đang điều chỉnh bàn tay, và còn một buổi chiều Đà Lạt sương xuống mờ, hoàng hôn nhuộm đỏ cả con hồ vốn dĩ xanh, nhuộm đỏ anh trong mớ bòng bong về kỉ niệm, những thằng trai hai mươi của lứa sinh viên đẹp đẽ nhất, hát Thanh niên hành khúc, quỳ xuống đứng lên, nguyện dâng mình cho Tổ quốc ngày xưa.

Đó là Tiên và đó là anh, mà mỗi khi San ngừng viết lại để hỏi, thế còn Tiên của anh, là anh biết, San đâu có chủ đích gì, nàng hỏi bâng quơ cho một lần không biết lạc đâu thêm ý nghĩ, cho một lần không biết lấy gì chêm xen vào chỗ trống mà cả anh, cả ai, hay Cù, cũng không thể lấp đầy lòng nàng, giống Tiên, không gì lấp được nổi những bức tranh, nó vẫn toang hoác, toang hoác, để cả đêm lái xe từ Đà Lạt về Sài Gòn cho ngày mai Tiên có tiết, nàng không hề nói với anh một tiếng, tay nàng ôm chặt bức tranh, bức tranh vẽ dở hay đã hoàn thiện, nó đặc đầy không hay là trống rỗng, nó cô đơn hay là đã ấm, để nàng ôm chặt, nàng không nói một câu, một câu nào cả cùng Gia.

Thì San cũng vậy, khi nàng viết, nàng cắm mình cho nét chữ, khi nàng nghĩ, nàng cúi người cho những đăm chiêu, thì những câu hỏi chỉ là một lần lấp đầy cho khoảng trống vốn đã trống hoác trong lòng nàng mà thôi.

Còn Tiên của anh thì sao? Thế còn San thì sao? San sao ư, ngày nhỏ San mặc quần thủng đít, San đi chiếc dép nhựa Tiền Phong. San lấy thanh sắt nung đỏ, dí hai đầu chỗ rách, để nối đôi nhựa Tiền Phong đã chằng chịt miếng vá. San đi đôi dép đó đến trường, nó vốn của anh trai, nhưng anh đã thay bằng đôi dỡ rách khác. San mặc chiếc quần bích kê mông, trường San có nhiều thầy cô cũng bích kê mông.

8.

Ngày đó, ở mảnh đất Quảng Nam, chưa mưa đã thấm, rượu hồng đào có đâu uống mà say, giao thông hào được đào chằng chịt, du kích phía Cộng sản đắp mô mọi chốn.

Thiếu uý, đoạn đường này không vào được. Mô chứ gì, thì mô, sợ chó gì. Nói là vậy, vì Soi biết từng đường ngang ngõ tắt của ngôi làng quanh co đó. Cạnh giếng nước có lũy tre, cạnh cầu ao có gốc sung, cạnh miếu đình có cây đa cổ thụ, cạnh đầu làng là cái am. Căn nhà ông hội đồng bỏ hoang đã mấy chục năm, người sơ tán sang Pháp, kẻ vào Nam làm nghề bốc thuốc nối nghiệp tổ tiên. Soi rất rõ, lớn lên và sinh ra ở đây, chăn trâu cánh đồng kia, trồng mía khoảng ruộng này, chỗ đắp mô nào chả tỏ, chỗ đào giao thông hào từ ruộng nhà ai, Soi biết kỹ, nên anh tự tin lắm. Để tôi, trận này để tôi.

Cậu Soi - chị Sen gặp lại em sau mấy tháng trời bặt tăm - tôi bảo này. Em biết rồi. Cậu biết làm sao, họ trú ở ngôi nhà cha mẹ, nếu có bắn, tôi xin cậu, cố gắng... Chị yên tâm. Soi nói xong, nhìn ngọn nắng đuổi ngọn tre xao xác dài về phía bến nước, nơi đó mấy chị em vẫn chui rào thưa nhà ra tắm, nơi đó có trảng cỏ rộng dài xanh mướt, đủ chuồn chuồn ong bướm hoa lá, ngày chị Sa còn nhỏ, rồi chị dậy thì. Soi à, ra bắt bướm cùng chị. Chị cầm cái vợt trên tay vợt từng cánh bướm chấp chới, bướm công chúa, bướm hoàng tử, bướm cánh xanh, cánh hồng, cánh chấm tròn, chấm đỏ vàng, theo con mắt lấp lánh của chị, ngày chị mười sáu. Soi ơi, đẹp không, mắt con gái mười sáu đẹp hơn những cánh bướm, Soi ơi, lấy cho chị quả xoài, Soi ơi, đi cùng chị ra sông. Tóc chị dài, da chị trắng, dáng chị thanh, chị hay mặc tân thời và đuổi bướm.

Làm trai phải biết giúp đỡ chị em con gái trong nhà. Má thường nhìn bắp tay bắt đầu to lên của Soi để dặn. Các chị yếu mềm con cần che chở. Chị Sa vẫn đi bắt bướm hái hoa, sáng thứ hai lại theo xe đò về chợ Cồn để học lớp đệ nhị, chiều thứ bảy lại về với ba má. Bến nước vẫn kia, mảnh vườn vẫn đó, tổ chim vẫn đậu ở chái nhà phía gốc sầu đông nở nhịp mỗi xuân về, và Soi vẫn làm nhiệm vụ dẫn chị Sa ra sông buổi đêm, leo bưởi hái trái cho chị.

Rồi ngày chị sa chân xuống dòng nước cạnh góc vườn có cây bưởi trổ bông, cạnh trảng cỏ nở xanh mỗi mùa hè rồi xuân đến. Đàn bướm vẫn nở ngài rồi tung tăng bay lượn, những bông hoa vẫn he hé nụ đợi chờ, chỉ chị không về vào chiều cuối hạ, khi chị ra sông kín nước không có Soi dẫn đường vào mùa lũ đó mà thôi. Mộ chị vẫn ở góc vườn kia, má đặt đúng chỗ nhiều bướm nhất. Má chọn chỗ đất có nhiều ngài nở, ong về nhiều làm tổ, và những bông hoa đất nở rộ nhất mỗi dịp xuân về, để đặt chị.

Ngôi nhà vẫn đây, ba chái vững vàng, cột kèo đủ cả, nơi ghi dấu bao kỷ niệm tuổi thơ của họ, rồi chị Sen cũng lấy chồng, chuyển ra đầu làng sinh sống, má mất rồi, ba cũng mất sau ngày chị Sa đi, Soi cũng đăng lính.

Soi ơi, em nhớ tránh ngôi nhà cha mẹ. Chị Sen gặp Soi ở đầu làng, níu tay Soi, mắt chị rơm rớm. Chị sợ phần mộ chị Sa bị quật lên, sợ những cột kèo gạch đá cha mẹ cả đời xây dựng bị bật tung, sợ cây xoài, cây ổi, góc sân có con nghê chầu bằng đá, ba kỳ công xây đắp, bị vụn thành cám, chị sợ vỡ tuổi thơ bên mẹ cha và các em…

Soi nhìn theo nắng chảy xuống bờ sông, nhìn lên ngọn cây, con cúc cu làm tổ, bông khế vẫn nở tím ở lạch kênh trước nhà, rụng khe khẽ những nụ xinh xinh vào bờ sân nắng, con chim chích chòe vẫn nhớ vụ về mổ những trái bơ, Soi nhìn ra cánh đồng, đàn trâu vẫn gặm nắng, xa xa phía nhà thờ mờ sương trắng, tháp cao chọc mây mù vươn lên như một chấm son. Đó, quê Soi, ngôi nhà của Soi, tuổi thơ bên ba má chị Sen, chị Sa và những đứa bạn nhỏ.

Em nhớ nhé, đừng để mất một viên gạch nào, họ trú trong đó nhiều lắm. Soi hiểu điều chị nói, hiểu những lo lắng của chị, Soi hiểu thằng Khánh bạn thời trẻ nhỏ của Soi cũng trong đám người kia, những người đào lô cốt trong khu vườn tuổi nhỏ của anh, những người cố thủ còn lại duy nhất trong một trận đánh lớn cách đây hai ngày, không còn chỗ trú, mênh mông là xóm làng trống, cánh đồng vắng, bốn phía lính Việt Nam Cộng hòa đã tiếp cận, thiết chặt vòng vây, chỉ còn ngôi nhà của Soi nằm cuối con đường, tận cùng bờ sông, muốn sang đó phải có đò, mênh mông con nước, sức người không thể vượt được ngày lũ, họ cố thủ lại ở bến nước nơi chị Sa chết đuối, họ đào hầm nơi chị Sa nằm lại, họ đắp mô cạnh những con chuồn chuồn bươm bướm, vườn trà của chị, mà má đã chọn nơi đẹp nhất để chị nghỉ ngơi. Họ ở trong ngôi nhà của má có những cột kéo vững chắc, có bốn chái rộng, trên là những tổ chim và ong vò vẽ về đắp đất làm tổ, ở đó có cả thằng Khánh bạn Soi từ thời trẻ.

Soi hiểu lòng chị Sen, Soi hiểu lòng má, và chị Sa, Soi hiểu lòng mình và cả Khánh. Mày chọn con đường khác tao, mày đi khác tao, ai đúng ai sai tao đâu đã biết. Mày cũng dạy chị Sa bơi mà không nổi cùng con lũ, mày cùng tao trèo bơ hái trái cho chị ngày tóc chị xanh. Mắt chị Sa mày đẹp quá Soi ơi, như mắt con chim linh điểu, môi chị mày đỏ như loài bồ quân, Soi ơi, tao không muốn về, tao muốn ở đây với mày và chị, Soi ơi, bảo má, lớn lên tao về đây ở với mày và chị, chị mày đẹp quá Soi ơi.

Khánh à, chị Sa đẹp cũng không qua nổi mùa mưa lũ đó. Tóc chị như rễ tre dày đặc, suôn, mướt, cuồn cuộn theo dòng lũ, mày đã bơi theo và gào khóc, mày đã cùng má đặt chị ở đây.

Làm sao để giữ lại ngôi nhà của má? Chị Sen vừa nhìn Soi để nghi ngờ và tìm cách. Chị đâu có phải là chỉ huy của Soi. Chị đâu có phải là người rạch ròi chiến lược, chị chỉ là người muốn giữ quê hương và tuổi nhỏ.

Và hôm đó thế nào? Gia không nhìn Soi mà nhìn vào dòng nước để hỏi.

Hôm đó, thằng Khánh chết, chết cùng mười lăm đồng chí của nó. Hôm đó, chị Sen khóc, khóc thương thằng Khánh và thương luôn cả ngôi vườn quật lên cả mộ chị Sa. Tóc chị vẫn dài không phân hủy được. Bao năm tóc chị vẫn dài thế, tiếc là thằng Khánh không nhìn thấy một lần nữa mà thôi. Tao đã chôn nó cạnh chị. Nằm cạnh chị, tóc nó ngắn và xanh, hai người tóc xanh nằm cạnh nhau.

Hôm đó, thế nào nữa? Gia không muốn hỏi thêm, để giữ lại tổ chim trong ngôi nhà, tổ con ong vò vẽ đắp đất, và cây bơ, cây xoài, cây thị, từ đường, và cả hàng cột gỗ lim cùng gạch đá, mái ngói âm dương, và bờ sân đầy nắng để đàn chuồn chuồn bươm bướm vào đậu nơi đây, trong ký ức của Soi và chị Sen, giờ có thêm cả kí ức của Gia, về vùng quê Quảng Nam, ngày hành quân chống xâm lấn sau Hiệp định, Gia nằm cùng thằng bạn đêm trước trận đánh, nghe nó kể về ngôi làng ấy và dòng sông kia, nơi chị Sa nó sẩy mình bị dòng nước lũ cuốn đi...

CHƯƠNG III

1.

Nhiều khi Gia nhớ về Huế, nỗi nhớ như người con xa đã bao năm không được về quê mẹ, dịch dã, dịch họa, thiên tai, đói nghèo, khiến đứa con xa chỉ biết đứng ở miền đất xa mà ngóng vọng về. Quê mẹ mờ xa quá, quê mẹ cách đò, ngáng sông, và xa xôi địa lý.

Hò ơ…Em thương anh đặng một đời/ nói ra chỉ sợ đổi rời nước non…

Gia nghe câu hò đó vào một đêm Bến Ngự dưới những tán lá vông đồng, dưới kia, dòng nước lững lờ, ánh đèn vàng chảy xuống làm vỡ tan những óng ánh mặt sông, bóng người con gái đang chèo chiếc đò dọc, dáng đổ dài xuống mặt nước, chiếc nón ụp trên đầu che sương, cô cố rướn thêm một nhịp, chiếc mái chèo như nặng quá với sức cô, cố đẩy mạnh thân mình và rướn thêm nhịp nữa, mỗi nhịp tiếng hò đứt giọng lại vỡ ra, loang trên mặt sóng, ngắt từng khúc đoạn, vỡ hơi và hổn hển:

Hò ò ò ò… ơ ơ ơ / Nước non em sợ đổi rời / rồi mai cách trở một đời có tìm được anh/ Hò ơ ơ…

Huế buồn quá, những lăng tẩm, đền đài in bóng soi im lìm xuống dòng sông Hương, lẩn chìm vào suối, vào sông, vào đồi thông, và những vực thẳm. Huế buồn để các ông hoàng đi trốn sâu vào với núi, các lăng tẩm ẩn mình thật kỹ vào với thiên thu, Huế buồn như giọng hò cô gái bến Ngự Viên đêm ấy. Gia thả bộ qua đường Phượng Bay, đến Dốc Nam Giao, vòng qua Hàng Me, ngồi trước bậc thềm nhà chị Tuyết. Chị Tuyết xinh nhất khu phố này,

Chị Tuyết là chị họ của Lâm. Những ngày hè xưa, má bắt xe đò cho Gia từ Sài Gòn ra Huế thăm ông bà ngoại, thăm cậu mợ và ở cùng các em. Thằng Lâm có người chị họ đẹp quá.

Chị hay cầm bàn tay Gia và bảo, thằng nhỏ có bàn tay đẹp, lớn lên không làm bác sĩ thì mi làm họa sĩ cho chị nghe không. Thằng nhỏ có cặp lông mày như con gái, xanh dày, môi lại đỏ, lớn lên lại khổ đường tình duyên. Chị lấy thân người ép vào Gia như che chở cho thằng bé, khi chiêm nghiệm được một điều gì từ cuốn sách tử vi. Chị muốn bù đắp thêm cho nhân thế, bằng mùi hương hoa thoảng cất từ ngực chị, tóc chị, ngát thơm từ bàn tay chị véo má Gia, phả ra từ khuôn miệng hồng hào xinh đẹp có đôi hàm răng trắng muốt như thạch cao khi chị cười. Và để bù đắp thêm, chị dẫn Lâm và Gia vòng qua nhà ông ngoại, qua vườn hoa Ba Viên, đến quán dốc phía bờ sông, ở đó có bà lão lòa ngồi bán bánh gối, tiếng xèo xèo của mỡ rưới lên chiếc bánh tươi nghe reo như một khúc mưa, đúng rồi, khúc mưa của Huế, cũng buồn và reo vui như tiếng bánh tươi rưới mỡ. Ăn đi hai nhóc, để chị còn đến trường. Rồi chị ngoặt con đường Ngọ Môn, đi nhanh về phía trường nữ sinh. Dáng chị thanh, tóc chị thề, bàn tay chị trắng và nhỏ xanh, tà áo bay phấp phới mãi tuổi thơ Gia những ngày ở Huế đó.

Đây là ngôi nhà của chị, Gia vẫn nhớ - vật đổi sao dời, chị còn ở đây không, giọng cười giòn tan con gái Huế, tiếng nói dễ thương mềm như sợi nắng con gái Huế, và mùi thơm, thơm mãi vào tuổi thơ anh. Gia, em cọ cái *mụi* thẳng lắm, Gia em đạng yêu lắm. Gia như trôi đi mãi cùng lời khen, mùi thơm, bàn tay và ký ức về chị. Thằng Lâm thì đi lính, đóng ở vùng III, nó chết rồi, trong một trận đánh, thằng Soi đã kể tỉ mỉ hoàn cảnh nó hi sinh, ngày Gia ra Quảng Nam tham gia phá vây sau Hiệp định.

"Chú ý! Trong nhà có người ở". Chiếc biển hiệu đặt trước ngôi nhà số 5, ngõ Hiển Nhơn, mà hồi xưa đó, chị Tuyết đã dắt Lâm và Gia băng từ đây đến hàng bánh gối của bà lão lòa ngoài bến nước, giờ treo một cái biển có người. Có nơi nào trên trái đất có người cũng cần phải cảnh báo không? Thành phố chết, thành phố lặng im, thành phố chìm vào cổ tịch hoang huyền, thành phố hóa núi non cổ thạch, thành phố hóa quách thành lăng tẩm. Chúa vua hết rồi, chỉ còn một chuyển động khe khẽ của cô gái cùng tiếng hò trải dài trên sông, làm vỡ những bóng trăng, vỡ ánh đèn vàng rọi sâu vào dòng nước. Và dấu hiệu người nữa là tấm biển từ cửa nhà chị Tuyết. Chị còn ở đó không, hai bác bố mẹ chị còn ở đó không, thằng Lâm thì chết rồi, vật đổi sao dời, con người có còn như cũ.

Gia ngồi trước tấm biển và nghĩ miên man, Gia nghĩ đến câu hò Huế của cô gái đã rời bến và đi xa lắm, một dấu hiệu gọi bạn tình nơi sông nước của những cô gái ăn sương, hay nỗi cảm hoài thân phận cá nhân cùng dân tộc, để cô cất lên điệu Nam ai buồn ai oán thế, làm thức động đền đài miếu mạo cả trăm năm.

Hò ơ... ơ...

Tiếng hò làm Gia nhớ đến trận đánh ở Gia Lai vào mùa mưa năm 71. Hồi đấy, những cánh rừng ướt hết, lướt thướt của nước mưa và lòng người, mưa hai tháng, không một lúc nào ngớt, nơi rừng sâu chưa khi nào cảm nhận được cái nắng giòn tan, mà ánh mặt trời cũng chứa hơi ẩm, nên thèm một tiếng chim hót khô, thèm một trảng cỏ ráo nước, một bông hoa bật mình tìm ánh sáng, và thèm nghe một tiếng người trong veo quá, phải rồi một tiếng người trong veo cũng không có, tất cả ướt rượt, ươn khàn, đặc sệt của nước, của khí trời sùng sũng, thật chán, chán đến một tháng, hai tháng, thì tất cả mọi tác cơ đều làm bật dậy thứ phản kháng của con người thèm sự sống.

Hò ơ... Ai về đến Huế khơi xa/ thương em gái nhỏ dạt nhà lênh bênh/ Hò ơ...ơ...

Một giọng Huế, một tiếng nam, giọng cao vút rồi cực trầm, tình cảm, ấm áp quá, sao có ở nơi này. Đồng đội ơi, thằng Hưng người Huế bật dậy, đồng đội, phải rồi, Huế, giọng nam, tiếng thương và gần gũi lắm. Nó bật dậy rồi chạy theo giọng hát cùng tiếng gọi đồng đội ơi, nó đeo cả bao đạn mà nhảy xổ khỏi hầm, nó đã tuột ra cùng tiếng gọi, không ai vẫy được nó, không ai kịp túm lại nó, không ai còn kịp ngăn cản nó chạy theo tiếng hò Huế trong veo của nắng, ấm áp của tình quê, và dạt dào sức sống của con người, đồng đội ơi. Tiếng hò ngưng lặng, những bước chân ngưng bặt, tiếng sột soạt im ngừng, rừng vắng trong giây phút rồi bùng lên bằng những tràng AK nổ giòn đanh sắc, hạ gục một đối phương, hạ gục một kẻ nhầm đồng đội, hạ gục một con người, một đồng hương xứ Huế, một tình yêu tiếng hò xứ sở, hạ gục một cuộc ngộ nhận giống loài, đồng đội ơi, tiếng hò ơi…Giọng Huế vẫn vang xa, giờ Gia nghe phảng phất, hay tiếng gió hát, hay tiếng dòng sông thở, hay âm thanh trước đó vọng vào với tiếng nước, sóng, để dội lại lòng Gia, tiếng ngân nga mãi, dù bóng người con gái cùng con thuyền đã được đẩy về xa, về phía trăng đang lên vùng ngoại ô Cồn Hến.

Hò ơ…ơ…

2.

Những thân trai ngã xuống giữa chiến trường. Những cơ thể mạnh mẽ, vạm vỡ, trắng trong, bao trong một tâm hồn lành mạnh. Kẻ ra đi từ đường cày, ruộng vỡ, xóm làng, luỹ tre, bến nước, dòng sông, những đàn cá đớp rễ tre nơi dòng chảy quê nhà xa xôi nào đó, người đến từ giảng đường đại học đỏ đèn phòng thí nghiệm, bên xanh tán xà cừ, thao thức cùng thầy hướng dẫn trong một ca mổ thực nghiệm trắng đêm, nơi bệnh viện thực tập của sinh viên Y Khoa, người đến từ tiếng kẻng nhà máy vang động mỗi chiều gọi đàn con như những cánh bướm tỏa ra từ những tổ sản xuất, ùa về với mái ấm gia đình, người mẹ cha nào đang chờ những đứa con mãi chưa lớn của mình, dù có vạm vỡ, mái tóc có xanh, những dự tính có nhiều lớn lao, thì chúng vẫn là những đứa trẻ chưa hề lớn của họ, những chàng trai miền Bắc, những thân trai miền Nam, chưa trắng nợ anh hùng, chân còn lấm bùn, đầu phủ xanh lá, nét chữ còn rời rợi tươi chở đầy ước mơ về một ngôi trường đại học, những rộng dài đất nước và thế giới xa xôi.

Gia hay để cho những suy nghĩ đó đi xa, mãi về ký ức ngày đó, những trăn trở của anh, nơi chiến trường, nơi hàng ngàn những cánh rừng xanh, nơi những thanh xuân đang nằm ngủ, thở, ăn và chiến đấu, nơi triệu cái đầu đang mỏi những ý nghĩ và ước mơ, trăm ngàn thân thể đang dưỡng lại sức người sau một cơn vượt dốc dài tưởng kiệt lực.

Những thân trai đang ngủ, tiếng thở nặng nhọc, tiếng thở ì ạch, tiếng thở khoan khoái, im lìm trên những chiếc võng Trường Sơn. Những sức trai đang dưỡng trong một dặm dài hành quân, đèo cao, vực sâu, bao người nằm lại, bao sức trẻ không vượt được khỏi núi đồi, bao thân thể đành quy hàng trước trùng trùng mẹ thiên nhiên nghiệt ngã. Những thân trai thở nặng nề, hoặc khoan khoái, trong một giấc ngủ vùi bên đường, trong một cơn ngủ tạm của một trạm dừng chân ngắn ngủi, những chiếc võng lô xô, gối đầu lên nhau, kẻ ngửa, người úp, tiếng thở nhọc nhằn, ì ạch, âm âm cả cánh rừng, chỉ còn những con dế thức, những côn trùng không ngủ, tiếng con chim bắt cô khắc khoải bờ xa, như tiếng mẹ ru hời miền Bắc, vọng Trường Sơn vào đưa võng những đứa con.

Cho chúng một tràng chứ thiếu úy. Từ từ, lộ hết. Sợ lộ chó, vùng dậy vơ được súng đã ăn trọn mấy tràng tiểu liên rồi, chơi đi. Từ từ, chúng ta chỉ có một tiểu đội chúng cả đại đội.

Từ từ, là cách Gia nghĩ, cảnh giác Gia tính, cẩn trọng và rút êm là cách anh định liệu. Hay anh sợ tiếng thở, sợ những thân trai đang ngủ, chập chờn một giấc êm trôi của những con người vượt ngàn ngàn vực thẳm, dốc cao, rừng sâu, chỉ để vào đây nằm ngủ giấc dài, để thức dậy rồi những thân trai, hoặc là nằm yên mãi mãi, tiếng thở Trường Sơn, âm thanh nặng nhọc, ì ạch mà khoan khoái, chỉ còn tiếng muỗi vo ve, rừng lặng bặt, rừng đồng lõa cùng họ, tiếng con bắt cột như tiếng ru hời gần rồi xa, xa mãi, chỉ còn âm vọng vào núi đá, dội vào khoảng không, âm âm như tiếng ru hời của mẹ từ quá khứ, từ tuổi thơ, từ tiềm thức xa mờ, trói cột cột... cột... cột.

Gia đã thu súng về, Gia muốn bảo vệ sự linh thiêng của sức trai, không phải, của đối phương, đúng hơn là kẻ thù, giữa ta và họ hoặc sống hoặc chết, nếu ta chết, thì họ sống. Nhưng Gia cũng đã từng chặng đường hành quân, thằng nào bảo, chết đi, hãy chết đi, thằng nào bảo, giá bọn Cộng sản xuất hiện bất ngờ, cho ta một băng, kết liễu những tháng ngày luồn rừng, đói rét, lẩn trốn, cắt đường, tìm phương, đánh lạc hướng, đói ăn, làm những thân trai kiệt quệ, những con đại bàng rũ cánh, bông ngọc trâm rực rỡ khoáng đạt nhất của đời người cũng tã nát. Chết đi, chỉ còn cách chết, nhiều thằng đồng lõa, nhiều thằng muốn chết. Ngồi lại đi, kệ mẹ nó, con đường mòn sẽ gặp địch, một tràng AK của chúng, đời mình đi teo, chấm dứt nỗi đau, trả nghiệp trần gian, cơn cùng tận của hành xác, chấm dứt nỗi khốn khổ của phàm trần, chết là giải pháp, chết là hạnh phúc, chết sẽ chấm dứt nỗi đau.

Nhưng, khu rừng im lặng quá, một tiếng bước chân không còn tín hiệu, đồng đội không còn đánh dấu lá, mênh mông, nguyên sinh của cánh rừng triệu năm chưa người đặt chân tới, thì ý thức sinh tồn trỗi dậy, nỗi thèm sống sợ chết trào lên, chạy nào, tìm nào, xé rừng để đuổi, căng mắt để tìm dấu vết, sức trai lại quật vùng để tìm sự sống...

Thì những cái xác sống kia cũng như vậy thôi, đang ngủ vùi để tìm sự sống, đang nạp năng lượng để quật vùng tìm sự tồn tại ngày mai. Chó ai chả muốn sống, mình không thể kết thúc cái ý thức muốn sống của họ trong lúc họ cần sống nhất này, mình không thể chấm dứt nỗi đau trần gian giữa lúc họ hi vọng vào sự phục hồi thân thể nhất này.

Những sức trai cựa mình giữa Trường Sơn. Rừng già bao phủ, rừng già như những chiếc bao bọc họ trong im lìm, rừng già đồng lõa, lặng im, rừng già chỉ còn những tiếng muỗi vo ve, tiếng chim trói cột đã chìm vào tâm thức, nó là tiếng kêu thực hay trong mơ, nó là âm thanh của núi rừng hay tiếng mẹ ru hời vọng về từ cõi ảo, nó là dấu hiệu có thật của Trường Sơn hay cơn mộng mị thức tỉnh của những thân trai chưa trắng nợ anh hùng, chưa ra khỏi mái nhà, chưa dứt khỏi giảng đường, chưa rời được bệnh viện thực tập đỏ đèn vì một ca mổ thực nghiệm của những chàng sinh viên Y Khoa đã phải vùi vào cuộc chiến. Và chưa ra được tổ ấm của mẹ cha, bên bữa cơm ấm tình người thân nào đợi, khi hàng ngàn cánh bướm rời tổ sản xuất, bay trắng đường, tìm về với gia đình mỗi khi chiều về kẻng đánh, thì giờ họ nằm kia.

Gia cũng từng nằm kia trong những chặng hành quân, cũng chưa qua được bữa cơm mẹ nấu, cái lừ mắt của ba trên gác sách, ký ức trốn học cùng thằng bạn lang thang khắp Sài Gòn để xem vở kịch Vọng ơi của người nghệ sĩ tài hoa vẫn ngồi trên lầu nhà anh im lặng, lặng im cho đến tận bây giờ. Thì cần lặng im và rút lệ thôi, các chiến hữu, chúng ta cần ra khỏi nơi đây an toàn nhất. Đó, là nỗi nhớ của Gia về Trường Sơn những năm sau này.

3.

Tinh thần quý tộc, anh có biết, anh mang tinh thần quý tộc không Gia, cả Cù nữa, những chàng trai mang tinh thần quý tộc. San đã xoay người lại rồi, sau khi úp bầu ngực nóng hổi lên anh, nàng đã nằm duỗi ra, nhìn lên trần nhà, nơi những con măn mắt đang bay. Ở vùng Nam Á nóng ẩm này, luôn có loài hút máu người như thế, nước Mỹ ít nó chứ anh? Anh gật đầu. Sao anh cứ muốn về cái xứ sở cóc khô này? Anh lại nhấn nại gật đầu, cái xứ sở cóc khô mà San nói, có những hàng dừa, rặng tre, trâm bầu, những bè lục bình, thủy liễu, rặng sầu đông chạy dọc phía xa, cả những làng chài nhấp nhô, những con người đen bóng lao mình đi cùng những con sóng, những đứa trẻ bụng ỏng, da vàng, lẽo đẽo theo

những người đàn bà bụng chửa, ngực gần như để trần đi xuống
những bến cá. Xứ sở không biết có ái tình, xứ sở này không biết
đến tinh thần quý tộc, xứ sở vợ chồng không âu yếm vuốt ve,
không thể hiện những cử chỉ tinh thần, không có thăng hoa của
tâm hồn nội cảm, những nhớ mong, cuồng si, đam mê, tha thiết,
của thứ ái tình kèm dục vọng, của thứ luyến ái nữ nam kèm mê
đắm, mà từ khi Prometheus cướp ngọn lửa trao cho con người
cái quyền năng thiêng liêng, đã nghĩ, con người được hưởng trọn
vẹn niềm ân ái và luyến ái, thứ tình cảm trìu mến lứa đôi gái trai
trên trái đất này. Song ở đây, chỉ có truyền giống, phối giống, dục
vọng, bản năng, trách nhiệm, con đực cưu mang con cái, con cái
cùng con đực cưu mang bầy con, để chúng lớn lên, lại đi xuống
những con thuyền kia, hoặc cùng con cái và con đực lên rẫy, cưỡi
voi, bắt thú, khai phá ruộng bờ, trồng ngô đậu, lại đẻ ra những
thứ không ái tình và âu yếm ấy.

Nhưng Gia chỉ nhớ về xứ sở đó, xứ sở nghèo vùng Á Đông mang
màu sắc Việt. Ở đó anh tìm thấy mình, ở đó có loại con chuyên
hút máu người mà nước Mỹ không có, nhưng nó là một phần hồn
cốt của anh. Những cánh rừng cao nguyên, những ruộng bãi, sông
ngòi, làng chài miền Tây, những người đàn bà vú thỗn thện theo
những người đàn ông lưng trần đen bóng, ra sông rồi trở về, trên
những con thuyền lướt gió ngoài dặm khơi, sớm lại chiều, những
đứa trẻ không bao giờ được đến lớp, chưa biết đến hộp sữa, thanh
kẹo, thứ hàng xa xỉ từ phương Tây...Gia chỉ nhớ về vùng đó, nên
anh luôn trở về vùng đệm để ánh nhìn hút dài qua biên giới, sẽ
đến Việt Nam. Để anh nhìn thấy người đồng bào mình trên chính
xứ sở này, những người vượt cõi năm 46, rồi 75, đi theo đường
biển, đường bộ, rồng rắn dọc dài trên đất nước Căm pu chia, để
đến Thái Lan, định cư ở đây, nói thứ tiếng Việt không sõi ở người
trẻ, ánh mắt trầm ưu, phát ngôn thứ tiếng Việt không trật một
câu, của thứ giọng Quảng Nam, Nha Trang, Phú Bổn, Sài Gòn ở
những người già, bàn tay nhớ nước, đôi mắt nhớ nước, dáng người

nhớ nước, để từng bước đi xiêu xiêu như đổ về phía đó. Gia về với những đồng bào ít ỏi mà đông đảo của mình suốt dọc bờ biên giới Thái Lan như thế những mùa hè và cả nhiều mùa đông, nơi mà không một thứ gì không gọi dậy Việt Nam, nơi mà tinh thần quý tộc không hiện hữu, nơi mà những du khách bốn phương tìm đến xem bà con ăn ở sinh hoạt như xem khỉ, để thi thoảng lòng trắc ẩn, hoặc mãn nhãn, hoặc mất công chèo thuyền ra tận xa xôi làng chài người gốc Việt, để xem một giống dân mọi, mà họ bỏ lại những tờ tiền bé nhỏ. Anh nhìn thấy đồng bào mình ở sự mến thương và trắc ẩn, anh nhìn thấy đồng bào mình ở sự gần gũi cảm thương.

Gia, anh có biết anh mang tinh thần quý tộc không, điều này em còn thấy cả ở Cù, sao chỉ còn ít ỏi những hào hoa? Tiếng San xa lắm chìm vào cõi ngủ rồi. Nàng có thói quen vừa nói vừa mê. Tiếng cuối cùng dứt, cũng là lúc nàng đi vào giấc ngủ, hoặc nàng dùng tiếng nói của mình làm cơn ru để đi vào cõi đó. Anh biết không, không còn ai mang tinh thần ấy nữa, từ ngày em lớn lên, không thấy nữa, tinh thần cao quý làm sao, cao thượng vô ngần, dẫn đường vạch lối cho văn minh, Gia ơi, điều gì để mất, em đã tìm, không thấy, sót vụ hào hoa...

Anh nằm im, nàng nói với Gia hay với mình, nàng đâu cần biết, nàng nói như những tiếng tự ru để chìm vào cõi mộng, cõi đấy nàng thanh thản hơn hay bộn bề hơn. Giấc mơ, em nghĩ gì San? Có lần anh cũng hỏi. Nghĩ gì ư, em nghĩ về ông cả trong giấc mơ. Ông ngồi bên hiên nhà và viết chữ. Nghiên mực tỏa mùi thơm ngào ngạt. Ông chấm đầu ngọn bút vào nghiên, bàn tay vuông góc cùng tờ giấy, dứt khoát mà nhẹ nhàng, miết mài tung tẩy, cổ tay xoay tròn mềm mại, những nét khoáng đạt, vuông vức, bay bướm, thẳng hàng lần lượt hiện ra.

San này, nét này cụ đồ Cẩn dạy ông. Chữ này cụ cháu phải sang xin lỗi cụ đồ ông mới không bị ăn đòn. Cụ cháu từ vùng xuôi chạy loạn lên đây, khai khẩn đất hoang nhờ người cha thức thời, là cháu bảy đời của vua Lê Anh Tông, mà cụ dạy con cháu lòng khiêm cung, sự chăm chỉ, đức hi sinh, lòng tự trọng, tinh thần ham học, để biến cả vùng đất mênh mông này thành bờ bãi, ruộng khoai, nương sắn, có cả hệ thống tưới tiêu, cụ trả công hậu hĩnh cho người làm. Cả vùng biết ơn cụ, cả vùng có bát ăn bát để, mùa giáp hạt không lo đói, mùa lũ mưa không đứt bữa. Nhà mình đã có cả những năm huy hoàng thế. Cháu nhìn theo tay ông chỉ đi, từ đây đến Ao Giàng đến tít ngọn Am Vãi mờ xa kia, cò bay không đậu được cánh, chó chạy không dừng lại được chân, là đất cụ thuê người dân võ ra.

Mắt ông trông xa vào những quầng nắng, lửa đổ xuống đỏ rồi, trưa hè đã gắt, cánh đồng lúa ngoài cổng sóng đánh những ngọn gió thổi vào mang theo mùi hương của thứ hạt chín mẩy hâm hấp. Mênh mông cháu ạ, ruộng rẫy nhà mình, bằng bàn tay, sự thu vén, tính toán và chăm chỉ của cụ. Cụ bắt mỗi người làm công buổi sáng tiểu vào một miếng đất đã quật sẵn để ở góc sân, cụ tiết kiệm từng bãi nước tiểu, để đất đồng tốt tươi đem hạt gạo mẩy về nuôi cả một vùng đói khổ.

Ruộng nhà mình đâu hết rồi? Ông nhìn vào lá dâm bụt, màu xanh của nó đã ánh lên vàng, những bông nở cụp xòe chưa phô trọn cánh, tán tròn được cắt tỉa công phu đã nảy lên mấy đọt mầm xanh đẫm. Mất hết rồi cháu ạ, bị họ quy địa chủ.

Giờ đường bút của ông đi đến hàng dọc tiếp theo, nét khoáng đạt như cánh diều bay ngoài đồng xa, bay qua tán cây đa cụ trồng giữa cánh đồng mênh mông cho người làm có chỗ trú nắng, bay về hòn Am Vãi, nơi sư thầy - Phật Hoàng đã đến tụng kinh sống cuộc đời an yên, chìm sâu kinh pháp, bỏ lại bổng lộc, tước quyền, nơi bà nội em mặc áo mớ bảy đi hội chùa xuân, được mẹ chồng sắm cho đôi khuyên tai, cái tráp khảm cừ, đôi guốc gỗ, ngày bà mới về làm dâu nhà cụ.

Mất hết rồi, họ quy nhà ta địa chủ, sau những năm ông tham gia hoạt động bóng tối. Ông là người đầu tiên ở vùng đi làm cách mạng, cụ cháu cũng là người đầu tiên ủng hộ mấy chục tấn thóc, thuê người gánh mấy ngày, đi tắt Nam Dương, sang Ao Hoa, giao cho Ủy ban kháng chiến. Thế tại sao? Ông không bị bắn là may mắn lắm rồi cháu ạ…

Một cơn gió thổi vào em lạnh buốt. Người ngồi trước em, bàn tay tài hoa đang vẽ chữ, bộ râu dài, chiếc áo nâu sồng che đi tấm lưng thon của trí thức. Ông con dài lưng tốn vải, chỉ bà con khổ với ruộng vườn ao chuôm. Bố em vẫn nói về ông với niềm tự hào pha chút hài hước thế. Người đàn ông trí thức ngồi cạnh em, nét bút tài hoa khoáng đạt dứt khoát và mềm mại, từng làm Chủ tịch Ủy ban kháng chiến, tham gia tiểu phỉ trừ gian, lãnh đạo dân làng chống Pháp, giờ lưng vẫn dài, ông so mình bên con mèo cạnh tán dâm bụt đã tỉa đang đâm lên những đọt xanh đẫm, nhìn ngọn gió đuổi những sóng lúa mang theo mùi hương trĩu nặng của thứ hạt mẩy vụ mùa tháng mười, mà thăm thẳm; nhìn dải Am Vãi xa xa như đánh dấu đường biên mở đất của một thời ông cha tiên tổ có cả bàn tay góp nhặt của mình, mà buồn thiu. Có những điều, lớn rồi cháu mới hiểu được San ơi.

Nhưng khi chưa đợi em lớn ông đã ra đi. Ông mất năm em mười tuổi, một hào hoa sót vụ cũng ra đi.

Anh có biết mình mang tinh thần quý tộc không Gia? Nàng đã ngủ rồi, sau âm sắc cuối cùng, nàng cố luyến dài, như tiếng tự ru để đi vào cõi đó, nàng sẽ mơ gì, trong giấc mơ này, có phải về ông nội, người có đôi bàn tay trắng dài thon thả, ngón hoa vẽ lên tờ giấy bản các nét tiên, hoặc vuông vắn, nghiêm tề, hoặc bay bướm, khoáng đạt, nói lên hoài bão ước mơ của cả một đời con người.

Ông luôn ngồi ở rặng cây dâm bụt mùa đông rồi hè, nhìn ra cánh đồng hợp tác, lá lúa xanh rồi vàng, bông non rồi trĩu, bùn còn sệt sệt bước chân hay mặt ruộng đã đóng chàng màng mạng nhện tháng mười khi mùa hanh khô lại, những ngọn gió đem theo sương muối dải trắng đồng, trắng luống rau cải đang lên những lá non, làm táp bụi cây thì là bà cô trồng ở khoảng vườn cạnh gốc sung.

Ông suýt bị bắn, chính những người làm công trong nhà đã tố. Cụ em nuôi họ mấy đời, phát chẩn cho cả vùng những năm đói, mang cả vàng bạc đổi thêm ngô gạo, nấu cháo phát chẩn cho người nghèo. Họ ùn ùn từ miền dưới kéo lên kiếm cái ăn năm Ất Dậu. Đàn bà con phát trước, chửa đẻ con ưu tiên, trẻ con được nhiều hơn, người già nhớ đến họ, đàn ông, thanh niên khỏe mạnh để sau. Mươi cây số người đứng chờ trước cổng mỗi sáng, họ nấu ăn ở đó, đái ỉa, chửa đẻ, tắm giặt, chờ mỗi sáng được thêm nắm gạo ngô để sống qua ngày. Những khuôn mặt võ vàng, hình hài dịch chuyển, bóng ma ban ngày, năm Ất Dậu.

San mơ về đâu, nàng có nhiều bộn bề của nỗi nghĩ, óc nàng chứa bao điều, Gia đâu biết, chỉ những thứ hiện hình ra ngôn ngữ, anh mới nắm bắt được. San là thế, San phức hợp và phức tạp, San bộn bề và nhiều nghĩ suy rối rắm, San lắm tâm tư và nhiều độc thoại, để rồi anh và cô, như một đường thẳng bất ngờ nối góc, như một cung thanh đứt nhịp gặp lại nhau ở cõi xa ngàn, như hai tuổi trẻ đứt đôi bất ngờ gặp nhau ở kiếp khác. Chúng ta hai thế hệ, hai quãng đời, tuổi tác, hai thời đại, song vẫn cùng chung một khoảng sống này. San gọi là khoảng sống, một trăm năm cũng trong một khoảng sống, nếu thế thì vẫn chỉ một khoảng sống mà thôi.

Như người hàng xóm của anh. Kìa ông bạn, một chai sâm banh nữa nhé, những câu giao tiếp trực diện, bên cạnh lời gián diện, bằng ánh mắt: đàn chim di cư về Bắc, màu xám tro của đám mây, hay sắc hồng của một ráng chiều đỏ sẫm - anh ta hay ngồi ở khoảng sân trước nhà nhìn nó, nhìn gió cuốn những chiếc lá vào thu.

Gia, giá kể chúng ta chết ở chiến trường còn bia mộ, chết ở đây chẳng ai nhớ, những tấm bia người đời còn tưởng đến, cái chết già cô độc nghìn năm sau vẫn bặt bóng tăm chiều.

Anh ta lại trông về phía biển, tiếng còi tàu réo lên, những con hải âu đã mổ nước, lô xô những bước chân nhún mình trên boong cạn, anh cũng là một chú hải âu biến ảo trên một chiếc boong nào đấy và đến Việt Nam mấy chục năm xưa. Tao vẫn nợ Việt Nam của mày một lời xin lỗi. Sâm banh này, hãy uống đi, chết xưa kia thì còn bia mộ. Bóng anh đã lại nhòa sau hàng rào cây táo, chiếc áo đen trùm chiếc lưng bè quá khổ, không đủ che cho một tâm hồn lỗi nhịp sao?

Bầu trời vẫn đây, những cánh chim thiên di bay mải miết mấy chục năm, từ tuổi xuân về thời trung tuổi, từ cảng Houston đến cảng Đà Nẵng, từ quá khứ xuyên về hiện tại, bay qua những trận đánh tóc tang, qua bom đạn, chán chường, ngao ngán, tiếng khóc, tiếng rên, bệnh viện, chiến trường, màu đỏ máu, trắng băng, màu đen đất, bay qua biển bạc, sóng trào của những con thuyền gá tạm vượt khơi bằng cánh buồm rách, nối những tấm áo vá người dân, bay qua những nấm mộ gió vùi chôn bao thủy thủ, bao chuyến tàu tự đóng vươn khơi vào lòng biển cả, trong một cuộc trốn chạy, trong một cơn hoang tưởng mịt mờ, đi tìm vùng đất hứa, hay vùng đất chết nữa đây?

Đàn chim di trú bay qua tất cả điều đó đến tận bây giờ, hai tâm hồn, hai con người, bay qua tất cả kí ức đó đến tận ngày nay. Bao giờ ta chết hả Gia, vẫn khoảng đời sống này, sao mãi vẫn một khoảng đời sống này, ước gì ta mất trí nhớ để tỉnh dậy, thấy mình ở khoảng đời khác, thế kỷ khác, vạn niên khác, thì tốt biết bao, vẫn khoảng đời sống này. Và San cũng nói với anh như vậy, chỉ một khoảng đời này, sống mãi sao?

Hồi tiễn Alex về Việt Nam, Gia vẫn nhớ, nó dừng lại hỏi. Ba có muốn về cùng con một chuyến? Anh lẳng lặng lắc đầu. Rồi ba sẽ ân hận về điều đó. Có thể ba ân hận rồi, song, mỗi người đối xử với nỗi ân hận một cách khác nhau. Ba, con ít thấy người nào sắt đá thế, với quan niệm này, còn mọi điều, ba thật tuyệt, dù thế nào con vẫn tôn trọng mọi quyết định của ba.

Anh thấy con trưởng thành. Hai mươi bảy tuổi, nó phải tự chịu trách nhiệm với mình. Cuộc đời nó, lại những chuyến thiên di của đàn chim di trú tìm sự sống và mưu sinh. Nó bay mải miết từ Mỹ về Việt Nam cho công việc hợp tác. Nó là người Mỹ ít ỏi biết nói hai thứ tiếng thành thục.

Anh đã dạy con nói tiếng Việt một cách trôi chảy nhất, có ngữ điệu, kính ngữ, thành ngữ, âm sắc, ẩn dụ, phúng dụ, nói chơi, nói thật, giỡn đùa, phóng tác. Anh dạy con tiếng Việt bằng tình yêu tiếng Việt thiết tha nhất, như bố Tiên dạy Tiên, dạy cả tiếng trống chèo, dạy ánh mắt lúng liếng của nàng Mầu nơi sân đình rình táo rụng hay rình tình yêu chú tiểu, rình sự tự do và luyến ái, mà thời phong kiến đã bức tử, để nàng Mầu giữa sân đình múa may tay, uốn thân người, ve văn chú tiểu, lúc đau thương thất vọng, lúc sấn sổ dạn dày, lúc lườm nguýt lả lơi, lúc vồ vập vội vàng, lúc gấp gáp hơi thở của khao khát yêu đương…

Nàng Mầu, một sáng tạo tuyệt vời của dân gian, một sáng tạo tuyệt vời của đầu óc bình dân. Giản dị mà cá biệt; thuần nông mà mãnh liệt, đắm say, táo bạo, nồng nàn, khao khát cởi trói, và muốn bật tung sổ lồng, để đến với thứ luyến ái tự do. Người bình dân Việt Nam thật tài cháu ạ. Bố Tiên giảng giải vẫn bằng một điệu tay uốn của cô Mầu nơi chiếu chùa bên cạnh "chàng" tiểu ngồi gõ mõ tụng kinh như không một âm thanh đời nào vọng được vào thế giới nén chặt của "chàng", cả nỗi đau thương bể trầm ai oán nữa. *Này thầy tiểu ơi, thầy như táo rụng sân đình, em như gái dở đi rình của chua, là thầy tiểu ơi…*

Này thì rình của chua… Ông làm bộ ngã nhào vào lòng Kính bằng cú ngã vừa hớ hênh trêu đùa, vừa tung tẩy mà chủ ý của nàng Mầu lẳng lơ đa tình, nhưng thích được coi là chín chắn. Cô Mầu chín chắn, cô Mầu lẳng lơ. *Này thì thầy tiểu ơi…*

Ông làm lại điệu vồ giả nhưng rắp tâm thật của Mầu, động tác của một nghệ nhân chèo dân gian điêu luyện, cùng tiếng phách đánh đúng nhịp nhất vào mỗi hành động ve vãn ở sân đình chiếu chèo nơi làng quê Bắc Bộ mà ông đã sống gần một đời, với tình yêu văn hóa Việt, tình yêu tiếng Việt vô biên.

Thì Gia cũng vậy, Gia truyền tình yêu tiếng Việt cho thằng con, để nó lại làm những chuyến thiên di kiếm mồi và tồn tại của bầy chim di trú từ Mỹ về Việt Nam, khác anh xưa, anh bay từ đó sang đây đến tận giờ chưa một lần bay lại.

Ba ạ, con tôn trọng mọi quyết định của ba. Dù sao với con, ba là người tuyệt vời nhất. Nó ôm chặt anh, vỗ vai, như cách đàn ông động viên nhau mỗi khi hưởng ứng một việc làm. Rồi nó đi, sau lần thuyết phục cuối cùng đó, thuyết phục anh về Việt Nam, rong chơi một chuyến, tìm lại kí ức, quán quê, còn nó sẽ thực hiện công cuộc hợp tác. Tùy ba, con tôn trọng mọi quyết định của ba.

Nó tiếp tục về Việt Nam nhiều lần sau đó nữa.

Ba, con hiểu, ba không yêu má nhiều. Có lần trên tư cách người đàn ông trưởng thành đã thấu hiểu nhiều lẽ đời, có khả năng bàn bạc với người đã sinh ra nó, Alex ngồi đối diện, nói với anh bằng giọng của người bạn nhiều hơn là con. Song, ba ạ, ba chưa từng làm điều gì có lỗi với má, điều này thì con thật trọng ba.

Má Alex, người đàn bà chạy sang Mỹ bằng con bè gá tạm, từ 36 thùng phuy xăng, thế mà rong được mấy trăm hải lý, qua Vũng Tàu, đến hải phận quốc tế, được tàu Nhật Bản cứu hộ, đưa về trại tị nạn Đông Kinh, rồi bảo lãnh qua Mỹ. Ở đây bà đã gặp Gia.

Ba, Con biết ba không yêu má nhiều. Trên tư cách người đàn ông, Alex lại tiếp tục câu chuyện. Gia dụi điếu thuốc vào gạt tàn, để những tia khói mỏng manh tắt hẳn, để cơn gió lạnh bất chợt thổi từ ngoài vườn lại, chui vào chiếc cổ trống, chui vào giữa ngực và luồn sâu hơn nữa, anh ho khục khặc một tiếng, như để đỡ đi cơn lúng túng, sự áy náy, hay không muốn trả lời Alex, muốn nó quên đi những điều đã nghĩ, hay thắc mắc, hoặc chỉ như muốn biểu lộ sự thông cảm, hoặc những lời tâm sự với ba trên tư cách đứa con đã trưởng thành, thì anh cũng muốn quên đi.

Mùa thu rồi, lá ngoài vườn đã đổi sắc đỏ, gốc táo rụng đầy quả chín hồng, và đàn chim di trú đã bay từ biển Bắc về vùng Nam, người đàn ông hàng xóm lâu lâu không thấy ra nhìn trời để lại cảm thán về nỗi buồn kéo dài quá trong cuộc đời này, lại muốn chết nơi chiến trường, viên đạn xuyên xương, thân xác vùi cây cỏ nước Nam xa xôi, còn hơn lê thê đôi chân cho cuộc sống mỏi mệt bây giờ, ánh nhìn vẫn hướng trời, bông nõn trắng của nó chỉ gợi nỗi cảm hoài thì vận mà thôi, mây trắng bay trôi, cuộc đời hư vô như phù vân thiên tải, mây trắng ngàn năm, chỉ đời người như một cái chớp mắt mà thôi. Sao vẫn phải sống hả Gia ? Sống và chết, ở đây và bên đấy, ta và đồng đội, tuổi trẻ và những ngày già, nỗi ân hận và cơn bồng bột thuở xưa. Gia, bao người như chúng ta? Rồi ông lại chìm vào hàng rào ngăn đôi bằng những cây táo, những cây táo nở hoa mùa hạ, ra quả mùa thu, và chín rụng mùa đông, những cây táo vô hình làm hàng rào giữa họ, mà sao chưa bao giờ Gia biết thêm về gã, ở những điều Gia muốn biết thêm hơn.

Anh quay lại nhìn con, khi những cơn gió lạnh đã ngưng, điếu thuốc được dụi đã tắt hẳn trên gạt tàn. Còn con, con kể cho ta nghe về người con gái đó chứ? Đó là lần đầu tiên, anh muốn biết về cô gái của con, hoặc cơn lúng túng làm anh khó xoay chiều, hoặc muốn xoay mòng cậu bé về phía ý định của anh, để nó quên đi những lời tâm giao lúc trước, là những điều anh ít muốn nhắc đến hơn.

Vì Lan chết rồi. Lan chết khi Alex chưa đầy mười tuổi. Lan yêu anh cũng bằng tình yêu của con chó được chủ thương, Lan chăm sóc anh cũng bằng tình yêu của một người vợ được chồng để ý đến. Như má anh, như ba anh, một đời thầm lặng, tưởng yêu nhau mà chẳng phải, tưởng ghét nhau cũng chưa có dấu hiệu nào, họ cứ lặng lẽ đi bên đời nhau, bà gánh cháo bán sáng đêm, ông ngồi sáng tạo, hai con chim khướu mun trong lồng vẫn hót, chú chó đá vẫn đứng canh ở góc cửa chầu, bát cơm canh vẫn đầy mỗi sớm, thì tình yêu giữa họ là có, thì hạnh phúc như thể đong đầy, thì tình già như thể vẹn nguyên. Mà lại không phải. Như Lan ư, má anh. Như anh ư, ba anh. Lan yêu anh cũng tình yêu của một cô hầu được ông chủ cho chăm sóc, tình yêu của con thú cưng được người đàn ông vỗ về mỗi bận, còn anh có yêu Lan nhiều không, thì anh cũng không biết ba anh có thương má anh nhiều không, còn điều này thì Alex đã đoán ra, cũng như anh đoán ra tình yêu của ba mẹ, chỉ có điều, đến tận bây giờ, anh vẫn cứ hỏi, ba thương má có nhiều không.

Alex này, hãy kể cho ta nghe về người con gái đó. Bận đó anh đã hỏi nó, khi những chuyến về Việt Nam của nó cũng dày hơn. Lần về trước, nó nghe chừng vui lắm, và những món ăn Việt được nó phát huy tối đa những lần ba con cùng nấu nướng. Con chán đồ Tây rồi sao Alex? Không phải vậy, nhưng ba biết đấy, yêu một người con gái Việt, thì muốn cả thế giới nghiêng đổ về nàng, từ bữa ăn cho đến ý nghĩ.

Anh có nghiêng đổ về Tiên xưa kia không, và nghiêng đổ về San giờ, anh đâu có biết, nhưng tuổi trẻ thường khác biệt, đó là cái bận, đã mấy năm, hồi đó anh hỏi nó, cô gái của con thế nào Alex. Là cô ấy cũng bình thường thôi, nhưng với con là cả thế giới, cả thế giới của con đấy ba ạ. Tóc cổ dài chứ? Vì anh nhớ đến Tiên. Tóc cổ ngắn không ba à, nhưng với con, cô gái Việt nào cũng đẹp. Khi yêu, cả thế giới nghiêng đổ về nó thật, như những gì thuộc về Việt Nam đều nằm trong vòng kiềm tỏa của cảm xúc nó. Đó là những lần hiếm hoi anh hỏi về cô gái Việt, như một lần đỡ cơn lúng túng, như che giấu đi những áy náy tâm can, khi bị nó bóc mẽ và lột trần, việc anh không yêu má nó nhiều, dù nó có cho rằng nó hiểu, những người đàn ông luôn hiểu nhau ở cảm xúc yêu đương đi nữa, thì anh vẫn áy náy, nên câu chuyện đá về việc yêu đương của nó, cũng là một lẽ vô tình mà thôi.

Tóc cô ấy ngắn mà rất Việt Nam.

Tóc Tiên dài, tóc San sau này cũng thế, vướng vít vào anh một đời…

Còn Alex, từ lâu lắm đã không về Việt Nam.

4.

Một cuộc lên đồng tập thể, rùng rùng rung chuyển làng quê. Những ngọn cây, tổ chim rơi tao tác, con mẹ bay xác xơ, tiếng kêu thảm thiết rời nơi trú ngụ về phía rừng xa, những đàn cò vẫn gặm sương đêm tối, giờ rũ cánh bay mải miết về hòn Am Vãi. Quê mình biến rồi cháu ạ. Con nghê canh cửa đình bữa đấy cũng đỏ rực máu ở hai đầu mắt. Người ta thấy nó đi lại, tung bốn chân chạy lồng như ngựa phi nước đại trong cái chuồng chật, hai mắt đỏ máu long lên. Ông Từ trong đền đã trốn. Quê mình không còn thánh thần, trẻ già không còn nơi trú ngụ, quê mình chỉ còn ông đội uy phong, hùng dũng, súng ống và dùi cui.

Thằng B là địa chủ lệnh đem bắn, tên A nợ máu với đồng bào đem ra đấu tố, bà C có thâm thù với giai cấp bần nông cần xử tử. Ông đội to hơn Đức Ông, to hơn con nghê canh đình. Đức Ông đã trốn. Con nghê không còn thiêng, những vòng chạy cuồng chân đã dừng lại, bước ngựa phi bất mãn đã bị trói vào vòng kiềm tỏa, chỉ còn ông đội súng ống đằng đằng. May cụ cháu đã kịp chết vì bom thả trước khi cuộc đấu tố xảy ra. Còn ông bà, ngày nào cũng phải lên đội trình diện, để cắt đứt với phần tử Việt gian, để điều tra, xét hỏi, xem nợ máu với nhân dân bao phần.

Bố cháu phải ở nhà trông hai chú. Chú Ngọ lúc đó chín tháng, chú Đức lên ba, bố cháu lên năm, bác cháu mới mười hai phải đi mót bắp. Những nương bắp người ta trồng dọc bãi bờ, con sông, bìa làng, bác theo đoàn người cắt những cánh rừng, đi xuyên sông, xuyên đồi, đến vùng mênh mông, mót những hạt lép sót lại, mà người làm công tuốt chưa hết. Ngày được hai kí, đem về nấu cháo nuôi cả gia đình. Chú cháu không chịu được đói đã bỏ nhà mình đi. Buổi tối bà về bế con thấy lạnh ngắt.

Em con chết rồi - bố còn nhớ, bà nói vậy, ngày bố năm tuổi, được giao nhiệm vụ ở nhà trông các em. Bố chỉ biết đặt em ở giường mặc em khóc. Bà cho con bú bằng chiếc vú lép chắt sữa bắp từ hai kí bác con đi mót mấy ngày đêm đem về, rồi lại cùng ông lên đội trình diện từ gà gáy đến đêm khuya.

Vì cần giữ mạng sống để nuôi một bầy con. Ông bà nhờ bố, đứa trẻ năm tuổi, trông chừng hai đứa em. Chú Đức con đói quá vặt mướp non nhai. Vì say nắng, say sắn, măng, những thứ vớ được ngoài vườn bãi, hay say mướp non mà sùi bọt mép. Ông đội Cần qua, trời ơi, sao khổ thế này. Ông vội về nhà nấu cháo mang sang, bón cho thằng bé chín tháng đang lả đi, bón cho đứa bé ba tuổi đang nằm quay đơ vì say sắn. Sao khổ thế này? Suỵt, đừng hé răng nói với ai, kể cả bố mẹ cháu, ta sang bón cháo cho mấy đứa nghe không?

Mẹ cha ta về biết sự việc, cũng chẳng cần hỏi, họ khóc vì nghĩa tình trong cơn hoạn nạn, hay người sống muốn làm chó còn dễ hơn làm người trong thì tao đoạn này. Mấy ngày sau thì chú Ngọ con chết, chú hắc hắc trên tay ta rồi chết. Năm tuổi, ta đâu biết đó là cái ngáp cuối cùng của đứa em đói ăn, ta nhảy chân sáo vui chơi vì có quả bầu non nén chặt bụng, nghĩ đứa em say ngủ cả ngày ngoan để ta chơi, mẹ ta về sờ em và khóc, em mất rồi con ạ.

Bà không dám khóc chú. Hai người lặng lẽ đem con ra vườn chôn. Họ thức cả đêm để gà gáy lại đưa nhau lên đội trình diện. Bác con vẫn đi mót bắp cùng dân làng, bị người ta cướp hết chỗ bắp trong cả một tuần rẽ rừng kiếm thứ thức ăn ít ỏi nuôi cả gia đình. Người ta không cho con vào ngủ nhờ, vì dòng giống địa chủ, con phải ngủ ngoài rừng, muỗi đốt đỏ người con, họ trút hết giỏ bắp của con, hu... hu. Tiếng khóc của đứa bé mười hai hòa cùng tiếng khóc của hai đứa nhỏ tưởng đợi anh về sẽ kiếm một bữa cháo no nê như lời mẹ nó dụ. Người mẹ chỉ còn biết ôm ba đứa con vào lòng và cắn chặt vành môi đỏ máu.

Thế này thì không chịu nổi nữa. Nửa đêm bà xắn quần võ ruộng, tiếng cuốc bì bõm, át tiếng khóc bầy con đói, át tiếng bụng sôi ọc ọc, át nỗi cay đắng, cục cục cục, bà cuốc cả đêm. Hôm sau tên đội đằng đằng sát khí đem vũ khí đến. Bà con chống nạnh, tôi không đi, làm mẹ để con chết đói à. Không đi ông bắn. Bà con ưỡn ngực gào lên. Ức hiếp người ta như thế đủ rồi, mồ con tao chưa tươi cỏ kia, ba đứa này cũng sắp chết, ức hiếp tao như thế đủ rồi, giỏi, mày bắn đi. Bà ưỡn ngực, mắt vằn lên như con nghê đổ máu chảy ròng, tiếng thét đau thương như loài thú bị hành hình đổ huyết. Có giỏi thì bắn đi. Tên đội lịch kịch chạy về, lấy thêm người và súng, hai hôm sau thì được lệch sửa sai. Bác con mười hai tuổi gầy như dải khoai, người đầy vết muỗi và chi chít sẹo do cây rừng chọc, chú Ngọ con chín tháng tuổi đã chết đói, bố và đứa em ba tuổi còn lại nép sâu vào lưng bà nội, nhờ cánh rộng mẹ gà che chở cho cơn hoảng loạn tuổi thơ.

Tiếng kể của bố em lồng trong tiếng kể của ông em, tiếng kể nào trước, tiếng kể nào sau?

Và giọng lồng đó San cũng đang sử dụng để kể cho anh nghe giờ, về cuộc đời gốc gác thân phận địa chủ của cô.

Em là con địa chủ. Người ta bảo con cháu địa chủ thường giỏi và tài lắm. Em có tài không anh? San quay người lại nhìn anh và cười. Tinh hoa nào cũng cần được trân trọng, tinh hoa phải cần cả ngàn năm mới xây dựng được, phải không anh?

5.

Tao còn mắc nợ Việt Nam. Giôn lại ẩn sau hàng rào cây táo, mỗi lần anh có rượu mới ngon, mỗi lần, tiếng dương cầm cất lên bên đấy rồi vội vàng đứt gãy, thể nào cũng thấy anh trở ra ban công, ngồi bên hàng rào, nhìn lên trời xanh, ngắm những đàn chim di trú, ngắm những tơ bông nõn trắng bay mải miết về chân trời, hoặc nếu có sâm banh, anh sẽ gọi, ê Gia, đừng làm gì nữa, ra đây, ra đây nào, rồi bày ra năm quả mận, một nhúm muối, con mực khô, như cách chúng mày nhậu ngày xưa nơi quê nhà phải không, tao học được điều đó, học được cách làm ma men, từ ngày rời Việt Nam.

Uống một ngụm đi Gia. Tao nợ Việt Nam nhiều quá, cả tuổi trẻ chiến trường, tháng ngày chinh chiến, người dân chết dưới làn đạn, tên tù binh Cộng sản núp mình dưới bờ ruộng nước, ướt sũng áo quần, bị xiên bởi lưỡi lê của tên lính đánh thuê người Thái, những con chó đói hoang chạy dọc những cánh rừng vùng nhiệt đới, những đứa trẻ đã gần kề thiếu nữ vẫn cởi truồng, và những bà già vẫn đi bán dâm trên chặng đường thiên lí hành quân của những đoàn quân viễn chinh. Việt Nam.

Mày hay về không? Anh dừng lại nhìn Gia. Đó là câu hỏi đầu tiên động vào quyền riêng tư mà anh tự cho phép; hoặc đã nghĩ, sự thân thêm một chút, khiến có thể hỏi những câu riêng tư hơn. Gia không đáp, nhìn theo những đám mây trắng trôi, đàn chim di cư, những con bướm vờn trên cây tí ngọ, ngài của nó đã nở rồi, đập liên hồi những cánh mỏng yếu ớt vào thân cây. Anh như loài côn trùng vừa ra khỏi kén, loài vật yếu ớt vừa ra khỏi tổ mẹ. Anh không trả lời, để những cơn run rẩy của tâm tư yếu mềm hơn trong ánh nhìn người bạn.

Đàn cá hồi vượt đại dương ngàn dặm, vượt dốc thác cheo leo, vượt những cơn sóng dài, để trở về với cố quốc?

Nó đi một dặm dài thiên lí, qua trùng dương, qua lạnh nóng của bao nhiêu khoảng thời tiết, vắt kiệt mình cho một chuyến thiên di, chỉ để về lại nơi đã sinh, quặn mình để ra những dòng trứng, rồi nằm chết cho một lần tái sinh, hay là hiến tặng nữa, nó đã hiến tặng giống nòi cho Tổ quốc, còn anh?

Con bướm kia cũng nở ngài rồi bay đi, cái run rẩy của nó rồi cứng cáp, những cánh yếu mỏng rồi lại chấp chới, để một ngày lại vượt ngàn trùng xa, cũng đi những thiên di vạn dặm, ngược vùng nắng gió, ngược thời tiết ẩm ương, để về lại quê hương. Còn anh?

"Tôi muốn ở một mình". Hồi đầu mới sang, anh luôn rơi vào trạng thái sang chấn tâm lý. Một mình, đó là từ luôn vang lên trong đầu anh rõ nhất. Làm việc một mình, nghỉ ngơi một mình, ăn uống một mình, thưởng thức nghệ thuật một mình, đi dạo một mình. Nhu cầu một mình lớn đến nỗi, khi có mẹ Alex, đôi khi anh nghĩ, cô đã hút hết không khí của anh, không cho phép anh được vẽ, được viết, được tư duy, được ngắm bầu trời tự do, được cả thở.

Không khí xung quanh anh chật chội quá, mọi lỗ nhỏ cũng đều bịt kín bằng tiếng khóc trẻ con, bằng tiếng cạu nhạu, lá vườn thì dài quá không có ai tỉa, tuyết thì lại đã kịp rơi, mùa thu về nhanh như tuổi tác đời người, mùa thu đến nhanh như mái tóc kịp điểm sương của người thiếu phụ, mà cô còn chưa sống được là bao, qua cơn bão của đại dương trên con bè sắp đắm, đến được mảnh đất tự do thì rơi rớt mất hồn người hơn nửa. Cái thứ tự do tự huyễn hoặc, tự do vay mượn, tự do lấy của người khác làm làm tân trang tô điểm cho bộ mặt vằn vện kỹ nghệ trang hoàng những nét vẽ kẻ nguệch ngoạc và quá đà, rồi tự nhận mình là tự do ấy, cô không muốn, cô không thích?

Lan cũng có cái trầm tư giống anh, sự sâu sắc nhất định, chỉ có điều, tần số của anh không cùng cô, sóng hạ âm của anh nằm ở phía khác, cái từ trường của cả hai không bắt điệu với nhau, anh đã cố cất cái anten cao nhất của cảm giác, để bắt nhịp được Lan, nhưng nào được, cái ăng ten xúc cảm nó hướng về nơi khác, nơi quê nhà, nó hướng về nước Pháp xa xôi, nơi anh đặt chân đến bao lần, nhưng chưa một lần dám kinh động thế giới bé nhỏ ở vùng ngoại ô mà Tiên đang sống. Tần số âm học của anh không bắt nhịp được với Tiên, bằng chứng, anh có đứng ở cây cầu Alexandre III, nối vào đại lộ Champs Élysées, sẽ rẽ sang khu phố Tiên ở, nhưng chưa một lần anh gặp lại cô. Cô không bắt được sóng âm anh phát ra của nhớ thương, hoài cảm, Tiên chưa một lần lên cầu chỗ anh đứng. Sóng âm học của anh khác biệt cô rồi, từ trường trái đất lớn mạnh át cả từ trường hai đứa, hoặc tần số cộng pha của hai người lâu và xa quá, lạ quá rồi chăng?

Tao đã cố nằm mơ nhưng chưa bao giờ gặp lại nàng. Giôn có lần cũng tâm sự với anh về người tình Á Đông bé nhỏ, mông cong, ngực nở. Cơ thể mọc lên những thứ trời cho, báu vật đẫy đà. Làn da bánh mật như đường mía và ngọt lịm ngọt lìu, thứ vẫn thấy ở những lò mía vùng Quảng Nam, mà mỗi lần hành quân qua, Giôn được dân làng đãi. Cảm tưởng tiết trời và gió cát vùng khí hậu nhiệt đới ngậm hết lại thân thể nàng, tính tình nàng, làm nên một vẻ đẹp Á Đông, nồng hậu, ngọt ngào và ngon quá đỗi, để anh thèm nếm thử lại một lần.

Chắc chết trên biển khi di tản rồi, tao đoán chắc điều đó, nếu không, tiếng hú dài của tao hằng đêm cô ấy phải nghe thấy. Loài sói bắt được giao tần của nhau từ tiếng hú, nhưng Xuân thì không. Tao đã hú cho cô ấy nghe, khi cố bắt chước bầy sói hoang vùng rừng núi Quảng Nam, cổ bảo, khi về bên ấy, anh nhớ hú gọi em. Tưởng đùa mà thật. Tiếng tru cất lên mấy chục năm nhưng nào còn ai thấy, con trăng vẫn lặn rồi mọc, biển Bắc lại bờ Nam, con nước vẫn duềnh lên rồi hạ xuống theo mùa, bờ Bắc rồi biển Nam, chỉ có hai người là xa nhau mãi mãi. Nếu còn sóng điện từ họ đã nhận ra nhau, dù cách xa hết nửa vòng trái đất, tao tin vậy, nên cô ấy chỉ có thể đã chết trên đường di tản rồi Gia ạ.

Đàn chim đã bay từ phương Bắc về lại Phương Nam, những con én đã làm tổ trên nóc nhà Gia, những con non đã lại sinh ra và chờ mẹ mớm. Nắng lên rồi, cành cúc hương đã nở những bông hoa màu mận tía, bông cúc quỳ đã phô hết vẻ rực rỡ thanh xuân, như cuộc đời con người, đẹp nhất vào lúc rộ, và đàn én bay qua biển Bắc để về biển Nam, ngàn dặm cánh bay theo từ trường phương hướng, nó bắt nhịp với từ trường trái đất để điều chỉnh độ bay, hay quê hương in dấu lên từ trường đôi cánh, để sải ngàn dặm cùng thân thể bé non, bay qua vùng biển Bắc, qua sa mạc cằn khô, lại về ấp trứng nơi quê nhà và để bầy con để lại chờ ngày ra ràng và sải cánh, để từ trường quê hương lại in dấu trên thân thể chúng, kí hiệu quê hương mã hóa vào giác quan chúng, để ngàn dặm cánh bay vẫn tìm được đúng nhất về cội nguồn, nơi sinh - bờ Nam nắng gió.

Bờ Nam của anh đâu rồi. Nước Nam đâu rồi, ngàn vạn xa cách, và từ trường quê hương, từ trường tình yêu, và Tiên, và Lãng, và bao con người, từ bao giờ anh đã đứt từ trường mạch nối với quê hương?

*

Tiếng còi tàu, nơi nào chẳng giống nhau, những giọt nắng cũng vậy, mảnh vỡ của thủy tinh và những đàn chim. Ngày mới sang, Gia hàng tuần chạy xe về Boston để được nghe tiếng còi tàu, tiếng còi gọi về ký ức, nơi ga Sài Gòn, tiếng còi di chuyển chuyến Biên Hòa - Long Khánh, tiếng còi Huế ngày anh hành quân, tiếng còi nào chẳng giống nhau, ở những con tàu mang xa xôi nối liền kí ức, mang hoài niệm theo năm tháng đi xa, mang những con người lại gần hơn giao cảm, mang cuộc đời hoặc trôi dạt mãi chốn xa. Con tàu đi xa, con tàu chở về, con tàu chia ly, con tàu đoàn tụ, con tàu ngáng trở cách ngăn, con tàu gặp mặt kết đoàn. Nắng ở nhà ga, nắng ở viên sỏi cuội, nắng dưới đường ray, mái hiên che và những chiếc ghế đá chờ. Chao ôi là quê hương.

Đoàn tàu nào chẳng đưa chuyến, nối liền nhớ mong con người và vùng đất, nối những hẹn chờ và khắc khoải. Con tàu quê hương cũng vậy. Đàn chim xây tổ trên nhà ga, hạt nắng đậu quanh thân tàu, và đường sắt, quanh co cánh rừng, trải dài cánh đồng, và xa xôi eo biển thẫm rì, núi cao, vực sâu, kênh rạch, bến bờ. Mải miết của con tàu hay mải miết của lòng người, chiều nay giẫm vào vệt nắng quê, chiều nay nghe đàn chim tích tích tiếng quê, nghe giọng thủy tinh vỡ ùa về quá khứ, giẫm lên bóng cây mà ngỡ tưởng đang đứng ở một bờ sông nơi tỉnh thành, phố thị, nhìn sang ngang bóng con thuyền chở cá, chở tôm, chở dừa và chở mắm, chở má, chở dì, chở các em bé đi bán dạo trên các vòm sông. Chao ôi vẫn giọt nắng quê nhà, đàn chim tích tích, bóng nắng giẫm chân, và tiếng còi tàu hoảng hốt mỗi đêm khuya, mỗi chiều đứng bóng, quê nhà sao chẳng phải chốn quê, quê người sao vẫn thấy thân thương.

Lại muốn đứng ở nhà ga tỉnh lẻ buồn, nghe người đàn ông mù lướt trên những âm giai, tiếng đàn tài tử đi qua cả khứu giác, đi qua thị giác mù lòa, qua xúc giác đôi bàn tay run rẩy, truyền sóng âm vào não, vỡ òa cảm xúc cho người nghe, truyền âm giai vào tận quá khứ, nối liền với tài hoa đau đớn kiếp nào - đành vùi thân vào nghệ thuật, thét lên tiếng khóc, thương kiếp lạc lầm, xác chôn quê người, như nàng Kiều, kỹ nữ, ở tiên sinh xưa trót mê tiết tấu, để cả đời bất hạnh bởi những âm thanh, giờ truyền vào linh khí người nghệ sĩ mù, thổi hồn chết vào thân thể sống què, ốc mượn hình hài để bật nảy tâm tư chăng?

Ông vuốt tay lên những phím lụa, âm thanh vỡ ra, âm thanh trong veo của nước chảy thau đồng, âm thanh rộn ràng hơn cả tiếng tích tích của bầy chim, âm thanh giòn tan hơn tiếng cười thiếu nữ. Người đánh đàn xẩm sờ quên cả rồi, kiếp đau thương từ quá khứ đến giờ, quên nhà ga nhốn nháo hoặc buồn tẻ, quên giọt nắng ngủ vùi trong đôi mắt lòa mù sinh bẩm, mùi thơm cất ra từ hàng phở, thứ xa xỉ nhất nơi tỉnh lị nghèo, quên những nàng thiếu nữ lắc hông dịu dàng uyển chuyển trên những sân ga chờ. Chỉ âm thanh còn lại, năm cung gợi về cả giốc, thương, chủy, vũ, năm cung của nhớ mong khắc khoải đợi chờ, tiếng nào ngựa phi, tiếng nào binh khí, tiếng nào mẹ ru, tiếng nào hoà hợp, tiếng nào khúc Nam Phong thần Ngu gảy cảnh thái bình. Chao ôi cố quốc, chao ôi những ga tàu...

PHẦN BỐN

CHƯƠNG I

1.

Con sinh ra đã là giọt nước buồn/ giọt nước đó chẳng đủ quên lòng mẹ...

Đã có những ngày trẻ nhỏ, con nghĩ vậy.

Những khi ông bà đi công tác, cố đi chơi, con ngồi lại trong ngôi nhà mà con lớn lên từ nhỏ với bao kỷ niệm. Chiếc bàn này, chiếc ghế kia, bậu cửa sổ có giàn tóc tiên đỏ, và cây trà rừng nở hoa vàng hắt bóng vào vạt sân phía đám cỏ gà đang cho ra những nụ mập tròn béo múp, làm trò chơi cho đám con nít. Mùi nồng nã ẩm ẩm của đất sau mưa bay lại, mùi thum thủm từ vại tương cặn đổ đi của nhà hàng xóm chuyên làm tương bán quanh năm ở ga Hàng Cỏ bay vào, ngôi nhà đó, bậu cửa kia, chiếc tủ búp phê có để con búp bê bé nhỏ ngày mẹ đi lưu diễn ở Liên Xô mang về, chiếc đồng hồ quả lắc bằng gỗ đã lên màu cánh gián, vẫn kêu lên từng tiếng, chưa lệch một phút giây nào trong mỗi khắc giờ, tất cả mọi vật gắn liền với con, với kỷ niệm về ông, về bà, về cố, ít nhiều có các em.

Còn mẹ, mẹ đâu, ba đâu, con không thấy, không có. Con búp bê, chiếc đồng hồ quả lắc, chút gì có bóng mẹ xưa, những món quà trong những lần lưu diễn, nhưng sao vẫn không hề thấy bóng dáng của mẹ và ba trong ngôi nhà này, trên bức tường kia, bên giá sách con ngồi học bài, trong cái nệm bông trần qua mùa đông, trong chiếc mũ nan con đội hàng ngày, trong chiếc dép tiền phong có khi quai đứt, nơi nào mẹ, nơi nào ba.

Ơi dòng sông có đục có trong/ cha ở nơi nào phía đầu con nước/Tổ quốc chia hai, mẹ ba đôi ngả/ đàn chim sao không hát khúc tụ bầy?

Tuổi nhỏ, những lần hiếm hoi, mùa hè hoặc dịp tết, con được về khu tập thể ở với mẹ, sau khi con lên chín, lúc đó mẹ đã xong một chuyến công tác dài, bố An cũng trở về từ những mặt trận, các em có thể vẫn ở vùng sơ tán hoặc được đón về ít bữa, là khoảnh khắc gia đình đoàn tụ ấm êm nhất. Những bữa cơm, tiếng đàn của mẹ, giọng kể chuyện của bố An, tiếng thằng Ngọc khóc, tiếng con Tâm mách tội, tiếng chó và mèo, tiếng đuổi nhau lô xô của bọn trẻ phía cầu thang khu nhà tập thể, tiếng lạch cạch hứng nước của những ông bố dưới sân, để những chiếc chậu va vào nhau choang choảng, vài cô đứng tám chuyện sau những lần xung phong vào mặt trận biểu diễn trở về, đứa trẻ nào thiếu bố đứng núp mình sau lan can, nhiều ông chồng không về sau những mùa chiến dịch, thì hiếm hoi giây phút con có bố. Hồi à, ở chơi với mẹ và em xong, con lại phải về với ông bà để học, mẹ lại sắp chuyến công tác dài, bố lại phải đi vào khu Bốn để lấy tin, hai em con lại chuẩn bị đi nhà trẻ nơi sơ tán.

Tuổi thơ của con là những chiều khắc khoải đợi ông bà, nhiều hơn đợi mẹ và bố An, đợi hè đến, tết về, được mẹ đón sang khu tập thể nơi các cô chú Văn Công sống, để ở cùng bố mẹ và các em.

Hạnh phúc rồi, mẹ đẻ em ra/ với người đàn ông phía sau nỗi hận/ những lúc vui hay những lúc mẹ buồn/ xa lạ rồi con thành kẻ ở đâu?

Nó là con ai? Cái thằng ba nó chạy sang phía bên kia. Tệ thật. Đang hoạt động ở vùng Bốn, học cùng trường chúng tôi nơi kháng chiến, tham gia đoàn văn công, thậm chí được lên Đà Lạt học trường Võ Bị, thì chạy vào phía trong. Sao bảo có thâm thù gì với cách mạng. Cũng đâu biết, chỉ biết hai người anh hắn bị giết. Ai giết? Sao mà biết, nhưng có vẻ liên quan đến Việt Quốc.

Cũng tội. Thời thế biết làm sao, căn bản phải vững lập trường, ông không thấy cuộc cải cách ruộng đất à, buộc con tố cha, vợ bắt chồng giao nộp, thời thế mà, song căn bản vẫn phải vững lập trường cách mạng.

Đó là những lời nói, con nghe được ngày còn ở khu tập thể Văn Công của mẹ, ở khu nhà công chính của ông bà, ở một quán bia Bờ Hồ khi bố An dẫn con ra cùng đám bạn, ở cả hàng ngô quạt, khi mẹ dắt tay con ra mua một bắp, cho ấm mùa đông, khi đợt rét đầu mùa đài mới báo, thì những mũi nhọn vẫn chĩa vào con.

Anh đâu sợ, chỉ lo cho thằng bé. Vì em mà anh liên lụy. Họ có làm gì mình thì cũng kệ, phó ban hay trưởng ban với anh đâu là vấn đề, vấn đề là mình đã sống hết mình với thời đại, với vận cuộc của dân tộc em ạ. Nhưng vì mẹ con em mà anh khổ. Nếu vì khổ anh đã chẳng lấy em và yêu thằng bé như con.

Tiếng khóc thút thít của mẹ trong căn phòng có hai giường ngủ, tiếng bố An vỗ về, con Tâm, thằng Ngọc thì bé quá, và mẹ ngỡ con đã ngủ say. Ngoài đường, từng đợt gió mùa đông thổi dài những chiếc lá bàng lao xao đuổi nhau chạy dọc ngõ phố kêu lên những tiếng không khốc khô lạnh. Tiếng rít của từng đợt rét vào hàng me hai bên hông khu tập thể đập vào hàng cột điện kêu lên những tiếng lắc rắc. Chiếc chăn đơn của con không đủ ấm, chiếc chăn đôi của bố mẹ cũng không đủ ấm. Tiếng thằng Ngọc thở khẽ, tiếng rít mạnh của chiếc mũi con Tâm bị viêm phế quản từng hồi. Con nằm im như chịu trận, và sợ bố mẹ thêm buồn, mùa đông Hà Nội cũng có những ngày tê tái thế.

Ơi dòng sông có đục có trong/ có nớ có ni bên bồi bên lở/ phù sa cõi cằn êm trôi cuộn xoáy/ kí ức nào cho hạnh phúc mẹ nay?/ Con sinh ra đã là giọt nước buồn/ giọt nước đó chẳng đủ quên lòng mẹ/ con giống người ở phía đầu bên nớ/ nhìn mặt con lại ra mặt ba xưa...

2.

Hà Nội, mùa đông nào cũng chán. Bầu trời âm u, như sụp chiếc nồi đã lỡ đun nhọ lên cả một vùng không gian ảm đạm, gió rít từng hồi thổi dài kin kít qua đường nhựa, sang cánh đồng, thổi tắt lùn rơm bọn trẻ trâu khoai nướng, thổi tắt cơn ho cụ già áo bông trần lụ khụ miếng cau, thổi vào nỗi nhớ được tìm ba của con.

Mày có muốn đi tìm ba không Lãng?

Thằng Trần nhà cô Liên đoàn chèo, ghé tai con thì thầm trong buổi mẹ đi vắng, bố đi chiến dịch xa. Làm cách nào? Phải gom tiền. Nhưng tao không có. Tao có cách. Và kế hoạch đặt ra tỉ mẩn như Sherlock Home phá án. Nó có bộ óc kì tài của nhà khoa học tác chiến, của vị tướng quân sự tài ba vạch ra chiến lược. Những thằng trẻ con Hà Nội ngày đó đứa nào cũng như một vị tướng tài ba.

Giờ phải gom tiền mới đi tìm được ba chúng ta. Tao cũng không có ba, bà tao bảo vậy. Người dạy đàn tao mỗi tối mà mày biết chỉ là bố dượng. Ông đánh tao nhiều, mỗi khi tao đàn sai. Tao ghét ông. Nó đưa bàn tay sần sùi vết sẹo của những lần nó nghịch dao, nghịch que cây, nhiều hơn là những vết bị đánh. Những thằng bé Hà Nội ngày đó luôn có cách bi kịch cuộc sống của mình lên đến cường độ bằng sự thậm xưng của những câu chuyện ly kì phá án hoặc trinh thám Sherlock Home, như kiểu, ông bắt tao đánh đàn suốt buổi không lúc nào được đi chơi, muốn ra đánh đáo cùng bọn mày cũng khó. Hết học ở nhà lại cắp đàn nhảy xe điện lên phố Tạ Hiền học ông thầy Cẩm. Thầy Cẩm còn nguyên tắc hơn ba dượng của tao. Không ai thương tao. Tao đến thế giới này đâu phải để chơi đàn và bế em. Mình phải đi tìm ba thôi Lãng. Chú An cũng không phải ba mày, ba mày ở trong Nam ấy, mẹ tao bảo vậy, nên mình phải đi tìm ba, chỉ ba mới yêu thương chúng mình.

Đất trời sụp xuống, lên tám tuổi con chưa từng biết có ai ngoài bố An, ông bà không nói, cố không bảo, mẹ chưa bao giờ hé lời, hoặc do sự tổn thương của bao đứa trẻ ở khu tập thể Văn Công này có ba rồi không còn nữa, họ đi mặt trận, người đi lính trơn, người công tác văn nghệ phục vụ chiến trường, người mất tích, kẻ hy sinh, tiếng khóc vang từng đêm, những ngôi nhà chỉ còn người mẹ, lời xầm xì vì người đàn ông khác ghé qua từ bận đó, những đứa trẻ tổn thương chỉ muốn giết người và giết hết họ. Những đứa trẻ có ba không về. Và con cũng vậy.

Bằng cách nào? Tao cũng thấy bố An không thương tao. Sự nhạy cảm hay thậm xưng quá trớn, tự đặt mình vào bi kịch của những cái đầu nhiều phiêu lưu hơn là thực tế, nhiều ảo tưởng hão huyền hơn là đời thực, thì lúc đó cả thế giới như quay lưng, cái áo bố An mua sao màu chẳng đẹp, đôi dép bố An sắm sao xấu hơn đôi của bạn bè, và lời mắng của bố bao giờ như cũng nặng hơn so với hai em, và nhiều điều nữa để bi kịch tăng lên.

Phải dành tiền, bắt đầu từ ăn sáng, sau đó là những thứ khác. Buổi tối sau thằng Trần nhặt được tiền của một đứa trong liên đội thiếu nhi, nó lặng lẽ giấu đi cho kế hoạch vĩ mô lên đường tìm bố, mà con tin, bất cứ một đại tài quân sự nào cũng không thể có kế hoạch tỉ mỉ, chỉn chu và lâu dài như thế, bằng những đồng tiền nhặt được đầu tiên. Nhưng không may cho nó, hay không may cho khát khao tìm bố trong bí mật của hai đứa trẻ lạc loài ở thế giới quay lưng, thiên hạ phỉ nhổ, và đồng loại vô tình, mà chị liên đội trưởng biết được nguồn gốc của những đồng tiền rơi nằm ở đâu, câu chuyện bại lộ, ý đồ bại lộ, con đường tìm ba bại lộ, kế hoạch vĩ mô bị phanh phui không còn gì là bí mật nữa, sự thất bại đầu đời của hai tâm hồn non nớt nhiều tổn thương.

Hôm đấy con bị ăn cái tát đầu tiên. Mẹ ôm con khóc. Mẹ khóc cả đêm. Tiếng khóc vang động tâm hồn trẻ thơ, ngày con tám tuổi, và lần đầu biết bố An không phải bố đẻ mình.

3.

Những chàng trai chưa trắng nợ anh hùng, chẳng có áo hào

hoa cùng phai gót ngựa chiến bào, tóc còn xanh và da còn trắng quá, đôi dép cao su thít chặt lòng bàn chân, chiếc ót cắt tỉa gọn gàng, bàn tay vẫn lem dấu mực. Chúng mình còn trẻ quá, da sáng, mắt trong, môi hồng, và nụ cười vẫn lóa lên mỗi khi nhìn đồng đội. Chúng mình chẳng cần một tiếng còi hối thúc non sông, không chờ ngày khải hoàn dân tộc, vẫn lên đường theo mộng nghiệp tổ tiên, theo tiếng gọi ngàn năm sử sách, ý chí thống nhất, khát vọng độc lập, sứ mệnh giống nòi, bao bàn chân trần đạp đất, xẻ rừng để nối liền huyết mạch non sông. Những chàng trai chưa trắng nợ anh hùng, hồn Tổ quốc vẫn thở nồng trong huyết quản, phải không Cầm. Mắt mày vẫn trong, da mày rất trắng, miệng cười chiếc răng khểnh như con gái, bắp tay mày to, bắp đùi mày chắc, ngực mày nở, mày đu xà đơn là nỗi thèm thuồng có bao lứa gái, mày đi vào chiến trường, bằng bài thơ viết dở chưa kịp gửi báo in.

Lứa chúng ta /lên đường vì tổ quốc/ con sẻ ơi cứ đứng hót phía đầu hồi/ nơi mẹ ta ngồi chải tóc/ em ngồi bắt rận cho con mèo hoa/ con chó quấn lăng xăng thềm nắng/ cây na vườn gọi những quả mắt xanh/ lũ chúng ta/ lên đường vì dân tộc/ để lại dòng sông Cộc/ chảy vào trang sử xanh/ để lại bóng em bên mành/ ngồi hát bài ca ta ra trận...

Dòng sông Cộc, nơi miền quê chúng mình về ngày sơ tán, Cầm còn nhớ ư?

Mình bỏ lại Hà Nội, phố dài leng keng tàu điện, những đứa trẻ nhặt sấu dọc đường Phan, bà cụ già gánh cháo chè rao dọc ngõ, ông già mù ngồi lần giở những trang tử vi. Hà Nội đẹp và buồn, Hà Nội những mùa đông chẳng đủ ấm bao giờ, Hà Nội áo mỏng, mũ rơm, Hà Nội chân trần đi khắp chốn, Hà Nội những đứa bạn ta ôm đàn nhảy xe điện vào phố theo học một ông thầy, hoặc quẹo ngõ nhà thờ để gặp Cô Phương dạy họa, hoặc lóc cóc đạp xe đến trường để thị kiến buổi giảng tập của sinh viên. Bố mẹ chúng mình mong cầu gì, họa sĩ, nhạc sĩ, nhà thơ ư?

Mày ra đi hôm trước, tao lên tường hôm sau, để lại bài thơ dở dang chưa kịp gửi, để lại vở kịch đang công chiếu dở trong nhà hát.

Chúng mày ơi, vở kịch của tao đấy, nghe rõ không? Tiếng mày mờ đi hơi nước, Hà Nội vào đông, những sắc phố nặng thêm mùi rét. Nhà hát đang công chiếu vở kịch của tao. Ngồi trên chiếc xe quân sự chờ chuyển bánh, mày đã nghe tiếng giới thiệu xuyên tường vọng ra. Vở kịch của tao đó, *Những đứa trẻ chơi nơi hiên nhà*. Tao đã nhờ chú Trần Vệ phổ nền nhạc.

Những đứa trẻ chơi bên thềm nắng, cạnh chú mèo già, bên gốc na, bên bụi tre có nhiều gộc nhỏ nhô ra như gân cốt người già, người mẹ đang còng lưng cuốc thêm vài luống đất, người bố lôi con lợn trong chuồng ra tắm. Những đứa trẻ vẫn hong nắng bên hiên. Mặc bầu trời những con quạ sắt bổ tung, mặc tiếng gầm rú của âm thanh chết chóc, mặc tiếng cô phát thanh thông báo khoảng cách của máy bay. Vở kịch của tao đấy.

Tiếng mày nói âm âm, như chìm vào cõi khác, mày đang tưởng tượng về vở kịch, đang hạnh phúc, trôi xuôi cùng niềm vui, gợi nghĩ về kí ức, sống cùng tác phẩm, hân hoan của tuổi trẻ cống hiến, đau xót bởi đối lập giữa giây phút kịch trường kĩ nghệ với đoàn xe nhà binh chuẩn bị lên đường ư, mà tiếng âm âm, man man như trôi vào một đêm Hà Nội gió, Hà Nội tết, trôi vào một đêm Hà Nội nhiều sương. Vở kịch của mày đang được công chiếu, tiếng vỗ tay rào rào, những diễn viên đóng vai trẻ nhỏ tươi tắn ra chào, dáng người mẹ cuốc cào, những con lợn được tắm hồng hào. Hòa bình, giây phút hiếm hoi bên bờ cái chết, giây phút hạnh phúc bên hố bom, thanh âm của cuộc sống bên gào rú, và đoàn xe quân sự dần chuyển bánh trong tiếng hát, lời ca, trong ánh đèn đỏ xanh nhà hát, trong tiếng vỗ tay, và không khí kịch trường rộn rã. Đoàn xe đang chuyển bánh.

Của mày thật à Cầm, chính của mày ư ? Không của tao thì của ai.

Hà Nội đêm đó đèn vàng, đèn trắng, sấu rụng, thị thơm, tiếng rao đêm của bà bán bánh, mấy cô văn công má phấn chuẩn bị cho vở diễn tối nay, vài nữ sinh trường múa uốn rẻo cho bài tập trả sớm mai, bọn trẻ lăng xăng, tiếng đàn măng đô lin trên tầng hai nhà ai dội xuống, xen lẫn tiếng dương cầm, tiếng người bố dạy con. *Hà Nội cháy, khói lửa ngập trời*, tiếng này, con phải ngân cao hơn nữa. Đứa trẻ hát theo chới với, cái giọng con trẻ chưa kịp vỡ ra đã bị ép vào môi trường nghệ thuật.

Của mày thật à? Thằng T hỏi lại đầy ngạc nhiên. Thì Nhuận Thanh là tao, bút danh của tao. Mày có cả bút danh ư, tuyệt thật. Khi mày đi đúng đêm Nhà hát công chiếu vở kịch. Đèn đỏ xanh bật sáng, đèn đỏ xanh vụt tắt, tiếng bước chân diễn viên, bản hòa khí âm thanh. Hà Nội của sân khấu, kịch nghệ, của những hào hoa và âm nhạc, của những hưởng thụ thức ngon tinh thần, Hà Nội là cây đàn măng đô lin theo chân đứa trẻ nhảy vội lên tàu tìm thầy dạy, là tiếng dương cầm vang lên trong con ngõ nhỏ, nơi có khu tập thể Văn Công, là tiếng hát luyện thanh chú Hùng Khương vang lên mỗi tối, và cô Lan đoàn hát cải lương điểm trang khuôn mặt, giơ tay lên xuống, tập một vở mới, để chú Hùng Khương đứng từ xa ngơ ngẩn, ngơ ngẩn thế nào, họ cùng theo nhau vào chiến tuyến, để một ngày mùa đông Hà Nội lạnh, mẹ ngùi ngùi, chú Hùng Khương hi sinh rồi, cô Lan cũng mất tích, người thì trong trận đánh bị dội bom, người đi công tác văn nghệ bị địch càn. Hà Nội trong ta là thế, Cầm nhớ chứ. Cây sấu vẫn mồ côi góc đường trường Mỹ Thuật, những đứa gái xúm lại hỏi bài người thầy mới từ chiến trường ra, chân chống nạng, bước thập thững vào giảng đường, bước nào cho bản vẽ, bước nào cho nhiệm vụ non sông.

Chúng ta đuổi nhau dọc Trường Sơn khói lửa, con đường ta đi đâu đẹp như bài thơ, con đường ta đi có những thanh xuân cụt què nham nhở, những chiếc cáng chuyển dọc ngang, những chiếc đầu lổ loang vết cháy, bắp chân tròn to của lứa tuổi trẻ bị cắt rời, bàn tay tài hoa của thằng bạn họa sĩ bị tiện đến vai. Lứa chúng ta ra đi ngày đó, bàn tay không với được trời, bàn chân đâu đạp được đất, tâm hồn lộng gió bốn phương chỉ dành cho nhạc họa, đường ra trận đâu phải mùa nào cũng đẹp.

Chúng mình đuổi nhau dọc mùa chiến dịch, khắp các binh trạm có hoa lan nở trên những lán dân công. Những cô gái tuổi mộng mơ, xếp bút nghiên, xếp giấc mơ con gái, tấm nón trắng, tà áo non, và nét mực học trò nghiêng nghiêng vào chiến trường, trồng hoa lan giữa bom đạn, hát bên suối cạnh những hố bom, làm thơ viết dở, đợi người trai từ chiến trường ra cùng mình viết tiếp. Đường ra trận chẳng phải mùa nào cũng đẹp. Ta đuổi nhau dọc Trường Sơn mùa đông rồi hè, tiếng hát động cánh rừng, động lán thương binh, động đoàn xe vận tải cao gầm lầm lũi đi trong đêm không ánh sáng, đi trong tối tăm đất trời và bom dội, cùng tiếng hát thanh niên mở đường chờ mong ngày thắng trận. Dân tộc đông đúc quá, dân tộc cuồng quay và mãnh liệt, dân tộc đi lên bằng niềm tin nhất thể, dân tộc mang sức mạnh đại đồng, dân tộc đang mặc tấm áo đồng phục để nối non sông. Chỉ những giò lan bên lán trại là nở khác màu, chỉ bài thơ và nỗi buồn là riêng vẻ, chỉ nỗi nhớ nhung về dáng hình người trai là mỗi người mỗi lẽ, và mùi nước hoa của thằng Tính về từ Nga cũng vậy, nồng lên giữa cây rừng, giữa con gió, ngọn suối, và cả tiếng bom.

Thơm đéo gì, tức cả mũi. Nó trở về từ nước ngoài mà. Matxcơva hay em ơi Ba Lan mùa tuyết tan, chưa tan hết sao? Thằng nào cười khích khích. Cậu nào còn tư tưởng tiểu tư sản thì xem lại. Đại đội trưởng hành quân nhắc nhở. Tiếng cười khùng khục lan xa. Chỉ có tao rặt mùi nước đái, đẻ ra đã vầy thứ nước đó, lớn lên thêm mùi cứt khi biết vầy những thứ khác hơn. Thằng Tiến nông dân gốc gộc Thanh Hóa, nó nói xót xa hay tự hào về gốc gác nông dân không dính mùi tư sản. Nó nói trong trạng thái vô cảm.

Chỉ Hiếu Ninh buồn, Hiếu Ninh không cười, Hiếu Ninh hay vẽ những bức tranh mùa đông xứ lạ, cả rặng bạch dương dài, những dòng sông băng và núi trắng tuyết. Hiếu Ninh hay vẽ những bức họa cảnh Châu Âu. Hiếu Ninh đọc nhiều sách hội họa phương Tây, thích những trường phái độc lạ khác chúng bạn thân. Hiếu Ninh không cười, Hiếu Ninh thích tô trên những bữa tiệc quý tộc giữa trời tuyết lạnh, bên tấm rèm phủ, con mèo co ro nằm dưới chiếc đèn bàn, màu vàng phủ lên những lọ hoa, bức tranh trên tường rung động, người đàn ông và người đàn bà mặc bộ đồ len dạ và váy áo hồng ngồi bên lò sưởi, bàn ăn phủ hoa, bàn ăn trải lụa, nền nhà trải thảm, cốc vang đỏ rót đầy, cô gái hững hờ cầm trên tay nhìn người đàn ông đắm đuối, miếng pho mát đang ăn dở, miếng bít tết trên đĩa được thìa nhỏ cắm lên, cuốn sách nằm cạnh con mèo, lọ hoa khác đặt gần lò sưởi, cây đàn để hững hờ cạnh gối bông, những bông hoa trên tường lay động trong bức vẽ, và ánh mắt người đàn ông trên khung hình đang cúi xuống, gian phòng ấm lên sắc nóng của gam đỏ, khi Hiếu Ninh tô.

Chỉ nó không cười, nó đăm chiêu và suy nghĩ trong tiếng cười đùa của lũ bạn trêu thằng lính khi mùi nước hoa cồn lên giữa cánh rừng già, trong tiếng đạn bom dọc đường hành quân. Em ơi, Ba Lan mùa tuyết tan, nó mới về từ nơi đó, nó là nghiên cứu sinh về nước. Chỉ Hiếu Ninh không cười. Người đại đội trưởng yêu cầu kỷ luật nghiêm, thằng Tiến Thanh Hóa vẫn oang oang, quê tao chỉ có mùi nước tiểu của trâu bò, mùi khói un chiều nồng nặc, mùi hoi của rạ rơm, mùi tanh ngòm của ao bùn quật lên vét nốt số cá còi cho bữa ăn cải thiện ngày cuối năm, chưa ngửi thấy mùi này bao giờ. Nó nói đùa hay thật, giọng sệt lại của xót xa hay mỉa mai, nhiều khi Hiếu Ninh không đoán được.

Nó cũng như tao Cầm ạ, thích một khoảng lặng của phố phường, tiếng đàn đánh lên của ông bố dạy con bản Xô-nát, tiếng dạy hát của ông bố khác bắt con ngân dài ở âm sắc cuối. Nhạc cảm, phải nhạc cảm vào. Bắt một đứa trẻ hát bài Hà Nội sao cho nhạc cảm nhất, trong khi nó chưa biết gì về lịch sử, chưa hiểu gì về cuộc chiến máu xương, nhưng niềm mong chờ những họa sĩ, nhạc sĩ, nhà thơ của những ông bố Hà Nội như bố tao, bố mày thì luôn thế, phải không?

Chúng mình ra đi ngày đó. Vào chiến trường. Mùa hè đỏ lửa phượng xoay như bước chân vũ nữ rẻo mềm trên đồng cỏ xanh. Mùa hè bom dội nhiều nhất, binh đoàn sinh viên chết nhiều nhất, mùa hè đó thằng Hiếu Ninh bị pháo vùng Quảng Trị khi tăng cường cùng đơn vị bạn trong trận đánh phá vây tại ngôi làng bỏ hoang vùng Triệu Trạch, nó đã được chôn cùng những bức vẽ, bên dòng sông có rặng tre hiền lành, cánh đồng trâu gặm, và ngọn gió thổi từ thung xanh phía xa, thổi qua một trảng cỏ rộng dài, thổi qua một rừng tràm, thổi vào khu căn cứ quân sự Mỹ, có những chiếc xe tăng cháy dở, những cây thập tự vứt ngổn ngang trên đường nhựa, ngôi mộ đạo quật lên cả những tấm ván vừa mới chôn người. Thằng Hiếu Ninh nằm ở đó, Cầm nhớ không.

Rồi chúng ta đi mãi vào trong, những trận đánh liên tiếp, quên thời gian, quên cả khuôn mặt bạn bè, quên sự khốc liệt của chiến trường, như người nông dân vùng dậy ra đồng, tối về lều ngủ, cuộc đời người lính cũng thế, nhiệm vụ và nhiệm vụ, đến lúc quên mình đang sống, quên sự hiện tồn, quên cả đóa hoa nở dọc đường chiến trận, quên giọng ca buồn của con dế, quên tiếng gà gáy trưa, dòng sông Cộc có người mẹ Hà Bắc chở đò dọc đi đổi bánh đa lấy vải áo quần nơi ta sơ tán xưa cùng trường Mỹ Thuật, quên tiếng hát Ngân vút vỏng đêm nào.

Cầm ạ, mày cũng đã về đại đội của tao, vô tình mà cuộc trùng phùng vui quá, hết quân số rồi thì phải bổ sung thôi, đi tuốt vào trong, dọc đường chinh chiến sót lại kẻ nào thì lại nhập cuộc tiếp, cái lý của trận mạc mà xót xa, nghịch cảnh mà hợp tình, mày lại nằm cạnh tao đêm đêm như ngày chúng mình còn ở vùng sông Cộc nghe tiếng gõ mái chèo của anh thuyền chài đuổi cá, cộc cộc, có lẽ vì đó mà nó thành tên dòng sông chăng?

Mình nằm cạnh nhau nghe tiếng dế giun, nghe tiếng chim độc

huyền hót lẻ, là nó gọi con - ai đó bảo - bị khỉ rừng bắt mất, nên thường cất lên tiếng đau vào đêm khuya, như người mẹ lạc con sau mùa binh biến biết tìm đâu, xác thân biết nơi nào con gửi gắm. *Cộc..cộc... huyền*, tiếng nghe buồn và cộc quá, vì vậy nó có tên độc huyền. Con độc huyền hót lẻ canh khuya…

Mình lại nằm cạnh nhau trong mỗi canh giờ gác, ra suối bắt cua, lên rừng đào củ, vác súng sang quả đồi kia tăng cường cho đơn vị bạn, và nhảy rừng xuống đồng bằng tìm một đọt khế chua. Mày ra đi hôm trước tao lên đường hôm sau mà nhờ nghịch cảnh hay hợp tình chúng mình lại gặp.

Những dòng nhật ký của người lính Bắc Việt Gia nhặt được trong trận đánh khi xưa, nằm yên trong ngăn kéo nhà anh. Nó nằm lại đó. Gia không muốn tìm lại chủ nhân, như số phận cuốn sổ trải lòng của người nữ bác sĩ, đi nửa vòng trái đất, qua bao cơn binh lửa, nó lại về với người thân của cô ấy, Hà Nội, người mẹ già bạc tóc chờ con, Hà Nội, khu tập thể Y Dược, người cha già không kịp đợi ngày đoàn tụ.

Thì Gia không có ý định trả lại cuốn nhật ký này. Anh giữ lại bên mình. Ngày vượt biên, thuyền chòng chành, gió đánh lớn, nó vẫn nằm im trong chiếc balo trên chuyến thuyền sau, khi anh đã lo cho ba má yên vị ở chuyến trước. Chiếc balo đời lính, giờ gánh vác thêm việc đựng lịch sử tâm hồn của một người lính phía bên kia. Tâm hồn, anh luôn trân trọng nó. Đời sống tinh thần là thứ vô biên và đáng trọng nhất, phức tạp và ngổn ngang nhất, không giống những thứ hàng ngày ta biểu hiện. Sự hiện thực hóa của hành động chỉ là phần nghìn bé nhỏ của thế giới bên trong.

Và anh giữ lại cuốn nhật ký, bên cạnh cuốn sổ ghi chép chiến trường, bức hình bố con Tiên, vài tấm chụp bạn bè thời đi học, một cục xà bông cho thơm tho cái thân thể nếu phải làm mồi cho cá dữ. Chết xuống thân trai tráng thơm tho cũng là một niềm vinh dự cho tâm hồn không chịu bẩn dơ trong áo quần hôi hám, con thuyền rách nát, mùi cứt đái của trẻ em, đàn bà đến tháng, và cặp răng vàng vẩu của người bạn đồng ngũ vì bựa bẩn, thuốc lào. Chết cũng cần phải sạch sẽ thơm tho. Hay vì mùi nước hoa Liên Xô của người lính chiến phía bên kia trong dòng nhật kí đã đã khiến anh giữ lại cuốn ghi chép này...

4.

Giáo đường đổ nát, không còn Chúa Phật, cây thập tự treo nơi hàng rào, giàn sắt đổ sụp, bức tường phía trước và sau lưng Gia che đi những đám mây ngũ sắc vũ vần cuồn cuộn. Ráng chiều chiếu vào dòng sông đỏ, tà dương lộng lẫy mà đáng sợ, xuyên qua đám mây trùng ngợp xây thành phía xa, và đổ dồn những núi bạc, núi xám, núi đen, chồng chất trên đầu, anh nhìn mây, cánh chim bé nhỏ đội trời đi về không định, cánh chim hốt hoảng cô độc, cất tiếng kêu thảng thốt, sải cánh bay phân vân về phía dặm ngàn. Quác, nó cất tiếng độc âm dội mây trời, vào phía dưới Gia ngồi, bên cây súng, chiếc nón sắt, chiếc balo kê mông, Gia nhìn giáo đường đổ nát, vì kèo cột, giàn sắt đổ sập, tượng Giêsu úp mặt vào vũng lầy, cây thập tự treo trên hàng rào lủng lẳng, Chúa đi đâu, Phật đâu rồi. Miền Nam không gian, miền Bắc thời gian. Miền Nam vô ưu, miền Bắc sử tính. Hy Lạp và Do Thái. Thành Athènes và Sparte. Nỗi ôn nhu, hòa hợp, ngàn đời lẽ vô vi, sự thưởng ngoạn mĩ thuật, sự sáng tạo vô biên, cùng tâm hồn không thích ứng những giáo điều, chỉ nặng phúc âm và sự cởi mở làm nên vẻ bình lặng, ưa nhàn, sống cuộc đời ổn an của một nhà tu hành, hay hiệp sĩ, gắn kết với hoa hồng, những dòng sông chảy lặng, giáo đường, cuốn sách, bức họa, giàn hoa, công viên, mái trường, nhà thờ và cuộc sống an sinh. Thành Athènes đâu rồi?

Màu đỏ của khẩu hiệu; màu xanh của hòa bình; màu xám của khắc kỷ; màu hồng của bình yên; màu đen của chinh chiến, quy ước, chế tài; màu vàng của an hòa, hưởng lạc, thảnh thơi. Thành

Sparte và Athènes. Sử tính và không gian; thời gian và hiện tại vô biên của anh võ biền, xong một mẻ võ, nằm quay lơ trên dòng kênh, ngắm mây trời, vặt quả xanh bên chai xị đế, tìm đối thủ lúc trước cùng say sưa. Thành Athènes.

Chúa Hoàng đứng bên bờ Ái Tử nhìn mấy cõi xa xăm, rong ruổi ngựa già mang theo văn hóa Bắc Kỳ lễ nghĩa vào với người nông dân chum vại lành hiền, để hòa hợp: sử tính và an hòa; văn hóa lâu đời và cuốc xe ôm, rồi về nằm trong căn chòi gió lộng, kéo một giấc dài, gọi bạn nhậu chơi, hết số tiền của hiện tại lại ra đường vẫy cuốc tiếp. Vĩnh cửu hóa hiện tại, hưởng thụ đời thường đâu chờ hội gió mây, thống nhất non sông đâu nằm trong bầu rượu cạn, ý chí độc lập chẳng bén mảng vào nết ở ăn. Người anh em thành Athènes.

Gia đi về phía ngôi làng, tránh xa đống đổ nát, giáo đường đổ sập sau lưng, bức tượng Chúa Giêsu úp mông vào rãnh nước, cây thập tự treo lơ lửng trên hàng rào thủng, đất đá lổn nhổn, cột kèo tứ tung, đám bụi bốc mờ mờ mỗi khi một trận gió thổi qua, cuộc chiến đã đi qua nơi này tàn khốc thế, Chúa đã ngủ rồi, Phật cũng vùi chôn, chỉ con người trên mặt đất gánh chịu, con chiên của người, Phật tử của người, kẻ lầm lạc, u mê, lú lẫn đang gánh chịu.

Nghĩ gì thế? Thằng Nam phá tan bầu suy nghĩ của Gia. Giáo đường, mày nhìn thấy chứ? Kệ cha đi, dành cho ông tuyên uý khóc, còn chúng ta, không được bữa nhậu sau sự đổ nát kia mới buồn. Nó nói trong niềm chua chát còn đọng bứ nơi cổ họng, Gia ngửi thấy mùi chát đó bay ra, làm nghẹn lại những ý lời, khi được thốt lên nhát gừng và chua loét của thứ lên men quá đà cảm xúc đắng cay. Kệ mẹ đi Gia, nhậu đi.

Nó cùng Gia ngật ngưỡng đi về phía mấy thằng tà lọt của các đại đội, đang chụm chung vào một cái bếp đất vừa được đắp lên, trên để một cái ấm sứt, xung quanh xếp chồng những cà mên và cốc nhựa, chuẩn bị pha cà phê cho các đích thân. Cuộc phục vụ nhỏ bé chớp nhoáng giữa hai đầu trận đánh đủ làm cho ai vui trong chớp mắt, đủ ru ngủ những tâm hồn bé con cần quyền lực, còn ngoài kia các quyền lực lớn đang bóp nghẹt chúng ta, thít chặt vào như cái cái yết hầu ở giữa. Athènes và Sparte, vẫn đang trong cuộc thanh trừng: thanh trừng ý thức, thanh trừng kỹ nghệ thông thương, thanh trừng trật tự ổn yên, thanh trừng không gian văn hóa.

Sứ mệnh nào của con người, bề dày lịch sử nào đặt lên vai, văn hoá mấy ngàn năm để kết tinh vào óc những sinh linh, họ tự gánh trách nhiệm giống nòi, hay từ trường hòa hợp, hay sóng âm độc lập, hay sợi chỉ hồng xuyên suốt non sông nối cháu con Tiên Rồng được kết hợp bởi chủ nghĩa thời đại làm nên tôn giáo. Mohammad đâu rồi, Moise đâu, Giêsu đã bị đóng đinh vào cây thập tự, máu đã chảy. Không gian và thời gian, kinh tế và quân sự, nghệ thuật và chính trị, hiện tại và tương lai sử tính, ổn định trật tự ôn hòa và cuộc thanh trừng ý thức, ơi thành Athènes, ơi người anh em Sparte, ơi Hy Lạp cổ đại, ơi văn minh...

5.

Cuộc chiến luôn kéo Gia về những ý niệm của năm nào, nó chất chồng, anh đâu nhớ nổi nữa. Ba không biết đấy thôi, những cô gái Việt họ đều quyến rũ, họ nâu nồng, thơm tho lắm, họ đằm thắm, cái chất Á Đông mà ngàn năm xứ Âu Châu này không có được. Là gió, là nắng, là khí hậu vùng nhiệt đới, là khiêm cung của phong kiến cung đình, hoặc Nho gia, Lão Tử, văn vật ngàn năm, thấm sâu vào lớp tế bào người Việt, kéo đường biên di dân xuống tận mũi Cà Mau, mà làm thành dòng máu họ hay sao, thơm nồng lắm.

Con nói cho ta về cô gái đó nghe nào? Một cô gái đặc biệt, chắc giống mối tình xưa kia của ba. À, mà ba có mối tình nào không đấy, xưa kia? Gia không kể cho nó nghe, Gia không mấy thích tâm sự với con trai về những niềm vui nỗi buồn trong lòng mình, mà

Gia tin, nó tỉ lệ nghịch với nỗi buồn trong lòng mẹ nó. Gia không mấy khi tâm sự với con về quá khứ, tình yêu, quan niệm gái trai, hay mộng ước của tuổi trẻ một thời. Gia muốn chôn vùi đi chăng, không, là anh không muốn, thì hôm nay nó đả động lại. Ba à, mối tình xưa của ba ra sao, kể cùng con. Là con muốn so đo trong một cuộc đọ sức của hai người con gái Việt ở hai thời đại, hai thế kỉ, xem giống và khác nhau, xem cái gu của cha con ta thế nào, xem dòng máu nâu nồng, thắm đã đó, nó ăn sâu tới đâu, tới khi nào, ở dòng máu Việt chúng ta?

Nhiều lần anh muốn nó kể cho anh về cô gái của nó. Trong tưởng tượng của Gia, có nước da nâu mật như là sự ám ảnh cố tình, về làn da, mà nó tin, ai mang thứ đó, cũng có sự thắm đượm của lương tâm, khác với thứ màu nhợt nhạt trắng xanh mà lạnh lùng của những cô nàng xứ lạnh vậy.

Ba biết không, cô ấy thật đặc biệt, đặc biệt…Nó đã hút xong điếu xì gà, ngồi thả chân lên chiếc ghế, nó vẫn thường làm thế, khi phấn khích, hoặc khoan khoái, hoặc suy tưởng, hoài niệm về quá khứ, hoặc mơ màng thức mơ của tương lai, những điều chưa xảy đến, nhưng nó tin sớm sẽ xảy ra.

Con sẽ sớm về cưới cô ấy, lần này thì ba không thể chối từ được nữa, làm ông sui đi hỏi vợ cho con, về một vùng quê Việt mà mấy mươi năm trước đã ra đi, dĩ nhiên sẽ phải có một lần về lại chứ, và hợp lí nhất là về hỏi vợ cho cậu con, phải không ba? Nó nhìn anh như thăm dò, nhiều hơn hài hước, cho thói điên rồ, sự kì thị, mà không, là chưa vượt qua ngưỡng giới, nó bảo vậy, sự mặc cảm của cậu bé hồi năm tuổi đái dầm trong lớp học mầm non, để mấy mươi năm sau không dám gặp lại cô bạn thời năm tuổi, thì anh cũng thế, cũng thế, cậu bé già của tôi ơi, nó lại nheo mắt rồi.

Bông hoa xuyên tuyết đã nở, và con sẻ cũng đậu trên đầu nhà và hót, sà xuống mổ đất để tìm những chú giun. Con giun đất nào còn sống được trong lần tuyết giá lạnh kia, hay tâm hồn nào còn chu du được về cái chốn mấy mươi năm trước ra đi, mang nặng những mặc cảm lạc loài, mang nặng hồn cố quốc đau thương, mang nặng tình yêu tiếng Việt thắm sâu, và văn hóa tộc loài bao dung nhất. Lớp tuyết có bật lên, và một hồn giun còn có sống? Anh nghĩ ngợi rồi lại nhìn vào tổ con trùn, đang đùn lên qua lớp đất mềm. Vạn vật lại hồi sinh sau mùa đông lạnh, vạn vật đã hồi sinh, như thằng con anh nhéo mắt nhắc về cô gái Việt mà nó rất yêu, sau lần mẹ nó ra đi đột ngột - nỗi buồn lớn nhất trong hồn nó chăng, sau những lần mái tóc xanh, đỏ, vàng, nó mang về giới thiệu, mối tình thoảng qua, mối tình chớp nhoáng, và nó tắt lúc nào, đến nỗi anh còn chưa kịp hỏi, chưa kịp hỏi mà mối tình nào chớp nhoáng đã qua đi, thì giờ đây, nó dừng lại lâu hơn với nâu nồng của nó và những kí ức cùng kỉ niệm rất đẹp về nàng, qua ánh mắt nó lim dim, điếu thuốc trên tay cháy quá nửa không thèm dụi, thi thoảng lại bén vào da, làm nó giật mình, dúi mạnh, lại hờ hững cầm lên, du di cho nó cùng hồn mình về phía Nam Việt.

Thật hạnh phúc tình yêu của con đó. Anh đánh tan mọi ý nghĩ của nó. Ba, con muốn ba gặp cổ một lần, một lần thôi. Ở nước Mỹ được không con? Con muốn... tuy nhiên, tùy ba, con sẽ đón nàng sang, chắc chắn ba sẽ có một cô con dâu thật tuyệt, thật tuyệt ba ạ. Ta tin thế, con trai.

Anh nhìn nó, để nhớ về mình xưa, cũng tình yêu nồng thắm thế, cũng thao thiết và mãnh liệt, cũng nồng nàn quá trong nhớ thương và khao khát. Tiên đi rồi, trong một chuyến bay, ngày An Lộc bị đánh phá dữ dội, quả pháo nào dội lạc về phía Sài Gòn không? Tiên đi vào ngày không địch sáo, không vào cữ tháng ba để có mùa yên hoa thơ mộng. Tiên đi không một giọt đàn tiêu tao thầm nhớ, rượu cũng chẳng nồng để tiễn một tri âm, vì Gia và Tiên đâu phải tri âm, đâu chỉ tri âm. Bá Nha đứt dây từ độ đó, Tử Kì cũng trôi dạt chốn xa, Trần Phồn chẳng còn cơ hội được một lần hạ sàng đón bạn, và cô phàm vẫn lẻ loi trên dòng Trường Giang cho đến tận bây giờ...

6.

Làm sao Gia có thể phiền muộn, khi mỗi lát cắt cuộc đời như một thước phim nhỏ, chảy dài mãi trong đời sống của anh, nó làm anh kiệt lực. Viết ư, những ngôn từ có khi tuôn ra, làm Gia mỏi tay và trí nghĩ, Gia chỉ có thể gục xuống, khu vườn đầy tuyết có thể nuốt chửng Gia, có thể làm Gia đông cứng trong khí lạnh của tiết tháng ba. Nó chẳng cải thiện được gì, mà không, nó rất cải thiện đấy chứ, mỗi lần viết xong, anh nhọc lòng ngồi phịch xuống, anh xuôi lơ tay, hoặc nằm dài, thở hắt ra, để cho ý nghĩ leo lên mái nhà cùng con thạch sùng, anh lờ đờ đôi mắt, như người đàn ông thoát ra được luồng khí đục từ dương vật.

Hà, thật thoải mái, nhưng cái ý nghĩ đó chỉ đến chừng một lúc, một lúc thôi, như buổi tối cô bạn ở Idaho gọi cho anh, kể về di tật của chứng da cam mà chồng cô đang mắc phải, một người Mỹ chiến đấu ở chiến trường Việt Nam xưa, thì mọi thứ đã òa vỡ mất, một buổi tối chết tiệt, một buổi tối tưởng bình yên, như người đàn ông thoát được luồng khí trắng ra khỏi đầu dương vật. Cơn thống khoái chỉ đến lúc nhát, lúc nhát thôi, rồi những thước phim, những lát cắt chảy trong huyết quản anh tự thưở nào, lại trở về.

Vẽ ư, lúc đó, anh không thích vẽ nữa, khi viết xong, anh không hề thích vẽ, chỉ khi, những nguồn cơn, tác cố đó đi qua quá lâu, anh mới lại cầm đến bố, ấy là khi những cơn rung chấn của lần viết trước đã hết, và một nỗi đau mới lại thành hình. Nó bắt anh phải ngồi dậy, và giấy bút không là gì, và những con chữ không ăn nhập, lần này phải là những màu phối đặc, lần này phải lập thể, những hình khối, phải pha tạp những đường nét, là sự cuồng quay trong bộ óc sáng tạo ngùn ngụt, hay cơn đau ngùn ngụt, hay sự bức bối ngùn ngụt muốn thể hiện ra.

Anh khoát một đường cọ trên tấm toan trắng muốt, và rừng cây hiện ra, không phải, một con hổ, không phải, mắt một con cú mèo, không phải, bóng người chết đuối, cũng không phải, hố bom đen ngòm, không, là một chiếc đầu người.

Anh vẽ gì, chính anh không biết, sắc màu, hình khối hiện ra, như thiên năng sai khiến, như ý trời định đoạt, như tiếng gọi của thiên cơ bắt anh phải tỏ bày, như cơn sóng trào ngầm sôi trong mạch máu bắt anh phải phun ra.

Anh phun ra máu rồi, lại màu đỏ. Màu đỏ bao trùm bức tranh, màu đỏ đè màu xanh, màu đỏ ăn hết hai con mắt hổ, màu đỏ gặm hết cánh rừng xanh, màu đỏ bao trùm cái đầu lâu. Không còn đầu lâu, mắt hổ, chẳng còn màu xanh, mênh mông chỉ một màu đỏ, bức tranh gợi về trùng phức của không gian và cảnh vật. Anh vẽ gì, anh không biết, nhìn nó lượt cuối, anh nằm vật ra.

Mr. Gia, ngài kì tài lắm, tôi đã ngắm nó, năm mươi ngàn đô, ngài đồng ý chứ. Nhà sưu tầm tranh đã trả anh vậy. Dại gì mà không bán, những cuộc đi chơi, về lại biên giới Cam Bốt, nghe một bản nhạc ở một quán quê có cây dừa, vào một sòng bạc nhìn về phía bên kia sông Bình Di, nơi đó là quê nhà. Hãy bán đi Gia, lại có cái để ta vui cuộc. Nhưng tiếng nói cuối cùng trong lòng anh vẫn là không bán. Và phòng tranh của anh mỗi lúc một dày, nó chồng chất, nó gối kề lên nhau, nó điên loạn từng đêm, nó đấu đá, những bức tranh gào khóc…

*

Những đêm cực quang, anh hay đi ngắm nó. Một người bạn thường rủ anh về cực Bắc để ngắm ánh hào quang bay lên mỗi tối, sắc tím, hồng, đỏ, lam, quyến rũ, chuyển động ảo kì, diệu vợi, như quà tặng bất ngờ của tạo hóa. Cực quang, ông thấy gì trong đó? Người bạn hỏi. Anh thấy gì ư, sự chuyển động của electron, được từ trường trái đất hút lại, phản quang cùng ánh mặt trời và lóe lên ở phía này hoặc phía kia, làm nên muôn hồng nghìn tía, làm lên những sợi tơ trời mỏng manh óng ánh, làm nên phút giây kì diệu mà bao người khao khát chiêm ngưỡng, thấu thị, còn anh, thấy gì không, anh thấy sự chuyển động dữ dội của các hạt electron tự do, chuyển động từ bờ Bắc về cực Nam, chuyển động từ vùng không định mênh mông, tụ về một trục, di chuyển lên rồi xuống, anh đang đứng ở bờ Bắc, hạt electron nào chuyển đến từ phía Nam?

Cuộc đời như những ảo ảnh, cuộc đời là ánh sáng cực quang chiếu rọi, muôn nghìn hồng tía, rạng rỡ và lung linh, cuộc đời là thứ khó nắm bắt nhất, cũng là thứ ta bước chân lên, giẫm những bước nặng nề, tuồng như sờ thấy nó, nó làm ta đau rát, nhưng lại chẳng biết thủ phạm đó ra sao. Thứ cực quang ảo mờ, nhìn thấy muôn hồng nghìn tía, ngắm nghía nó lên từ phía xa, mãn nhãn, trầm trồ, thấu thị - những electron chuyển động tự do, rồi dồn tụ lại, và bị từ trường trái đất hút về phía nọ hoặc phía kia, phản quang cùng thứ ánh sáng mặt trời, để tung lên từng phút giây, rồi vụt tắt, huy hoàng rồi lụi đi. Cuộc đời Gia có phút giây huy hoàng nào như thế? Anh cũng đâu có thói quen ngồi nhẩm tính, anh đâu có thói quen tổng kết.

Nhưng bản thảo thì đã bị đốt rồi.

Ngài thật kì tài, ngài có thể viết bằng thứ văn rất hay, tôi đọc truyện ngắn của ngài, cả bản thảo cuốn tiểu thuyết này, cứ hỏi, sao ngài có thể viết hay đến vậy? Người biên tập viên một nhà xuất bản có tiếng, vô tình, hay cố ý được anh mời đọc một bản thảo bằng thứ tiếng Tây đã thốt lên, mời mọc anh in, anh đã đồng ý, sau đó không hiểu sao lại lặng lẽ lắc đầu. Vì sao ngài, tôi vẫn không hiểu, nếu không muốn in cuốn này, tôi tin chắc ngài sẽ còn nhiều bản thảo khác, tôi có vinh dự đọc nó tiếp không? Anh lắc đầu. Vì duy nhất nó là bản thảo anh viết bằng tiếng Tây xa lạ, còn những tác phẩm khác anh hoàn toàn viết bằng tiếng Việt. Tình yêu tiếng Việt lớn đến độ, anh thừa lòng tự trọng để miệt mài trên những con chữ quê hương. Anh không biết khi Kiều lưu lạc thì sẽ ra sao, thần hôn và tử phần, sân lai và quạt nồng, những điệu cúc, những dáng sen, những gốc liễu đào, hay ngàn vi lô, có làm nàng nhớ nhiều không, còn anh, không một chi chút nào, không một tóc tơ, gót đầu nào, anh không nhớ đến, và không một từ vựng nào anh quên, không một lối diễn đạt hàm ngôn nào của người xưa anh không tìm đến ngọn nguồn. Tiếng Việt, ở anh giờ, và bố Tiên xưa.

Nên anh thương bố Tiên lạ lùng, việc thương bố Tiên theo một trạng thức khác ở những năm sau này, làm anh yêu Tiếng Việt cũng khác hơn, nó đau đớn trong mỗi mạch máu, nó như những con giun bò trong cơ thể, nó đòi anh phải biểu hiện trên câu chữ, đòi anh phải hàm ngôn trên lời nói. Cái thứ cực quang, muôn hồng ngàn tía của ngôn ngữ quê hương từ bờ Nam đã chuyển về bến Bắc rồi ư ?

Ngài thật kì tài, chúng tôi rất muốn cộng tác cùng ngài ở tập bản thảo này, ngài nghĩ sao? Nhưng anh không có nhiều cảm xúc với nó, anh còn là Kiều, anh đang rất Kiều: *Đoái trông muôn dặm tử phần/ hồn quê theo ngọn mây Tần xa xa...*

Cái hồn cực quang đẹp đẽ đó, nó đã trót biến ảo vào anh nhiều quá rồi, nó đã kịp chuyển hóa, cho nên cái bản thảo kia nó chỉ là thứ vô nghĩa, vô ngôn, nó đâu nhiều uyển chuyển, nó đâu nhiều ngân rung, nó đâu là cơn đau đớn quần quại trong tế vi mạch máu, nó đâu là cơn động đậy của những dây nhạc thần kinh bất ngờ mà chỉ có những từ trường cùng giống mới nhận được ra?

Hồn anh đã trót dành cho cực quang nơi ấy mất rồi.

7.

Thằng bé cười hiền, vẫy tay vào nước, cho đàn cá bật tung, nó khoắng vào dòng xanh, để những đám rêu màu lục trồi lên, rồi cười tít mắt, nó cười cùng đàn cá. Làn da nó trắng quá, chắc mới vào chiến trường. Sao nó có thể đùa nghịch với lũ cá lâu vậy. Nó không mặc gì, quần áo để trên bờ cùng chiếc balo và khẩu súng, nó đến đây từ đâu, nó lạc rừng hay trên đường đuổi theo đơn vị, gặp một dòng suối xanh, và chiến tranh ngừng lại, nó quên mất, chỉ cách đây mươi cây số, vài hôm trước, một tiểu đoàn phía nó không ai lọt qua trận trải thảm B52, nó quên mất, chỉ cách đây ba cây số, đơn vị Gia trấn ải, nó không có la bàn, không bản đồ, nó thiếu kiến thức địa lí, người chỉ huy nào không dạy, nó thiếu kiến thức về chiến tranh, hay cuộc chiến đến lúc, làm nó mỏi mệt, và một con suối, đẹp như thần tiên, như cổ tích tuổi thơ, như huyền thoại, như miền miên viễn của hòa bình trong thế giới chiêm bao, nó đọc được đâu đó - câu chuyện trong nhà trường, những cuốn sách gối đầu giường của bọn trẻ, ngôn tình của những kẻ ngày đêm nằm mơ cuộc sống khải hoàn hạnh phúc. Đồng cỏ, đàn trâu, lứa đôi nam nữ, và bài ca tình yêu, và những rung cảm mặn nồng. Hòa bình chỉ có trong cuốn sách, nó quên rồi, nó đang sống cùng thế giới tuổi thơ.

Nó lấy tay vẩy vào làn nước trong vắt, những chú cá suối nổi lên, đàn cá bơi lội, vài sợi rêu quấn quanh bờ ngực trần trắng nõn, vài chiếc nữa đội trên đầu như vương miện, như vòng nguyệt quế, lũ bạn trao nhau ngày tốt nghiệp tú tài. Ê này, mày ra đây. Nó hét nho nhỏ và gọi bầy cá, nó cười tít mắt. Súng để trên bờ, balo vất trên bờ, quả lựu đạn lăn lóc phía gốc cây sung, đang choài mình ra bìa nước, gân guốc thứ rễ của loài cây kịp cổ thụ như những con rắn chúa bò dọc ngang, bò vào cánh rừng già, thâm u và yên tĩnh. Một vệt nắng chói chang xuyên dài vạt lá thưa, hắt về phía suối, khoảng lặng bình yên và kín đáo, không khí hòa bình hiếm hoi.

Nó không biết rồi, hay nó quên, không nơi nào có hòa bình cả, không tiếng thở nào yên vui, không giọt nắng nào của hòa hợp, không một ngọn gió nào của bình an, tất cả đều chứa đựng hơi thở căng thẳng, ánh mắt căm thù, và dây thần kinh căng hơn cò súng, ngắm tặng vào nhau. Nó quên rồi, nó vẫn đùa vui cùng đàn cá. Ê mày, có giỏi thì nhảy zô. Nó tung tăng bơi lội, nó bơi ra chỗ cây đỗ mai đang nở, lại bơi vào, lấy chân hất đám rêu rong, cầm lên tay bóp nặn, xoa ngực trần, hít mùi nước, rồi vục đầu thật lâu trong làn trong vắt, rồi bất ngờ, vẫn điệu cười nhởn nhởn, nó lấy tay súc dương vật.

Súc nhẹ rồi mạnh, mặt nó ngửa lên trời, tóc nó xanh xõa lại phía sau, nhô lên chiếc trán rộng bằng, làn xanh của đôi lông mày tuổi trẻ, cặp môi gặp nước cũng hồng lên, cặp đùi trắng in ngần trong làn biếc, to tròn và rắn chắc. Sao da thằng bé trắng thế, không ăn nhập gì với bộ ngực vạm vỡ và cặp đùi lực lưỡng thế kia.

Nó súc rồi, trong cơn cuồng nộ của cảm xúc, nó hừ lên một tiếng man dại, động cánh rừng, làm bật tung cánh bay của vài con chim dại, kêu tíu tíu lên rồi tản ra xa. Nó súc dương vật, trong cơn thống khoái cuối cùng của cơn làm tình tưởng tượng, nó để cơ thể thả lỏng, nhìn dòng khí đục bắn ra, hòa vào trong nước, những con cá đến đớp nhanh, chúng tranh miếng mồi nhờ đục, làm buồn hạ bộ của nó, làm buồn làn da của nó, nó cười lên sằng sặc vui sướng, nó cười cùng lũ cá, cùng cả lũ chim, nó ngửa mặt lên trời để cười cùng cả nắng, nó yêu đời quá, trong cơn thống khoái của tưởng tượng làm tình, trong cơn thống khổ của vũ trụ ngoài kia, sao nó yêu đời đến vậy, sao nó vẫn tưởng tượng được và đi hoang, vẫn chơi đùa vô tư với đàn cá.

Bắn bỏ mẹ nó đi, trung úy. Không được. Để làm gì? Thì nhìn nó xem. Đồng đội nó xung quanh đây là chết chắc. Kệ đi. Là Gia không nỡ bắn, anh muốn xem một thước phim quay chậm về một thiên thần - cậu bé - giữa rừng già, sống với bầy cá, và bóng cây, và khoảng nắng, Một thước phim nghệ thuật, thước phim điện ảnh, mà anh tin, bất cứ đạo diễn tài ba nhạy cảm nào cũng không phục dựng được, không tưởng tượng được, cài cắt được thứ cảm xúc chiến trận vào không gian rừng già, lồng được không khí tang thương vào cái khoảng lặng kì diệu hạnh phúc nhất của con người. Ai đưa được cảm xúc gắn liền với chiến tranh, ai làm được cánh chim nhảy múa vào lòng cậu lính phía bên kia - đối thủ, kì phùng của Gia, cũng là tâm hồn một đứa trẻ ngây ngô như không biết gì về súng đạn. Nhưng súng của nó trên bờ, quả lựu đạn vẫn rơi lăn lóc, bộ quần áo xanh Tô Châu để gọn ghẽ cạnh đôi dép cao su. Chiến trận hiện hình khắp nơi, tiếng ùng ùng của quả pháo từ hạm đội biển bắn vào sao nó không nghe thấy, sao nó không biết, sao nó có thể miễn nhiễm với chiến tranh cơ chứ, ơi người cùng dân tộc ngây thơ kia…

Oàng, một quả M72 bắn chéo từ gốc cây phía Gia và thằng tà lọt ngồi, làm hai đứa anh bật ngửa người vì sức ép. Toang lồng ngực, máu tràn vào nước, ruột nổi trắng, những con cá thia, cá mại dạt đi rồi lại ùa vào, xâu xé lòng mề, xâu xé máu thân, xâu xé người bạn đùa vui cùng chúng phút trước.

Đợi quái gì nữa, lại thằng Nam càu nhàu, khi nghe Gia giải thích. Mọi lời giải thích đều là ngụy biện, giả chân. Gia biết, anh lặng lẽ đi về cuối suối, để lại hình ảnh xác thân cùng đàn cá, chú bé huyền thoại và trang cổ tích của rừng xanh cháy mãi phía sau. Đàn cá vẫn bơi xa rồi gần, chú bé hài đồng không còn hình dạng, thế giới tuổi thơ cũng khép lại rồi.

CHƯƠNG II

1.

Đấy Gia ạ, bao mộng ước của chúng mình một thủa, thành liền, bệ rồng, quất ngang ngọn giáo vào ngàn hang beo ư, Gia còn nhớ chứ, cái ngày chúng mình tạm biệt nhau để lên đường, Thằng Lâm, cái Liên, thằng Bình, cái Thủy Cúc, chúng nó nhìn mình bằng ánh mắt lạ lắm như thể, Gia à, Thăng ạ, tao tưởng chúng mày phải có ước mơ đẹp lắm, như làm kĩ sư phía bên trời Tây, hay ngồi giảng đường ở một trường đại học tận nước Pháp...

Thì chúng ta đi vào nơi cát gió.

Với chúng nó ước mơ của chúng mình chẳng có gì là đẹp, có khi còn điên rồ ấy chứ, Gia nhỉ?

Hồi năm 73, Gia nhớ, sau ngày hòa bình lấp liếm ấy, thì những cánh rừng cũng bắt đầu xanh lại, pháo không còn cày xới, bom ư, sự ngưng đọng của nó làm những con chim cũng nghi ngờ, chúng nghi ngại bay về chốn cũ, chỉ để đập những chiếc cánh chấp cháo, lại bay lên bất cứ lúc nào, những con lợn rừng bắt đầu phân vân lững đững bước trở lại dòng suối cũ, những chú nai ngơ ngác ngờ vực cúi mình gặm cỏ bên mép những con hồ giữa rừng sâu, cuộc sống trở lại bình yên thật rồi ư, Nam liếc nhìn anh thăm dò.

Thì cái nhà hòa hợp bằng nứa cháy rụi, chiếc bản đồ được hai thằng phía đấy và đây vẽ lên cháy nham nhở, nằm úp vào mặt thằng Huân, một nỗi buồn vang lên tận óc, lộng cõi lòng anh, mang mang những vô định, làm anh trở về vô thiên lủng những kỷ niệm, ngàn ngàn những ký ức, chân trời mặt đất nào những hình ảnh, như người đạo diễn điên rồ, để cho những hoạt cảnh tự do không trật tự xô bồ của một phút ngẫu hứng nào đó, chủ tâm mà bản năng, cố tình mà tự trào thoát của cảm xúc. Anh điên thật rồi – phụ trách hình ảnh nào đó hét lên - nó cần trật tự. Không, anh cũng hét lên, để kệ tôi, mặc xác tôi.

Sự mâu thuẫn của ekip không hề hấn với dòng nham thạch phun trào, nó đã qua ngọn núi lửa đang cháy, nó ròng xuống dưới những chân đồi, nó cuốn làng mạc, xóm thôn, đồng ruộng, nó chảy rồi, ào ạt, và anh để những hình ảnh chẳng giống ai, trong một trật tự kỳ quái, nó thoát khỏi hẳn thứ sắp đặt thường có của thứ nghệ thuật mẫu mực mà bao đời người ta vẫn làm thế, nó thách thức mọi tư duy con người, nó đánh đố lòng kiêu hãnh của những kẻ tự vỗ ngực cho mình là điêu tác trong công việc gọi là sáng tạo đó. Anh điên rồi. Không điên, hãy kệ tôi. Và cái thứ sản phẩm kỳ dị, hợp dị ấy ra đời trong phút chốc, cơn bốc đồng, sự trêu ngươi của tạo hóa, cười nhạo của hóa công chăng, mà nó đẻ ra rồi, ào ào những nham thạch không theo đường hướng, chồng lên nhau và tréo ngoe, khác lạ nhau và ám ảnh, kì dị nhau mà đau đớn.

Hồi, cái dận Mĩ Chánh, bạn bè Gia vẫn hay nói thế, nó khốc liệt quá chăng, sự giằng co đã đến độ Thượng Đế phải thua cuộc, sự hận thù đến nỗi, người ta chỉ có bờ ngực trẻ, dòng máu nóng, và xác thân phàm trần, nhưng sẵn sàng lăn xả vào bom đạn, đương đầu với khí giới tối tân. Xe bọc thép và những thân thể; khu trục và những trái tim thổn thức, B52 và những mái đầu; phi pháo, hỏa tiến và những bàn tay trắng ngần chới với. Lòng căm hận lớn đến vậy sao, để những dòng máu huyết có thể đem ra đọ cùng với súng đạn.

Cái dận Mĩ Chánh, những người bạn anh vẫn nhắc, họ nhớ bạn bè nằm lại dọc bờ sông chăng, họ nhớ thành Quảng Trị dập nát như một bình địa, cơn sóng giận dữ của thiên lôi giáng ngày tận thế vào đứa con hoang đàng chăng, để sự sống không còn, hơi thở không, để những súng đạn đem ra làm trò chơi chém giết, ngàn ngạt xác thân hai miền đổ xuống, những mái đầu xanh...

Gia đứng trên bãi chiến trường, cháy xém cả balo, bi đông, mũ dép và mặt người, mùi tanh lợm thốc lên, gió Lào nhanh làm mủn những phân tử xác, gió biển thổi quật vào bờ cát gặp rặng phi lao, ngược lại phía mũi, tanh nồng, hôi thối, khắm khẳm, phía này, phía kia, bờ mắt xanh, vòm môi xanh, bàn tay học trò nhỏ nhắn, mái đầu tóc cắt ngắn, để lộ vành tai to tròn trắng trẻo, cặp kính cận rơi ra, tấm ảnh người con gái đang cười bên nụ đào, người mẹ già đang ngồi chải lông con mèo, miền Bắc cũng bình yên thế ư, người ở phía bên nào cũng có những giây phút bình yên thế ư.

"Con nhớ cánh đồng quê mình mùa gặt, muỗm muỗm, cào cào, chao ôi, bay chấp chới. Mẹ vẫn ra đồng tháng mười chứ? Ruộng chắc đã tháo nước rồi, cỏ dại còn chen lên cả thân cây không, chân mẹ còn bị nhặm chứ. Nếu ở nhà, con sẽ lại ra đồng, vuốt từng bông lúa thơm, để cái nhám nhám của hạt thóc mẩy vàng cọ vào má, để hít cái mùi no đủ thanh bình, để đàn cào cào chao chao nhảy trước mũi liềm rào rạo, chao ôi, những con cào cào thanh bình, chúng vui vì những cú nhảy thanh bình, còn chúng con trong này mẹ ạ...".

Lá thư dừng lại, xuống dòng, chấm những chấm dài rồi lại tiếp tục.

"Muỗm muỗm cánh xanh, chao ôi là béo, muỗm muỗm tháng mười, nó tự chui vào những chiếc bao vải bọn trẻ may, đợi bắt chúng về rang lên, đưa cả cái hương lúa đồng, đưa những cánh béo chín vàng ươm còn rịn ra cả mùi mỡ thơm ngầy ngậy, nhai ngập trong miệng cái bụng tròn vo no ửng của chúng, thì chao ôi, đời thanh bình biết mấy mẹ ơi.

Mẹ vẫn ra đồng chứ, tháng mười sương rơi, giá về, mênh mông cây cỏ nhuộm một màu trắng tang thương của sương muối. Chỉ chút nữa nắng lên thôi mà, mẹ đợi đi, mùa thu kỳ diệu lắm, mùa thu thật diệu kỳ, cái lạnh để chờ sự ấm áp của nắng trưa, và muồm muỗm lại bay lên rồi, rào rào trước mũi liềm, trước những bước chân thu hẹp vào một đám. Mày chạy đi này, cào cào, châu chấu, chuột đồng, mày chạy đi này. Cả cánh đồng mênh mông thu vào một thửa, một thửa còn hai hàng, và những con chuột bắt đầu rúc chân người thúc tháo, những chú cào cào khoe áo đỏ xanh, nhảy loi choi. Gớm, mấy chị điệu đà quá đỗi, như cái Hân hát ở sân đình uốn éo, khi nó mặc áo mớ ba mớ bảy, xòe tà ra theo điệu trống chèo.

Những con muồm muỗm biết mình sắp chết mà vẫn hơn hớn bay, nhảy từ thân lúa này sang thân lúa khác, để cuối cùng dồn tụ vào một đám ruộng, và cuộc rượt đuổi cào cào, muồm muỗm, chuột đồng của bọn trẻ mới bắt đầu diễn ra, vui quá đà, thích thú quá độ, bàn chân chạy lao xao, tiếng hò reo thanh la cổ vũ, tiếng lạo xạo của cánh bay, hình ảnh chấp chới tóa lên bầu trời, chúng đã bị dồn tụ rồi, chúng đã bị bao vây khoanh vùng và tiêu diệt.

Thì những ngày này mẹ ạ, vòng vây phía bọn con đã bị khép chặt rồi, như cánh đồng mênh mông chừa một thửa, một thửa thu vào một đám, rồi một khoảng con con. Đồng đội con chết cả, con dế vẫn ri rỉ hát đêm đêm, những căn hầm bên cạnh sụp hết, pháo bom làm chôn vùi bao bạn bè con dưới đó, khép vùng rồi mẹ ạ, tiếng lao xao có bay lên trong niềm vui thanh bình của những chú côn trùng vào mùa thu hoạch cũng không tránh khỏi được bàn tay của đạn bom ghìm chặt. Ngày mai con sẽ chết ở đây, chỉ lòng thương mẹ là về mãi phía quê nhà, mai mẹ vẫn ra đồng mùa gặt chứ, tháng mười, lúa đủ lứa được hái thu, tháng mười, cào cào, châu chấu bay về rợp đồng quê, tháng mười, con nhớ mẹ nhất mẹ ơi... ".

Những mái đầu xanh kề bên những chiếc balo, vài cuốn sách cháy dở, chiếc bi đông nước đã dốc cạn giọt cuối cùng, gói lương khô chỉ còn lại vỏ, và khẩu súng bắn hết đạn đã bị gãy nòng để cạnh.

"Làm sao tôi có thể giết được anh cơ chứ, anh có mẹ giống tôi, có kỷ niệm quê hương như tôi, anh có tâm hồn yêu thương đồng điệu, với xóm làng, cánh đồng, con côn trùng, muồm muỗm, mùa thu và mẹ, thứ có ở khắp nơi trên đất nước này".

Thằng Long cúi xuống, vuốt mắt một người lính Bắc Việt. Chiến địa đầy những xác chết, ruồi muỗi, mùi khắm thối theo gió biển thổi vào rặng phi lao, hất ngược lại trảng cát, làm thằng nào thằng đấy nhăn mũi, nó lấy tay vuốt mắt một người lính Bắc quân vừa chết, chưa kịp khép hẳn, mảnh đạn phá tung vầng trán anh ta, thiêm thiếp giấc ngủ thu ngàn, nó nhìn mênh mông đồng cát ngổn ngang súng đạn và xác người, rồi cất lên giọng ngâm tiếp:

"Làm sao tôi thù hận được anh?/ khi tóc anh cũng còn xanh như tóc tôi/ khi mắt còn giữ nguyên màu trong sáng/ và môi còn giữ nguyên nụ cười/ làm sao tôi thù hận được anh/ khi mẹ anh cũng già như mẹ tôi/ tóc bạc phơ, đôi tay thêm run rẩy/ từ ngày tiễn đưa con lên đường...

Nhà thơ nào tài hoa đến vậy Gia ạ, họ nói hộ lòng ta đó. Khi mắt anh cũng xanh, bàn tay tôi thì trẻ; khi mẹ anh già, còn cha tôi cũng đã bệnh; khi người yêu anh bé nhỏ, còn vợ tôi trẻ lắm ở quê nhà; khi đồng đất nơi anh có cánh cò, còn con vạc đậu ở bến sông lạch nước nhà tôi; khi đồng lúa nơi anh muồm muỗm bay nhiều, nó bay quá để sang cả đất đồng làng tôi. Làm sao tôi có thể giết được anh cơ chứ?

Khi anh gọi quê hương là Việt Nam/ và tôi cũng gọi quê hương là Việt Nam...".

2.

Ba, nỗi đau bởi tình yêu, ba có hiểu không?

Alex đã hỏi anh câu đó, vào chiều của một mùa đông cách đây vài năm.Khi anh từ bang Florida thăm một người bạn trở về.

Ai có thể làm được, nhưng mình thì không, Gia ạ. Người bạn nhìn Gia như muốn tìm sự cảm thông, cho một lần, hiểu được cảm giác đau khổ của anh, khi bỏ lại người yêu nơi quê nhà, ngày lui quân rời mảnh đất Giang Điền, gió tanh, sông lạnh, con nai ngơ ngác, con tắc kè còn kêu đêm, và mảnh trăng khuyết còn treo lơ lửng ngoài bãi sậy.

"Ngày tôi rút khỏi Giang Điền, tôi nhớ em còn đang chăn thỏ, nắng vương trên mái tóc em dài, con chim yến phụng hót sau hè gọi trái, lá sầu đâu mang hương ngai ngái bay vào, chiến trường giục ở phía xa mà bóng em thì nhỏ, tôi bỏ lại dòng sông chảy vào những đêm trăng em mang mùng màn ra giặt, rào thưa có hàng râm bụt nở quãng nửa đêm, vườn má em trồng đầy hoa phấn, em đem thêm giống hạt cát đằng về gieo, đàn thỏ lăng xăng, đàn gà con đã đến kì mổ thóc, mấy con chó tru tiếng gọi bạn bầy.

Ngày tôi lui quân rời Xuân Lộc, tiếng súng địch ùng oàng tưởng mãi xa mà rất gần, những năm chinh chiến khiến người lính già chỉ nghe tiếng rít mà đoán được cả không gian, ông quăng khẩu AR15 vào đám cỏ, ngẩng lên cười ran một tiếng, tiếng cười lạnh, của niềm đau, nỗi xót chua, hay là giải thoát nữa. Ông ngửa cổ lên trời, để nguyên trạng thể, hai chân choãi ra, tay giơ cao quá đầu, trong nghi lễ kỳ quặc của người pháp sư cầu nguyện. Ông để ánh mặt trời gắt chói vào mặt, mồ hôi lòng dòng chảy xuống mắt, những thằng lính trẻ cũng lặng phắc. Sự không dịch chuyển, đứng hình của một thước phim quay chậm, của một đạo diễn tài ba, dụng ý cho những khoảng lặng hiệu quả điện ảnh nói hộ được đời sống vốn tạo hình, nhiều màu sắc và chuyển động sao, mà để sự lặng im kéo dài đến độ, tất cả ngưng bặt theo dòng mồ hôi hay nước mắt, trong nghi lễ tiễn biệt, một lời từ biệt núi sông, một vĩnh quyết trong giờ chia xa đời thượng sĩ và lịch sử mấy chục năm chiến trận ư?

Tôi đi về phía cuối đại đội, những cận vệ đã bó buộc balo, vài đứa hậu cần đang bắc bếp chuẩn bị cho bữa ăn cuối cùng, mùi mắm ruốc bay lên, mùi cơm chín, vài đụn khói hòa vào mây, và giọt nước mắt người thượng sĩ dáng trời trồng Từ Hải giữa trận tiền Tôn Hiến, binh giáp ào ào, rồi tiếng nổ xé toang, vùi thông cho một đời hổ phách...

Vẫn không ngăn được nỗi nhớ của tôi về đàn thỏ, buồng chuối chín vàng, áo mỏng em đem phơi ở giậu thưa. Cuộc chia phôi buồn quá, cuộc chia phôi chẳng hẹn ngày tái ngộ, trùng phùng thành xa cách, quan hà bổng dặm khơi, ngày tiễn đưa không kim bôi cạn chén, không địch sáo tiêu tao, không rượu hồng chia má thắm, không lời giao tế hẹn với núi sông, tôi bỏ em nơi quê nhà biền biệt, nên mỗi ráng chiều lại cứ ngỡ áo phơi".

Gia trở về từ cuộc rượu đó, với lời hàn huyên đối ẩm, tâm sự ruột gan, ở những con người vốn sống nơi xứ này mấy chục năm, nên một tiếng người cũng thành cố nhân, một dáng trúc tre cũng thành cố quốc, thì tri kỷ chỉ là hai người đã cùng trận tuyến, kinh qua lửa đạn, sống cùng một khoảng đời, gặm nhấm cùng một nỗi đau thế hệ, hoặc đơn cử hơn, cùng nghe một tiếng súng phía Xuân Lộc dội về, đã là tri kỉ.

Cha, tri kỷ là gì, thằng con trai vặn vẹo anh sau khi bợp xong một hớp rượu - cách uống khác thường, hàng ngày, nó không uống kiểu thế bao giờ. Cũng như cắm một điều xì gà vào miệng, sao cho vuông góc, rồi quật ngửa người ra chiếc ghế bố, nhìn ngọn cây vô định, hỏi anh vu vơ. Con và cô ấy chắc không thể là tri kỷ, nên cô ấy mới rời bỏ con, không tri kỷ cũng là một cái tội. Người ta có thể bỏ vợ, bỏ chồng, bỏ người tình, nhưng mấy ai bỏ tri kỷ. Con không đi được đến tận cùng tâm hồn cô ấy. Bảo mà, những phụ nữ An Nam bé nhỏ mà bề bộn quá ba ạ, giá họ cứ trắng trẻo, cao lớn, họ ăn pizza, và chỉ thèm đến vũ trường nhảy nhót, ít nghĩ chuyện thế sự, ít đi những tâm tư, ít đi những rối rắm, nhưng cô ấy thì lại không, những người phụ nữ Việt Nam hình như họ đều thế, nên con không thể là tri kỷ của họ phải không ba?

Điếu thuốc đã hút quá nửa, cốc rượu đã vơi, cái cách hút thuốc cùng rượu này anh chưa từng bắt gặp, một cuộc chấn động nào ở nó chăng, anh đã nghĩ.

Có việc gì sao Alex, anh lại gần, ngồi xuống cạnh, đặt tay lên vai con, có chuyện gì kể cho ta nghe. Ba, con và cô ấy đã xa nhau. Nó nói xong rồi rít một hơi thuốc, cầm cốc rượu ực một cái. Ba, không là tri kỷ của nhau cũng là cái lỗi, nhưng cô ấy đâu muốn tâm sự với con, hay con chưa đủ lớn, hay hồn con chưa đủ rộng, hay con chưa đủ trưởng thành, hay những người phụ nữ Việt Nam quá phức tạp. Nói đến đây nó dừng bặt, mắt nhìn sâu và xa vào phía cuối mảnh vườn, cây thủy tùng đã được anh cắt tỉa hình chú mèo, những bông hoa cẩm cù đã nở đủ sắc màu, lá cải cũng vừa nhú lên khỏi một đợt non, và đám ngò già đã cho những chấm hoa trắng li ti đưa hương thơm dịu dịu.

Hay việc cô ấy thích ăn ngò còn con lại không, việc cô ấy thích mắm ruốc còn con lại chưa cảm thụ được món ăn quê nhà đậm chất mặn mòi, đậm vùng nhiệt đới, của một nền nông nghiệp đói nghèo, thuần hậu, và đơn sơ, để những bà mẹ phải ủ chượp, ngâm muối ăn dần, trong một nền văn hóa để dành và tiết kiệm, phòng thân và trông xa đó, phải không ba.

Nó lại nói trong niềm đau khổ, khi không lý giải được nguyên nhân của việc bị bỏ rơi, hay là chia tay có phần trong im lặng ở phía người con gái nâu giòn, bánh mật, có đôi mắt to tròn, mái tóc ngắn cá tính, bàn tay thon dài, mà nó đã kể trong một phút ngẫu hứng ít ỏi, chỉ vài tháng trước, trong một lần anh cố gạn hỏi con, cũng là muốn biết thêm về cô bé, người thay anh gắn kết và nối dài cuộc đời nó, cũng là một cách để anh giao lưu, mối lưu hòa cha con mà anh luôn ân hận không làm được với má nó, đặc biệt ở một nền văn hóa khác hẳn Việt Nam, khi cha con không nhiều gắn kết, ngoài máu mủ lúc sơ sinh, còn đâu mối quan hệ xã hội nhiều khi thân thiết hơn cả giọt máu đào, nếu như chúng đã trưởng thành và tìm cách bay xa.

Con không hiểu vì sao ba, đến giờ con cũng không hiểu vì sao ba ạ.

Còn anh, có nỗi đau nào của tình yêu chưa?

3.

Ba ạ, con đi tìm ba đã bao ngày, ba ở phía nào với con đâu quan trọng, nỗi buồn này đâu phải chỉ hôm nay, càng đi sâu cuộc chiến, nỗi cảm hoài dân tộc, nỗi cảm khái nhân dân, nỗi thương đồng bào trong con càng trỗi dậy. Ba là ai, ở đâu, đâu quan trọng.

Giờ đây con vẫn hỏi, ngày đó, ba trở về vùng tề ra sao, ngày đó, ba định cưới mẹ vào thời điểm nào, ông bà, các bác, lịch sử, giao đoạn đó nữa, và hai anh con... Lời kể về ba bập bõm, lời thêu dệt cũng lại khác nhau: thằng phản động, người nghệ sĩ tài hoa, thằng bán nước, thời thế thôi, còn tấm lòng nó thực sáng như sao; tuổi trẻ, những mộng ước, lời thơ, ý nhạc; các hoạt động phong trào sôi nổi...

Hoàn cảnh nào ba gặp mẹ?

Ba con là bí thư Trường Khải Định, mẹ là bí thư Trường Quốc Học. Ba mẹ gặp nhau trong các hoạt động phong trào. Ba con nhiều đam mê, nhiệt huyết, phong trào sinh viên ông gây dựng có sức vang lớn, đến tai toàn quyền Đông Dương, lúc đó ông ta đang ở Huế. Thằng Thi Phương, đứa con hoang đàng của Chúa, chính nó đã lôi kéo tầng lớp thanh niên, phải thủ tiêu... .Bức mật thư được khâm sứ gửi cho Philippe Leclerc, tổng chỉ huy quân đội viễn chinh đã lọt vào tay những người yêu nước, ba con được bí mật đưa ra chiến khu, thời gian sau, trường Khải Định và trường Quốc Học cũng rời về đấy, vùng Lộc Hà. Mẹ được cử đi học lớp Văn Công, ba con lên học trường Lục Quân Đà Lạt, tiếp tục lại những ngày kháng Pháp sôi nổi, khi đất nước bước vào giai đoạn cam go hơn.

Thế sao ba lại đi vào trong đó? Cũng là thời thế thôi con, đừng trách ba, khi ba biết có dòng máu con trong người mẹ, ba quyết về vùng tề gặp hai anh thưa chuyện, nhưng hai bác con đã bị giết, họ theo đảng Việt Quốc. Phe phái nào ra tay, thời thế loạn lạc, những người nhân danh thì nhiều, ai làm nên chuyện, hai anh con còn nhỏ sống nương nhờ họ hàng, ba đành đoạn tình với mẹ, chọn gia đình, ba đưa hai anh con vô Sài Gòn, mẹ đâu trách mà thương họ nhiều hơn.

Ngày đó mẹ nổi tiếng xinh đẹp và hát hay mà. Người đàn bà lặng nhắm mắt, bà hơi cúi đầu để lớp tóc loà xoà che đi vầng trán phẳng, khuôn miệng trái tim hồng rỡ, cặp lông mày gọn như vỏ quả đỗ đặt ngang, và chiếc mũi thon hơi gồ lên phía giữa, bà ngừng lại lời hát tập, chuẩn bị cho buổi diễn tối nay. Mẹ đẹp, hát hay, nhưng người ta biết mẹ nhiều hơn ở tinh thần hoạt động. Ba là chú sư tử trường Khải Định, mẹ là chim sơn ca trường Quốc Học, trai tài gái không chỉ sắc, nhiều người thương, nhưng mẹ chỉ thương ba, từ cái dận, cả đoàn văn công phục vụ chiến trường bị máy bay địch càn, dưới sông giặc rà, trên trời giặc lái, tứ bề bị bao vây, đồng đội mẹ chết hết, mẹ bơi như con rái cá vượt sông Nghèn sang vùng giải phóng, nhờ cố ngoại con dạy bơi xưa. Cạnh nhà mình có dòng Vĩnh Định nước chảy dữ, cố con túm mẹ quăng xòe xuống nước, rồi chạy xuôi đón mẹ ở đoạn xa, mà mẹ làm rái cá bơi dọc ngang dài ngược lên vùng giải phóng, bà con nơi đây cưu mang, cho tiền mẹ tìm về căn cứ.

Ba con những ngày đó tưởng mẹ chết, cả trường, cả thành Huế đồn, cô nữ sinh - sơn ca xinh đẹp đã ngừng tiếng hót. Ba con khóc, đi dọc thác bờ, quật cây tìm mẹ, tiếng khóc làm xao động lòng người. Tình thương mẹ ở ông khiến ca khúc *Ta chết trong hồn nhau* ra đời. Cả trường hát, cả thành Huế hát, cả chiến khu tuổi trẻ hát, mẹ trở về cũng hòa vào tiếng ca và hòa vào lòng ông từ bận đó. Mình chết rồi còn được thương vậy, sống sẽ còn được thương như nao, lòng tin ngây thơ mù quáng đã khiến mẹ mang trong mình giọt máu của con. Rồi ông đi. Giữa gia đình và người tình, làm cha và sứ mệnh người trai trọng trách gánh vác gia tộc, cái gì lớn hơn? Vào mẹ ư, mẹ cũng phân vân. Ba con, sau này mẹ đâu trách, có trách chi thì là thời vận, để con người đau quá trong sự chọn lựa mà thôi. Phải lựa chọn đã là bi kịch. Kiều đứt ruột hiếu tình, nàng Chiêu Quân đau khổ phận và Chúa, nàng Ngọc Vạn chắc cũng khóc thương mình vì bên nhà bên nước, võ tướng Ngô Tuấn thương thân, bởi tình riêng và nghĩa nặng trung quân. Nên đừng để con người lựa chọn, không được để lựa chọn, bởi đâu chẳng là lẽ sống của người ta.

Gia dừng lại giữa dòng nhật ký. Ngoài kia trời khuya quá, con khướu trên sân nhà hót vài tiếng, con chó phía nhà Tiểu Thanh sủa vài câu để đuổi chuột đồng, giọng ho của ba anh vẫn khặc khặc trên gác, ông lại chuẩn bị cho ra một tác phẩm mới, mỗi lần vậy ông thường thức rất khuya, gánh cháo mẹ anh về muộn thế nào, bà cũng không quên để dành cho ông những miếng lòng ngon nhất, cả thành phố lại chuẩn bị háo hức rồ lên những tràng tay không ngớt đón chào vở kịch mới mà cha đẻ của nó vẫn ẩn mình thật kĩ phía kia. Ông ngồi lại, lặng yên trên tầng gác mái, nhìn sâu và xa, xuyên vườn nhà chú Hỏa, xuyên con lạch bọn trẻ chuyên đẩy chiếc xe lăn kềnh xuống nước, và tiếng rao của ông già mù tử vi dội đến.

Con lạch, ngõ xóm, giàn hoa, con chó đá, và dáng nhảy nhót của đôi khướu mun trong lồng, chao ôi Sài Gòn trong anh là thế, và một người nghệ sỹ già in hình trên căn gác, đóng đinh và trầm niệm vào đó, chỉ có thành phố là ồn ở khắp các rạp, còn cha đẻ nó vẫn bất động ở kia.

Nhiều khi anh nhìn cha để chắp nối, thằng Vọng chạy trong ánh đèn nhập nhoạng, bóng người cha hớt hải đau khổ chạy tìm con cùng thứ đỏ xanh nhoáng nhoàng theo tiếng nhạc, cả sân khấu lặng đi rồi vỡ khúc, hàng ngàn người đứng ùa cả dậy vỗ tay, và sự không dịch chuyển im lìm bất động. Những bức vẽ dữ dội, màu gắt, hàng trăm tác phẩm trong các cuộc triển lãm rình rang Quốc tế, tiếng à ồ, dàn nhạc du dương, ánh chớp đèn flash nháy liên hồi vào những gương mặt, rồi tiệm cận vào những bức tranh, màu sắc gắt, hình khối lạ, đập mạnh giác quan, làm người ta choáng váng, ngộp thở, tức ngực, như hút hết oxy, còn cha đẻ nó ngồi kia như ông già bất động chờ vợ về để kiếm bát tiết canh, món khoái khẩu, mà bà bao giờ cũng để phần. Giống như sự bố thí tình thương ở người vợ lành hiền nhẫn nhục dành cho người chồng vô dụng vậy.

Ông kiếm được bao tiền bà đâu biết, những bức tranh bán được bao nhiêu bà không hay, số tiền chỉ đủ cho ông uống rượu cùng tri kỷ. Ông có tri kỷ ư, điều này thì Gia nghi ngờ, còn anh tin, ông chỉ tri kỷ với riêng lòng mình. Và những vở kịch cả thành phố chờ mong, các báo giật tít trong sự chuyển động rần rần các xưởng in, những đứa trẻ chạy dọc phố phường réo tin *hot*: Nhà soạn kịch Minh Khương ra tác phẩm mới, vào đêm nay ở rạp Tháng Chín, mời bà con mua. Vài bác phu xe thổ mộ trong khi chờ khách, mua tờ gật gù, họ diễn xong rồi, nhà đài sẽ diễn lại, lúc đó ta nghe cũng vẫn vừa.

Cả thành phố nhốn nháo, cả thành phố chờ tìm, thì ông vẫn ngồi kia. Gia chỉ biết, đó là một ông già không hiền song chẳng quá nghiêm khắc, không mặn mà song chẳng quá thờ ơ, không nhiều xáo trộn song đôi mắt có khi nhiều linh động, không ngu ngơ nhưng có lúc chỉ trông qua đến được hàng rào nhà chú Hỏa, không lắm chuyện nhưng nhiều khi tâm sự cùng cả chú chó và khướu mun, không bạn bè mà số tiền bán tranh, bán kịch chẳng giữ được đồng nào, ông thực sự là ai, anh không biết, mẹ anh cũng vậy, và cả thành phố này cũng không hay biết, ông là ai.

Ba... trang nhật ký người Bắc quân lại ghi. Anh đọc những dòng đó đến thuộc lòng, thuộc lòng mà vẫn muốn đọc, mỗi lần lại cho anh thêm nhiều tưởng tượng, nghĩ suy, đoán định và trải nghiệm, những thước phim hiện lên trong đầu, anh tiếc mình không đủ tài như ba để dựng kịch, anh cũng tiếc lúc đó sao chưa cầm bút để viết thành văn, một bi kịch của đời người, một số phận người của cả hai phía chăng.

Ba, con không biết hai anh họ con giờ ra sao? Ba có nghĩ gì đến con không, ba nhớ gì mẹ không, một giây phút nào ba có nhìn về bên kia vĩ tuyến, và nếu có trùng phùng gặp lại, ba đứng từ xa hay lại gần, ôm con hay nghi ngại, sợ sệt hay tình phụ tử xóa bỏ đi nếp ngăn, liệu lòng chúng ta có cùng chung nhịp đập.

Con vẫn trên đường tìm ba đây. Sài Gòn sẽ được giải phóng, Bắc Nam sẽ về một nhà, và ba lúc đấy sẽ ra sao. Bố An yêu con như con đẻ, nhưng sao sâu thẳm lòng con vẫn thấy cần ba, sao trong sâu thẳm lòng con vẫn giá băng, như Hà Nội nhiều sương rét, mùa đông Hà Nội nào cũng buồn và lạnh, tiếng hát mẹ thì thê lương, giọng ru con của mẹ thì não nề. Có nhiều lần bố An đứng lắng nghe ngoài cửa, ông lặng lẽ xuống khu nhà tìm đến quán trà của cụ Tước, ông ngồi thật lâu ở đó. Mình ạ, tôi giờ đã là cha của ba đứa trẻ, mong mình hiểu lòng tôi. Mẹ đã khóc và ôm bố. Ơn nghĩa này em nghìn đời không quên, thằng Hồi không bao giờ quên. Anh đã dang tay cứu vớt mẹ con em giữa bùn lầy bất hạnh, giữa miệng tiếng người đời, giữa những mũi dao chỉ trích, em đau lắm chứ, nhưng anh đừng nhạy cảm thế, chỉ là lời hát ru, bài hát đó đưa em đến đỉnh cao nghệ thuật, cái lỗi là nó trùng với hoàn cảnh riêng chăng, mà anh buồn, em biết, anh là nhà báo, là người hoạt động kiên định, là thủ lĩnh, cây đinh ba trong các phong trào xưa, là bạn bè thân thiết với bố thằng Hồi. Em mong anh đừng nhạy cảm.

Lúc này bố An mới ôm mẹ và xin tha thứ. Ông khóc, lần đầu tiên con thấy ông khóc, vì sự nhạy cảm quá ư, vì không trói được lòng người phụ nữ, vì không kiểm soát được tâm tư của bà, vì đa đoan thời cuộc, vì đa sự đất nước và tấm thân, vì loạn li lòng người và gia cảnh, để ông buồn và quá nhạy cảm ư, hay vì ông quá yêu mẹ con. Con cũng hiểu vì sao ba yêu mẹ, người đàn bà bản lĩnh mà yếu mềm, người đàn bà đầm duyên mà cũng vô cùng quyết liệt, bà biết sống cho mình và cho người, bà biết cống hiến và tận thu hạnh phúc, và là niềm đau của bao kẻ si tình.

Hà Nội đó, gia đình con đó, mẹ, và bố An. Và giờ con có mặt trên hành trình thiên lý để tìm ba.

Bạn con, thằng Cầm, là một cây saxophone nổi tiếng của Trường Mỹ Thuật, nó giỏi đàn, thơ, am tường hội họa.

Mày còn ba, mày còn hi vọng. Mày sẽ có hai người ba, mày có cả hai gia đình yêu thương, tao chỉ một, vui lên, rồi sẽ tới đích. Những đồng tiền xưa mày giấu để tìm ba không còn cần đến nữa. Ta vượt Trường Sơn bằng sức trai, ta đạp ngàn thác lũ, tuổi thanh xuân ta dùng để mở vạn lý tìm người thân, mày phải tự hào. Và buổi gác cuối cùng, nó đã nhường suất ngủ cho con, một mình ra ngoài đường canh giữ. Rừng im lặng, rừng ngột ngạt dưới nắng hè, rừng không một tiếng động, sức ép của điện từ trái đất, do trận bão chuẩn bị đổ bộ hay sao, để nó bắt nhịp với con chíp từ trường các loài cây con khác, để tất cả cùng im lặng, chỉ cơn nóng hầm hập tỏa ra.

Mày điên à, yên lặng này báo hiệu điều không lành.

Chinh chiến trận mạc nhiều tao biết chứ, tận cùng biến lại là an, cứ ngủ khoèo, hết ca gác tao gọi dậy, đoạn đường ngắn, hai thằng ra cho mất sức, chúng tấn công phải có dấu hiệu, bọn Ngụy tổ lắm, khôn lõi như lính Bắc mình đâu, khờ đến độ gọi cả phi pháo đến bắn quân mình, toàn lính kiểng, chưa ám hiệu đã la ối ối, sợ đái ra quần, chứ có lì và liều như chúng ta đâu. Nó nói đầy cái lý và đã thuyết phục con, một thằng cũng lính kiểng, nhưng được rèn luyện ba năm chiến trường, da đen cháy, bắp chân đầy gân cốt, và chỉ thèm ngủ, cởi trần nằm ệch ra căn hầm đánh một giấc, nếu như biết đồng đội mình, một thằng cẩn trọng nhất đang đứng gác ngoài kia.

Chiến trường ba ạ, sống nhờ đồng đội, chết cũng do đồng đội. Giao trứng cho một cẩn trọng là yên tâm nhất. Nó nổi tiếng ở sự tỉ mỉ, vì thế chưa chết bao giờ, dù đi qua những trận đánh liên miên, nhờ kỹ thuật đào hầm, nhờ cảnh giác canh chừng, những thằng mang tâm hồn nghệ sĩ thường ủy mị và cẩu thả, không phải với nó và bao thằng bạn con, nếu không, những đường nét tỷ trọng, nếu không, một từ đặt sai chỗ, thì đâu còn là nghệ thuật. Và nó đã trám vào chính chỗ con, một thanh âm, một nét vẽ, một sắc màu, một ngôn từ đắc địa, nó trám vào cuộc chiến để bật tung xác thân trong buổi canh gác cuối cùng, mà nó quá dạn dày đủ hiểu tận cùng sẽ sinh biến, đêm nay sẽ có biến, để con tiếp tục được lên đường tìm ba, nó đã xung phong làm nhiệm vụ canh gác, vì quân lệnh y sơn, chết cũng phải hoàn thành, nó chọn cái chết, trám một thanh âm, một sắc màu, một ngôn từ, vào bức họa chiến tranh, để con được sống mà tiếp tục tìm ba.

Có những ơn nghĩa mang xuống tuyền đài chưa trả được, có những tình người dạ đài, dẫu cách mặt mà ngó ý còn vương. Có những ơn cao, có sang một thế giới khác phúc âm vẫn gọi ta về đáp đền. Trên đường con tìm ba, đã có những xác thân bạn bè ngã xuống, ngã xuống để tình cha con được nối liền, miền Bắc là vậy ba ơi, nên ba đừng có ghét bọn con, nên ba nhớ đừng phản bội Tổ quốc, dù hoàn cảnh sống ra sao, dù lịch sử bắt ba thế nào, hãy quay lòng mình về với Tổ quốc nghe ba .

Đọc đến đây, Gia dừng lại, con khướu đã hót thêm một hồi, má anh đã dậy làm thịt vịt, bát tiết đỏ nhất bà để bên, hãm cùng chút muối, băm chặt cổ cánh đánh cho chồng một bát thật tươi để ông lấy lại tinh thần mà tiếp tục sáng tạo, để bà lại quẩy gánh hàng đến cổng những ngôi trường, làm bạn cùng các cô cậu sinh viên. Tóc má bạc nhiều, má cho con hai tôm, chả giò của má con thích nhất, khi bà không làm bạn được cùng ông. Cả anh nữa, anh cũng chưa từng làm bạn được cùng ông.

4.

Ba Gia và Lãng cùng một quê. Nhiều lần nhìn ông đánh đàn trên lầu, con khướu mun nhảy nhót, con chó đá lừ đừ canh cửa, anh muốn hỏi, ba à, ba có quen người đàn ông trong cuốn nhật kí này không, nhưng anh tin là không, quê ba Lãng ở vùng Cồn Tiên, còn ba anh tận Vĩnh Linh, nhưng biết đâu trong trường thiên tuổi trẻ, ngày Bắc Nam chưa cắt chia, họ cùng chung những kỉ niệm.

Nhưng rồi ý nghĩ ngăn anh lại, anh hình dung, ba sẽ phải gườm gườm, ông cần nhớ nhiều hơn, ông cần động não, cần nghe, cần chất vấn, kể chuyện, cần cả giãi bày, mà điều này thì anh chưa từng làm được: chuyện trò như hai người bạn. Chỉ khi hai người bạn, thì sự cởi mở mới khơi mào, sự bàn luận mới rộng rãi, và bí mật mới được khai thông. Ba Lãng là ai, ở đâu, có cùng một dòng sông phía đầu và cuối với ba anh không, ba Lãng, trong con đường thiên di, có lúc nào gặp ba anh trong một môi trường học thuật?

Và anh thấy cần im lặng thì hơn, mọi cởi mở quả là không hiệu quả, muốn giãi bày ư, với người không bao giờ cởi mở với mình, nên anh chỉ im lặng, nhìn người đàn ông đang đánh đàn, tay ông lướt trên phím dây, tiếng bay xa đến hàng rào nhà chú Hỏa, xuyên quán phở Bắc, chỗ thậm thịch bước chân của những chú Khách đội gạo xuống bến tàu. Anh lặng yên nhìn người đàn ông ấy. Con chim khướu vẫn hót, nó có chủ nhân thật thân thương, ông tâm sự với nó, cả với con chó đá, và anh tin, những tâm tư lòng ông, chỉ hai đứa chúng hiểu.

Và anh là gì, má anh là gì, bà chỉ có nhiệm vụ nấu huyết vịt cháo lòng, anh có nhiệm vụ về đi, sau mỗi lần hành quân, được về Sài Gòn xả trận. Con trai, mẹ anh sẽ nói như thế, mắt bà ánh lên khi anh bước đến chân lầu, còn ba anh sẽ nhòm từ ban công xuống, con đã về đấy ư, chàng trai. Đó là câu nói dịu dàng, trìu mến nhất, mà anh tin, trong lấp lánh sắc lòng ông cảm nhận, con ông đã lành lặn trở về, đó là niềm vui nhất của người làm cha.

Ở góc độ nào đó, ông cũng rất thương anh. Chỉ có điều, hai hệ hình, mỗi người lại khác. Ba chỉ thích con học ngành Y. Nhưng đó không hẳn là niềm đam mê nhất của con. Nếu không, con có thể đi ngành luật. Cuộc thiên di chỉ từ góc bàn đến ghế, cũng không phải ý muốn của con. Tuy nhiên, để đáp đền ước nguyện, một năm đầu sau khi rời tú tài, anh cũng gò người trên giảng đường Y. Đỏ đèn phòng thí nghiệm, những ca trực, đồ án, những chuyến thực tập tại các bệnh viện vùng ven, nó đã hút hết khí thở của anh, hút hết tài lực, hút hết sức trai, hút hết mạch vận.

Ta sẽ từ mặt con nếu con theo binh nghiệp.

Thì tiếng reo vui trong lòng ông, cất lên nho nhỏ, dù bằng vỏ ngữ âm thật khách quan, mà anh vẫn nhận thấy, như tiếng reo lòng chiếc bánh rán sôi trong chảo mỡ, vui và ấm lắm. Con đã về đấy ư, chàng trai.

Thì anh cất cuốn nhật kí đi, anh không có ý định dấn thêm, để hỏi ông, cha biết người đàn ông này không, cha có biết vùng quê trong nhật kí, cha biết gì về những hoạt động tuổi trẻ xưa, cha biết gì về người nữ văn công phía đó, hát trên đài tiếng nói, chất giọng mị ma, phía Bắc tôn thờ, gọi nàng là ca thánh?

Chắc cha không biết rồi, hoặc cha có biết, nhưng ông sẽ ậm ờ không muốn nhắc, đúng hơn, không muốn tâm sự những điều không thích phải sẻ chia. Ông vốn là người thích nghĩ nhiều hơn.

5.

Mỗi khi viết một điều đang đến trong đầu, Gia có thói quen đếm giấy. Anh đếm những tờ giấy rời, anh chuẩn bị dùng, để viết những tiểu thuyết dài về cuộc đời mình - bằng những tờ giấy rời. Ba không thể mua một cuốn vở tập thật dày sao? Alex hay hài hước hỏi. Ba đâu đủ tiền. Anh mỉa mai nhại lại. Cái cười của nó đủ xua đi cái nắng đầu hè, từ khi má nó mất, mối duy nhất gắn anh với cuộc đời, mối duy nhất chứng minh tình máu mủ là nó vào anh. Thì anh lại ngồi đếm giấy. Đủ cho những nghĩ suy này không, nó bề bộn đấy, nhưng việc đi lấy thêm cũng làm nguồn cảm hứng cụt. Vả lại, khi viết, xúc cảm dừng lại, nó ở đâu, những trang nào, anh đâu đong đếm được, nó đến bất cứ lúc nào, nhiều hay ít, đầy hay vơi, ngắn hay dài, và cần bao nhiêu phương tiện biểu hiện? Kệ đi, viết đã, và nghĩ đã. Thế là ào ào tuôn ra. Anh tuôn ra rồi, suy nghĩ, không đúng, tuôn ra máu của mình, tuôn ra trí óc, tuôn trái tim, những cơn co bóp mạnh, nó giật liên hồi, thắt lại, đau, cực xót, để nó chắt ra rồi, chút máu cho mỗi lần tuôn.

Hiện tình đất nước, ba ạ, người con trai đó cũng suy nghĩ như con, về hiện tình đất nước. Một mẫu số chung cho thời cuộc, mà trước khi đi vào cuộc chiến, con đã ngỡ tưởng, nó là đặc sản của bọn con, chỉ bọn con mới đủ quyền nghĩ suy và phán xét về hiện tình đất nước, chân lí chỉ đứng ở phía chính nghĩa, con đường sẽ đi về phía chính đạo, và chỉ miền Bắc mới có quyền suy nghĩ sao?

Hiện tình đất nước, ta nghĩ về nó nhiều em ạ, với thằng trai thời loạn, không dang tay ưỡn ngực che chắn và ngăn chặn, không "hoành sóc giang sơn" để ngăn sự xâm thực, để ngăn đồng đô la và sự loạn nhũng, không vươn bầu được máu nóng để làm Bao Thanh Thiên che chắn yếu tố ngoại lai và nội ác, không đẩy lùi được những luồng sóng xâm lấn ngông cuồng của phía Bắc quân, sự ảo tưởng của họ và sự ù lì của ta, sự mù quáng của họ và thái độ bình an, cầu hòa, thù tạc của ta, thì cũng không được. Làm trai thời loạn hoặc dấn mình, hoặc chen chân vào đời sống hiện sinh, vào quán bar, đèn xanh, sới bạc, vào chốn ăn chơi hưởng lạc, động hoa vàng. Nhưng sao ta làm thế được? Ta có thể thu mình vào bia rượu, dễ lắm, đốt cháy tâm can, xua tan hiện tình, dùng chất kích thích diệt những nghĩ suy. Ta sẽ thu mình vào ta, thu mình vào không gian hẹp nhất của bóng tối, để hủy hoại. Nhưng càng thu càng rộng, càng đốt càng nảy sinh, càng cố quên hận thù thì càng dằn vặt.

Chọn con đường nào, đó là điều ta nghĩ suy em ạ. Đừng tưởng ta bước đến con đường thứ hai là do thói quen và tính cách. Không phải, ai cho ta làm đấng nam nhi đúng nghĩa giờ đây. Sự căn nguyên truy vấn luôn làm lòng ta đau, sự cật vấn và truy xét tâm can luôn cần thiết với mỗi cá nhân con người thời loạn. Nhằm thế kỉ ư, Nguyễn Du xưa cất lên tiếng khóc, Cao Bá Quát xưa ngửa cổ than trời, Nguyễn Tri Phương tuẫn mình bi thiết, và hậu thế vẫn cất lên lời tri âm mà đâu có thấu hiểu tiền sĩ. Bất tri tam bách dư niên hậu ư, đến bao giờ mới có kẻ khóc thương Tố Như? Làm trai giữa thời này thật khó, chỉ còn em, em là lý do lành mạnh và chính đáng nhất để níu ta về với đời sống, để tĩnh tâm ta mà làm người lương thiện, để nảy nòi trong ta những ý nghĩ thiện lương, để chí khí trong ta bừng dậy, để mùa xuân khí tiết cùng sự tỉnh táo xác thân nở thêm một bông hoa mùa của sự hy vọng và niềm tin, thì cuối cùng em cũng tìm cách rời bỏ ta. Ta dấn thân vào con đường thứ nhất, theo cách hững hờ nhất, miễn cưỡng nhất, đúng sai phải trái thế nào, càng đi càng tuyệt mù tăm tối. Can đảm ư, dũng mãnh ư, có thừa, đồng đội, cá nhân, liên nhân ư, vẫn là tình người, còn nó, còn lại cái tình người bé nhỏ mà cao quý, cái phẩm giá tưởng bị quật quăng, văng miểng, tan nát, nhưng biết gắn kết lại, vẫn là một mảnh kim cương đẹp nhất, lấp lánh nhất, trong cơn lấm láp của gió mưa, bão đời vùi dập. Tình người, còn một nó, còn lại nó, giúp ta đi qua cuộc chiến này. Còn lại, em ạ, sự nghi ngờ - cả em, niềm tin trong sáng nhất với ta, niềm tin đẹp đẽ lãng mạn nhất để ta thoát khỏi hiện sinh trần tục, những động vàng hoa chứa, hủy hoại xác thân cho bản năng, dục vọng, hủy hoại mình cho những thứ mông lung, thì giờ đây... Không sao em ạ, hiện tình đất nước vẫn là những thứ ta nghĩ suy.

Dòng nhật ký khép lại rồi ba, ở dấu chấm than kết thúc một nghĩ suy. Anh ấy vẫn còn viết tiếp, con biết, nếu như một quả đạn pháo không bắn từ Vĩnh Linh xuyên đến Hải Lăng, cắt đứt hiện tình của anh ấy, dòng chữ vương máu, màu đỏ loang lổ trên nét bút xanh, màu trắng giấy học trò trộn cùng cả óc, hết rồi, hiện tình ba ạ. Thế mà con đã tưởng, những nghĩ suy là đặc quyền riêng biệt của phía con, sự luận đàm chỉ là đặc ân của lẽ phải, sự phẩm bình chỉ có ở phe chính nghĩa mà thôi. Cuộc chiến, đi đến nửa đường, chúng ta đều phải dừng lại. Nhưng ai muốn dừng. Chỉ con và anh ấy. Nhưng ai muốn nghĩ suy? Là Hiếu Ninh, Cầm, và anh ấy. Anh ấy chết rồi. Cầm và Hiếu Ninh cũng chết. Và con tin, suy nghĩ hiện tình không phải chỉ là đặc sản phía con.

Ba ạ, con đã đi qua bao núi đồi, bàn chân đạp trên bao trắng cát, lưng đựng biết bao nhiêu gió rừng, và bầu ngực nóng suy nghĩ bao điều, cả buốt giá lạnh băng. Ba ạ, đến lúc này, con thèm về Hà Nội, mẹ sẽ nấu món bún đậu đãi con, mẹ cắt cuống cà, cho sâu vào âu nén, bát canh cá rô đồng, ngồng cải ngọt. Con muốn về nhà rồi ba ạ. Hà Nội rực rỡ ánh đèn, Hà Nội có sân khấu to, đèn nến sáng, và tàu điện, vở diễn lớn, và không gian kịch trường.

Gia rít một hơi thuốc, một hơi nữa, anh cũng thèm quả cà má muối. Má anh có cách muối cà ngon tuyệt. Bà rửa sạch những quả no tròn, cắt cuống, đem phơi. Khi rôn rốt của cái nắng và thổi bớt hơi nước nhờ cái gió, sờ vào thấy nhám nhám, ấn vào thấy mềm mềm mà vẫn đủ dai, bà mới cho vào âu muối. Bà đổ đường, đổ mắm, đổ ớt bột, dấm thanh, và tỏi bằm, để quả cà giòn tan nơi đầu lưỡi, thấm vị mặn ngọt chua, chui sâu vào dạ dày, ấm khoảng bụng, mà vị ngọt thanh chua còn đọng lại mãi nơi cuống họng, để lại thèm hít hà thêm cả mùi canh cua nấu với mướp, suýt soạt húp thêm mấy thìa, lùa thêm nửa bát cơm trắng nữa, nhai thêm một miếng thịt luộc, thì cả Huế cung đình nằm lại mãi ở đây, bàn tay người cung nữ tài hoa xưa chắc cũng chỉ đến vậy, những mệ già Huế đảm đang dường như vốn hóa thân từ các cung tần thì phải.

Ba ạ, bạn bè con, đứa ra đi từ trường Mỹ Thuật, đứa trở về từ Đông Đức xa xôi đứa đang làm nghiên cứu khoa học cùng thầy, bạn bè con những chàng trai Phố Hàng chết trẻ, thằng Tính nước hoa hôm rồi cũng đã chết...

6.

Mỗi lần Gia về Sài Gòn, Lâm lại rủ Gia sang quán Tiểu Muội, tên gọi dễ thương thấy mồ, cô con gái nhỏ phụ mẹ bán thứ rượu quê Cây Lý, đựng trong những chai nhỏ. Hai sô một xị, là cách gọi của những thằng lính ba gai ngồi một góc, bên một tri âm, động vỏ xuống bàn, hàn huyên thế sự, chửi thề, đù má, trận đó không có tao thì nó toi rồi, ai đời tiếng pháo bay cũng không định hướng nổi, thằng chuẩn uý trẻ kỳ, nhưng có chiến trường chiến xa như tụi mình đâu mà biết, nghe tiếng kin kít, nó ngó đầu lên có chết người ta không, nghe tiếng xèn xẹt lại bò vội vàng xuống. Pháo bầy, pháo chặn bắn từ xa, âm thanh thế nào bọn này chẳng rõ như lỗ đít, thằng chuẩn uý vừa rời quân trường Thủ Đức, mặt non như chưa ra khỏi vú mẹ, bày đặt cắm thuốc vào cặp môi còn mỏng hồng, thì chỉ có nước chết mẹ. Nhưng may, tao đã kịp kéo xuống, vừa lúc trái đạn trờ tới, hất tung ụ đất, văng miểng vào cánh tay, ngay chỗ gã ra hóng lúc trước. Hạ sĩ, tôi phải tạ anh vài con heo. Nhà hắn trên Đà Lạt nuôi nhiều heo mà.

Tiếng động chai vẫn choang choang, Tiểu Muội chỉ cười. Tiểu Muội có hai má phúng phính, có chiếc mí lót chao ôi là thương, hơi xịu xịu nhìn xuống, muốn xỉu lên xỉu xuống những thằng hạ sĩ mười chín. Tiểu Muội lúc đó mười sáu, ai trông cũng muốn e ấp và che chở. Nói to, Tiểu Muội chỉ cười, gào lên, Tiểu Muội vẫn vẻ e thẹn. Tiểu Muội có hai bím tóc lí lắc, chiếc cặp hồng cài lên như hai trái đào. Nhìn Tiểu Muội thấy Sài Gòn dễ thương chi lạ, nhìn Tiểu Muội không nghĩ đến chiến trường ngoài kia. Thằng Lâm cũng bắt chước mấy tên hạ sĩ, động chai và gọi hai xị một sô, nhưng chỉ làm Gia cười. Cách nó bắt chước cũng y chang Tiểu Muội, dễ thương gì đâu, trong ngày nắng muộn, ông trời đi vắng, để những đám mây trắng bồng bềnh trôi, để màu xanh ngắt lồng lộng, để mặt trăng to phía sông đã ló dạng, mà vẫn còn nắng hờ. Lạ thế. Thành phố đi vắng, nên chỉ còn gió, ráng chiều, tia nắng quái cố hắt ánh cuối cùng rực rỡ nhưng chỉ được chút le lói, để nhường chỗ cho mặt trăng từ màu trắng lửng lơ, trồi dần lên thành màu vàng rực.

Thằng hạ sĩ vẫn dộng trai như để lấy lòng cô gái, nó gọi thêm rồi, năm xá xị, năm khô bò, một nộm đu đủ, một khô mực, và sáu quả tắc để vắt vào ly. Dụ má, hắn vừa nói vừa liếc nhìn Tiểu Muội, xem nàng có nhìn hắn không, nhưng Tiểu Muội lại nhìn ra bờ sông, nơi những con tàu chở thủy thủ sắp cập bến, những con tàu hùng dũng quay ngược mũi từ từ tiến vào, chiều sắp sập, mặt trăng to dần lên rồi ngả sang màu vàng, những tia nắng đã tắt, ngọn gió mồ côi đã thổi suốt thời làm trung úy của Gia cho đến tận giờ.

Gia ạ, Tao nghĩ rồi. Thằng Lâm bắt đầu nghiêm trọng. Lần này đánh đấm xong chiến dịch đó, tao xin tướng Thế về lại vùng I. Ổng vốn là bạn của bác tao, ngày bác chưa mất có gửi gắm tao cho ổng, nhưng rồi chiến sự, chức vị, công việc liên miên làm ổng quên chăng. Hôm về Sư đoàn dự lễ liên hoan mừng chiến công, vô tình gặp lại, có nhắc chuyện xưa, như là xã giao, ai ngờ ổng chồm lấy xoắn xuýt, vì ổng nhớ lời hứa xưa, hay bóng dáng người bạn hiện về y vẹn qua thân thể thằng cháu. Moa sẽ xin cho toa về, chắc chắn vậy, lúc chia tay ổng còn nhắc mãi. Đợt này xong chiến dịch Phi Long, tao sẽ về Huế, má tao đi viện bốn mùa, em gái tao vừa rồi cũng đành phải nghỉ học. Làm thằng trai thời loạn đi trấn giữ biên ải, mà không lo nổi được cho gia đình, có nhục không. Nói xong nó nhìn ra sông. Tiểu Muội không còn hướng mắt ra các giang đoàn nữa, Tiểu Muội cũng chưa liếc thêm bàn bên có tên hạ sĩ mang hết phụ cấp lấy lòng người đẹp lần nào nữa. Tiểu Muội ngồi xây lưng lại phía Gia, nhìn ra đường phố, cái ót phập phồng theo làn tóc dày được bím vào cái cặp hoa đào nhiều lúc rung rung. Con em tao cũng chỉ bằng bé này, nó còn bé quá mà đã nghỉ học.

Ngày về thăm Lâm ở Huế, anh thấy nó còn bé lắm, líu tíu ngồi lên đùi bắt anh rung lắc, nó cười mắt híp lại rồi ngô nghê, anh đi, mua bóng bay về cho Thi. Thì giờ, nó phải chăm mẹ ốm, mẹ nó mắc bệnh kì lạ, chỉ ngồi mà không nằm được, số tiền ít ỏi Lâm gửi về cũng không giúp đỡ được hơn, chỉ những suất ăn tình nghĩa của những mạnh thường quân mới đủ nuôi sống họ. Cay đắng. Lần này thì Lâm dộng mạnh chiếc vỏ chai vào mặt bàn. Đù má, bi kịch gì đâu, bảy tháng trời không được đi phép, tụt tạt Sài Gòn cũng chỉ là những chuyến tranh thủ mà thôi...

7.

Lãng nghĩ đến Hiếu Ninh. Những bức tranh hắn vẽ, vẫn nằm nguyên trong balo khi hắn chết. Bức Đêm giáng sinh, có thằng bé lon ton bò trên tấm thảm, người mẹ mặc đầm dài, ngắm nghía đứa con đầy âu yếm, người bố trong trang phục suit quý ông ngồi nhìn con và vợ, con mèo kề bên, bó hoa kề bên, và lò lửa vẫn reo vui, chiếc bánh kem trên bàn nhảy múa, cốc tách nhảy múa, ánh hồng của cây nến xô vào những đường nét rực rỡ trên đôi má người thiếu phụ, cảnh nhà ấm quá.

Không biết khi vẽ nó, Hiếu Ninh có nghĩ gì đến ngôi nhà mình không. Không biết Hiếu Ninh đã vẽ bao nhiêu những bức tranh đoàn viên, ấm áp của đời sống các quý tộc phương Tây như thế? Vùng ám ảnh nặng lắm với nó, vùng sáng tạo vô biên, hoặc thế giới đó cho nó sự đối lập khốc liệt với chiến tranh, cho nó du di về một miền miên viễn của cơn ngủ vùi ấm áp nhất của trái tim. Trong balo Hiếu Ninh còn rất nhiều những bức tranh như thế, nó vẫn vẽ dọc đường hành quân, một trường phái hội họa cổ điển phương Tây, mà không hề thấy dấu tích đạn bom, không thấy ngôi làng cằn khô sỏi mặt, không thấy đàn trâu gầy ốm đói đi lêu nghêu trên những cánh đồng trụi cỏ, thi thoảng một thân thể bị nổ bùm hất tung vì mìn bẫy, hoặc con người đã ác độc lấy chúng làm vật thử nghiệm thế thân; không thấy những con chó ngáp dài bên những vách lá; không thấy con mèo loe ngoe đòi ăn, chạy theo những đứa bé bụng ỏng, trong những ngôi làng chiến trận. Đứa bé vừa xốc quần, vẫn ghển cổ ra sau nhìn người bạn. Hoặc pháo bầy chạy mạng sống, hoặc là người bạn nhỏ thân thương. Nó vừa kéo quần, vừa khóc, vừa nhìn sau, vừa hoảng hốt. Hoảng hốt như người mẹ nào cố lôi đứa nhỏ chạy theo mình, nhưng đằng sau còn ba bốn đứa khác, chúng tán loạn các hướng, còn chị ngơ ngác, biết ôm đứa nào, bởi đứa nào chẳng máu mủ, ruột sa...

Trong tranh Hiếu Ninh không vẽ cái đó. Trong tranh Hiếu Ninh chỉ có những bữa tiệc màu vàng, những quý ông và những quý cô, những đứa trẻ hồng hào nằm phơi mình trong khu vườn có nắng ấm, có hàng cẩm tú leo vào giàn đậu quyên, có dòng sông xa xa, những cánh buồm nở trắng chen hồng, người cư dân nào căng lên trong một chuyến đi câu cùng bè bạn. Đứa trẻ vẫn lăn lộn sau hàng chuỗi ngọc, cạnh nó vài cuốn sách trẻ thơ, con chó lông đen đang húc đầu vào bụng chủ, thằng bé cười sằng sặc, lấy tay vuốt lưng "thằng bé" chó, hai đứa trẻ đang quấn lấy nhau. Ở góc vườn khác, người mẹ ôm về những bông hương đào rực rỡ, chị để hai má cho nắng chiếu vào, rực thêm cho chiếc váy vàng pha ánh đỏ ráng hoàng hôn.

Những bức tranh của Hiếu Ninh thường là như thế, nó có ăn nhập gì với mùi nước hoa của thằng Tính.

Cái chết cận kề, chúng mày cứ tiểu tư sản là chết cả lút. Anh L đại trưởng lầm bầm. Nhưng Lãng biết, trong ngực anh bao giờ cũng có chiếc mù xoa, sẽ được lấy ra sau trận đánh, lau mặt, rồi lại giặt sạch phơi khô. Của ai tặng? bọn lính tráng tò mò, nhưng rồi ai cũng biết, anh vào chiến trường từ năm mười chín, chiếc mù xoa thì vẫn vẹn nguyên, nó được làm bằng thứ vải dày mà thấm, màu hồng pha tím thẫm, trên thêu vài bông hoa xíu xíu, tặng phẩm của người mẹ đi công tác Hungary về.

Nó ăn hòa gì với làn keo nước lã, thằng Huynh dốc ngược bi đông, còn một chút cuối cùng, miết lên mái tóc. Cha chúng mày, nước để uống còn không đủ, lấy làm điệu, chết vì khát, chứ không ai chết vì chưa đẹp đâu.

Mặc, thằng Huynh vẫn cứ soi mình trong gương, bỏ áo vào quần, vuốt thẳng thớm mớ tóc, và hỏi thằng Ngô mặt đã sạch sẽ chưa, nó nhìn mình một lượt từ trên xuống dưới, rồi đưa tay hất lại tóc, làm bộ vuốt keo, nếu như bị đông không còn lấy một giọt.

Chết cũng phải cho nó đàng hoàng, nó lẩm bẩm. Dĩ nhiên câu đó không lọt được đến tai thằng Lâm võ biền dân Hải Phòng, đô cây như con trâu mộng, từ nhỏ chuyên nghề rèn trâu chọi cho những trận huyết chiến của hội thi, nếu không, nó đã lấy ngón tay móc ngược hàm thằng bé, hỏi những câu phũ phàng, bố mày chứ, mày đẹp còn để cả tiểu đội chết chung à, mày biết đi đâu không, trinh sát đấy, hàng rào dây kẽm gai kia, mày đã nhòm thấy chửa, sáu lớp, có cả lớp vướng chân, tổ trinh sát trước báo về, cả mìn bẫy, sáu đứa đi, bốn đứa chết mất xác rồi, còn mày nữa, mẹ bố cha, cái thói tiểu tư sản ở đâu ra vậy.

Không ai trách nhau, cũng chẳng ai thèm trách nó, nó có cái lí của người chuyên luyện trâu thi từ ngày còn nhỏ. Trong một cuộc huyết chiến, nếu chỉ cần sai sót một ly, là cái sừng nhọn của đối phương đã móc con ngươi mình treo lủng lẳng, máu đổ ròng, chỉ còn cách gục chết mà thôi. Nó là tiểu đội trưởng, nó có trách nhiệm với tổ viên, và sự hiệu quả trong cách võ biền quân phiệt cai trị là, tổ trinh sát của nó bao giờ cũng hi sinh ít nhất.

8.

Phẩm giá con người, thứ còn có ư, anh đã nghĩ đến điều đó khi viết chưa Gia, khi ngợi ca điều này, anh có nghĩ đến thế kỷ hai mươi ở cánh rừng vùng Đông Nam Á?

Phẩm giá là gì, hồi đi dọc bang Alaska, Gia nhìn thấy người ăn mày, anh đã định cho gã, nhưng sự tò mò dâng lên cao độ, làm anh đổi ý, anh muốn vào tận "hang ổ" của gã xem sao. Ở đây, mỗi kẻ vô gia cư đều có một nơi trú ngụ. Họ không nằm ở ngoài đường, tàu điện, màn đêm buông xuống họ sẽ trú những chỗ khác nhau, trong rừng, ngoài đồng, những nơi vô chính phủ, những nơi chính quyền cũng không mấy khi động đến, trừ phi có hỏa hoạn xảy ra.

Gia tò mò, vì Gia trông thấy bông hoa cài trên ngực áo gã, chiếc mù xoa lấp ló, đôi giày da bóng, chiếc quần tuy cũ mà thẳng thớm, mái tóc không bù xù dài thườn thượt như bao người vô gia cư khác, nó gọn gàng núp sau cổ chiếc áo bành tô. Khi đi qua, Gia còn ngửi thấy mùi nước hoa dịu nhẹ, đủ làm anh khoan khoái.

Những người ăn mày thật không thể biết rằng chính cái bình thường của họ mới làm cho lợi ích tăng lên, anh đã thấy họ cố làm ra vẻ khác biệt, rách rưới, bù xù, nhàu nhĩ, nó chỉ gợi lên sự đáng sợ hơn là đáng thương, đôi khi còn là sự coi thường. Ăn mày đẳng cấp. Anh đã nghĩ. Như ông già mù ngồi ở tàu điện, nếu người ta giơ biển, cho tôi tiền, làm ơn, thì mỗi hôm ông lại một thông điệp. Ngày hôm nay trời rất đẹp, xin chúc mừng các bạn đã nhìn thấy nó. Chúa ban phước lành cho cả nhân gian, hi vọng tôi cũng được hưởng chút phần bé mọn…

Nhờ vậy, tăng thu hút đặc biệt chăng, giỏ xách của ông bao giờ cũng nhiều tiền. Và ông không bao giờ tiêu hết, ông dùng số tiền ít ỏi đó chia sẻ cho bao nhiêu số phận ăn mày khác.

Đó, ăn mày đẳng cấp, thì anh bắt gặp gã sáng nay, một mùi thơm dịu dịu khi anh qua, vẫn đoạn đường gã đứng nhiều khi, mà nào đâu anh để ý, nếu như một bông hoa không lấp ló sau làn áo bành tô, một chiếc mù xoa gấp thẳng thớm, một chiếc bút bi cài và một cuốn sổ hay sách nhỏ, nước bóng lên của đôi giày, bộ quần áo thẳng thớm, và mùi hương. Gia quyết định theo gã về nhà.

Đi năm ngọn đồi thấp vùng Alaska nước Mỹ, đi qua một con suối nhỏ, đi qua một trảng cây cẩm lai thâm thấp, đến một con đường mòn bắc qua những rễ cây xù xì vươn ra đường, Gia bắt gặp những túp lều lô nhô dọc cánh rừng, được dựng lên với những kiểu dáng khác nhau. Gia bắt gặp những khuôn mặt ló ra từ những tấm bạt, cả vạt rau đang trồng, những con chó và những mảnh ván lô xô, cả cây que, rồi những thứ xin lượm được từ cộng đồng đông đúc ngoài kia.

Nhưng này, một túp lều, không, đúng hơn một ngôi nhà, nó nhỏ thôi, được dựng bằng cây que che vải bạt, song vẫn như một ngôi nhà nhỏ thảo nguyên, vườn rau đang lên xanh, vài con gà đang mổ dế, mấy bụi hoa đang nở, có cả chiếc cổng nhỏ màu xanh, có một giàn hoa leo ở đó, và thay bằng những hàng rào toàn quần áo phơi lộn xộn khác, nó đang leo những giàn lan tỏi tím, ánh hoa tiệp vần màu xanh biếc của thứ gỗ được sơn, và nổi bật màu trắng ngà ngọc của những bông hồng đất, vài cuốn sách được đặt trên chiếc bàn gỗ nhỏ được đóng chắc chắn tỉ mỉ, cạnh đó dựng vài chiếc đục cưa bào đã cũ, cốc cà phê đang bốc khói, và chú chó chạy lăng xăng, cạnh chú mèo đang dụi đầu vào chân ông chủ, cây đàn treo trên vách gỗ, một lọ hoa đã khô màu tro hoa đào đang rủ cánh trên chiếc khăn thảm màu xanh ngọc điểm những bông hoa trắng.

Một bức tranh đồng quê, một bức tranh nông thôn, không phải, một bức tranh đời sống, một bức tranh vẻ đẹp con người mẫn tiệp và thi vị nhất, sang trọng và phẩm giá nhất đây ư, anh bắt gặp trong khu rừng nơi chốn tụ của các vô gia cư trên một mảnh đất vô chính phủ, hoặc chính phủ không mấy khi động vào, để họ ở yên, trừ những vụ cháy rừng, thì sao anh không nhớ đến những người lính Bắc quân trong cuốn nhật ký kia.

9.

Điều gì để San tiếc những hào hoa xót vụ? Nó có phải là bông hoa tím còn sót lại sáng nay không? Thu đến rồi, hè đã qua, loài hoa này chỉ nở đúng giữa hạ, thế mà giờ đây một cánh bé xinh

xinh, loài hoa nữ hoàng tiểu muội, Gia thích gọi thế, những cánh bé mà sắc, màu tím mơ mà ánh hồng, răng cưa nhỏ xíu làm mềm hơn những chiếc lá xanh lắc lỉu.

Màu lá của nó thì xanh vô đối, không bị chi phối bởi thu hay hè, nó xanh đến độ những bông tuyết đầu mùa phủ xuống mới chịu chuyển sang trạng thái hàng, luộc mình vào với sự tã tượi khác của muôn cây, mặc kệ cho các loài dường như đã rã hẳn, thì một đồng xu xinh xắn vẫn ẩn mình, hào hoa sót vụ đây ư?

Gia nâng nó lên trong bàn tay ngắm nghía, nâng lên như cách anh hình dung về Hà Nội. Một Hà Nội cổ kính, Hà Nội theo lời ba Gia kể ngày ông được cố nội đưa ra theo đoàn tàu Nam Bắc có người thông ngôn nước Pháp đứng chỉ trò hướng dẫn xuống lên. Đoàn tàu dừng lại ở ga Hàng Cỏ, nơi có những cô gái mặc áo dài xanh đỏ, dắt theo những chú nhỏ mặc áo yếm, và những cô bé váy xòe, đi cùng với một quý ông mặc vest, hoặc đi cùng với một cụ bà áo dài nhung khăn vấn, trên tay cầm một chiếc giỏ xách đựng hoa, chiếc giỏ dành cho người đi chợ làm bằng mây giờ bà dùng đựng hoa hồng, hoa thược dược, đứa bé sẽ ôm cả bó sặc sỡ kia ùa ra đón người đàn ông mặc áo vest màu xanh lam từ đoàn tàu Bắc Nam bước xuống.

Hà Nội mùa thu, cái se lạnh chỉ làm hương cốm ven đường thêm đậm, người thiếu nữ đang tãi những hạt biếc xanh trên mặt lá sen, vài quả chuối ngự ngả sang trứng cuốc. Mùi chuối thơm cốm nồng quyện mùi phở của ông già Ba Tàu, cái tên được treo trên biển trước cửa quán cạnh sân ga nơi đó những quý ông đang ngồi lịch lãm, những quý bà ngồi riêng với nhau vừa ăn vừa trò chuyện, vài đứa nhỏ đã ăn xong đi nhặt những lá bàng xếp thành hình khuôn mặt, tiếng leng keng của tàu điện chạy lại, vài người con gái mặc Âu phục bước xuống, họ đi ra từ bưu cục, hoặc phòng nghiên cứu của Viễn Đông Bác cổ, hoặc một nhà băng của người Pháp. Hà Nội trong lành, Hà Nội bình yên.

"Ba ạ, Hà Nội giờ khác lắm. Bao trùm là bóng áo xanh thợ thuyền và người lính. Hà Nội giờ ít tiếng rao đêm, dường như không mấy khi nghe tiếng còi hủ, Hà Nội không còn cảnh nhộn nhịp bán buôn. Những phố Tàu ngày xưa đông đúc giờ đã đóng cửa. Con phố luôn đỏ đèn hồi con còn nhỏ, có bà già người Hoa ngồi bên gánh hàng thịt. Mùi thơm nức của những khuôn vuông, ướp rượu mai quế lộ, học theo cách kho của Tô Đông Pha đời Đường làm tiết vị tất cả giác quan của những đứa trẻ trẻ háu ăn và đang độ thèm ăn ngày ấy, giờ cũng không còn. Nên có lần mẹ bảo, ba mà ra Hà Nội giờ cũng đâu nhận ra. Cái ngày mẹ rời trường Huỳnh Thúc Kháng đi nhận nhiệm vụ ở đoàn văn công, ba cũng theo một người bạn nghệ sĩ lên chiến khu Việt Bắc, hai người rẽ qua Hà Nội và ba mẹ đã gặp nhau, hai người đã trải qua một tuần Hà Nội nhiều kỷ niệm, đúng không ba.

Ba con ra Hà Nội sẽ không còn nhận ra cả mẹ. Có khi bà buồn nhìn những trái sấu rụng đầy đường chưa ai nhặt, ngóng mắt về tiếng còi Bắc Nam ở một sân ga kí ức nói xa xăm, như tiếng vọng vào tháng năm tuổi trẻ, tuổi trẻ nào của ba, của mẹ. Ba con về Hà Nội giờ chắc không nhận ra cả mẹ. Và sau lần hai người yêu nhau dạo phố phường Hà Nội, thì con được hoài thai, và mẹ lại về khu Tư công tác, ba rời chiến khu Việt Bắc về Trường Đà Lạt, rồi ba nghe lời mẹ về tìm hai bác để xin phép cưới nhau".

Hà Nội thế nào mà để San tìm. Em đã đi tìm nó suốt những năm tháng sinh viên. Em đã vào tận ngõ ngách, ngó từng mặt người, đến đường Hoàng Diệu, vào cổng Hoàng Thành, đi đến núi Nùng, rồi sang Nghi Tàm, lên vùng Xuân Đỉnh, ngược xuống Từ Liêm, em đã đi tìm một Hà Nội. Hà Nội trong sách vở thôi, hết rồi, không còn bóng dáng, Hà Nội tàn nhanh, không còn tri thức, họ đi đâu, anh đừng hỏi nữa, họ lên rừng, họ kéo bầu đoàn thê tử về với nông thôn hoặc về nơi đồi núi, vùng kinh tế mới, để giữ yên mạng sống của những nhà tư sản thất thời, giờ họ cần mạng sống cho cháu con. Họ đi hết rồi, Hà Nội giờ là của công nhân thợ thuyền, người buôn bán nhỏ, bọn cướp giật, áp phe, những người nghèo lê la xin ăn đường phố, và những công sở trường học đã được Quốc doanh. Hà Nội giờ không dành cho tri thức, không có tư sản, không có người giàu, mà chỉ có công nhân, có bần nông giác ngộ, nên sau này em cố đi tìm mà không thấy.

Gia nâng cánh hoa tiểu muội lên, ngời sáng quá, dù thu đã sang, lá nó vẫn xanh rợi, còn cánh thì biếc tím, màu biếc xen hồng, đẹp rực rỡ, dù nó nhỏ xíu như chiếc cúc dính vào tấm áo bông trần nhung của người đàn bà miền Bắc trong nếp nhà khiêm cung, của một Hà Nội xưa hào hoa, thanh lịch, một Hà Nội của cậu mợ và vú em.

Gia đã nâng nó lên tay, rồi anh nhìn xoáy sâu vào. Khi nào nó bị luộc đi bởi thời tiết, lúc nào nó bị những cơn gió mưa nhấn chìm, để chỉ còn những cánh tã tượi và chín nhừ sau một đêm tan băng, và tuyết đổ. Những bông hoa sót lại vụ mùa trong những tháng ngày vốn đã từng rực rỡ nhất đây ư?

Để San phải tìm anh, để San tìm một Hà Nội, và Cù, cái thuở mới biết yêu.

10.

Gia nhớ về thằng nhỏ bị tra tấn xưa ở vùng Quảng Ngãi. Người nó dựng lên trước mỗi đòn thù. Những thằng nhỏ mà Gia bắt gặp ở bất cứ đâu, tiếng hô xung phong dọc thành Quảng Trị, tiếng hô Sát Thát dọc vùng Đăk Tô, bóng áo xanh như nước thủy triều tràn lên các chốt, những chiếc balo nhấp nhô đi trong bụi đỏ Trường Sơn, những cơn sóng triều ào ào màu xanh con trẻ.

Những đứa nhỏ rời trường phổ thông vào cuộc chiến, mang theo Ruồi Trâu, Che Guevara, mang lý tưởng lãng mạn Cộng sản lên đường, trang giấy còn trắng quá, tâm hồn trắng quá, và lòng quyết tâm, quả cảm thì cao, tinh thần yêu nước theo ý thức hệ ngút trời. Anh đã thấy chúng leo rào, lớp trước lớp sau, ngã rồi lại dậy, quạt đỏ máu láng lênh, rồi đứa sau lại leo mình lên chốt, tung lựu đạn, kề bộc phá, phóng hỏa tiễn, bắn liên thanh. Những tâm hồn con chiên ngoan đạo và tử chiến. Anh đã nhìn thấy ai, và thằng bé này. Sau giây phút xung phong, nó lại ngã lòng thế. Em còn mẹ già, các anh tha cho em. Em chỉ xin được sống, còn làm gì em cũng được. Nó lăn lê bò toài, nó làm trâu ngựa, nó xúc dương vật, nó làm tất cả mọi trò lố và nực cười, khốn nạn và khốn kiếp của lũ thằng người - cũng một bọn như nó, con nít, vừa rời ghế nhà trường, mẹ còn dắt đến trao tận tay Gia, xin trung uý chỉ dạy em nó giúp tôi, giờ, nó hành hạ một đồng loại, một trẻ tuổi như chúng, một mầm xanh, một chung tiếng nói, chung quê hương như chúng ư? Làm trâu ngựa cũng làm. Họng súng kề bên, những cật tre kề bên, lưỡi dao găm, và một mảng tóc, một mảnh thịt da đầu, đứa nào vừa nhặt ở bãi đất xa, chiến trường vừa đi qua, đem về đây để uy hiếp đồng loại.

Cơn hăng máu xung phong chùng lại, thuốc kích thích tinh thần đã hết hiệu lực, thứ ma túy tổng hợp đã bay hơi khi chiết suất, lòng quả cảm cũng chững lại rồi, sau cuộc đánh. Em chỉ muốn muốn sống, em muốn về với mẹ em. Những măng tơ mầm non, Gia bắt gặp nhiều, lì đòn, liều lĩnh, quái đản, và ranh mãnh lắm, nhưng sao ở đây? Cuộc chiến qua rồi, thứ thuốc phiện hết hiệu lực, lời hô xung phong của đồng đội không còn thúc đít, anh cả thủ lĩnh cũng ngã xuống không còn chỗ dựa tinh thần, và tiếng súng ngừng, không làm cho những con côn trùng hăng máu, lao vào chỗ chết, chốn thiêu thân, mỗi khi nghe âm thanh tiếng kèn nữa. Thì đời thường hiện lên. Xin hãy cho em sống, bắt em làm gì cũng được. Trâu ngựa bò dê ư?

Thằng bé lăn lê bò toài, thằng bé xám xanh ngắt mặt, tai nó tái đi, mắt dại mờ, bàn tay run, bàn chân cuống cuồng. Nó gầy và đen quá, mười bảy tuổi đây ư, bẻ gãy sừng trâu, nó gầy và da tái, mắt mai mái mờ mờ, nó đói ăn và sốt rét, nó kiệt quệ trong những trận đánh, nó vác nặng trên đường hành quân, nó còng lưng để khênh bộc phá, nó oằn người để gánh pháo rời. Thằng bé gầy quá, thằng bé run lên vì sợ, khi nó nhìn thấy mớ tóc còn dính cả máu óc, một chiếc quân phục bạc màu cỏ úa, màu xanh Tô Châu, màu xanh Nam Định, chiến lợi phẩm mà thằng lính ba gai nào đã nhặt về để khoe chiến tích hay uy hiếp tinh thần đồng loại.

Mày hãy nhìn đây! Thằng bé run lên. Hẳn nó đã nhìn thấy những thứ này ngàn ngàn, đồng đội nó, bạn bè nó, thủ trưởng nó, người dân thường, trăm ngàn cách chết, và thịt da nào chẳng bầy nhầy, thân xác nào của Thượng Đế trao bị bom đạn chiến tranh mà không nhão ra như thế. Một tác phẩm tuyệt tác - đống thịt nhầy nhụa; một sản phẩm hoàn thiện - nhúm xương vụn nát; một toàn năng của vũ trụ, sự tiến hóa vượt trội, bộ siêu vi xử lý giác quan và trí não, bộ máy hoàn hảo của công trình điện toán toàn năng - với bát tiết, như được chắt ra từ bất cứ con vật bị hành hình nào. Em sợ, xin các anh. Thì giờ nó nhìn những thứ đó mà run lên. Nó sợ thật rồi.

Đừng bắt người ta phải anh dũng, đừng đòi hỏi sự mã thượng, tinh thần vô song ở một sinh linh mà chiến tranh đẩy đến tận cùng giới hạn. Nó đã đi hết giới hạn của trách nhiệm rồi, nó đã đi hết đường biên của lòng yêu nước, của tinh thần giai cấp, của phẩm giá con người, của tinh thần thượng võ, dũng cảm, vô song, như bất cứ quyển sách tuyên truyền nào, hay được phát ra từ miệng bất kỳ tên sĩ quan tâm lý chiến, hoặc người chính trị viên đại đội, hàng ngày rao giảng, mà anh ta cũng chạy de kèn, ôm quần, khi chưa ỉa xong bãi phân, mà pháo thì cấp tập đổ bầy sau trước.

Giới hạn của con người, đừng bắt ai vượt ngưỡng, chiến tranh có những ngưỡng xót xa. Gia sợ. Gia hay nghĩ về nó. Cái ngưỡng vượt thoát, để cha đành tố con, vợ tố chồng, anh em phản trắc, mong được sống, và tồn tại. Mọi lời hứa bay biến, phẩm giá làm người phúc âm răn dạy không còn giá trị, con chiên ngoan lành cũng phản bội lại Chúa. Chối từ ba lần trong một đêm, không phải, những năm lần. Chối từ năm lần trong một đêm. Con chiên ngoan lành cũng xin phép mình được phản bội lại Chúa. Những giới hạn. Gia sợ khi nghĩ về nó. Sự vô nhân. Gia hoảng loạn. Thằng bé nó hoảng loạn rồi.

Anh giơ khẩu súng lên. Chúng mày, chúng mày. Bọn đệ tử cúi rạp người. Nhưng anh cần phải hạ nòng súng xuống. Thằng bé đã bị hành hình đến chết sau khi bị hành hạ. Rồi anh cũng thế, cũng thế mà thôi, nếu anh tiếp tục đổ thêm dầu vào lửa - những cái đầu đang cháy kia. Anh hạ nòng súng xuống, anh đầu hàng. Phẩm giá ư? Nó đâu bằng mạng sống. Mọi giới hạn của con người chẳng bao giờ qua được mặt chiến tranh. Tinh thần thượng võ ư, nó đã bị cởi truồng và hủ hóa. Anh hạ súng xuống, và mơ về Sài Gòn, những động chứa, sau ngày Tiên ra đi, thì rúc đầu vào cửa mình bất cứ ả điếm nào cũng đều giá trị, sau khi cả Lan Tuế cũng đã nhảy lầu, một gái hàng hoa đẳng cấp, một bông hoa đẹp nhất chốn lầu ca, thì cửa mình của bất cứ ai cũng đều trọng đại cả. Con người sinh ra từ đó, lạc vào đời, hưởng tất cả sự đớn đau, rồi chết đi, và từ cửa mình, đứa trẻ khác lại sinh ra. Mọi giới hạn đều đớn đau.

11.

Bất ngờ San cất lên tiếng hát, tiếng nàng trong và rõ quá, ngặt ngặt như vành trăng thu, soi rọi đến li ti từng lớp lá, làm anh ngỡ ngàng, ngạc nhiên và chồm dậy, em biết hát ư, hay quá. Có những vẻ đẹp bất ngờ ở những người ta tưởng đã quá thân quen, làm ta sửng sốt. Gia tưởng hiểu nàng lắm nhưng đâu phải, hoặc ngồn ngộn những thứ lộ thiên đã làm anh xoay mòng mà quên khuấy mất rằng, lương tâm con người, quan trọng lắm, còn thông qua tiếng hát, cái vỏ ngữ âm tưởng hình thức thuần túy đấy mà gợi dậy được cả lương tri, để anh ngơ ngẩn, như tiếng hát của thằng nhỏ văn công, da trắng, môi hồng, cặp lông mày chữ mác, và mái tóc đen tuyền, rậm rạp, vén cao, ngã rụp, sau loạt đạn của Nam, nấp ở một xó, nó không biết anh rình ở một góc khác và say sưa nghe thằng nhỏ hát, đúng hơn, biểu diễn, và anh nghĩ, chưa ai được may mắn chứng kiến giây phút thăng hoa đến quá độ cao trào của người nghệ sĩ say nghề và say mê biểu diễn thế kia.

Và phút giây bất thần của nàng - sau thoáng chốc nghĩ một mình, từ câu chuyện anh gợi ra về thời chiến, cũng chỉ nhát gừng theo chỉ dụ. Anh giống nàng, thích vô ngôn và suy nghĩ. Nhưng người đàn bà thích lối kể hậu hiện đại này đủ thông minh đưa ra những chỉ dụ để anh phải phá bỏ mình và tiết lộ. Như cái lần anh nghe tiếng hát kia.

Thì nàng bật dậy, sau một thoáng nằm yên nghĩ ngợi. Nàng đã nghĩ gì lúc đó? Chỉ biết tiếng hát nàng buồn quá, nó chở cuộc đời gần ba mươi năm đằng đẵng, kéo lê như những con tàu phải chở theo mình những toa hạng nặng. Một toa, nhiều toa, hàng hàng lớp lớp kéo theo sau rơ moóc nặng nề, triền miên, mệt nhoài, xình xịch… Thì tiếng hát cất lên, cũng vút vỏng:

Ơi hầy…Ta đi muôn dặm sơn hà/ đắp cho núi ấm, đất bằng rộng thêm. Ơi hà…Ta đi muôn dặm sơn khê/ hỏi bông bông héo, hỏi người người xa…

Tiếng hát cao và buồn, làm nhột những chiếc lông nách mọc dài của anh, làm dựng lên tất cả những mụn gà li ti, làm tê dại đi những động mạch, làm cứng lại những dây thần kinh, khiến anh nhớ về tiếng hát của thằng bé con, ở vùng Hạ Lào, và tiếng hát đôi nam nữ ở cánh rừng Tây Nguyên dạo xưa.

Đích thân, lối này. Suyt. Thằng binh nhất vừa mới chuyển về được mấy tháng, nhưng nghe chừng rất ăn nhập với sự dịch chuyển của anh, cả trong lối nghĩ và những cuộc hành quân, hiếm hoi những thằng tà lọt hiểu được đại trưởng, sau khi thằng Tấn đã trúng quả pháo bắn tỉa vu vơ ở gần ruộng dưa khi trận đánh đã tảo thanh và dành cho sự nghỉ ngơi rồi, thì thằng Luân chuyển về, nó vốn là tên tà lọt của Nam, thằng bạn học cùng Võ Bị, Nam chuyển về hậu cứ làm cán bộ điều hành, nó đã trao đệ tử ruột cho anh. Của báu đó, đại trượng phu không thờ hai chủ, nhưng tao với mày khác chó gì nhau, nó tốt lắm, nhận đi. Nể bạn, hoặc đang bán tín bán nghi một thằng binh nhất khác sắp được chuyển đến, mà anh đã đón nó về.

Đích thân, có nghe gì không? Tiếng hát. Đôi tai thính nhạy hơn cả chó rừng giúp nó định vị lời ca, bay từ phía đông nam, vì gió bắc tạt vào vách, nên nghe như hướng này, nhưng thực ra phải đi vòng mới đến, bởi vọng âm từ núi đá. Nó quả là một con sói tinh khôn.

Gia và nó đã luồn qua năm tầng lá thấp, hai khe sâu nước chảy hiền, đi qua một con suối cạn, qua hai hang đá vòm leo đầy cây dương xỉ, thì bắt gặp trảng cỏ rộng, phẳng và bình yên, cạnh một cái ao, được tự nhiên kiến tạo, hay những trận bom hình thành chẳng rõ, trên mặt ao, những con cò, con cộc bắt đầu về kiếm chác, chúng bay sà xuống rồi lại tóe lên mỗi khi có đợt gió, lá rừng bay tao tác, chở theo những nụ muồng trắng muốt nhỏ xinh đậu xuống cỏ.

Thì một đôi nam nữ ngồi cạnh bụi kim ngân nở hoa vàng rực, bên cạnh gốc cây huyền diệp đang ra lá nõn, và xa xa là rặng tường vi đang vào mùa trút. Đôi trai gái ngồi bên bờ ao trong một trảng cỏ rộng dài cạnh rừng tường vi và chùm lá diệp. Và tiếng hát của người con gái, tiếng hát như sao khuya gọi về những buổi sớm, như dải Ngân Hà mờ xanh bát ngát dát ánh trăng, như ngôi sao hôm lấp lánh đến trong ngần vào nửa đêm ngày gió lạnh, như rừng khuya trong vắt vào giữa thu, không một cọng gió, một ngọn lá rơi. Tiếng hát có lúc như lốc xoáy cuộn trào tung bờ bọt trắng đợt sóng cao, có lúc dìu dặt, trĩu trịt như gánh lúa trên đồng mẹ rung nhịp lắc. Tiếng hát như con khỉ khóc than thương đàn con bị thú bầy bắt mất, có lúc như con sói một mình cô độc cất tiếng đau thương miên viễn gọi gió ngàn, gọi hồng hoang đồng loại, gọi những đêm trăng buồn hơi lạnh thấu tim gan. Tiếng hát, ôi trời, tiếng hát, Gia như muốn quỵ xuống, đủ ngũ âm lầu bậc, cung, chủy, giốc, thương, nó làm tim anh ngừng đập, nó làm những mạch máu li ti của anh tê cứng, nó làm tất cả những dây thần kinh dựng đứng, và làm dốc thẳng những đám tóc trên đầu mọc ngược.

Đích thân, một đôi nam nữ áo xanh Trung Quốc, khử nhé. Thằng đệ vừa hỏi xong, thì giọng nam đồng họa, tiếng ấm trầm như thể tiếng đàn bầu của cô thiếu nữ gọi bạn tình lúc nửa đêm, nỉ non, tha thiết độc tấu mà cô hồn, lúc xa lúc gần, lúc tròn lúc mỏng, lúc còn lúc đứt, lúc đầy lúc vơi, lúc nỉ non rên xiết, khi rạo rực sắc thân, lúc tràn qua cõi nhớ, lúc gọi về những gợn mỏng tương tư. Tiếng hát như bạt gió, bạt nắng, bạt cánh rừng Tây Nguyên, bạt tình yêu tuổi trẻ, bạt những cung đường xa ngái phía Bắc Nam, bạt sự thù hận chốn đời, nở hoa trên ngôn từ nhạy cảm, lẩn chìm vào âm giai giọt máu giống Rồng.

Thế nào đích thân? Anh không nghe thấy tiếng thằng tà lọt gọi, anh không nghe thấy lời thì thầm của nó, không nhìn ánh mắt van lơn của tuổi trẻ đầy hiếu chiến ham danh, không đọng lại ánh mắt chờ sắc lệnh lập công, anh không nghe thấy rồi. Chỉ còn tiếng hát vĩnh cửu, ngừng lại ở giây phút đó, sấy khô những giọt buồn, chôn cứng những điêu linh, đóng băng cả miền hắc ám, vĩnh cửu hóa con người, vĩnh cửu hóa tấm thân. Nó cất lên bằng tất cả sự đè sâu nén chặt của tâm hồn tuổi trẻ Việt Nam...

12.

Anh có sống ở Bắc đâu mà anh biết, San trườn người lên để nhìn Gia trong tư thế nghiêng đầu, mắt hơi nhéo, một chút giễu nhại, kiểu như, đó là thế giới của riêng em thôi, để em kể, nó là lãnh địa của em, chiến tranh của anh, miền Nam của anh, di dân của anh, trắng vàng của anh, và Mỹ quốc, còn lãnh địa đó là của em, nàng nhìn Gia cười cười như muốn láy lại điều đó. Anh có kí ức gì về Bắc không?

Quả thực, miền Bắc, Gia có kí ức gì về nó không ư, San hỏi, anh không muốn nói, lặng lẽ đốt thêm điếu thuốc, loại mà nàng thích hơi, cái thứ dịu êm có thể ru anh vào giấc ngủ nhanh vùi, sau cơn hành hạ thể xác làm cho anh rã rời và khoan khoái ấy. Để anh kể cho mà nghe, bao giờ cũng cái chất giọng trầm đục buồn, mà không phải không háo hức, như kể cho một đứa trẻ những câu chuyện cổ tích từ thời nảo nao, mà không phải không rung động trong anh, từng giây thanh quản, từng thớ thịt, từng nhịp tim, từng tấc lòng, từng nơ ron thần kinh những cảm xúc tế vi nhỏ bé, và những dòng máu chạy rần rật trong người anh, lúc anh kể cho San nghe về ngày xưa, còn lần này, anh không kể, mà anh chìm vào cơn ngủ, nó làm díp mắt anh rồi, nhưng anh trôi lạc về đó cái ngày của những năm bảy mươi ấy, có lần đến tiền đồn Quảng Trị, đứng bên này Cồn Tiên, nhìn về phía bên kia, một màn sương biển mỏng hờ, ôm lấy những dãy núi xa xa, ôm lấy những cánh chim hải âu hiền lành vẫy nước, chúng chao đi chao lại như những cánh chuồn bé nhỏ, bay rợp những ngày mưa, chấp chới tựa như những cánh bướm bay trong những lèn đá Trường Sơn, làm động mắt anh, động một lớp cảm hoài theo chân người cha, anh về vùng giới tuyến, và xuyên làn sương mờ, xuyên những tia nắng sớm, mà cả đêm anh đã mong chờ, sáng ngày lên đi, để anh nhìn về bên ấy, nhìn về đất Bắc, chỉ một dải biển mờ, chỉ một làn sương mỏng, là miền Bắc đấy, là miền Bắc, miền Bắc của ba anh, miền Bắc của bố Tiên, miền Bắc của Lan Tuế, miền Bắc của Thịnh Lương, và Lãng, và bao người khác nữa, ở đó, có bến đò, có căn miếu hoang, có những đàn trâu đang gặm nắng, có những đứa trẻ phơi sách trên những đám cỏ hoa, có đàn cò vỗ cánh nhịp trên từng bờ thửa, đó là quê hương của ba anh, đó là vùng đất ông nhớ từng ngày, như hạt nắng đậu chân người chẳng chịu rời xa trong ngày mẹ anh nằm nhà và nhớ phố trong một trận ốm, để bà so sánh ba con nhớ quê như má nhớ nắng vỉa hè vậy.

Ở đó, có bao điều kì thú, mà anh chỉ biết tưởng tượng bằng trí não xanh rờn non tơ của đứa trẻ trải nghiệm vùng quê Huế, để vặn hết dây cót nghĩ, Quảng Trị cũng như thế mà thôi, miền Bắc cũng chỉ thế mà thôi.

Chao ôi, cái dải đất xanh mờ, gần gũi lắm kia, mà sao Gia đi mãi không đến, làm sao để bố anh cứ ngậm ngùi một đời đơn chiếc như chiếc bách nổi trôi, không bờ bến đậu, để mẹ anh dù có đi đâu vẫn nghển cổ nhìn, như ngăn một nỗi buồn cho ông bằng cách dặn thằng con đừng làm kinh động đến thế giới của người, một mảng sương mỏng hờ, những cánh cò vẫn bay ở phía đó, chú hải âu hiền lành thoắt từ bờ nọ, sải cánh bờ kia, ngọn gió Gia nghĩ, nó cùng du di và đi hoang bốn phía, thổi tứ bề, và mây trời cũng vậy, thấp thoáng bên kia, giờ đã trắng xóa bên này, còn nắng thì như một, chan chan rồi, vàng tươi và hồng lử của thứ mắt trời vừa mở đêm vào sáng ấy, nơi nào cũng thế chan chan, sao lòng người lại cách ngăn, anh cứ đứng trên lần vĩ tuyến để nghĩ, chân anh bước thêm chừng mươi bước, đến ranh giới phi quân sự, đứng đó, ngồi đó, nhón một hòn đất vo viên ngửi hơi ấm, cầm một lát cỏ, ngửi cái ngan ngát, và ngắt một bông hoa đất dại để hôn vào nhụy, bên kia cũng loài hoa này, cũng một dải mờ sương, cùng một trôi nổi đọt cát, cùng một bến bờ hãn hải, cùng một dòng lưu thủy của bến quê, đúng rồi, nếu chưa có cách ngăn, đây chỉ là một bến quê, trẻ con bên ấy chạy sang bên này, người lớn bên kia sang bên này xin lửa, và các chàng trai bên này sang bên đó xin dạm hỏi người con gái trong ngày hội làng đã trót cầm tay, những yêu thương đâu bến bờ, những thiên nhiên đâu chia lần ranh giới.

Gia đứng lặng đi, anh lại nhón một hòn đá thia lia xuống mặt nước, nghe tiếng vỡ vang xa, những giọt bắn vàng tóe lên lòng sông, phản quang vào ánh mai trời, làm bừng lên một khoảnh khắc, khoảnh khắc của đời sống tươi đẹp biết bao, giá nó mãi mãi thế, và trò chơi này hẳn ngày xưa ba anh cũng chơi, hẳn bao người bên này và bên ấy cùng chơi.

Đó nỗi nhớ miền Bắc trong anh, sự ngóng vọng miền Bắc trong anh chỉ là thế.

Anh chắc chẳng biết gì về cái xứ mưa dầm thối đất đó đâu, mùa này hả, anh ở đó, sẽ ướt sũng cả người đấy, chàng trai của em ạ.

San lại trườn người lên anh lần nữa, cái trườn lần này làm anh nhột nhột không kém phần thích thú, anh để nàng tự làm những gì nàng thích, như đứa trẻ trườn lên người cha nghịch ngợm, từ túm lông ngực, ấn cái rốn kì kì, dí hai đầu tí thâm đen. Gia để cho nàng làm mọi điều nàng thích, nàng hồn nhiên, cái hồn nhiên sau vẻ trầm tư, làm anh mê mệt, nàng giống Tiên, sau phút giây tư lự, bao giờ họ cũng trở về làm cô bé, một cô bé hồn nhiên đến quên tuổi, một cô bé với tâm hồn khờ dại đến đáng thương.

Anh chẳng biết gì chứ, nàng lại khiêu khích, hoặc cách nói không quán tính và chẳng chủ ý vốn dĩ ở nàng để dọn đường cho chính những tâm tư lộn xộn tiếp theo, để nàng lại chuẩn bị kể cho anh nghe một câu chuyện không đầu cuối, rối ren, mà nó nằm sâu trong vùng ám ảnh của nàng, bằng kĩ thuật hậu hiện đại, mảnh cắt tách rời rạc, và anh sẽ là người ghép nối. Nhưng hôm nay thì không, nàng nằm yên rồi, nghe chừng nàng muốn ngủ, còn anh thì chưa muốn kể cho nàng thêm về đất Bắc, những trải nghiệm của những lần mưa dầm thối đất xưa.

Anh chắc chẳng biết được đâu, anh chẳng thể nào biết được đâu. Tiếng nàng bao giờ cũng vang động như những cơn sóng biển rì rào ngoài khơi xa của cửa biển vùng vịnh Thái Lan ngày anh và nàng hò hẹn trong một mùa hè nhiều náo động, có mùa hè nào không náo động chứ, nó gợi về những hồi ức, những tuyệt vực, tưởng đã nằm im trong trạng thể của nỗi hư tổn tâm hồn của một cựu chiến binh đã bước qua cái tuổi ngũ tuần và chuẩn bị vào cơn lục thập của cái dốc bên kia, thì tiếng rổn rển rì rào dâng trào những xúc cảm của giọng Bắc Kỳ nho nhỏ thánh thót vóng xa dưới nách anh, làm anh bỗng nhiên có cảm hứng lạ lùng.

Em kể anh nghe đi, những gì em đã trải. Nhiều lắm, em chẳng muốn nhớ, những năm tháng, những năm tháng...Nàng nói nhỏ dần rồi xịu lơ. Ba từ mà như kéo cả cuộc đời nàng trĩu xuống. Hai mươi mấy năm trời mà tưởng như đã đi hết cả trường thiên hận sự vậy. Em biết nhiều về cuộc đời thế sao? Chắc cũng gần như anh. Anh biết nàng cường điệu, nhưng anh đâu lấy cái đó làm điều bắt bẻ, bởi có những ký ức, nhỏ thôi với ta, ngắn thôi với ta, nhưng với họ là cả một sự dằng dặc, dài lắm, dù có bao năm kéo lê đôi chân trần thì vẫn chưa hết.

Như ba năm ở chiến trường cho đến mùa hè đỏ lửa đó, mà với anh, là một đoạn đường dài đến ông Bành Tổ chắc đã trải nghiệm bằng, khi chứng kiến một quãng nốt ngắn của cuộc đời mà cảm tưởng lê thê đến cả vạn kiếp, đi mãi vẫn chưa hết.

Anh chẳng biết được đâu, tiếng nàng nói nhỏ dần bên nách anh, nghe như tiếng vọng huyền xa xăm từ cõi nào xa lắm, xa lắc lơ, không thể nào nhớ được.

Kể anh nghe đi em, về miền Bắc, Gia đánh trống lảng, ẩn đi những ám ảnh, anh muốn một chút tươi mới, như chiếc khăn thêu bên bờ sông đá trong tưởng tượng của người nhạc sĩ nhà anh, ở một bài hát nặng tình xứ sở, vùng Quảng Trị quê ông. Mà anh muốn San kể về miền Bắc.

Miền Bắc ư, cũng đâu có nhiều dạng vẻ.

Em ăn gì những ngày đó San? Anh xoay người nhìn thẳng vào cô, đôi mắt buồn, ngấn những li ti lệ, khi cô kể về quá khứ, những ngày tuổi thơ, bé nhỏ, đáng thương và còi cọc. Em đi mót lúa, nhét vào những chiếc bị cói, mẹ sắm cho, mỗi anh em một chiếc, em vét lúa rơi từ những bờ ruộng, nhặt từng hạt li ti, lẫn với bùn, cho sâu vào bị cói. Các cô chú vừa gặt ruộng hợp tác, vừa hát nghêu ngao: *Thái Bình là đất ăn chơi, tay bị tay gậy khắp nơi tung hoành.* Ngày em còn bé, như cái nấm lùn, nhỏ tí chạy theo các anh.

Rồi lớn lên ăn gì San? Nhà hầu như không có cơm và gạo trắng, em ăn sắn, ăn khoai, ăn ngô, ăn đỗ, ăn cả hạt bo bo, ăn hạt lúa mì, lúa mạch, ăn khoai sọ, ăn cà chua sống, ăn khoai lang non, ăn quả chòi mòi mỗi lần đi thả trâu, ăn quả đa, ăn dái mít, ăn quả gai dại, ăn quả vú bò, ăn quả sim, mua, ăn ổi xanh, ăn tất cả những gì bọn trẻ con thấy được trên đồng, trên bãi, trên rừng, trên ruộng. Ăn tất cả những gì là nhu cầu sống của bọn trẻ mà không phải chết.

San, hãy nhìn anh đi, Gia kéo cô vào lòng hôn lên mắt, đôi mắt đã đẫm nước rồi, cô khóc, hai mí khép chặt những giọt nước trào ra, một cơn cùng cực nỗi đau, nó làm cô rùng người và thu nhỏ mình trong tay anh, hai mí mắt của cô níu lại, những giọt nước trào ra, cô cố thu nhỏ người, thật nhỏ, những khi đau quá, cô thường như thế, và anh anh hôn lên mí mắt đẫm nước của cô...

13.

Sau đợt Quảng Trị, đơn vị Gia về nằm vùng ở Quảng Nam, mảnh đất chưa mưa đã nắng, mà đã có lần anh kể câu chuyện gia đình của thằng bạn học cùng khóa sĩ quan Đà Lạt, trung uý Soi. Sau khi rời khu vực nhà hắn đi sâu hơn về phía bưng, đơn vị dừng lại ít ngày, phần vì củng cố bổ sung, phần nữa để thám thính, dọn đường cho đơn vị bạn chuẩn bị vào yểm trợ cho đơn vị pháo phía chi khu làm cuộc đánh thốc địch quân ra khỏi con sông Thu Bồn về phía bên kia Trà Kiệu. Anh nằm lại ở một ngôi nhà, anh nhớ như in, tranh tre nứa lá, như bao ngôi nhà đói khổ dọc vùng hành quân lính tráng bọn anh qua.

Vẫn những con chó gầy ốm đói, con mèo nằm kêu ngoeo ngoeo nơi hè gió, đến nỗi người lạ dùng chân hẩy, cu cậu cũng chẳng thèm đứng dậy, ăn ít như mèo còn đói đến vậy ư, chị chủ nhà tầm hai mươi bảy, nước da mai mái, hơi bánh mật, có vẻ không khỏe, hình như vừa qua một trận sốt rét, điều này lọt vào mắt những tên thám sát đầu tiên, nhảy rừng, ai đó đã đã rít lên, tuy nhiên để mọi điều yên ắng, đơn vị tạm chấp nhận lời giải thích có phần gượng gạo, em vừa qua một trận thương hàn.

Đứa bé năm tuổi chạy lăng xăng quanh chân mẹ nó, mỗi lần chị ta gánh nước đổ đầy ang. Sân được quét gọn gàng, đống củi được vun đầy mọi lúc, chiếc chiếu giặt sạch sẽ, căn bếp được quét dọn gọn gàng, hai chiếc giường được kê lại, sự sự thân tình của người chủ phần nào phá tan sự nghi ngờ của những đôi mắt vốn ư quá trải từng kinh nghiệm. Như những lần Gia trú lại những ngôi nhà có những cô con gái nước da mai mái được các trưởng thôn không rõ bên mình hay bên kia trong những làng cài răng lược, cài cả dạ lòng. Mấy đứa xuống phố học làm tóc mới trở về, thi thoảng chúng đi xa giúp bố mẹ phụ nuôi em. Song mọi thứ không qua được con mắt tinh đời của bọn lính cựu. Nhảy rừng tiếp tế, nhảy rừng liên lạc, nhảy rừng làm du kích, một thời gian yên ắng lại trở về nghe ngóng, rồi tuồn vũ khí đạn dược thuốc men hoặc lương thực, luôn có một nguồn cung cấp dồi dào vô thời hạn và tự nguyện hết cỡ của những đồng bào vắng mặt, sống trong bóng tối, ăn cơm Quốc gia, thờ ma Cộng sản, mà bọn Gia đã đi guốc trong bụng họ rồi, nên lời giải thích của gã trưởng thôn, hay người đàn bà này đâu có làm các anh tin, song sự cảm tình phần nào được lấy lại nhờ nụ cười tươi tắn, cái vén mắt đáng yêu, và cả cách hất ngược mái tóc ra sau mỗi lần chị ta gánh nước, mớ tóc dài lòa xòa che kín trán, thằng bé năm tuổi lẽo đẽo chạy theo, nó cầm cái gậy nhỏ chọc vào những bụi cây dại ven con đường mòn chị ta gánh từ bờ sông lên sân nhà. Nó hết chọc vào cây lại thọc thọc vào lườn mẹ nó. Tí, để mẹ làm nghe con, giọng gái Quảng Ngãi pha Huế thật ngọt.

Ba má chị không phải ở đây? Em ở ngoài ni mới vô trong nớ. Thể nào. Ánh mắt chị nhanh chóng cụp lại, chị giục thằng bé bê rổ khoai ra cho các chú, những củ nần nấn được cuốc lên từ mảnh ruộng đất cát ngoài đồng, củ nào cũng to và bở tơi như tấm lòng thơm thảo nhất của hậu phương dành cho tiền tuyến.

Các anh dùng đi cho ấm bụng. Sao chỉ có mình chị? Chồng em bị chết trong vụ lũ năm kia rồi. Chị nói xong rồi nhìn thằng bé, nó nép mặt vào phía mẹ, hai bầu ngực chị rung rung, gái một con làm động lòng tất cả những thằng lính trẻ, một nỗi cảm thương hay là xao xuyến nữa, khi chị lại vén tóc, đôi mắt lá răm dài sắc nước đen láy, dưới cặp lông mày rậm xanh sắc nét. Chồng em bị lũ cuốn trong một lần ra sông bắt cá. Thế ba má chị có gần đây không? Khi em lấy nhà em, thì hai người họ chuyển về dưới Huế. Sao chị không theo họ về đấy? Em còn mả chồng em, còn ngôi nhà ba má chồng để lại, còn đứa em chồng xuống phố làm ăn.

Câu chuyện dừng lại lưng chừng lửng lơ, rổ khoai vẫn bở, mà thằng lính nào nghe chừng cũng nghẹn, khi nghe tâm sự về hoàn cảnh của một người đàn bà cô đơn bên đứa con, còn sắc nước, mắt đen, và nụ cười tươi rói, mỗi bận chị nhìn thằng bé hoặc lấy tay vén tóc, nhìn trời đo nắng, để chuẩn bị gánh mạ ra đồng, hoặc đi phơi bắp. Để bọn tôi giúp. Thế là bao cánh tay lực lưỡng nhoáng nhoàng một lúc đã đánh bay cả mười luống khoai, đã cuốc xong thửa ruộng cạnh ngõ để chị trồng mì, gánh đầy năm ang nước, và nhà cửa gọn gàng, chăn màn chiếu được rũ, sân được thu lá, và đống củi được đầy lên bội phần, như có cô Tấm luôn chui ra từ quả thị có sắc áo rằn ri vậy.

Là mọi người thương chị, hay tình đồng bào, hay ánh mắt trong veo của thằng bé, hoặc ánh mắt láy đen của chị, hoặc lời thổ lộ chân tình, cùng bước đi thanh thoát uyển chuyển, chị quẩy gánh khoai lang đi tắt cánh đồng về ngõ, hai vai rung rung, nhịp người lắc lắc, cái hông tròn chuyển động cùng cặp vú lắc lư, trông vui mắt đáo để, trông thích mắt thật, làm động lòng tất cả những thằng lính có vợ và chưa từng có vợ sao – cùng mơ ước sự tần tảo của người đàn bà, mái ấm, đứa bé khôi ngô, lanh lợi, sân phơi khô cóng đổ thóc, khoai, và cối giã gạo phập phồng hai hơi thở, hai mùi mồ hôi quyện nhau, quện vào cái gáy trắng, bết vào một ít tóc, được chị cột lên cao, rung rung nhịp lắc cùng nhịp đung đưa của những chàng lính trẻ.

Cuộc sống đến một lúc nào, chỉ mơ bình yên như thế. Cuộc chiến dừng lại rồi, súng đạn và những nghi ngờ. Ai dám nghi ngờ đồng loại, ai đem tiếng đạn phá tan cuộc sống bình yên, ai nguệch nét đen xám mờ nên bức tranh đẹp dẽ, ai mang nghi hoặc vào cặp mắt vén trong kia. Nên không ai nghi ngờ, không còn thắc mắc. Chỉ còn tiếng cười con trẻ ở lại, vẫn nhịp lắc rung rung của những gánh thóc khoai, và cối giã gạo rộn ràng quân dân mỗi tối.

Súng chú to thế. Thằng bé tròn mắt khi thấy những thằng lính mới của Gia tháo đạn kiểm tra và vệ sinh vũ khí. Sao cháu hỏi vậy. Cháu thấy to hơn súng của ba cháu. Ba cháu? Ba cháu đâu? Ba cháu đi rồi. Nó trỏ về phía núi. Súng ba cháu có cái càng dài dài thế này cơ. Nó lấy tay huơ huơ làm hiệu. AK rồi. Tiếng thằng nào hực lên. Đù má, bị con đàn bà nạ dòng lừa ngoạn mục. Suỵt, im, chú sẽ cho kẹo, không nói gì với mẹ cháu về chuyện này nghe không.

Thằng bé chạy theo những chiếc kẹo đỏ xanh cả một buổi chiều. Vẫn những nhịp rung của cối giã, tiếng cười đùa, sân phơi khô cóng, và đống củi vun đầy như chở cả rừng để tập kết về đây. Hạ lệnh lên đường. Tất cả sẵn sàng. Cả đơn vị ngơ ngác. Chưa ấm chỗ đã lại giết nhau, chưa bén hơi xóm làng lại tiếp rừng rú, chưa ngửi được mùi con trẻ đã lại phải ra đi, chưa đủ bén hơi đàn bà đã lại đánh đấm. Một số thằng thở dài nghe vẻ tiếc nuối. Lệnh hành quân được ban ra. Nhanh chóng thu dọn đồ đạc vũ khí, chào chủ nhà. Trước khi đi, tất nhiên, những ang nước được đổ đầy, đàn gà được rắc thêm khoai, và đứa nhỏ được tắm rửa sạch sẽ.

Cu con, ở nhà ngoan nghe lời mẹ, vài bữa nữa chú về. Chú có đem súng về không? Tất nhiên rồi. Người đàn bà lườm con, chị không muốn quá đi sâu vào đạn dược chăng? Cuộc chia tay bịn rịn. Nếu gạt bỏ tất cả, những nghi ngờ, lòng nghi kị, kể cả tính mạng của ta, thì mọi thứ hoàn hảo, hoàn hảo như cuộc sống vốn lẽ thường, như thể trời trong sẽ nhìn thấy ánh nắng, sông đục cá sẽ về đẻ trứng, và ruộng khoai xanh là nhờ bàn tay người đàn bà chăm bón vậy.

Lên đường. Nhanh. Cuộc chuyển quân nhanh chóng đi sâu vào phía bưng, nơi mà đơn vị Gia đã dự định từ cả tháng trước, trong một trận đánh phối thuộc bắt tay cùng đơn vị bạn đuổi địch quân khỏi vùng Trà Kiệu. Tuy nhiên thằng bé chạy theo quyến luyến. Nó khóc đòi và ôm lấy thằng Ka, thằng lính bé nhất đại đội, và thích chơi cùng trẻ con. Nó sờ súng của chú Ka và lại ao ước. Khi nào chú về mang cả xe tăng và đại bác cho cháu chơi. Thằng Ka ôm lấy nó, dụi mớ râu mọc dở lởm chởm vào mặt nó, làm Thằng bé ngửa cổ ra sau cười khặc khặc, nhe hết năm cái răng non trắng hớn, mắt nó nhăn tít lại và oặt mãi trong điệu đùa của hai đứa vốn như trẻ nhỏ từ mươi hôm nay.

Chú Ka nhớ nhé. Nó dặn thằng Ka đi lại, như thể sợ quên, sợ nếu nó không bảo, thì thằng Ka sẽ đến một ngôi làng khác, gặp cảnh thái bình, sẽ yêu những chú gà, chú ngan, cùng thằng bé khác vậy. Thằng Ka dừng lại, xốc lại balo, xốc vũ khí, moi đủ các túi, móc ra một chiếc kẹo cuối cùng đã bẹp dí, chảy hết cả đường, này cu, ăn đi, rồi chú sẽ về, thằng bé vồ cái kẹo đầy tiếc nuối, là ít, hay nó sợ chú Ka của nó sẽ đi mãi không về, nó ấm ức khóc, vẫn không quên cho kẹo vào mồm, vừa nhai vừa khóc. Nín đi nào, để các chú đi rồi các chú sẽ về. Cuộc chia tay trường đình nào rồi cũng có hồi kết thúc, chén chia bôi cũng đến hồi phải cạn, và thằng bé thì khóc mãi như sắp mất đi một món đồ chơi.

Quay lại. Quân lệnh lạnh lùng được ban ra, khi đại đội vừa qua được gò mả, được chắn bởi những rặng tre xanh, được chắn thêm bởi dòng sông và dãy núi sừng sững trước mặt. Một tiểu đội ém sát ở đây chờ lệnh, đợi đêm xuống sẽ quay lại xóm Mùng, bao vây ngôi nhà và tiêu diệt mục tiêu. Và trong số đó có Ka. Nó ngơ ngác như chừng không hiểu. Nó vốn là đứa trẻ chưa kịp lớn đầu, đã đi vào trận đánh, mười ngày nay nó mải mê gánh nước và chơi cùng thằng bé, sự râm ran trong lời bàn tán chưa lọt qua được lớp lông tơ trên má để vào đôi tai ngơ ngác của nó chăng? Sao phải quay lại? Im lặng. Quay đầu. Y lệnh. Tiếng thằng tiểu đội trưởng hô vang, đủ làm những lưỡi lê va vào nhau sắc lạnh, đủ làm những báng súng chạm vào kêu lên những tiếng cách cách, và làm thằng Ka rùng mình ớn lạnh. Nó lấy hai tay ôm đầu. Nắng quá, chiếu vào mặt nó, làm đổ ròng mồ hôi trên lớp da trắng mịn, làm rát cánh tay mấy ngày nay đã bị lúa cào, nó theo tiểu đội ém sau vào một bờ ruộng, mặc hàng quân tiếp tiếp tiến dần về phía bưng.

CHƯƠNG III

1.

Cẩm ạ, may mà mày chết rồi, nếu không, mày cũng như tao, có lúc muốn tru lên như loài chó dại, không nhà cửa, từ vật nuôi thành vật hoang, đi lăng xăng khắp các bụi bờ, làm bạn với trâu, bò…cũng vốn từ có chủ, giờ đây hoang thủy trở lại, chúng rủ nhau đi dọc bãi bờ, bọn lính buồn và thương cũng chẳng nỡ giết, nếu như không đói quá, mà đói quá, có khi cũng đành phải im, bởi chỉ một viên đạn bắn ra, pháo từ hạm đội biển sẽ dội vào, chết hết, cả đại đội, cả tiểu đoàn. Nên, quân lệnh y sơn, đứa nào ngồi yên đứa đấy, và nghe tiếng tru buồn của những con chó nhớ chủ, tiếng tru đau thương? Người ta bảo, chó thường trung thành, không loài vật nào nghĩa tình bằng.

Có bận đóng quân ở gần khu rừng nguyên sinh, thằng Phương bé đã dụ được một con chó theo, bao nhiêu đồng bãi, chú chó vẫn theo, chỉ vài khúc sắn, củ khoai, con chuột bắt được trên đường, nó vẫn theo thằng bé. Thằng bé có bạn thì cười tít mắt. Nó làm em đỡ nhớ con Vện ở nhà. Chu choa, anh không biết đâu, trước ngày em đi, nó gục đầu dưới giường em khóc, thảm thiết lắm, nó hú hú lên, nước mắt chảy tèm nhem, dầm dề, nhìn thương não nề, mẹ em vào lấy gậy xua, bà sợ những điềm chẳng lành, khi em ra trận. Nhưng nó đâu có biết nỗi lo của người đời, nó lại chạy vào rúc chân em, quấn lên cổ, liếm vào mặt, cười cười, mà nước mắt vẫn rơi. Em nhớ, cái mắt của nó biết cười, mỗi khi thể hiện sự vui mừng, hoặc khi nó bày tỏ tình cảm, cả mắt, cả mặt nó sẽ nhăn tít vào, như một đứa trẻ bộc lộ niềm vui quá độ vậy. Nó cười vì lại được nhảy xổ lên người em, mà không bị mẹ mắng. Nó khóc, vì sắp xa em chăng. Nước mắt cứ dầm dề, thương gì đâu.

Đến ngày em đi, em phải lừa trước, ngó sau, vòng vo bao bận, để ra phố Phan Đình Phùng tập kết. Kiểu gì nó cũng biết mà chắn trước, chặn sau. Đến khi mẹ em phải ôm nó, Vện à, anh Phương đi bộ đội, con ở nhà với bố mẹ, bố mẹ thương con hơn cả anh Phương, Vện à, để anh đi, không người ta kỉ luật. Lúc đó, nó mới đứng im, nghe chừng rất hiểu, nó lấy đầu dụi sâu vào tay mẹ, nước mắt vẫn chảy ra, rồi nhìn em thống thiết, nó muốn em nựng nó một lần, em sợ sự ủy mị của mình trong giây phút cuối, cứ đừng nhìn nó từ xa mà muốn khóc, nó thì ánh mắt van nài nhìn về phía em như cầu khẩn, anh Phương, hãy ôm em một cái, em không theo làm phiền anh nữa. Và em đã ôm lấy nó.

Lúc đó, nó mới chồm lên, bằng tất cả sức lực, niềm nhớ mong, sự hồ hởi, phấn khích, cảm động hay vui mừng, hay đau xót của loài chó không biết, nó chồm lên em bằng tất cả sức mạnh thời thanh niên nhất của loài chó, nó rên ư ử, rồi hít vào mũi, ngửi vào mắt, liếm vào mặt, ôm vòng lấy cổ em, rồi quật em ngã ra đường, nó làm muôn vàn những hành động, cử chỉ, để biểu lộ cảm xúc, như muốn bảo, đời này, kiếp này, nó chỉ có em là chủ, đời này, kiếp này, nhớ đừng quên nó mà tội thân. Rồi nó để em đi thật, nó nhìn theo ư ử ư ử.

Trong thư bố em gửi sau này có kể, đêm đó nó không ăn, nhiều ngày sau nó cũng không ăn, nó cứ tha thẩn đi đâu, tối lại về, vào chỗ giường em nằm, mẹ phải vất cho nó cái áo có hơi em nó mới chịu ngủ. Nên em nhớ con Vện lắm. Và bắt được con này, em cưng phải biết.

Loài chó trung thành lắm, mình có gì đâu, còn đói hơn cả nó, vài củ sắn, vài con cào cào, châu chấu bắt được dọc đường, những con chuột dũi rừng nướng lên, thế thôi, nhưng nó cứ tự nguyện đi theo mình như ngàn năm duyên nợ vậy, nên em thương nó lắm, con Mực này.

Con này khôn lắm đó anh. Em khá khen chủ nhân nào chọn nó xưa kia. Cái chân này, đen tuyền, cái lưỡi này đốm lắm, bát long cẩu huyền đề, nên khôn lắm. Nó biết canh cho em khi em đi xuống suối lấy nước, nó biết nằm phủ phục bên em, khi em sốt, và khi ăn nó ý tứ không bao giờ ăn trước, phải để phần em, rồi cho nó bao nhiêu nó mới nhận. Có khi thương nó quá, em dành phần hơn, nó cũng không ăn, rên ư ử, rồi đòi trả lại em miếng sắn to hơn. Nên nó làm em bớt nhớ hơn con Vện ở nhà.

Và Phương cưng con chó hoang, vốn là chó nhà nuôi lắm. Nó bị rơi mất chủ, giờ sống cùng trâu bò ngựa trong cánh rừng già này, và nó gặp được thằng bé Phương, với tình yêu vô điều kiện. Thằng Phương từ ngày có nó như đói hơn, nhưng điều này can hệ gì với ánh mắt lấp lánh, nó như đang có sức mạnh gấp đôi bên một tình bạn bền chặt kìa.

Cho đến ngày thằng Phương đi vắng, nó cần lên tiểu đoàn để lấy thêm lương thực, cũng như số thư từ của binh trạm đã kịp gửi đến. Nó đi đáng lẽ hai ngày, nhưng bị kẹt lại vì lũ rừng. Nước về xối xả, trắng hai bờ sông, nước lên ngập mé những đoạn gần suối, đơn vị Lãng phải rút sâu hơn vào trong. Lũ thì đói, mưa thì buồn. Gạo đã bảy ngày nay không có, chờ tiếp tế từ một tiểu đội đi gùi, giờ cũng bị chia cắt. Lũ, ngồi nhìn trời thêm đói, mưa, ngồi nhìn lá rơi càng thêm cồn cào, măng rừng đã đào đến củ cuối, những lá chua ăn được đã trốc tận rễ, thằng nào nghĩ ra, hay thịt con Mực. Điên à, nó là con vật cưng nhất của thằng bé Phương. Nhưng mày lỡ để thằng Húy chết đói à?

Húy hôm qua đi trinh sát, súng cướp cò nên bị thương, đơn vị chưa chuyển được lên trạm quân y trung đoàn vì mưa lũ, nó đành nằm lại cùng với anh em, tiếng nó rên cả đêm nghe sốt ruột, lán trại còn lại ít gạo, cả đơn vị dành tặng nó nấu cháo, nhưng rồi, bao nhiêu cho đủ, vài hơi, là nó húp sạch, sức thằng trai bị thương ốm đói, sức thằng trai thèm gạo trắng hơn bất cứ một cao lương mĩ vị nào. Nó đói rồi thì nó rên, nó đau rồi, thì nó hành hạ.Vết thương toang hoác miệng chảy máu, thằng Khênh chỉ biết bó chặt thêm vào.

Rừng vẫn mưa lũ quá, rừng vẫn chia cắt, ào ào những trận từ thượng nguồn đổ về, sông đục trắng cuồn cuộn chảy, những xoáy nước cuốn những bó củi khô dìm xuống những chiếc khuỷnh sâu hút, rồi lôi nó lên ở một đoạn xa, gầm gào. Và đói, chao ôi là cái đói, nó cào xé con người, nó làm cho người ta mất thị giác, mất vị giác, mất thính giác, mất cả trái tim. Đói, làm con người ta mụ mị, đói, nó cào ruột, bào gan, nó bào cả tấm lòng, cả bộ óc, nó dìm con người chết ở khuỷnh nước lương tri...

Đéo chịu được đâu, thằng nào lên tiếng. Giờ chỉ còn một cách làm thịt con Mực.

Từ từ đã, thằng nào can, đợi một hai hôm, lũ rút, biết đâu chúng nó đã đến bờ bên kia, đợi nước rút là sang.

Biết đến bao giờ, nghe chừng trời đất này, nửa tháng nữa chứ chả bỡn, đói bỏ mẹ, chúng mình không sao, nhưng chẳng lẽ lại để cho thằng Húy chết, người khỏe không sao, thằng bị thương để nó chết đói là cái tội nghe không?

Chẳng biết ai đã nghĩ cho thằng Húy, hay cơn đói dọn đường cho những lẻo mép, ngụy biện, lấp liếm cũng hay hơn, hay trái tim đi ngủ, nhường chỗ cho cái dạ dày vũ hội của bản năng, mà tất cả đồng tình. Những rảnh xương sườn của con chó, đem nấu lên cùng với bụi chuối già kia, độn thật nhiều, một nồi quân dụng đầy, cái thứ nước cất chắt ra từ tủy xương của con vật dẫu có già, có gầy, thì vẫn ngọt thấm đẫm vào cả vị riềng núi, cùng những củ chuối kia, trời, ngon phải biết.

Thế là không ai bảo ai, cơn đói, làm lương tri con người hết cách, cơn đói làm cho bộ óc con người chỉ biết chạy theo thứ làm ấm được lòng mề, cơn đói sai khiến cái ác, cơn đói, sai khiến con người ta đồng lõa với những tội tày đình. Con Mực được mổ ra. Trước khi mổ, nó hình như biết mình sắp chết, nó nằm im và kêu ri rỉ, nó nằm im, bên cạnh tiếng mài dao kì cạch, nó nằm trên cái áo của thằng bé Phương, kêu rên thảm thiết, nó có thể chạy, rừng già bị ngăn chia bởi lũ, nhưng không có nghĩa, những bộ ruột rỗng kia có thể tóm được nó, khi cả tuần nay chẳng có mấy thứ gì vào bụng, nhưng nó vẫn không chạy.

Giống chó bảo mà, nó rất trung thành với chủ, hoặc nó hiểu được nhiệm vụ thiên sứ, mà nó nằm im, nguyện làm vật tế thần, để cứu giữ những tông đồ của Chúa, nguyện làm vật hiến xác, để mong có được những tốt đẹp hơn chăng, nó nằm im, rên ư ử, từ hai hốc mắt, dòng nước chảy ra, chẳng thằng nào dám vào bắt nó, thằng nọ đẩy thằng kia, cho đến khi có tiếng hực lên của thằng Húy, nó đói quá, hoặc đau quá, đói hoặc đau cũng có thể làm nó chết, nó yếu quá, máu ra nhiều, nếu không có cái gì nuôi máu thêm, thì con Mực mới bị đem lên giàn hiến tế, nó kêu lên ăng ẳng, vài tiếng rồi bặt đi, nó yếu quá để kêu, hay biết số mình tận thế, hoặc tự nguyện cho cơn hiến xác của loài người, sau khi quấn lấy chân thằng Khênh, vẫn hàng ngày tắm cho nó, nhìn thằng bé, rồi nhìn khắp lượt mọi người, rúc sâu hơn vào chỗ ngủ, nơi có cái áo thằng Phương, rồi lại ra dụi đầu vào chân thằng Khênh, cứ như vậy, như lời chào tạm biệt, thay bằng hành động vậy.

Hôm đó cả trung đội được một bữa no của củ chuối, thấm thêm được chút đạm từ tủy xương của con Mực, thằng Húy được phần nhiều hơn, nó no nê hơn, đã nở một điệu cười, đêm đó nó không kêu rên nữa, chất protein từ thịt con Mực nhiều quá độ hay sao, để đêm đó nó không còn rên nhiều nữa.

Rồi thằng Phương cũng về, khi những ụ chuối rừng đã bật tung, nước xương của con Mực đã được những thằng lính đói nhai nuốt hết tận cả chỗ canxi cuối cùng. Thì thằng Phương về. Đầu tiên nó đi tìm con Mực. Mực, Mực, nó gọi lên thảng thốt. Mực, Mực, nó gọi trong tiếng chẳng an lòng, mơ hồ nó hiểu điều gì đó, bởi nếu không, con Mực đã nhảy chồm lên đớp lấy người rồi, nếu không cũng đứng chồm hửng ở cái chỗ cây to rẽ vào chỗ đóng quân của trung đội, nó sẽ ngồi đó cả ngày lẫn tối, chờ bao giờ được chủ, mới lẽo đẽo theo thằng bé về, rồi chui vào võng, hai đứa ôm nhau trò chuyện như thể triệu năm rồi không gặp vậy. Nhưng hôm nay thì không thế.

Phương à, con Mực bị lũ cuốn, khi nó cố chồm người bắt một con chuột, cả đơn vị đói quá, săn cũng chẳng có cho nó, nên, nên...

Chúng mày đừng nói nữa, tao biết rồi. Là thằng Phương biết con Mực nhào ra giữa dòng lũ, cố lôi xác con chuột nhắt, nên bị dòng lũ cuốn trôi, như là lời bày biện kĩ lưỡng những cách dối bạn khi Phương trở về của những thằng trót đè con Mực ra làm lễ tế sinh, hay thằng Phương biết được chuyện gì đã xảy ra. Chinh chiến, trận mạc, những cơn lũ rừng, sự chia cắt khi nước sông lên, làm cho bao thằng thanh niên, sức trẻ cũng chết đói, nó đã hiểu hay sao, mà nó không nói câu nào, nó chỉ lẳng lặng đi về phía căn hầm của mình, chui người lên võng, ôm lấy cái áo của con Mực, vốn cắt ra từ một mảnh áo rách của nó, kì công ngồi cả tuần, nó đã khâu, thành một chiếc áo xinh xinh. Đồng chí Mực, nó hô nghiêm, bắt con chó tập điều lệnh, bắt đi đúng hàng ngũ, bắt lăn lê bò toài. Con Mực hiểu được nhiệm vụ hay sao mà mỗi khi đơn vị tập rèn, bắn súng, hoặc phối thuộc xe tăng, hoặc tập loại vũ khí mới được thử nghiệm nơi chiến trường, là con Mực lăng xăng chui vào giữa hàng cũng đứng nghiêm, rồi nghe tiếng hô cũng lao người ra phía mục tiêu, hoặc lăn mình trên những đồi cỏ trọc, làm trò vui cho cả trung đội. Ai nỡ giết nó, sao nỡ giết nó? Nhưng cơn đói thì làm gì có lí trí ở đây. Con mực cũng chết rồi. Và vài tháng sau thằng bé Phương cũng hi sinh trong một trận đánh, hôm chôn nó, mọi người lục balo còn thấy tấm ảnh nó chụp cùng con Vện ở nhà, và cái áo của con Mực, nó đã cắt ra từ tấm áo rách của mình, chia sẻ cho "đồng đội", giờ đã rách hơn, vẫn được thằng bé cho sâu vào đáy chiếc balo. Cho chúng mày về gặp lại nhau, Thằng Khênh là đứa dũng cảm nhất dám cầm đầu con Mực phút giây dữ dội của đấu tranh, trong buổi hành quyết, hay lễ tế, để con Mực làm nhiệm vụ thiên sứ của mình hôm xưa, đã nâng niu đặt chiếc áo rách của đồng chí Mực vào cùng với huyệt mộ đồng chí Phương.

2.

Những vần thơ vút lên, cánh phượng mùa hè bay lơi tơi, như vũ nữ múa giữa đồng cỏ xanh. Những bông phượng cuối cùng của mùa hè nơi sân trường ấy cũng đã rơi, đám con gái khóc, Cầm đi à, Lãng cũng đi. Chúng chạy theo xe mày khi chuyển bánh, gọi vang tên mày trên tàu ở ga Hàng Cỏ, khi qua cổng trường Mỹ Thuật, Cầm ơi. Những bóng áo trắng chạy theo, mày đã nhoài người ra khỏi cửa, ai đó níu áo mày lại, trật tự. Hồng ơi, Hạnh ơi, tiếng mày gọi vang dọc các toa. Thuốc này, kẹo này. Mày đã nhận đủ nghĩa tình của lũ con gái lớp, tiễn mày đi lần cuối ở ga Hàng Cỏ ngủ, cả đoàn tàu ngủ vùi, lầm lũi trong chuyến chạy dài suốt cõi vào Nam. Mày đi từ bận đó chưa về, không về nữa rồi Cầm ạ. Cho chúng mày đi, nhưng hứa với chúng tao phải mạnh khỏe trở về. Mày không hứa được, còn tao chẳng biết có dám hứa không. Mày không về nữa, sân trường áo trắng, sân trường phượng đỏ, cánh nở và rụng xoay tròn như chân vũ nữ trên đồng cỏ xanh. Những cánh bướm chấp chới bên những luống hoa, như cặp mắt chớp chớp của lũ con gái nhiều mộng mơ và hoài tưởng, chúng chỉ được cái lãng mạn. *Đàn ông các cậu, rặt những chuyện rộng dài/ núi sông ư hay là vũ trụ/ hạt nhân ư hay là tên lửa/ thăm dò ư, hay tâm đất, lòng trời...*

Đúng, đàn ông chúng ta, vai mang nặng, hồn lộng gió bốn phương, chân đi khắp ngả trời và sẵn sàng nằm lại. Mày chẳng về được nữa.

Tao không sinh ra ở phố Hàng, tao không phải những chàng trai phố Hàng như sự tự hào của bao đứa trai rời kinh kỳ ra đi những tháng năm này. Tao chỉ là đứa trẻ bị rơi rớt trong cuộc trường chinh, đứa trẻ vô thừa nhận nằm ngoài rìa cuộc sống, đứa trẻ biết quán quê mà như không gốc gác, đủ mẹ cha mà lạc loài thân thế.

Mày còn ba, mày phải tìm ông ấy, mày sẽ có đủ yêu thương, tao chỉ có một ba, mày sẽ hạnh phúc hơn tao gấp nhiều lần.

Mày là thằng trai phố Hàng, mày lớn lên bên cây sấu, Bờ Hồ, chân cầu, hàng ngô quạt, gánh chè phố chúng mình vẫn xin tiền bố mẹ ngày nghỉ để lân la. Tao không có gốc gác ở đây. Mày đừng có nghĩ, gốc nơi nào cũng là mảnh đất Việt Nam.

Sự tinh tế của đứa trẻ ít tuổi ngày đó, mang lại cho tao nhiều cảm phục.

Cảm phục đứa bạn thân đầu bù, tóc rối, chân nhiều khi không đủ dép đi, mày vẫn ẵm đứa em theo tao mỗi chiều, bố mày bận cơ quan, mẹ mày dạy học, cái Lê lẽo đẽo theo chúng ta, nói những câu ê a, và không bao giờ quấy khóc, nó có dép đi còn chúng mình thì chân đất. Mình cõng nó lên cầu Thê Húc, cõng nó đi bắt chim, đi hái hoa ở chùa Quán Thánh, và trèo rào vào công viên Thủ Lệ. Mình đi khắp Hà Nội, tao đi khắp theo mày. Một đứa không có cả dép đi, một mảnh áo phong phanh ngày rét, mà tâm hồn mày đẹp quá, không bao giờ làm cho tao buồn, như những cốc bia đầy rót vội, tràn bọt trắng nơi Bờ Hồ giờ tan sở, đám bạn bè của bố An tụ họp, họ nhìn tao như thể kẻ dị hình. Thằng đấy là con lão Phương, ba nó là thằng phản bội. Mày vẫn theo tao khắp Hà Nội, cái Lê ê a mà chưa bao giờ khóc, nó cũng chưa bao giờ phản bội tao.

Sao mày không đợi đi Liên Xô đợt tới? Tao nghĩ không có suất cho tao. Tao hiểu, chẳng sao đâu Lãng ạ, tao cũng thích lên đường. Bố tao bảo, có thể xin một suất đi Ba Lan từ ti giáo dục, nhưng với sự tự trọng của thằng trai thời chiến, mày nghĩ, nên như thế ư, chưa dang rộng cánh tay tránh đạn bom cho đồng bào yếu ớt, thì cũng phải biết lăn mình vào cuộc chiến, một viên đạn lạc sót giết ta, còn hơn sống trong sự hưởng thụ từ bao xác thân con em lao động nghèo phía trước, tao cũng không đi, bố tao đồng ý, ông vỗ vai tao, ba hoan nghênh, con trưởng thành hơn ba nghĩ, không mong đỏ ngực, nhưng chớ sợ cỏ xanh, ở đời đẩy những khó khăn cho kẻ khác là hèn, sự hèn mạt là thứ đáng phỉ báng nhất trong cuộc sống này. Lòng tự trọng, phải, tự trọng, danh dự, trách nhiệm, trung tín, mới làm nên giá trị con người. Ba tao chỉ là nhà văn, ba tao không nhiều lý lẽ, ba tao chỉ là một con người bình thường, một người Hà Nội bình thường nhất mà thôi.

Những vũ điệu xoay xoay của cánh phượng nơi sân trường, tao luôn nhớ, hình ảnh vũ nữ áo đỏ trên đồng cỏ xanh trong thơ mày, Cầm ạ.

Phượng vĩ ơi, vũ nữ em xoay tròn cánh mỏng/ nào thiên thu cho anh ước một lần/ vệt mờ xám anh đâu còn thấy nữa/ chỉ rực hồng phía váy mỏng em xoay...

Bài thơ in trên tờ Văn nghệ bữa đó, là bài thơ cuối cùng của mày, khi chúng mình thi thố, xem đứa nào có nhiều thơ nhất được đăng.

Cánh mỏng phượng hồng vẫn chấp chới bay trong tâm thức, trong khát vọng tình yêu, trong nỗi nhớ mong hoà bình và nhục cảm...

Gia không biết miền Bắc ra sao, gió buốt thế nào, tiếng đàn chảy vào đêm Hà Nội của người đàn bà nhớ tình xưa, hay thương cố quốc ra sao. Chị gảy vào đêm thâu, âm thanh xuyên qua đầu đứa trẻ, nhỏ máu tâm can, và vong thân một Hà Nội.

Hà Nội chiến tranh, khu tập thể Văn Công được nhắc lại nhiều lần trong trang nhật ký, cùng tiếng đàn, người đàn bà, và con mèo, và lọ hoa, ánh điện mờ hắt bóng, đứa trẻ chui ra khỏi chăn nhìn người mẹ, rồi lại rúc sâu hơn nữa vào chăn, nơi một đứa bé khác nằm im ngủ, thằng nhỏ không biết gì, nó còn bé quá, nó đâu mang nổi buồn chia cắt.

Mẹ nó đã ngừng tiếng đàn rồi, đứa lớn ngọ nguậy, nó đã dậy, nó đứng bên mẹ, nó nhìn theo tay mẹ, nhìn cuốn tập chép bài nhạc để bên.

"Dù cho, dù cho bến cách sông ngăn/ dễ gì chặn được duyên anh với nàng/ xé mây cho sáng trăng vàng/ khai thông nối bến cho nàng về anh..."

Tiếng đàn trôi cùng cánh buồm, con nục, con măng bơi xa ngàn dặm, bơi về mảnh đất phương Nam, tiếng buồn héo hắt, tiếng lòng xót thương, điệu Nam ai thiết tha sầu tủi, tâm trạng mất nước của công chúa xứ Chiêm Thành xưa cũng chỉ thế, điệu Kiều nức nở lạ phương, điệu Chiêu Quân hồ cầm khóc tiếng lòng luyến Chúa, thương đất mẹ, cũng chỉ vậy mà thôi.

Chị đã khóc rồi, thương con nục con măng hay thương đứa bé đợi ba về được mẹ dắt đi trên đường làng trong tiết trời thu lạnh, chiếc khăn gió ấm chẳng đủ che, nắng vàng chiếu xuống, thằng bé chạy chơi, đuổi bướm ven đồi, líu lo, nhưng sao không che nổi điệu buồn thương của tiếng đàn lẻ bạn, của đêm năm canh chầy chị thức, của cơn gió mùa thu thổi lặng, để *em nhớ chàng, hỡi chàng là chàng ơi...*

Đứa bé đã đứng đó và nghe mẹ đánh đàn. Lần này mẹ nó hát, mẹ nó đã cất lên giọng ca, vút cửa nhà ra ngoài khoảng trống, gió bờ đê tạt vào không khiến nó tán xạ, không khiến nó chìm đi. Tròn vành, rõ chữ và sáng trong quá. Giọng người đàn bà có chồng mà như cô phụ, có con mà như cô quả, quán quê đủ mà như tha phương.

"Đến mùa xuân, trong cơn nắng ấm/ cha con về, cha con về/ con nắm tay cha/ hỡi chàng là chàng ơi, hỡi người là người ơi... ".

Đứa bé định đến bên mẹ, lay tỉnh những tâm thức, gọi dậy cơn mộng huyền, đánh tan cơn ru hồn đến chìm vào mộng giác. Mẹ nó như bà đồng cốt đang hầu bóng quan, mẹ nó như cô đồng trẻ đang ngự giá Hoàng, mẹ nó là bóng cô trên thượng ngàn hoa cỏ, suối mát trăng thanh, mà thương cả thế nhân đang chìm trong lửa đạn, cố xòe bàn tay tiên thánh che chở cho con dân.

"Xa xa đoàn thuyền nan, buồm căng theo gió xuôi dòng/ nhắn ai gìn giữ câu nguyền, trong cơn bão tố vững bền lòng son...".

Lòng son là gì, có lần đứa trẻ cũng hỏi, khi mẹ nó trở về từ chuyến công tác văn nghệ vùng vĩ tuyến. Chị đã đứng bên cây cầu nửa đỏ nửa xanh đôi bờ hai đất nước, song cùng một dân tộc, mà hát lên, lời ngân nga hướng về bên ấy, là tiếng lòng chị, là niềm khát khao được về bên đó, là cơn vọng buồn hoài thác, là niềm đau chia cắt của chính chị chăng, hay chị muốn dùng tiếng hát để gọi dậy chút "lương tâm" ở những người phía bờ kia, gọi dậy niềm "yêu nước", chút "thương nòi" ở họ, như nhiệm vụ mà chị được phân công?

Không phải rồi, giọng chị tha thiết lắm, chị không hát cho ai nghe, chị hát cho lòng, chị tâm sự cùng cỏ cây, cùng những cơn sóng lăn tăn dập dồn bờ Nam bến Bắc, những chiếc lá tre trôi từ đó sang đây, một chiếc nón trắng bài thơ dập dìu được bên nào thả trôi ở giữa, lúc ghé bờ Nam lúc dạt sang bến Bắc. Cùng một chiếc nón bài thơ, cùng quai tím, cùng những đọt giang, khung tre, cách dệt, cùng một điệu hồn, nhưng trôi dập dềnh phía nọ bờ kia. Chị nhìn nó mà hát, hát cho con nục, con măng, hát cho người bạn lộng đường khơi rộng đất trời, đi mãi vào phía kia ư. *Anh ơi lời ca câu hò thương nhớ/vang về cùng anh không xa/ biển nói lên giùm bao ngày thương nhớ biển ơi/nhớ thương cách vời ơi biển chiều nay...*

Lòng son là lòng thủy chung son sắt đó con. Chị dừng lại giữa phím đàn trả lời đứa trẻ. Mẹ đứng trên cầu và hát? Nơi đó còn là quê ngoại con, quê nội con, là đồng đất, mồ mả gia đình, con biết chứ? Thằng bé lặng im, nó dường như đã hiểu thế nào là lòng son, cả khi từ "thủy chung" mẹ nó giải thích chưa trọn được hết nghĩa. Nơi đó có cả ba? Mẹ nó suýt dài một tiếng, nhìn ra chỗ đứa em nằm ngủ, chị ôm đứa lớn vỗ về. Đúng thế, nhưng con cần phải quên, lớn rồi con sẽ hiểu mẹ hơn?

Bên Bờ Hiền Lương... tiếng hát đó ám ảnh mãi tâm hồn đứa trẻ, để dòng nhật ký nào, những giọt máu từ họng con chim thích hát ca đó cũng nhỏ lên những dòng văn chiến trường, khi nó đã lớn khôn ư?

3.

Lâm, mày ngồi xuống đây, Gia dộng cái chai vào bàn, tiếng lè nhè, chỉ về phía đối diện, ngồi đấy, ngồi đấy, Thu đâu, lấy cho hai thằng hai chai bia, loại 5 châu lục nghe Thu. Cô gái chạy lại, nhìn Gia, rồi trố mắt nhìn vào cái ghế bên cạnh, mà Gia bảo, ngồi xuống, ngồi đi Lâm, hôm nay không say ta không về, hẻ, mày uống gì, tao gọi rồi, vẫn như cũ nhé, chắc chắn rồi, thằng chó, đi lâu quá thế, bố mày nhớ mày đến độ, tè cả ra quần đây này, anh định vạch quần, nhưng trong hơi men anh chợt nhận ra, hoặc có gì lay thức, hoặc một chút khe lọt của bộ óc, lương tâm, hồn người, còn sót lại để biết, một quý ông trường Võ Bị, thì không nên làm thế, không thể làm thế, có ba gai trưng trổ, chỉ để gợi chất cô hồn, tiểu ngạo giang hồ thôi, chứ không thể thiếu văn hóa.

Thu, lấy cho hai đứa bọn anh thêm chai xị đế. Cô gái vẫn trố mắt nhìn Gia, nhìn theo hướng anh chuyện trò, chỉ trỏ, như thể đối diện anh quả có một thằng bạn vậy. Cầu vai mày kìa, hê hê hê, chưa bao giờ tao thấy lệch thế, mà đi đứng kiểu gì, vấp phải mìn à, máu loe loét thế kia Lâm?

Lần này thì cô gái lùi lại một bước. Buổi chiều nắng nhẹ, các bàn khác cũng đôi ba người lính đến quán sớm, hoặc ngồi lai rai từ xế trưa, mỗi người một câu chuyện, cô gái vội vàng nhìn sang họ, xem có ai để ý đến Gia không, nhưng không thấy động tĩnh, họ quá quen việc này chăng, cô gái lùi lại mấy hàng gạch rồi ù té chạy, khi Gia hỏi đến mặt mày vấp mìn hay sao mà be bét máu thế kia Lâm.

Ma, ma à. Thu hét lên chạy vào phía ba nàng đang xay cà phê trên chiếc cối nhỏ. Ba, có người lính nói chuyện với ma. Đồng đội của hắn chứ gì? Nhưng chẳng lẽ anh ta về. Ối dào, thằng lính chó nào chả nhìn thấy ma, thằng lính chó nào chẳng đang nói chuyện với ma, và chẳng là một thây ma.

Nhưng sự giải thích nghe chừng cũng rất cô hồn, tiểu ngạo của ông bố làm nghề bán cà phê cho lính đến mấy đời đánh đấm, từ thời còn quân đội thuộc Pháp, đến khi Nixon đem bom vào. Nên ông quá hiểu họ. Nhưng lời giải thích tưng tửng đó, cũng không làm cho Thu hết biến sắc mặt, khi cố nhớ đến cảnh Gia đưa tay vuốt mặt bạn rồi cười lớn, vuốt đến cái quân hàm cài lệch, vuốt đến cả mắt. Nhắm mãi thế này à, mở ra đi chứ, thằng chó, mở ra nào Lâm. Thì cô bỏ chạy.

Sau ngày Lâm chết, Sài Gòn hình như càng vắng hơn, không còn thấy những con đường nhiều xe cộ, bóng áo trắng học trò cũng ít bay. Gia thường đi bộ về qua con đường có viện kĩ mà Lan Tuế phục vụ xưa kia, giờ viện kĩ không còn, hay đổi dời của thân thế, hay một phen thay đổi sơn hà nào đó, mà anh không biết, dám lắm, bởi trên đất nước này có ngày nào không đổi thay đâu.

Lan Tuế chết rồi, hàng cây cọ xẻ cũng buồn hơn, cảnh đó, người đâu, còn viện kĩ giờ đã thành một quán bar dành cho giới trẻ. Những đứa bé còn miễn nhiễm với cuộc chiến, những đứa bé lớn sau cuộc chiến, hay những đứa bé ép mình vào trong sự nhỏ, để cố không lớn kịp bằng cuộc chiến ư. Đừng lớn nữa các hài nhi ơi.

Tao nhớ mãi Gia ạ, ánh mắt buồn của anh Lãm, khi anh kể về người anh hàng xóm của anh ấy. Trong một ngày cuối năm xưa, tiết trời giá rét, mẹ chưa trở về từ chợ Đông Ba, xóm Thượng Thành trẻ con rủ nhau chơi trò đánh đáo, những viên bi đỏ xanh, đựng trong những chiếc hộp, cả thế giới tuổi thơ lung linh qua màu sắc, xoay tròn và vui mắt. Trẻ thơ, viên bi, trò đánh đáo ở ngõ xóm, và đợi mẹ về, bình yên lắm, phải không, ai chẳng có, thì người hàng xóm, vốn là người bạn lớn của anh Lãm đã đến, xoa đầu anh, chú mày sướng thật, khi chú mày lớn lên, đất nước không còn chiến tranh, ở nhà, anh đi, cứ chơi vô tư, bao lo toan đã có bọn anh đỡ đần. Rồi ảnh nhìn những viên bi, vòng xoay của nó, những bàn chân lũ trẻ lấm lem, lại nhìn những cành khế hoa rụng tím sân, có con sóc đang chuyền cành ở đó, nhảy loi choi trên cả tàng nhạc ngựa, đậu vào tàng khế làm mưa họa rụng tím mặt sân phơi, anh ngước nhìn trời, trong quá, buổi chiều cuối năm, gió đi đâu, để nắng trong lành quá, để nắng như nắng non buổi sớm, hắt vàng những cối cây vườn tược ngoại ô.

Chú mày thật sướng, anh cầm tay người em lắc lắc. Bộ quần áo anh mặc trên người đã sắc lính. Sắp đi ư? Ừ chút nữa, đi ra chỗ tập trung, để rồi vào quân trường, ở lại mạnh giỏi. Anh lẫn trong đám cây xanh ngời chiếu nắng, trong vòm cây khế nở hoa, bóng áo rằn ri tiệp màu cũng với xanh cây cối, nơi anh bước, con đường mòn gạch đỏ uốn lượn theo một dáng hồ bán nguyệt, trên trồng những cây liễu rủ mềm lã lượt, hình như anh có dừng lại, ngắm những bông sen súng cuối mùa, nhìn đàn cá đang tung tăng đớp lá, rồi quay lại nhìn bọn trẻ, thấy anh Lãm vẫn đứng trông theo, anh dấu tay làm điệu hôn gió, ở lại nha chú nhóc, người bạn nhỏ thân thiết của anh, anh đi, rồi anh sẽ về mua nhiều bi xanh đỏ, ở nhà nghe lời ba mẹ, anh về mua thêm cả bánh tráng trộn cho ăn. Đó là những món ăn, người bạn lớn vẫn đãi người anh của Lâm nhiều khi. Anh hào sảng và lãng tử, anh tài hoa và rất mực ấm áp, anh có cô người yêu ở xóm đạo, cứ chiều chiều là rủ chị đến nhà thờ chơi, áo chị trắng quá suốt dọc đường Đông Ba, mỗi khi chị bước ra từ trường nữ sinh Đồng Khánh, và những bức thư họ trao nhau hẹn ngày hò hẹn, hoặc tỏ bày tình cảm, có sự góp mặt không nhỏ công sức của người anh Lâm.

Rồi thế nào Lâm, Gia nhìn dòng nước trôi nơi chân cầu bến Sức, trong cái ngày anh lên thăm Lâm ở vùng Phước Long bữa ấy, lơ đãng hỏi, mà câu chuyện thực sự đã hút hồn Gia đến mãnh liệt, ánh mắt người lính lớn kia, trong lời kể của anh Lãm, anh họ Lâm, trong ngày ra trận nhiều năm cũ ấy.

Rồi anh đi không về, xóm Thượng Thành bọn trẻ con vẫn chơi bi, những viên đỏ xanh vẫn được chúng mua về nhờ những đồng tiền lì xì dịp tết, hồ bán nguyệt vẫn xanh liễu rũ, bóng chị Hiền vẫn áo trắng đi dọc Đông Ba, chỉ có điều chị đi một mình trong các dịp lễ. Dáng chị thẫn thờ, chiếc nón trắng có quai hồng che đi đôi mắt ướt mỗi khi chị nhìn thấy người bạn nhỏ của anh. Lãm à, anh Lượng không về nữa, Lãm à… chị nói xong, rồi bước vội, bóng chị nhòa vào bao sắc trắng khác, cái ngày Đông Ba, những năm đầu chiến trận.

Có phải anh Lãm nhà bác Thảng ở đầu phố? Thì anh ấy đấy. Chúng mình đã từng đến đó, được anh dẫn đi ăn bánh bột lọc còn gì? Là anh chứ ai. Môn cờ người chính chúng mình được ông ấy dạy. Thì là chớ. Ảnh chơi đàn rất tài, và có giọng hát bội mê li. Sau này ảnh yêu chị Kiều Liên nhà ở cuối xóm, chỗ có gốc cây dâu da, mà bọn con nít chúng mình vẫn nhìn theo mỗi khi chị mang giỏ mây, mặc bà ba, đi chợ cho mẹ mỗi sáng đúng không. Đúng là chị ấy. Chị ấy làm gì rồi? Vào trường dòng. Sao vào trường dòng? Thì anh Lãm cũng đã hi sinh. Anh Lãm chết? Chứ sao, khi tám năm sau anh cũng lại ra trận.

Lứa chúng mày sướng thật, lớn lên thì đã hết chiến tranh, đâu có đúng, phải không Gia. Hôm anh đi cả nhà đều khóc, bác Thắng ngất lên ngất xuống, bởi xung quanh nhà, hàng ngày đội xe chung sự đến làm nhiệm vụ, hôm nay anh Kha đầu xóm, ngày kia chị Lý y tế khu gia binh, buổi nữa chú Tề chết trận ngoài Phong Điền, khi doanh trại trung đoàn bị đánh úp.

Bác Thắng gái khóc cả đêm.

Chị Kiều Liên mắt sưng húp.

Ba má đừng buồn, Chúa sẽ độ cho con, Liên ở nhà mạnh giỏi, có việc thì em qua phụ ba má giúp anh, tết anh sẽ về. Anh nói xong thì vuốt tóc chị, đặt lên đó một cái hôn da diết. Tóc chị Liên thơm mùi bồ kết, phảng mùi hương bài, và đọng cả chút hoa khế, khi chị đi qua vườn nhà, đúng mùa bông trổ.

Liên ở nhà mạnh khỏe nghe em? Anh nói một lần nữa, rồi nhìn khắp mặt người, khi đến Lâm. Chú bé, ở nhà đừng bắt nạt chị Liên của anh nhen, em phải nghe lời má, dạy con Thi học bài, ít đánh đáo thôi, khi về, anh sẽ mua cho cây sáo ở chợ Tây Lộc tha hồ mà thổi, anh dạy cho cách đánh đàn kéo nhị, dạy cho hát bài chòi, làm con gái Huế phải ngẩn ngơ. Mọi người cười ồ, vì câu nói đùa dễ thương đó, trong ngày cuối năm, anh lên đường. Thằng nhóc con sướng thật, anh nhìn Lâm rồi nhéo má, lớn lên rồi, đất nước sẽ bình yên, chú mày không phải như anh nữa, nghe tiếng đại bác đêm, đã thấy có bóng mình ở đó, ăn một bữa tết chẳng ngon, lúc nào cũng nghĩ, rồi trong tiếng pháo nổ, âm thanh nào lẫn cả tiếng đạn bom, thời đại các em rồi sẽ sướng. Chị Kiều Liên cũng bắt chước anh, lấy tay búng búng vào mặt Lâm, làm cậu bé nhăn lại mũi, chun hai cặp môi dày ngộ nghĩnh, để họ cười vang trong phút giây cuối cùng tiễn biệt.

Anh Lâm rồi cũng chết, đúng không? Gia hỏi lại như là có, nhìn những đám lá tre trôi dạt trên nguồn, lá xanh xen liền với những chiếc héo trôi nhanh xuống dưới dòng xa tít tắp.

Lớp cha trước, lớp con sau ư, lời thơ của một nhà thơ Bắc Việt vốn sinh thành ở Huế, sao đúng với cả hai miền, sao vận vào quê hương, sao in vào hồn những đứa trẻ. *Đại bác đêm đêm dội về thành phố, người phu quét đường dừng chổi đứng nghe.* Người phu đó chính là tao.

Lâm làm nghề lao công cùng mẹ. Hai người nhận quét hết con đường Hộ Thành, đến đường Tịnh Tâm, dẫn vào thành Nội. Cứ chiều chiều học về, nó sẽ đẩy xe, dọc con đường quét lá, và làm thêm nghề nhặt ve chai. Thằng bé mười hai thi thoảng nhớ về cái vuốt má của người anh họ, nhớ về câu nói như in lại của người anh xưa, lớp các em sẽ không còn phải ra chiến trận; chú mày sướng thật, lớn lên thì đất nước đã hòa bình.

Chúng mình lại ngồi đây, sau hai mươi năm câu nói của người anh hàng xóm xưa của anh Lãm, phải không Lâm?

Lâm không trả lời, nó nhìn sâu hơn vào dòng xoáy, nơi những bọt bèo, rác rều, lá khô rồi lá xanh, bị cơn lũ thượng nguồn nào đổ ào xuống, để nó hối hả trôi về đây, Lâm lấy chân khều nhẹ, cho một nhành cây mắc sâu vào ngón, gảy lên, nhìn ngắm, lại vẫn là hoa khế đó ư?

Gia đi chầm chậm trên đường có kĩ viện xưa nàng Lan Tuế của anh bán mình hay trầm thương ở đó, giờ là quán bar có nhạc đèn xanh đỏ, bọn trẻ con để tóc dài nhảy theo một điệu rốc, thứ thịnh hành những năm gần đây. Những đứa trẻ này liệu có sướng hơn Gia và Lâm không?

Cứ nhảy đi các bé, thế hệ mất mát, thế hệ lạc loài, thế hệ buồn đau, vong thân và vong bản, thế hệ bán mình, thế hệ bán cả lương tri. Thế hệ, mà đất nước đặt lên đôi vai chưa kịp lớn bao trọng trách, bao sứ mệnh như cây non ép mình phải lớn, như cây yếu, bắt gánh trên mình cả Tổ quốc, đang bị vong thân ư?

Hãy nhảy đi chú bé, nếu chỉ vài năm trước, anh đã thấy chú mày là đứa đua đòi, rởm rít, nhưng cuộc chiến, làm con người cũng bao dung hơn, hay các thế hệ cứ lên đường rồi để chết, làm anh thương hơn cái thế hệ này, làm anh thông cảm hơn với chú, làm anh muốn được ôm từng đứa vuốt ve. Chơi đi, hát đi, nhảy múa đi, làm những gì mình thích, yêu đi, zọt đi, cuồng loạn đi. Ăn cướp và phá phách cũng chẳng sao, rồi đời lại đặt lên đôi vai các em balo nặng trĩu, rồi đời lại đánh cắp tuổi thơ của em bằng ánh nhìn hoa khế, rồi đời lại hất tung con hồ bán nguyệt, hàng liễu rủ, bóng người con gái áo trắng dọc Đông Ba, hay tâm trạng đợi mẹ về để nhận quà mỗi buổi chợ, mà trao cho các em sứ mệnh giết chóc sớm thôi, nên yêu đi, cuồng loạn đi, nhảy nhót đi, sống đi, để khi lao vào đời và nếu có phải chết, cũng đỡ tiếc cho thân.

Gia bước qua quán bar, đi về phía cuối hẻm ra một con đường lớn, từ đây về nhà độ hai cây số, anh không gọi taxi, bỏ qua những lời chào mời của các bác xe ôm, bỏ qua mấy cô gái đứng vẫy đường rủ rỉ, bỏ qua đám đàn bà, ngồi ở một hẻm, gọi trêu sắc áo rằn ri. Anh cuốc bộ trên đường phố đêm, ngắm một Sài Gòn lạnh, nhìn một Sài Gòn thưa, thấy lòng mình càng thêm trống rỗng. Từ ngày Lâm đi, con người hình như vắng bóng.

Anh đã về đến con hẻm có nhà anh và nhà Tiểu Thanh đầu ngõ. Mùi hoa đêm dìu dịu, làm tan hết những uẩn u, những bông móng rồng nhà cô gái Hoa kiều bao giờ cũng biết phô vào đúng độ, hương dìu dịu ngọt, làm Gia bỗng thèm ăn một chiếc bánh chuối nướng đêm nay.

Anh bước qua giàn hoa giấy, anh bước qua những chậu xương rồng, đi qua một đoạn cây thưa có dây chanh leo vắt mình lên đó, đến hàng mã mật, anh dừng lại. Một mùi hương lạ và quen, một mùi hương ngào đêm thơm quá, một mùi kí ức chẳng bao giờ phai, mùi quê nhà có bao giờ tàn đi qua năm tháng đâu. Nó đi theo anh cùng bao kỉ niệm, nó đi theo Lâm cùng bao nhiêu sự kiện, nó đi theo Lãm ngày Huế cuối năm anh ra trận, vương trên tóc chị Kiều Liên giờ đưa tiễn, vương ánh buồn vào đôi mắt người trai hàng xóm bạn lớn của anh Lãm mấy mươi năm xưa, khi vén hàng rào xanh, nhìn đứa em hàng xóm: khi chú mày lớn lên, đất nước đã thanh bình rồi, em thật hạnh phúc hơn thế hệ bọn anh.

Mưa chiều thứ bảy tôi về muộn/ cây khế đồi cao trổ hết bông…

Câu thơ của nhà thơ tài hoa ấy, Gia thuộc từ hồi còn đi học.

Cây khế đã trổ bông, đêm nay Gia về muộn, phố vẫn lồng trong phố vắng ngoài kia.

Lòng anh buồn như sợi sương giăng trên miền quan tái. Cuộc đời vẫn trôi như lớp mây bồng đêm đứng gió. Đứng bên này trời lại nhìn phía bên kia, đứng sông sâu này, lại ngóng về bến nọ, cuộc đời vẫn trôi như những áng mây bồng lớp lớp; một đêm, một tháng, một năm, một đời, kiếp kiếp…và cây khế nhà ai vẫn nở hoa…

4.

Lương là ai, cô chưa bao giờ nghe thấy. Trong giấc mơ anh hay về vùng đồi núi ấy, cây cối rậm rì, những ngọn núi trải màu xanh mờ khi nhìn từ xa, vùng Kon Tum, những bản người Thượng mờ trong sương sớm. Một người đàn ông đóng khố địu theo đứa nhỏ đi ra từ một cánh rừng già. Người dân ẩn sâu vào vùng tâm lõi để trốn tránh đạn bom. Mênh mang trong những cánh rừng rậm ngàn năm nguyên sinh, tưởng chỉ có hùm beo hổ báo, thi thoảng đơn vị nhảy toán vẫn bắt gặp những mặt người lẫn với cả đười ươi.

Gia ạ, có lần chúng tôi hạ được một con… người.

Thằng Lâm nói như không, tiếng nó nhẹ lắm, trong một lần hai đứa ngồi uống rượu ở quán Tiểu Muội, nhìn những giang đoàn đang lừ mũi tiến vào bờ. Sài Gòn vẫn hoa lệ thế, Hòn Ngọc Viễn

Đông đã lên đèn rồi, những quán bar xập xình, biệt đội taxi đã đến giờ hoạt động, chở các quý cô đến rạp Tex, đến vũ trường trên đường Tự Do, để xem một bộ phim Hollywood, vừa đoạt giải Oscar, thế giới chưa được quyền công bố, thì lẽ gì nó đã có mặt ở Việt Nam, nghe nói ông bà chủ rạp là đại tư sản, để có bản quyền, bà đã không tiếc núi tiền tha về làm sang thêm cho cái rạp hiện đại bậc nhất Đông Nam Á này. Máy lạnh chạy hết công suất, trời Sài Gòn bốn mươi độ, mà trong này ước có cái chăn đắp lên thân người đang run cầm cập.

Đó là cách thằng Lâm phóng đại hay là thật, nó đã từng đến đó từ buổi khai trương, giờ nó ngồi đây động chai vào trời Sài Gòn, nhìn những ánh sáng từ những cung điện bé nhỏ mà nguy nga của hàng trăm toa đèn sáng trưng trên những giang đoàn, nhìn bóng những người Mỹ trắng đi lại hiên ngang, sự văn minh đến từ họ, thiên sứ đem sự sống làm bừng soi những vùng đất mọi, làm nở hoa ánh sáng những xứ sở man di. Người da trắng, họ có quyền khai hóa. Sài Gòn hoa lệ, hòn ngọc Viễn Đông đêm nay lại lấp lánh.

Bố khỉ đại đội tao đã hạ được một con... người mày ạ, lông lá đầy thân, nhìn kinh lắm, cái thứ lông ở những sinh vật chưa tiến hóa kịp, hoặc nửa chừng đoạn, thì dừng lại, mà nó nham nhở, ghê rợn, một viên AR15 đã hạ gục, nói thật, nó chuyền cành nhanh hơn bất kỳ loài vật nào, thoăn thoắt, có khi nó nhảy xuống như một con người, hai chân tiếp đất, thẳng đứng, vươn mình cao lớn như người đàn ông lực lưỡng mọc lông, mấy thằng rú lên kinh hãi. Bình tĩnh, chỉ là sinh vật lạ ta chưa từng thấy. Thằng Việt Cộng giả hình thì sao? Bố khỉ, giả hình để chết ở xứ khỉ ho cò gáy này à. Thì chỉ người dân. Người dân, mày xem, mênh mông có bóng dáng cửa nhà không. Hạ nó chứ? Chưa kịp nói, một luồng đạn xé lên. Thằng nào vì tò mò, hay không chịu được sự nghi ngờ, hay muốn đánh tan lời cãi cọ, hoặc quá sợ ánh lân tinh của kẻ địch, họ có muôn trùng ngàn tía những cách để tiếp cận chúng ta, có thể biến thành cả giun dế, điều này những thằng lính trải từng trận mạc ai cũng hiểu, nên luồng đạn xé ra để đánh tan mối nghi ngờ, hay hoảng hãi, con người chỉ thắng thiên nhiên bằng vũ khí, bằng chất nổ, họ dùng nó để xua đi mối sợ hiểm nguy, điều bí huyền, đang bao trùm họ.

Con khỉ người vật xuống, lông mọc từ chân đến đầu, tinh hoàn to bất thường, dương vật quá cỡ, rõ ràng của người. Răng người, mắt người, tay người, chân người, chỉ có lông là khác. Tất cả rú lên khi hạ được một con người. Mày thử lý giải đi, người hay vật biến đổi gen. Người mày ạ. Tao đồ đứa trẻ sinh ra, người dân chạy loạn hết, nó được khỉ nuôi, hoặc sống hoang dại rồi theo quy luật tự nhiên mọc lông để bảo vệ cơ thể. Nếu thế, phải mấy đời mới đủ mọc lông. Mọi lý giải tranh cãi đều không có hồi kết. Thì Gia đã bắt gặp ngôi làng nằm sâu trong những tầng lá rậm, cụm gia đình nào chạy loạn vào đây, giữa những cánh rừng già mênh mông tưởng chỉ hổ trăn hùm báo mới có thể ở, họ làm nhà thật cao để tránh thú dữ, thế mà có lần đơn vị Gia vẫn bắt gặp những đầu người bị hổ tha sâu vào rú. Khổ đến vậy ư?

Cánh rừng âm u quá, tao đéo hiểu sao hai bên rủ nhau vào đây đánh đấm. Lương nhìn anh lắc đầu. Mày mà sống được thì không biết có cách nào tìm được đường ra. Nỗi lo của Lương không phải không có căn cứ, khi hai thằng chạy nhau đã đi sâu đến hàng chục ki lô mét, thì Lương vẫn bị pháo tiện cả hai chân, còn Gia cần phải tìm một cái hang để tránh những con hổ đói, ngửi mùi máu sẽ vồ mồi. Mày mà ra được cẩn thận chúng xơi. Thấy nó thì cứ lặng im, nước sông không phạm nước giếng, hổ nó cũng như người, không thấy nguy hiểm thì chẳng việc gì phải tấn công, nếu không đói quá, nếu không biết cái sinh linh kia có là mối nguy hiểm với mình không, con người với hổ, vẫn là giống lạ, khác với hươu nai, nên thấy nó thì cứ lặng im. Kinh nhiệm ở rừng để Lương truyền cho Gia cái lí thuyết hổ - người đầy quý báu chăng? Phải cố sống mà trở về Gia ạ.

Sau này khi người hàng xóm đôi lần hỏi Gia, kỉ niệm dữ dội nhất của mày khi ở chiến trường là gì, Gia sẽ nhắc muôn vàn kỷ niệm, lần thì anh kể chuyện thằng Lâm, lần thì tiếng hát, nhưng chưa khi nào anh kể chuyện về Lương, cả với San, nàng tìm cách moi được đủ điều, những góc khuất hẻo nhất anh muốn cất đi cũng được nàng khơi dậy, đó là niềm vui của San, không hẳn, sự ưa tìm khám phá, qua ánh mắt hau háu trong từng câu chuyện anh kể, theo bước dịch chuyển trong từng trận đánh, được anh thuật lại, thêm vào những quan điểm, dừng lại ở cả những đoạn bộc lộ tâm tư, và đan xen thêm tả cảnh, cái thứ anh rất hay quan sát và nhớ lại xung quanh, khu rừng, tiếng chim, con suối, đàn sóc, những chú trâu rừng gặm cỏ, đàn hươu nai cõng nhau xuống suối, những chú trăn quấn nhau trên tảng đá, đàn khỉ cái đến tháng nhảy nhót mà rớt đầy huyết linh, thứ trường sinh bất lão, vua chúa xưa, phải phái người vào rừng sâu tìm kiếm, con người luôn cần trường sinh để đủ sức mạnh mà cai trị đánh đấm nhau ư?

Gia hay dừng lại thứ đó, ngoại đề cũng hút hồn San đến không tả được. San sẽ hau háu ánh mắt, huy động mọi giác quan, mọi nơron thần kinh, để mọi tế bào dừng lại, những vi mạch máu cũng đổ dồn về câu chuyện của anh. Người nghe chuyện mẫn cán nhất mà anh biết, làm anh trở thành người kể chuyện tài hoa nhất trong lòng nàng, làm anh muốn phát huy tối đa tài quan sát, kể chuyện, đan xen quan điểm, nỗi niềm, tâm trạng, dừng lại ở từng cảnh sắc, cả ánh nắng lúc đó ra sao, nó có sức thu hút nàng vô độ.

Gia, anh tuyệt vời lắm. Vì câu chuyện hay vì nhờ thế nàng hiểu hơn về anh, mà sau mỗi trường thiên văn kể như thế, anh được nàng bù đắp bằng những bữa tiệc thân, nó ngon đến độ, anh như từ một trận đánh bước ra, người đầy máu me và bụi bặm, tóc đầy lá khô và khói súng, như con đười ươi sống trong hang tối, thì bỗng nhiên một nàng tiên nữ xuất hiện để đắp bù, nàng sẽ quấn lên người anh, vươn cánh tay dài trắng muốt ôm lấy cổ anh, nàng vít nó sâu hơn nữa vào người nàng, cả trên và dưới, sẽ bản năng đến độ nhiệm vụ của anh chỉ là làm sao cho bắt nhịp được cùng cơn rung lắc dữ dội nhất từ nàng mà thôi, như những con khỉ đực và cái vờn mình bên hang đá, như những con trăn quấn mình quần quại phát ra tiếng kêu u ú nơi lõi rừng nguyên sinh, như vua chúa được huyết linh loài khỉ trong cơn giao hoan cuồng nộ cùng trinh nữ, nàng sẽ đắp bù anh tất cả, nếu như câu chuyện anh kể hấp lực nàng khó cưỡng ở nhiều khi.

Thì anh chưa bao giờ kể cho nàng nghe về Lương. Nhà tớ ở ngã ba Hàng Đào nơi nối vào Hàng Ngang, người xưa cũng tài, buôn bán theo hội đoàn, giờ đây lụa ít, nhiễu cũng không nhiều, thì cái tên vẫn còn như một dấu tích xưa. Khi nào về, cậu sẽ được mẹ tớ đãi món cà om. Những quả cà dái dê đầu vụ được bà chọn lựa kĩ, thái con chì, ngâm nước vo gạo, vớt ráo, xào lên cho săn các mặt, lại đổ ra, cho thịt ba chỉ vào rang cháy cạnh, rồi cho cà vào om sâm sấp nước, chín thì rắc hành, tiêu, nói thật sức mình ngày đó lớp mười mà chơi nhưng bốn bát đấy, nhưng không phải bao giờ cũng có đủ bốn bát để xơi, chẳng qua mẹ tớ mới lĩnh lương, bao giờ cũng được bữa xôm tụ, đôi khi hào phóng là thịt kho cà dái dê, chứ hai mươi chín ngày còn lại, gạo độn khoai mì, tớ ăn đến độ ói, nhưng không có nó thì sao nuôi nổi sức trai này, miền Bắc đấy, đâu như cậu kể, đường sữa đến bọn trẻ chẳng buồn ăn, phải chui xuống chân bàn để cô quản lý không ép uống, tớ tưởng là bịa đặt, nếu ngoài đó nghe được thế nào cũng bảo tâm lý chiến phía bên kia. Nói thật tám năm, cũng cho tớ hiểu, nhiều khi dí súng vào các cậu, là chỉ mong được sống, bao giờ kết thúc để lại trở về ăn một bữa cà mẹ nấu, nhéo má đứa em bắt nó cho tiền lì xì mua kẹo vừng đãi cô bạn gái, cái thuở mới biết yêu cũng kỳ lạ bỏ cha, cứ liếc nhìn nhau suốt ngày nọ tháng kia mà chẳng dám mở, rồi đến ngày trường đi dã ngoại, hai đứa gần nhau thì run bắn, chỉ kịp lắp bắp tớ thích đằng ấy, tớ cũng thích cậu, chỉ thế mà trốn biệt trong nhà cả tuần vì vui sướng, nhiều hơn vì ngượng ngập, lỡ gặp lại sẽ xấu hổ, rồi hình dung tiếp chuyện sẽ ra sao, chẳng kịp ra sao nữa, đã về vùng quê sơ tán, một năm sau gặp lại thì đã viết đơn lên đường chiến đấu, ngày cuối cùng được ôm nhau một cái giữa ba quân, đồng đội hô hào mới đủ dũng khí, nàng cũng bạo quá đấy, hay nghĩ là lần cuối nữa chẳng hay, nghĩ mà tội sao tuổi trẻ chúng mình, nghĩ mà tội sao nàng và tớ.

Lương không nói nữa, chiếc chân hoại tử đã tím đen đến bẹn, tiếng rên sau mỗi lần tỉnh giấc, ám ảnh Gia đến giờ. Lương khô hết, nước cạn giọt cuối cùng, đọt dương xỉ non rồi cũng cụt, thì tiếng rên kia mới chịu ngừng. Khi tớ chết, nhớ xẻo thịt trên người tới mà ăn, phải sống để trở về Gia ạ. Chúng ta ai cũng có một người mẹ, người mẹ nào của chúng ta cũng giống nhau, cái ôm con, sự rờ rẫm mặt nó, cái hôn hít vỗ về, và bàn tay bưng bê cơm nước, dáng tất tưởi xách giỏ ra chợ chọn lựa cá rau, mân mê chiếc khăn gió ấm, ướm vào cổ con, bà mẹ nào cũng vậy, cùng một nỗi đau mất đi nếu ta không trở lại, nên phải trở về thôi Gia ạ. Tớ chẳng có gì cho cậu, thì thịt tớ đây, giá kể bây giờ cũng được, nhưng thằng nào chẳng sợ, phàm là con người đứa nào cũng thế, trừ phải chết thôi, chứ không ai lỡ nhìn ai đau đớn. Nên khi tớ nhắm mắt, hãy xẻo luôn đoạn mông, chắc còn miếng đấy, rồi nướng lên để cho được lâu mà dùng, rồi phải tìm mọi cách mà trốn khỏi đây, chết đấy, không vì đạn đâu mà vì đói, không vì kẻ địch đâu mà bởi hùm beo.

Gia không nhớ ngày đó anh đã ăn thịt Lương bằng cách nào, bằng cách nào để anh làm đúng di nguyện của người lính - bạn bè – phía đối phương, như lời tha thiết gửi trao, mà Lương đã sợ sự tự trọng ở anh, hoặc là ghê sợ, hoặc chút nhân tâm còn lại mà Chúa đã trao, Phật đã tặng, hoặc phàm là con người thì ranh giới phải có ư, như kẻ nào nhất định không ăn dế giun, nhưng trong cơn đói khát, làm được điều đó không? Đừng thử thách con người, đừng thử độ giới hạn tột cùng, bởi mọi sự thử chỉ đi vào chiều sâu đau đớn nhất của tấm thân và tâm khảm, vi phạm chế tài, vi phạm vào quyền cao quý, vi phạm giới hạn phẩm giá con người mà thôi.

Hãy để tôi làm người, Gia nhớ thằng Lâm hét lên khi dưới chân nó là hàng hàng những thằng lính trẻ Bắc Việt, dưới chân nó, chiến trường thật đẹp của chàng Andrey, Napoleon nếu ông có cưỡi ngựa ra trận tiền chắc cũng chỉ mãn nhãn đến thế là cùng, hàng hàng những thằng lính trẻ lắm miền Bắc độ tuổi học trò chết dưới chân Lâm. Hãy cho tôi làm người. Nó giơ khẩu súng colt lên, ngửa mặt xin một lần được ân sủng, khi giới hạn đã đi đến tận cùng của giới hạn, khi sự bức bách của lương tri lên tiếng đòi quyền lợi, khi phẩm giá loài đã đến tột độ của sự vấy bẩn, thì lương tri người lên tiếng. Và ai cho Gia làm người?

Nên Lương biết được điều đó sao, mà anh ta căn dặn, đừng ngại Gia, ta chỉ là thằng người, không phải, giống người như bao loài vật khác mà thôi, cứ hình dung mông tớ chỉ như một miếng thịt, bụng tớ là ba chỉ, mà cậu có phân biệt được ba chỉ và mông không đấy, mà trong cậu gọi là ba rọi thì phải, miền Bắc đói nghèo có đứa trẻ quê nào được đi chợ đâu, thịt ăn phân phối, thì đến mẹ tớ chắc gì biết được ba chỉ và mông, bà chỉ xin cô mậu dịch mua thịt mỡ, bởi còn cho được vào rau xào ăn cả tháng, chứ cậu bảo, cân nạc vèo một bữa là xong, nên hãy cứ nghĩ, nó chỉ là mông, là ba chỉ, ba rọi, bạc nhạc, ha ha ha.

Cái cười của Lương cố lấy sự hài hước giản đơn xoa đi điều khủng khiếp, vẫn rợn hồn Gia đến tận giờ, tiếng cười trong hang đá khi anh bàn về miếng thịt lợn và thịt người trong cơn gia hạn cuối cùng của giới hạn phẩm người bữa đó.

Gia không nhớ ngày đó đã làm thịt Lương như thế nào, chế biến ra sao, dùng ba chỉ hay mông, nướng hay chiên. Không, không, không, anh hét lên, lần này đầu anh đập mạnh vào thành giường tiếng choang một cái, chân anh đập mạnh vào chiếc giát kêu cộc

cộc, làm San bừng tỉnh. Anh lại sao à? San ơi San, anh sợ. Anh ôm chầm lấy nàng run bần bật. Anh ôm chặt vào nàng mồ hôi vã ra như tắm, giọt nước mắt chảy xuống má vào kẽ miệng mằn mặn. Anh gãy cả xương rồi này. Nàng lấy tay xoa chân anh, một mảnh da non tróc ra và máu chảy. San ơi, anh sợ...

5.

Gia không hiểu mình đã đi qua cuộc chiến như thế nào. Thằng lính Dù mà chẳng khác nào lính kiểng, như cách Nam giễu nhại, mỗi khi hai thằng ngồi chén chú chén anh trong một ngày thu nhiều nắng vùng Texas, nó lại lái xe mang theo thứ rượu Cây Lý vợ nó nấu đãi chồng cùng đồng đội. Đồ lính kiểng, giá mày đừng có đăng Dù thì Việt Nam Cộng hòa có lẽ bây giờ vẫn sống khỏe. Nó cười lớn phô hai hàm răng to sảng khoái, như người nông dân xong thửa ruộng, ngửa cổ nhìn trời cười khoan khoái, kiểu lại được bữa nhậu đã đời cùng bè bạn đây.

Nam nói giọng đùa vui hơn là trách móc, vì phần nào nó hiểu, sau ngày Lâm chết, Gia có phần "nhân hậu" hơn, anh nhìn cuộc chiến khác hơn chăng, duyên cớ này mang đến cho anh một sự sống, một sự sống dù đau đớn, thì tái sinh nào không trên chết chóc của một xác thân khác đâu. Sự hoán cải của Thượng Đế bao giờ cũng nhiều nỗi buồn hơn niềm vui mà con người vốn muôn đời ngộ nhận lại cứ hoan ca, như miếng thịt của Lương giúp anh đủ sức mạnh vượt mấy mươi cây số đường rừng đi qua tâm lõi toàn khỉ báo hổ beo, bằng miếng thịt đùi hay mông. Mọi tái sinh đều bắt nguồn từ giẫm đạp, có sự sống nào không có ngọn ngành từ hiến xác đâu. Anh đã đi qua cuộc chiến như thế. Sau đợt Hạ Lào, đơn vị Gia lại phải đánh tăng cường nhiều trận nữa ở biên giới Cam Bốt, đợt cáp duồn đó, nhớ lại, mỗi thằng lính vẫn rùng mình.

Tao thật không tưởng Gia ạ, thằng Lâm gặp anh trong một đêm Sài Gòn giáng sinh, nó nhìn anh lắc đầu. Về chơi tạm thời rồi lại sang đó. Cả một vấn đề. Thời đại nào, để đất nước tôi còn khốn nạn thế này. Nó nói xong nhìn dòng người đi lại, nhìn xuống kênh, những trái bần rụng theo lá tắc trôi trôi, những trái bần như đời người cơ lạc, chạy giặc suốt chiều rộng núi sông, sang Nam Vang tưởng là yên ổn, ai ngờ.

Mày chứng kiến gì? Khủng khiếp lắm, chắc sắp tới mày cũng được diện kiến, cả một con sông đặc xác người Việt, chúng giã man thật, giết người như ngóe, cả con sông nổi trắng xác người. Chúng đập người ngay trên bờ thả trôi về đất Việt. Chúng trói người thành mảng, dìm đến chết, chúng lấy vồ đập từ con trẻ đến bà già, chúng xiên người ta bằng cây sắt, trăm ngàn cách man rợ nhất, từ thời cổ đại, được con người kế thừa "tinh hoa" giết chóc, để giết hại lẫn nhau, mà trước đó vốn là đồng bào, cùng ăn ở, bán buôn, cùng hội đoàn, làng xóm, láng giềng, thầy cô, thậm chí người yêu, cả vợ chồng, cũng bị thanh trừng trong một cuộc thanh trừng tập thể, giống nòi, dân tộc, quốc gia. Cái gì làm Tổ quốc được đặt lên trên, khi tiếng nói lương tri của cá nhân bị vùi xuống đáy. Chẳng qua là do tuyên truyền. Nguy hiểm thật. Nhìn đồng bào chết đau đớn, trăm ngàn kiểu, dọc giới tuyến, dọc dòng sông vùng biên, xác trôi trắng từ thượng nguồn về hạ bến phía Việt Nam, mà căm thù quá. Đợt này chắc cũng đến mày thôi Gia.

Hai thằng nhậu xong một gỏi mực, Lâm ngồi nhìn thêm dòng chảy, nó rùng mình ớn lạnh. Tao sợ, thực sự muốn oẹ, khi nghĩ đến những dòng sông máu. Mày biết không, có những đoạn nước ngưng chảy, đó là chỗ cạn của dòng, vì xác người ứ đọng, quân đội phải lấy xe lội nước vớt họ lên, cho khơi dòng đỡ ứ thối, và quan trọng, chôn cất họ ngay trên bờ, nhưng chỉ vài hôm sau, xác họ lại bị quật tung rải khắp bãi bờ, lòng thù hận của con người lớn đến thế ư, vốn là hàng phố của nhau, là láng giềng, thầy cô, đứa bạn, cô bé họ từng tương tư, nhưng lòng thù hận dân tộc lớn đến mức che lấp cả lương tri cá nhân ư?

Thì tất cả bắt nguồn từ sự tuyên truyền. Nó tác hại tới mức, hủy hoại cả nhân tính ư, thời đại nào rồi, mày coi, tháng 9 năm 1970 đấy, tức là cuối thế kỷ 20. Cuối thế kỷ 20, trong khi người Hy Lạp, La Mã lập văn minh từ mấy ngàn năm trước, từ mấy ngàn năm trước con người đã lập nền văn minh, mày thử nghĩ xem Gia, cái ác bắt nguồn từ đâu?

Gia làm sao lí giải được, khi chỉ một tháng sau, anh cũng xuôi theo những dòng sông máu, ngược theo những xe lội nước, ngược theo cuộc hành quân tiến sâu vào đất bạn. Đồng bào Việt sang sinh sống bao đời, dọc theo đường biên, hình thành nên những ngôi làng Việt. Họ ăn ở, sinh hoạt, buôn bán, giao lưu cùng người bản địa, tạo lập cơ sở, gây dựng sự nghiệp, họ đã đóng thuế, đã gắn kết như một phần hồn cốt Campuchia. Những kiều bào Việt, nhưng là công dân của nước láng giềng.

Chiếc áo dài còn đây, lọ mắm me còn đây, hũ cốt cá cơm mang hương vị quê nhà sông nước, sang làm phong phú cho ẩm thực xứ người, giờ đây tung tóe, giờ đây vì nó họ bị giết, giờ đây, những dấu tích văn hóa Việt dù nhỏ bé nhất cũng là căn cứ để họ phải chết, chết đau, chết đớn, chết oan, chết mất xác, chết khi không kịp biết mình vì sao phải chết. Lọ mắm cá cơm vỡ tung, chai tương đen đổ tràn, bức ảnh cô nữ sinh mặc áo dài bị băm chặt, lọ cốt cá linh bị ném ra phía hàng rào, chiếc đầu lân múa quay cuồng trong gió, cái kiệu chở hai Bà trong ngày lễ tháng giêng bị đốt nham nhở. Văn hóa Việt, văn hóa Cam giờ đây không còn chung sống nữa. Lòng thù hận lớn đến độ, phía nào cũng sẵn sàng chĩa súng vào nhau.

Lon Nol ghét Cộng sản, nó cho rằng vì Cộng sản mà đất nước nó bị xâm phạm lãnh thổ, nó không muốn cho Bắc Việt mượn đất để chuyên chở vũ khí vào phía Nam, bọn Cộng sản vốn thân Shihanouk, giờ đây càng có cớ căm ghét Lon Nol, dân chúng trước kia đứng về phía Lon Nol, từ khi chúng trở mặt giết hại đồng bào, nửa phần lại chạy theo Cộng sản để yên thân, nỗi thù tức dân tộc Việt càng được dịp bùng lên dữ dội, chỉ người dân vô tội là thiệt mạng.

Thì đó, thương họ, phải làm sao, ta chẳng làm bạn với chó ai, nếu Lon Nol có đứng về ta, nhưng nó lấy quyền lợi dân tộc cực đoan để áp chế giết hại đồng bào, thì nó cũng đáng bị khử, quyền lợi dân tộc thằng nào thằng đó giữ, vì vậy cuộc thanh trừng ngược lại lại bắt đầu, cuộc đánh lộn giữa Cộng sản và Lon Nol, Cộng hòa và Cộng sản, Lon Nol và Cộng Hòa, làm chiến tranh leo thang thêm trên vùng đất biên giới bé nhỏ phía Đông Dương, khi một tiếng gà cả ba nước rõ.

Thì Gia bắt gặp một ngôi nhà, đứa gái mười ba đang nhảy nhót nơi hàng rào cây chuỗi ngọc, màu xanh của lá xen lẫn màu đỏ rợi của hoa, màu đỏ phun như tia lửa rực và chói rỡ, đứa bé đang nhảy nhót bên hàng rào, nó hát một bài dân ca Campuchia, nghe giai điệu lạ và vui quá.

Mon khi/ mon khi/ choáng/ vạ ni/ mon sen/ sầm bai...

Hỡi cô gái yêu kiều em từ đâu đến

Em có biết em đẹp tuyệt vời trong đêm nay không ?

Gia vận dụng những tri thức ít ỏi nhất của ngôn ngữ nước này để hỏi, má em có nhà không, nó đáp, ba má em chết hết rồi, vì sao, đi buôn bị lũ cuốn, em ở với ai, với anh trai, anh trai đâu, anh sang làng bên xin lúa, bao giờ anh về, chắc buổi tối. Cô bé vẫn hát một bài dân ca Campuchia. Cô bé thuộc rất nhiều. Lời hát có khi vút cao, khi trũng xuống, khi nghe như tiếng bước chân đoàn quân hùng dũng, khi như thiếu nữ lướt mình trên dòng sông lạnh, cơ thể loã trắng, có một cái gì đó băng giá ở lời ca.

Em hát hay quá. Em mới học thôi. Còn đi học không? Em đang học lớp sáu thì dừng. Hình như em ở thành phố. Cô gái cúi nhìn xuống. Vâng, em ở Phnompenh. Thế sao lại về đây? Lần này cô bé cúi hơn nữa, theo lời phiên dịch của thằng tà lọt Tấn, rất rành tiếng Khơ me vì cha mẹ nó có thời làm ăn buôn bán ở đó, nó theo sang suốt những năm tuổi nhỏ. Cô bé cúi đầu xuống thấp hơn. Họ chết rồi, em về đây có họ hàng xa. Họ hàng em đâu? Cũng chết rồi. Bây giờ em chỉ sống với anh trai. Đúng rồi. Anh bao nhiêu tuổi? Anh mười sáu. Mười sáu? Ai nuôi em? Anh nuôi. Anh làm gì nuôi? Anh đi mót khoai và làm mướn, anh đánh xe bò và cuốc đất. Anh đang học dở ở Phnôm Pênh chứ? Đúng vậy, anh học lớp chín xong thì về đây. Thế sao anh làm được việc đồng áng? Phải cố thôi, biết làm sao. Dân ở đây có biết em ở đó về? Không biết, em bảo họ từ vùng Ratanakiri chuyển sang. Thế anh trai em hôm nay đi đâu? Đi đánh xe bò cho người ta, rồi xin thêm chút lúa mì về.

Gia nhìn vào góc nhà hai đứa trẻ ở, chỉ là một mái rạ, mấy cái xà rông, mấy cái rựa, mấy chậu hạt mầm, cả một bát tép, để chuẩn bị làm món ăn truyền thống của họ. Ngôi nhà mà đứa trẻ bảo của một người họ hàng xa để lại, khi người vợ đã chạy sang biên giới Thái Lan, còn người chồng đã chết trôi sông mất xác, trong một lần đi buôn bán. Điều gì để những đứa trẻ Thủ đô chuyển dời về đây, trong một cơn binh biến, để đèn sách biến thành những bữa lo toan, áo học trò thành đường xe bò và những nhát cuốc, tiếng hát trong trẻo Campuchia với lời ca véo von của cô gái mắt chấm tròn, da sáng hơn lứa bạn, đôi bím tóc lắc lư vào một buổi chiều mùa hạ chưa tắt nắng, hàng rào chuối ngọc lên non, mà hoa thì chói quá, tiếng hát em biếc rờn thế kia. Vài lọ mắm bồ hóc, thức ăn truyền thống của người Cam vất lăn lóc, ba cục gạch kê nồi được đứa trai mười sáu đặt vụng, một chiếc chum đựng mắm ruốc đã trơ đáy, một cái giường ọp ẹp, và manh chiếu rách vứt ở hiên, chắc thằng bé anh nằm ở đó. Trời thì xanh quá, gió thì lành, mây bông vẫn trắng, rặng cây ngọc vẫn ngời ngợi lên những lá non, và hoa nó vẫn đâm chọt những tia lửa đỏ rực pha cam làm tô hồng một buổi chiều nắng hạ.

Này, dẫn bọn anh đi ra khu rừng trước mặt đi cô bé, anh sẽ cho cho 5 riel. Gia đưa đồng tiền Cam lên trước mặt, và làm hiệu những năm lần, và chỉ ra con đường phía đối diện, dẫn đến một phum khá xa, nhưng phải đi vòng qua cánh rừng tương đối rậm rịt. Người địa phương họ rất hiểu nơi nào an toàn, từ đứa bé năm tuổi đến ông già, chỗ nào Lon Nol đóng, chỗ nào Cộng sản hay ém quân, nó nằm trong lòng bàn tay họ.

Mắt cô bé ánh lên, nó gật rụp một cái, như thể, thế là anh nó, thằng trai mười sáu thư sinh, chưa kịp rời ghế nhà trường ở Nam Vang Thủ đô, cơn binh biến đạn bom, phải trôi dạt về vùng hẻo lánh, đỡ phải hai tháng đi kiếm cơm và củi, nó nhận lời cái rụp, rồi le te, kéo đuôi váy xòe, chạy lăng xăng đằng trước, con chó hàng xóm bám theo, đớp đớp chân váy xòe của nó. Ráng chiều đỏ ối, rừng bắt đầu xuống đêm, cây cối đã cắt, mặt trăng nhô lên, ánh bạc bắt đầu lóe dạng, những vòm cây thấp thâm thẩm tối, đưa bước chân đứa bé đi xa.

Lối này - nó vừa đi vừa chỉ. Và nhìn lối khác lắc đầu nghe chừng bảo, không an toàn đâu. Gia gật đầu theo nó, tin tưởng nhất vào bước thoăn thoắt của cô bé địa phương. Tiếng gì đó? Hú hú. Bỗng những đàn thú trắng xổ ra trong đêm trăng, tiếng kêu man dại của nó làm khoảng không rợn lên mùi ám khí. Gia bỗng rùng mình, anh xốc mạnh cây AR15, để chắc chắn, anh nắn lại trái nổ đeo xệ ở hông. Con gì đây? Một đàn, không, những hai đàn. Nó túa ra từ cánh rừng, chạy lông rông khắp một trảng rộng dài, nó quần nát những hố cây trồng, rồi tru lên tiếng thê thiết man dại, lạnh người, hoang vắng, nghe rợn rợn vào buổi đêm. Trăng lên rồi, soi bạc mọi góc bờ, con chó vẫn đi theo cô bé, hít hít hơi người từ cô bé, nó nghe chiều bình tĩnh không có gì sợ, dường như với nó đàn thú kia chẳng là gì. Cách cô bé bình tĩnh với đàn thú trắng cũng làm Gia yên lòng. Trăng lên rồi, soi bạc tóc cô, làm màu trắng xám của lông chú chó con ánh lên, làm sương đêm cũng long lanh hơn thì phải, sự hoang dại trắng mờ của đàn thú trắng lúc xa lúc gần vẫn gờn gợn, nó tru rồi, tiếng được, tiếng mất, hú dài, hú dài đứt đoạn, rồi nối liền. Nó gọi bầy đàn ư? Loài này có một lớp sóng từ, từ tiếng hú của nó, truyền âm vào không gian, để bầy đàn nghe được. Gia đoán thế. Là một cách chúng gọi nhau, tín hiệu ngôn ngữ riêng của loài thú.

Là con gì? Gia buột miệng bằng tiếng Việt. Tối và xa quá, anh không nhìn rõ. Chó sói đó anh. Cô bé cũng buột mồm. Cái gì? Gia thảng thốt ngỡ ngàng. Con chó sói ở rừng. Tiếng "rừng" cô bé ngân rung, giọng lưỡi, hơi rung lên. Trời ơi, tiếng Việt hay quá, tiếng Việt rõ ràng và trong quá, tiếng Việt đẹp quá nơi này. Khi mấy tháng nay, anh chỉ nghe người dân nói tiếng của họ, thèm một giọng con gái Việt quá chừng. Em nói gì? Gia vẫn hỏi dồn dập bằng tiếng Việt. Thì nó là con chó rừng mà anh. Tiếng "rừng" vẫn ngân rung đầu lưỡi. Tiếng cô bé có thanh điệu, âm sắc, trong, rõ, mà nhịp nhàng quá đỗi. Gia nhớ đến lời cô bé hát. Chưa bao giờ anh nghe một giọng dân ca nào ngọt ngào, luyến láy âm vực, xuống lên nhịp nhàng đến vậy, dù dân ca nước này, anh không hiểu hết nghĩa.

Em là người Việt? Gia quỳ xuống chân cô bé. Vâng. Sao giấu anh. Họ giết đấy. Ba mẹ em bị giết chết đúng không. Đúng. Họ làm gì? Họ dạy tiếng Pháp ở trường đại học Nam Vang, anh em em trốn về đây, vòng theo chiếc ghe chở hàng của người Cam xuôi sông Sêrêpôk. Em nói dối thế nào? Thì từ vùng Ratanakiri đến, bố mẹ đi buôn bị lũ cuốn. Trời, thằng trai mười sáu gồng người che chở cho đứa em gái mười ba. Dân tộc tôi đây ư, giữa xứ người chiến tranh vẫn không từ mặt. Em nói tiếng Việt hay quá.

Điều gì để thứ tiếng cha ông bị lẩn chìm vào trong nỗi sợ, bị ghìm đi, nén chặt, chôn chết, để em phải luyện thanh thứ tiếng người, rõ nhất, đẹp nhất, trong nhất, giống nhất, để không ai nghi ngờ. Hãy cứ nói tiếng Việt đi cô bé, tiếng Việt em đẹp quá, anh thích nghe. Hãy cứ là người Việt đi cô bé, em nói tiếng Việt hay quá. Đêm nay, dưới ánh trăng này, em cứ là cô gái Việt Nam với tiếng Việt nhảy múa, reo ca, với bài ca tiếng Việt đẹp nhất, rõ nhất, đừng phải chôn vùi nó đi.

Cô bé lại hát rồi, bài ca tiếng Việt, lý bồng bông. Cô bé nhún chân chạy dài về phía trước, sau khi thổn thức những giọt nước mắt, kể về thân phận. Đừng sợ, có anh ở đây để bảo vệ em rồi, hãy cứ nói bằng tiếng nói cha ông mà em đã nhớ nó. Có phải em nhớ nó không? Cô bé gật đầu. Anh trai em dạy, không được hở cho ai biết mình là người Việt, nên đồ dùng, rồi cách ăn uống sinh hoạt cũng phải bắt chước cho giống họ nhất.

Trời ơi tiếng Việt, bài ca người Việt, điệu cò lả nước Nam, điệu lý ở vùng Nam bộ, chưa bao giờ anh nghe nó rõ và hay như thế, nó bật mình sinh sôi, những đồng lúa, những thửa ruộng nước vùng Cửu Long giang xanh, chảy dài con sông đầu rồng uốn khúc, thăm thẳm bãi bờ, ruộng rẫy nương khoai, mùi thơm của đòng đòng, của con rô thia quấy mình trong vũng đục, của thứ mắm cá linh mẹ ủ cả bốn mùa, của tà nón trắng, áo bà ba, điệu đi dịu dàng uyển chuyển trên bưng giồng. Việt Nam, em hãy cứ là cô bé Việt Nam nhất đêm nay.

Nó đã vén váy để nhảy qua một đoạn lạch cùng con chó nhỏ, nó tung tăng bước sáo và hát thêm vài bài dân ca nước Việt. Đồng lúa vẫn bao la, cánh cò vẫn chấp chới, con cá vẫn nhảy, con cua vẫn ngoi, và đàn vịt đồng vẫn trên sông bơi lội. Nơi đó, nó có tuổi thơ bên gia đình, rồi theo ba mẹ sang Nam Vang, ngỡ rằng yên ổn, để lại gặp sự hận thù dân tộc ở đây. Em cứ hát đi cô bé. Đêm nay trăng sáng lắm. Em cứ hát đi. Hát cho quên nỗi buồn đau thân phận, hát cho nảy mầm tiếng Việt dấu yêu, hát cho nối liền những đứt đoạn, hát cho về lại những mầm xanh…

Em đã cất kĩ tiếng Việt của tôi vào cội dòng máu chảy, vào trái tim đập rộn niềm yêu, vào miền thẳm sâu tâm hồn đẹp nhất của em. Tiếng Việt, em đã giấu trong đáy lòng, đi qua cõi người, đi qua kiếp nạn, đi qua số đông bạo động, đi qua đồng loại nhẫn tâm, đi qua tháng ngày sợ sệt, đi qua những giấc mộng đêm trường chết chóc, em đã không dám thốt nó lên, em đã chôn chặt nó vào tầng sâu đáy kín, em đã ru nó vào tiềm thức giả danh đánh lừa thiên hạ, để sống cuộc đời khổ hạnh của thân phận lạc trôi. Người Việt cô đơn, người Việt lỗi lầm, người Việt tội tông truyền, Người Việt bị xua đuổi, người Việt trong cuộc chạy trốn trường chinh lịch sử, ơi người Việt đáng thương em. Thạch Liên là em hả, tên tiếng Việt em hay quá, bông sen hồng trên đá của anh. Em bé ơi…

Một ngày nào cùng em về nơi đó chứ? Nàng nhéo mắt nhìn anh, rồi đưa tay chỉ. Những con thuyền bé nhỏ rẽ ngọn sóng to, nước sông cuồn cuộn chảy của dòng Bình Di đục ngầu, trôi về phía biển, nước sông lên cao quá, sắp lũ rồi, nhưng con thuyền vẫn rẽ nước chở hành khách, những người làm ăn, từ phía bờ bên đó, sang bên này, một sòng bạc mở ra, khách tứ xứ, có những vệ sĩ súng ống đứng canh, không khí nghiêm trang quá đỗi, làm San sợ, cô kéo anh ra ngoài, một chuyến xe ôm đáp họ ra cái bến này.

Qua bên kia là Việt Nam, anh còn nhớ chứ? San cố khêu gợi nỗi nhớ của anh. Làm sao Gia quên. Hồi đánh về vùng IV, chính Lâm đã đi trận này. Gia làm sao quên. Bên đó, một con đò rẽ nước, chạy ngang dòng, sóng cao, làm nó chới với. Chỉ vài trăm mét, anh sẽ đến một cái chợ, bà con bán đủ mặt hàng, đủ những món ăn miền sông nước, mà đến nửa thế kỷ nay, anh chưa được thưởng thức lại, tô bánh canh, chè bánh lọt, dĩa gỏi sầu đâu. Anh vẫn nhớ, cô bé nào đó nhìn anh từ sau sạp hàng tạp hóa, trung úy, mũ trung úy đẹp thế, cô nói xong rồi cười thẹn. Anh lượn vài gian hoa quả, bánh trái, đến gian hàng vải, anh định bụng chọn cho Tiên một tấm áo dài, thứ hàng hóa được vận chuyển từ biên giới kia sang, nhưng rồi anh lưỡng lự, anh sợ nó sẽ không theo nổi anh, chuyến ngược dòng Mê Kong về bến Neak Leung, rồi tiến vào Nam Vang, anh đang sang giải cứu đồng bào Việt mắc kẹt bên này.

Đã mấy chục năm, chính trên con sông Bình Di này, anh đã đặt chân đến, cũng chính trên mảnh đất này, anh đã đến giải vây.

Sau này, mỗi lần nghĩ về ngày tháng đó, trong anh, hình ảnh cô bé lại hiện lên. Anh hay tìm về Cam Bốt, phải chăng nó gần gũi Việt Nam, hay phải chăng, muốn tìm sâu hơn về kỉ niệm.

Cô bé vừa hái hoa, vừa giơ tay bắt những con vật nhiều màu sắc đang chấp chới trên hàng rào chuỗi ngọc, rồi bất ngờ cất cao tiếng hát, tiếng hát vướng vít vào lớp dây leo của loài huỳnh anh đang rủ xuống, những đọt lá xanh đang vươn mình trong lớp dây thưa, bàn tay trắng muốt vươn ra, một nụ hoa vàng, một con bướm biến hình như đang ngủ, hai cánh vẫy đập rung rung, ánh nắng buổi chiều xuyên qua tán cây sao xuống phía đầu cô bé, làm cánh bướm cũng như trở nên trong suốt và lấp lánh hơn, một luồng sáng trời rọi lại, ánh sáng của nó làm hàng rào ngời ngợi xanh pha màu bích ngọc ánh lên chút hồng, và tà váy xòe hoa của cô bé cứ nhảy nhót, múa may.

Rồi vút lên lời ca. Cô bé không còn để ý đến ai nữa, nó chỉ say sưa vào vũ đạo, nó tự chế, hay gió ngoài kia đồng điệu, nắng chiều vàng rực dạy nó những bước chân, và vẻ rập rờn của những con bướm ngài làm lòng nó rung lên như cây mùa gặp gió, nó nhảy rồi chân sáo, từ hàng rào nọ sang hàng rào kia, từ bụi dây leo huỳnh anh này ló mắt sang đám cây tầm ma khác, tiếng hát trong trẻo lanh lảnh, hòa cùng nhịp vũ, làm cả buổi chiều như cũng rộn lên.

Ôn sơ! Sơ rờ lanh boong tê?

Ôn sơ! Sơ rờ lanh boong tê?

Tê! Tê! Tê!

Em ơi có yêu anh không

Em ơi có yêu anh không

Không

Không

Không

Ai đó dạy cô bé lời ca lảnh lót đó, ai đã bảo cô bé cách láy âm, luyến giọng điệu đàng đó. Thật tình thì Gia chưa bao giờ nghe một tiếng hát tự nhiên và say mê đến vậy của một đứa trẻ, nó đẹp đến mê hồn, nó lộng vào trời xanh thẳm, mây bông, quấn quýt ngoài ngọn gió, một điệu dân ca Campuchia, nó khác lạ ngân rung, nó đầy nhịp vũ, thể nào bước chân cô nhún nhảy, người ta chỉ say mê nhất khi ở một mình, để tiếng lòng cất lên, như chàng văn công ở cánh rừng Hạ Lào bữa trước, như đôi nam nữ ở cánh rừng Tây Nguyên dạo xưa.

Cô bé này lại hát tiếp, nó chuyển sang một điệu khác rồi, réo rắt hơn, một chút gì man di, như thảo nguyên có những nàng vũ nữ đốt lửa, có những chàng trai khỏe mạnh dương cung và phi nước đại những con tuấn mã trên miền cỏ hoang. Hoang sơ quá, tiếng hát kia. Và Gia nghĩ, nếu để có một môi trường nghệ thuật, tiếng hát sẽ để đời, nhưng anh lại thích nghe sự nguyên sơ nhất, tự nhiên và chân chất lạ. Lúc đó, những nghệ sĩ say nghề, họ mới lột trần bản năng và nhảy múa, thoát xác và hiến dâng cho đời những vũ điệu cuồng quay nhất của âm thanh và tâm trạng. Nó chuyển sang một bài khác rồi. Hàng tầm ma vẫn xanh quá, những con bướm vẫn ngủ vùi trên giàn leo lá biếc, đôi cánh vẫy thật nhẹ, như cô nàng lười ưỡn mình vào một sớm bình minh, chớp mắt nhìn trời còn thì chưa muốn dậy. Bước vũ đạo của cô bé đã tót đến tận ngoài ngõ, con chó con nhà hàng xóm đã chạy theo quẩn chân đứa trẻ, đánh thức cơn ngủ vùi của phút thăng hoa đang độ cao trào...

Đó, những giây phút bình yên trong chiến tranh, bức tranh tươi giòn bên tiếng đại bác, và khúc mộng lòng của những cánh bướm rung, của nắng tươi vàng mật, của non tơ tâm hồn trẻ trong địa ngục loài người.

Vẫn còn tồn tại thứ đó ư, nó vẫn còn ư, trong tháng ngày đó? Và cô bé ơi, giờ em ở đâu?

PHẦN NĂM

CHƯƠNG I

1.

Những sớm mùa thu, ông em hay ngồi bên ấm trà, siêu nước được bà đun sôi trên bếp, con mèo lười nằm trong đống tro nguội, thi thoảng ngó mắt lên, vểnh râu nhìn mọi người, rồi lại hiền lành rũ xuống, lim dim, nhìn chiếc chạn bát đóng bằng tre, nơi bà vừa để mấy con cá còi tát đập, chuẩn bị làm bữa sáng. Ông ngồi nhìn ra mặt nước, nơi đóa súng đang lên, chen cùng những cánh sen, những bông cuối mùa sót lại nở nốt lần cuối trên làn xanh biêng biếc. Con mài mại ngoi lên đớp rễ bèo, lá sen rũ ra như bức thư tình người con gái về nhà chồng, khép tấm lòng trinh bạch dành cho tình quân chung thủy đã bao năm, tấm tư tình giờ cũng đành rũ nát. Mặt trời vừa ló khỏi rặng cây, chưa đi hết con sào, ánh nắng non mới kịp xuyên làn mây ẩm soi vào dòng nước, làm bật tung sắc cánh hoa bèo.

Cuối thu, những cánh bèo bao giờ cũng nhỏ lại, thân teo tóp, bà hay quật lên đợi rắc ra đồng, sau khi đã ủ cùng phân trâu gà lợn. Những chú cá rô ron, vì thế theo thân bèo lên giãy dụa, mùi tanh của nước, mùi lợm của bùn bay vào chỗ ông ngồi. Đồng lúa xa xa, cái Tũn cùng mẹ nó vất mạ, bàn chân nhỏ lún sâu vào ruộng trũng, nó là cái nấm, cái nấm đội chiếc nón rách sụp mê, nó và mẹ cấy từ sáng sớm đến muộn trưa mới về.

Ấm trà Tàu đã nghi ngút khói, bà hãm thêm lần nữa. Mùi thơm của thứ chè ngậm sương thu vì gió mưa đã ít, bao nhiêu chất ngọt nén lại vào tâm nụ, giờ bung hương trong chiếc ấm đất nung.

Chiếc tẩu bằng bạc để cạnh, con mèo vẫn loe ngoe đuôi nằm im trong đống tro vùi nguội, nhìn ông, rồi nhìn lên chiếc chạn, nơi bà treo vài cái dế bắc nồi, treo cái rổ tre, treo thêm cái ống nan đựng đũa và mấy con cá còi tát vụ.

Cây cam lòa xòa ngoài giếng, gió thổi lạnh đưa mùi thơm của thứ quả chua vừa kịp chín. Cây cau mà con mèo vẫn leo, giờ đứng cạnh hàng dâm bụt đã nở đỏ hoa, giuộc múc tương bà để dưới gốc, treo trên cây cọc, cạnh cái ang, đựng thứ nước vàng sánh sệt, thi thoảng loi ngoi vài con bọ, cái đó, làm cho nước chấm đậm đà hơn, bà vẫn giải thích cho những lần ủ cơm lên men, phơi hong, quạt gió, cho vào ang kín, thêm muối, thêm đậu nành rang, để dành ăn cả vụ.

Không phải trường đoạn đâu, thời đại mình còn trùng vây nữa những tân toan ấy chứ, biết làm sao được hả Gia. San ngừng kể, ngước mắt nên nhìn Gia, xuyên qua lớp râu lơ phơ của chiếc cằm lâu không cạo, những cọng dài vừa mọc, nàng nhìn qua đó để lên chiếc mũi, nó cao có phần hơi khoằm, nàng nhìn vào cặp môi có viền nhưng không hẳn rõ. Anh giống ba hay mẹ ? Anh giống mẹ nhiều hơn, nhưng nhiều nét lắm cũng của ba. Em nghĩ thế, ba anh hẳn là một người rất đẹp. Đương nhiên rồi, ông đẹp, vẻ đẹp tráng kiện nhưng của một hào hoa. Vậy sao, đã hào hoa còn tráng kiện, là quý lắm, quý lắm. Nàng mơ màng mắt nhìn vào khoảng tối, nàng nằm im như thế lúc lâu.

Không phải chỉ trường đoạn đâu, trùng vây những tân toan, đoạn khúc, khổ hải, bến mê ấy Gia. Nàng nói lại câu đó, sau khi đã hỏi về hình thức ba anh, chỉ là cái cớ, nó nhảy cóc và nối dán, còn nàng nghĩ gì, thì đôi khi, ý nghĩ đó sẽ lại được nói ra, nếu nàng muốn và nàng nhớ, nếu là anh cần chia sẻ, nếu nhiều quá trong bộn bề lòng nàng, nếu cứ trào ra như những giọt nước mắt, nàng khóc, càng sau này nàng khóc nhiều hơn, nhưng cũng là những lần hiếm hoi anh nhìn thấy.

Bến mê ư Gia, đó là một vùng tối thẳm, để con người quẫy vùng trong đó, bao giờ thoát được, bao giờ thoát ra, hỗn lầy, nhớp nhúa…

Tất cả ở trong đó, tất cả cắn xé trong đó, không có khí thở, không còn sinh lực, không ô xy, không một tia sáng. Bến mê. Còn đâu sẽ là bờ giác, con thuyền bát nhã khổ hải qua bao đại dương để chở cho được từ bờ giác đến đến bến mê hở Gia, Gia ơi…

Không phải trường đoạn đâu, mà trùng trùng đoạn vây ấy chứ, đứt ruột rồi, những tiếng kêu, thảm khốc rồi, những giọt máu, con tầm đã rút hết ruột chưa, thì sợi tơ của nó vẫn dài lắm, bao giờ mới lôi đủ ra ánh sáng để phơi phang, phơi bày mà cay đắng đây.

Con à, hôm nay con nhớ làm gần nhà, đun cho cha nồi nước tắm, họ bắn ông Tổng Hòa thể nào cũng bắn đến cha thôi.

Cha đừng làm con sợ, họ đâu dám, cha là Chủ tịch Ủy ban kháng chiến mà.

Con thấy đấy, Tổng Hòa còn là chủ tịch tỉnh, Tổng Thấn là phó chủ tịch, ông Hội Thành cũng là là ủy viên, cũng bị bắn đấy thôi. Cha… Con đun cho cha nồi nước, để cha nghỉ ngơi chút rồi sẽ liệu phải làm sao.

Bà Bình cháu vẫn đi làm hôm đó, nhưng nghe lời cha chồng bà không dám ra đồng, ở ngoài đó, người làm đang gánh lúa, bà chỉ quanh quẩn ở ruộng gần nhà, thi thoảng chạy vào xem cha có cần gì giúp. Đến giờ trưa, bà dứt nhát cuốc khi vun cho đủ luống cà chua đang ra nụ trắng, gác cuốc vào đầu hồi, đi tiểu vào ang sành đặt ở gốc cau cạnh hàng chè, ra giếng đào múc gầu lên rửa mặt, rồi chạy vào gọi, cha ơi, cha đói chưa, con nấu cho cha ăn nhé. Thì thấy cửa đóng im ỉm, then cài trong. Cha ơi, cha mệt sao, mở cửa con vào với. Im lặng, sự im lặng đến nỗi, tiếng lợn kêu ngoài chuồng nghe càng sầu thiết, tiếng đòi ăn của đàn ngan cũng làm rợn lên tất cả những giác quan, một cơn rùng mình chạy dọc sống lưng đi xuyên xuống mặt đất chỗ bàn chân bà đặt, lạnh buốt.

Cha ơi, cha ơi. Bà lấy cái cuốc treo ở đầu hồi đập vỡ toang cánh cửa, ông Bá Tàu thông gia với nhà mình là ba chồng của em gái ông đang treo cổ chết. Chết đứng trong thế treo cổ. Họ bắn Tổng Hòa rồi sẽ bắn cha thôi. Nhưng cha là Chủ tịch Ủy ban kháng chiến. Họ đâu nghĩ là thế, thời buổi hỗn loạn rồi con, đun cho cha nồi nước tắm, cha cần nghỉ ngơi để nghĩ cách. Họ bắn cả Tổng Thấn, Tổng Hòa, Đảng viên đầu tiên ở vùng này, có công lớn nhất với kháng chiến, thì hà cớ gì không bắn đến cha?

Cánh đồng đêm vẫn quật lên đầy ngọn sáng, ánh trăng chiếu rọi bãi bờ, chiếu rọi xóm dưới làng trên, xuyên tàng xoan lưa thưa lá, nơi buộc đàn trâu của những ngày mùa cày cấy. Cả đàn trâu dài được buộc ở những rặng xoan chạy tít về phía đầu Gò Mun, nơi đó là đồng đất nhà cụ Bá Tàu, còn vùng từ Am Vãi về đây là đất của nhà ta. Tổng Thấn thì suốt vùng Cây Thị đổ về Đồng Ma, Tổng Hòa thì mênh mông Ao Hoa và Bãi Củ, mỗi nhà tám mươi mẫu ruộng con ạ, họ cũng khai phá bao đời như ta, muối những vại cà to tổ chảng, xếp bằng chần chặn chạy dọc gốc mít, như đàn trâu con đứng xếp hàng chờ người chia cỏ, để nuôi người làm trong cả một năm, nuôi gia đình họ, bằng mồ hôi khai phá đất đai bao đời, bằng tiền của mình bỏ ra mua thêm ruộng rẫy, tạo điều kiện cho người nông dân có thêm đấu gạo.

Ông Bá Tàu làm lí trưởng hội tề bóng tối, hoạt động trong chính quyền Pháp thuộc, Thằng Pierre luôn nhìn ông gườm gườm như muốn hỏi, mày có thực sự trong sáng không. Ông giỏi cả chữ Nho và Pháp. Ngày ông Trương Tề về vùng mày gây dựng phong trào, ông đã đi tìm những người có học và có kinh tế để vận động tham gia. Ông Trương Tề đã đến tận nhà ta. Vùng này tôi thấy có Tổng Thấn, Bá Tàu, Tổng Hoà và anh, là những người có học nhất, lại có kinh tế, sẽ vận động được quần chúng nghe theo. Ông, Bá Tàu, Hội Thành, Tổng Hòa, Tổng Thấn, những người bạn thân thiết của nhà ta, đã hào hứng theo họ. Biết bao nhiêu là công việc, gây dựng phong trào, vận động quyên góp, tuyên truyền bà con bỏ vùng tề, tổ chức các làng kháng chiến, tiễu phỉ trừ gian, biết bao nhiêu là công việc…

Tiếng ông nói xa xa trôi dần về phía hàng xoan, những dãy dài chạy về tận làng Cà nơi giáp ranh giữa khu đất nhà ta và khu đất nhà Tổng Thấn, nơi có những hàng xoan dài ký ức của một thời những đàn trâu nối nhau được buộc, chờ người cày đến dắt đi.

Ánh trăng xuyên vào đồng ruộng, xuyên xóm làng, xuyên những lũy tre, ông Bá Tàu, sau khi đi họp chánh tổng về, buộc quần dài lên cành xoan, đánh trần, nhảy xuống ruộng gặt đủ ba sào lúa giữa đêm trăng.

Trăng dãi thẻ bạc lên đồng ruộng, dãi những tia sữa trắng lên xóm làng, trăng treo nơi đầu ngọn tre, trăng móc vào những tàng xoan thưa lá, trăng làm cho cánh đồng lúa thêm bát ngát, ánh bạc vàng chen chúc, làm hương lúa chín thở ra ngào ngạt. Ông Bá Tàu đánh trần mình, lao người xuống ruộng, gặt đủ ba sào, gánh cuối cùng về, thì trời cũng vừa ló dạng, người làm mới lục tục gọi nhau, nhà nhà mới bắt đầu đỏ lửa nấu cơm, tiếng gà, ngỗng, tiếng chó mèo, tiếng lợn mới kêu, tiếng trẻ con mới khóc, tiếng í éo của thợ cầy gọi thả trâu, ông Bá Tàu đã gánh đủ ba sào lúa về.

Sao cậu gặt sớm vậy? Thì đi họp tổng về, đến ngang đồng, thấy đám lúa chín, lại gần nhà, tranh thủ, để người làm gặt cả ở bãi xa, cho bõ một công gánh, còn khoanh này nhỏ thì mình làm, có tí thôi.

Chỉ "tí" thôi ư San? Gia đình địa chủ họ giỏi làm ăn, tham công tiếc việc, không ngại khó khổ. Bà nội cháu về nhà ta cũng từ một gia đình địa chủ khác, bà vừa địu bác cháu mới sinh vừa gảy rơm thoăn thoắt, người làm gánh lúa về, thấy bà mới sinh mà vẫn làm thoăn thoắt. Gia đình địa chủ họ lam làm lắm. Giàu có là nhờ cách dạy cháu con quý yêu lao động, nâng niu từng hạt lúa, chắt chiu từng bãi nước tiểu, gom từng cục phân, nhặt từng chiếc lá xanh, để đồng ruộng tốt tươi, để người làm có thêm đấu thóc.

2.

Bố em có ước mơ văn chương. Ông đổ lỗi cho đàn trâu, đường cày, sân kho hợp tác, những thửa ruộng lắm đỉa, đã hút hết sinh lực ông, tài năng, cùng năng khiếu văn chương. Em nghĩ khiếu này được kế thừa từ ông nội, còn ông nội thì từ cụ tổ, nghe đâu là Tao đàn phó nguyên soái. Cụ cố cũng có những bài vị thờ trong đền chùa. Ông nội thì sau này có làm thơ, những bài ngắn được dân gian hóa thành ca dao, ngợi ca làng quê, ngợi ca đất nước, cộng với những bài chữ Hán tập hợp thành quyển dày. Sau này ông đốt cả.

Thầy đừng. Bác em can. Còn gì nữa đâu con. Giấy tờ này thầy nên giữ, nó ghi nhận gia đình ta có công với cách mạng. Mười khẩu súng Combat, mấy chục tấn lúa, năm kilô vàng. Còn gì nữa đâu con, họ đã không muốn nhớ thì họ quên lâu rồi, cha không bị bắn có lẽ nhờ hồng phúc của tổ tiên. Các cụ con mấy đời phát chẩn. Từ hồi còn quan tham tán trong triều Lê, đến thời làm quan ngự sử dưới triều Mạc, các cụ nhà ta đều tham gia phát chẩn, những vị quan yêu nước thương dân, cái hồng phúc đấy vận vào đời nay để ta không phải bắn. Nhưng thầy làm sao để phải bắn. Con không thấy ư, đến đứa trẻ mười tuổi còn bị xua đuổi, con không chết được cũng là vì hồng đức đó thôi, nên đốt hết đi con ạ, nhìn chỉ đau thêm. Tùy thầy.

Ngọn lửa cháy cao, lan vào chiếc giá, ông dùng cất những giấy tờ, bài vị, tập thơ chữ Hán, và giấy ghi công của chính quyền, viết tay, mà có trọng lực vô cùng, nhưng không còn quan trọng nữa, đốt đi. Ngọn lửa lem vào gốc cây, bén lan vào đống lá, sâu lên thành đám cháy. Ông đốt lòng rồi. Ông đốt đời. Không ông đốt ruột gan, quá khứ, đốt oán hận, cựu thù, đốt hết những nỗi đau. Đốt đi con ạ.

Và cha em cũng bị ngọn lửa đó đốt đi cả lòng nhiệt huyết sao, mà ông đổ vạ cho hợp tác, con trâu gầy, sổ công điểm, sân kho phơi rơm chia phần, ruộng phần trăm phân nhiều lốp lúa, những thửa hợp tác còi cọc, để gia đình ông đói. Ông đổ vạ cho những lần buôn gạo lên khu vực đào vàng, bị sốt rét, đổ vạ cho những lần cùng đám bạn lên rừng làm cưa xẻ, hay đi bộ năm mười tuổi lên tận Cao Bằng, lùa trâu thuê cho nhà nước, mà thui chột đi nhiệt huyết văn chương. Ông đổ vạ rồi.

Tao chẳng có một phút nào yên ổn cả. Ông thường rên như thế, mỗi khi nằm trên giường, trong căn nhà trát vách, không có cả buồng ngăn, ông buông màn và nằm rên, không ai cho tao một chút yên tĩnh, tao chẳng có một phút giây yên tĩnh. Và ông ca bài ca cũ rích đó, lúc ông khỏe, lúc ông sốt rét, khi ông chuẩn bị đi cày, khi ông vay tiền cho đứa con đóng học, ông thường xuyên rên câu đó, không một phút nào cho ông sống, chứ hòng gì chuyện văn chương.

Bố có một tập bản thảo, ước mơ sau này sẽ xuất bản, bố làm được, nó đây này. Là năm em chín tuổi, ông giở vở tập chữ dày, nắn nót, chi li. Chữ ông đẹp lắm. Ông viết kín vở tập dày. Cuốn tiểu thuyết của bố đấy con. Bố ước mơ sau này xuất bản nó, bố sẽ trở thành nhà văn. Rồi cuộc sống vẫn không cho ông thở, theo cái nghĩa mà ông đã định. Và cuốn tập tiểu thuyết, nét chữ dày đặc, đẹp đẽ, vuông vắn, có vài nhân vật thật sắc nét, đau đời, chuyên chở cả thế vận thời cuộc, tâm trạng, sự bất đắc chí, và số phận của ông đâu rồi, như có một lần cao hứng trong cơn rượu, ông đã khoe với con, đứa bé chín tuổi, và ông tin, với nó sẽ an toàn, với nó sẽ được giải tỏa niềm khao khát, mà với mẹ nó, bà sẽ xùy giọng, viển vông, lo mà làm đóng học cho bọn trẻ, còn ánh mắt bà hướng về những xa xăm. Dù ngày xưa bà rất yêu văn học.

Và lúc đó, mặt ông thường cụp xuống, ông cất cuốn vở tập tiểu thuyết đi, rồi chăn lợn, chăn gà, và không một lần nào nhắc đến nữa, hoặc phải không có bà, ông sợ sự cợt nhả của người bạn đời, hay ông sợ ánh mắt tư lự hướng về cõi xa, mà một ngày, Cù đóng bộ, quần đen, áo trắng, cắp cặp, đi giày da, bước trên con đê nhỏ vào cái làng, có con đường uốn gió với những hàng gạch mà trai gái xưa trước khi dựng vợ gả chồng xây tặng. Con đường mà bố em, bà, và Cù vẫn đi học, ngày Cù sơ tán về đây. Cù đem một luồng gió mới đến.

Giờ này cậu làm gì, ở đâu. Tớ theo học ngành kiến trúc sau khi từ chiến trường về, rồi du học Pháp, sang Ba Lan, rồi đến Đức, làm việc ở đó mấy chục năm, vừa rồi mới về nhận công trình trong nước, trong một chương trình ký kết hợp tác giữa hai chính phủ. Cậu thật thành đạt. Cũng bình thường thôi Luận, mỗi người định nghĩa nó theo một cách khác. Với tớ, không trải qua chiến trận là vui nhất. Tớ ước được như cậu.

Cù nhìn sâu vào rặng cúc tần, vị hăng của nó theo gió buổi chiều lẫn mùi tanh của rễ bèo bay từ cái ao tù nước đục, ở đó thả những con cá rô phi bé tẹo, tiếng quẫy nước nhỏ như một ký âm. Mùi bùn, mùi ao quện mùi cúc tần, quện khói bếp rơm rạ xóm làng, tiếng lợn kêu, chó sủa, mèo gừ, tiếng trẻ em giãy thét, người mẹ nào vừa tét đít con, vừa càm ràm chồng không biết thương vợ. Để mẹ buồn nhiều hơn, còn Cù thì ước, tớ ước được như cậu. Còn bố có ước thế không? Ông trôi về cùng vở tập, và cuốn tiểu thuyết rồi, nhân vật chính cất lên lời than, nhân vật chính sổ lồng phá cũi, bật tung xóm làng.

Tôi muốn đi bộ đội phục vụ đất nước. Hà cớ gì bạn bè tôi được nhập ngũ mà tôi không. Thằng Nam con bần cố nông vẫn đảo ngũ, sao tôi con địa chủ viết thư máu vẫn bị các ông dìm. Máu địa chủ khác máu nhân dân. Hãy cho tôi đi bộ đội, tôi sẽ dùng chiến công để rửa sạch lí lịch, hơn hết, tôi muốn phục vụ non sông. Tiếng cười ha ha cất lên phía ban tuyển quân của huyện đội. Các anh nghìn đời có chôn xuống chín tầng địa cát, cũng không hết máu bẩn của những kẻ bóc lột đồng bào đâu, ha ha ha. Và cũng người đó đã thu hồi giấy gọi đại học của cậu ư? Chính kẻ đó Cù ạ, tôi đệ đơn tận tỉnh cũng không được giải quyết. Các anh học giỏi cỡ nào cũng không được rời khỏi địa phương. Thành phần địa chủ hãy yên phận ở nhà. Khốn nạn. Cù nắm chặt tay đập mạnh vào bàn, chiếc cốc nảy lên. Chưa khi nào Cù tức tối. Em thấy thế sao? Vì em yêu Cù.

Cậu có cô con gái xinh quá. Nó đi học trên Hà Nội. Có hay về không? Rất ít. Cù đâu biết, bữa đó em có về, ngồi lại ở hàng rào cúc tần, chứng kiến Cù động tay vào mặt bàn trong cơn tức tối lý lịch của cha em. Còn mẹ ngồi khóc. Thương chồng, thương Cù, hay thương thân mình nữa. Luận ạ, Huệ ạ, thời đại của chúng ta, tuổi trẻ của chúng ta, ai cũng đau theo một cách khác. Thôi thì đành phải sống nốt mà thôi.

Bức ảnh gia đình treo gian giữa. Chao đảo. Cù chao đảo, hay mẹ, hay bố, hay em. Người đàn ông em yêu đang ngồi ở bậc thềm đối diện gian giữa có bức ảnh gia đình. Và em là đứa gái chiếm trọn khuôn hình, bằng mái tóc phi rê, chiếc áo cổ sen, đôi môi đỏ chót, chiếc quần âu trắng cạp cao. Bó hoa thược dược hái ở vườn nhà, những cành rậm còn chọc cả vào phía mắt mẹ. Các cậu có cô con gái xinh quá. Nó học trên Hà Nội và cũng rất ít về, lần về sau thế nào cậu cũng gặp. Và họ đâu biết rằng chẳng thể có lần sau.

Hàng cúc tần vẫn thở hăng nồng vào con ngõ, đàn lợn đã ăn no ủn ỉn nằm im, những chú gà rúc rích trên cây, và người mẹ nào hàng xóm không còn tét con và trách mắng. Mẹ cũng thôi khóc. Bố cũng thôi nhớ. Nỗi thương mình đã dịu. Và Cù còn ước như bố em nữa không, và Cù còn cho, thời đại ta, tuổi trẻ mình, tất thảy đều bất hạnh theo những nghĩa khác nhau. Cù đi từ bận đó. Còn vở tập tiểu thuyết thất lạc từ ngày em chưa kịp lớn để đi xa.

Thế mà cha em ông vẫn cho, họ đã làm thui chột đi nhiệt huyết của ông, dòng máu chảy từ thời cụ tổ, về đến bố ông, và đáng phải nối dòng. Con trâu, ruộng mạ, bãi mía, bờ lau, đã làm ông thui chột, hay thành phần lí lịch, làm cho bản anh hùng ca chiến trận của ông đành khép lại, hay «danh xưng» con địa chủ làm cho giấc mơ đại học của ông vùi lấp vào đống giấy tờ ở phòng đào tạo, có tên trưởng phòng, vốn ngày xưa có cha hoạt động cùng bố ông, nhưng mấy lần bị tổ chức kỉ luật ngầm, mà thù tức gì với sự quá trong sạch so với cái vẻ ngoài lí lịch của ông chăng?

3.

So sánh với San ư? Đôi khi sự lẩn thẩn cũng làm anh dừng lại để nghĩ. Tiên và San, giống và khác nhau trong cách làm tình. Lâu lắm rồi, để có thể nhớ cụ thể về Tiên. Song việc làm tình với nàng dường như bao giờ cũng bắt đầu bằng sự ban phát. Nỗi tổn thương ư? Cứ yên lòng, có em đây. Và ánh trăng, và phòng tranh, khu vườn, và căn phòng nhỏ. Nàng sẽ bù đắp bằng tình yêu hoang nguyên của người đàn bà từ khi Chúa ban tặng, Chúa nặn tạo ra vú họ, mông họ, bộ phận sinh dục, thì cũng truyền luôn ngọn lửa nhiệt huyết hiến dâng vô bờ tận. Tiên dành cho anh. Tất cả mọi thứ anh có được, là ngọn lửa tận dâng cháy mãi, mãnh liệt nhất. Gia ơi, hãy yêu em đi. Hãy yêu đi, nữa đi, chưa đủ. Nàng quặn mình để phần thân thể trắng muốt đẹp đẽ nhất cuộn lên người anh. Những cuộc yêu nàng chủ động, nàng để mọi cơn rung chấn bản nhiên trước mặt anh trong cơn dông lốc của chú sư tử bờm to phi nước đại trên cánh đồng cỏ xanh vào những ngày mà đàn ngựa vằn rong chơi trong một vạt nắng của khu rừng châu Phi mênh mông, chiếc bờm sư tử rung lên dữ dội.

Con sư tử của anh. Lúc đó Gia thường dịu dàng ôm lấy nàng khi cơn địa chấn đã bớt đi. Nàng nằm yên trong lòng Gia. Em sẽ bù đắp. Nàng thở hổn hển hưởng hương vị dư âm trong cơn thoái trào khoái lạc. Nàng hổn hển. Anh yêu, em sẽ bù đắp. Nàng bù đắp cho Gia hay ngược lại. Sự rạch ròi đâu cần thiết nữa. Như tiếng lựu đạn nổ phía khu nhà biệt phủ tướng nhà binh, cách phòng hai người chưa đầy trăm mét. Ánh hỏa châu tấp lự được bắn lên, soi đến li ti từng con kiến, truy tìm vết tích kẻ thù. Đêm chiến sự. Đêm tự tình. Thì ai bù đắp cho ai. Nhưng rõ ràng, những cơn đau, những bão lòng, thì thân xác là thứ thuốc phiện hữu hảo nhất.

Nàng nằm im, để tận hưởng. Thi thoảng xen vào một cơn thở dài khe khẽ, trong cơn hổn hển lẫn thở dài. Nàng bù đắp hay Gia. Anh cũng nằm lặng im rồi, trong cánh tay trắng muốt của nàng, để sự đụng chạm của cơ thể miên man. Da chạm da. Một sự mềm mượt, sự tiếp xúc mới thật êm ái làm sao. Khiến anh thấy mình như con mèo nằm cuộn tròn trong cuốn thảm, trên chiếc ghế sofa, trong một căn căn phòng ấm, có ánh sáng vàng của đèn nê ông, cốc vang rượu để trên, vài lát bánh mì và xúc xích, đĩa quả kiwi gọt dở, tiếng nhạc xập xình từ một đĩa hát, bản trữ tình quen thuộc gợi yêu thương, chiếc gối mềm để cạnh, ngoài kia là chiến sự, chú mèo vẫn cuốn tròn trong tấm thảm, trên chiếc ghế sofa, cạnh cái gối mềm, phía dưới chiếc bàn có cốc rượu vang và những lát bánh, ánh sáng của ngọn đèn nê ông ấm áp lan tỏa. Mỗi khi nằm bên Tiên, anh đều nghĩ vậy. Sự cứu rỗi tâm hồn ở cô làm anh dịu lại.

San thì sao. San có lấy ái ân để cân bằng tâm trạng không. Có rồi. San giống Tiên cũng lạ lùng lắm đổi. Để nhiều khi anh giật mình trong cơn mơ Tiên khi nằm bên San, trong cơn mơ San có bóng dáng Tiên. Hãy ngồi lên đi chàng trai. Nàng hay bảo anh vậy. Cậu chàng của em. Hoàng tử của em. Con chó của em. Nàng dùng bao nhiêu đại ngôn hay tiểu ngôn rất đỗi tình yêu riêng tư để gọi anh nữa. Nàng dịu dàng và nữ tính, nàng bí ẩn và rất chân tình, nàng hồn nhiên mà rất chín chắn, nàng ngây thơ e ấp mà cũng vồn vã phơi bầy. Cả thể xác. Hãy giải phóng em đi. Nàng thường kêu lên như thế. Hãy yêu em hơn thế nữa đi anh ơi. Nàng thường van vỉ. Nàng có cái quyền năng của người đàn bà làm tình cuồng nhiệt nhất. Như chỉ nàng được quyền cuồng nhiệt đó mà thôi.

San có cứu rỗi anh không. Sau phút giây bải hoải nàng thường lặng yên. Có khi nàng khóc. Nàng khóc sau phút làm tình ư? Đã ai như thế? Ngày ở Buôn Ma Thuột, cô Thủy Mèo thường khóc mỗi khi làm tình. Lời truyền đến cả đơn vị lính bộ binh. Để mỗi thằng khi về hậu cứ, đều cố mượn xe jeep, chạy qua đoạn đường hay bị phía Bắc quân tập kích, vượt qua ba vọng gác phía ta, đi một đoạn đường rừng vắng xa, để diện kiến em Mèo hay khóc sau mỗi trận làm tình.

Mèo đẹp, cặp mắt xanh biếc của người thiểu số HMông, Ba Na, hay kết quả giao thoa của hai dòng Á, Âu chẳng rõ. Mèo có bộ tóc đỏ hung, nước da pha phần nâu trắng. Mèo có cái móng vuốt cào lưng nhè nhẹ mọi thằng đàn ông, khi nó leo lên người nàng. Bộ móng vuốt sẽ gõ nhẹ nhẹ, hay vuốt vuốt sống lưng, hay tưng tưng, như người ta gảy đàn cổ vũ cho những nhịp lắc, có khi rung bần bật, mỗi bận ở trên nàng... Sự thăng hoa nhiều hơn đem đến, không phải chỉ ở cặp vú nàng to tròn cong vênh, mà còn ở tiếng khóc và nước mắt từ đôi mắt mèo xanh biếc đó. Vì sao em khóc? Không bao giờ nàng thổ lộ. Chỉ là một vũ khí thôi. Ai đó lí giải. Nhưng quan hệ gì giữa tiếng khóc và sự lên đỉnh, cơn thăng hoa dục tính và những giọt lăn dài, tiếng thổn thức và sự tống táng cũng như thúc thối, để đẩy cái chất đàn ông bắn ra nhanh, dồn dập, và xa nhất, tỉ lệ thuận với cơn hứng tình thống khoái, cao độ nhất kia. Thì không ai lí giải. Là vũ khí ư. Nàng chắc không hề nghĩ đến. Là vở kịch ư. Ai làm được thế cũng tài. Là một cấu tạo của tuyến lệ ư. Liên quan gì đến cơn động tình giống đực. Chỉ biết lần nào Mèo cũng khóc. Lâu rồi Gia không về vùng Buôn Ma Thuột đó. Sau cái mùa khô giáp tết với những động mai vàng và cánh rừng võng thơ của cánh quân Bắc Việt, anh chuyển hẳn về vùng III hành quân. Thì San giờ cũng khóc.

4.

Gia thật phi thường, khi lê đôi chân đi hết được cuộc chiến. Những rệu rã sau này cũng không thắng nổi danh dự ư, hoặc phải thay đổi môi trường, làm anh mệt mỏi, hay ý nghĩ của thằng Lâm, chẳng còn lựa chọn nào khác Gia ạ, sống và chết, mày lựa chọn đi. Hăm Lét còn trong sự lựa làm người, thì đây, không phải thế, hoặc chết- sống thuần vật lý đó, lựa chọn đi. Đại lộ Kinh Hoàng, anh gặp cô bé. Em làm gì? Sinh viên mà anh. Học ở đâu. Ở Sài Gòn, em về Quảng Trị thăm bà nội. Sao vào lúc này? Em đâu có biết, bà có hai người chú đi lính chết trận, ba em dặn, hè đến thì về thăm bà. Bà đâu em? Bà chết từ loạt đạn đầu tiên bắn vào thị xã. Chẳng buồn, không vui, chỉ Gia không thấy thế, nhiều quá những chuyện này, một bà già cũng là gì so với những chiếc xe nhà binh trên chất chồng những xác chết, có những cánh tay vươn ra ngoài chỉ còn trơ lại chút vải áo, bao con người, đếm sao được, Gia không đếm nữa. Giờ em tính sao? Họ chạy đi đâu em đi đấy. Cẩn thận đó. Gia nói xong rồi sẽ vào con đường phía Bến Đá. Đợi ở đây đơn vị chút nữa sẽ quy tụ để vượt sông sang làm nhiệm vụ tiếp phía kia. Quảng Trị thất thủ rồi.

Thì bỗng đâu đoàn người ùn ùn chạy theo anh. Con đường chính đã bị pháo giặc chặn, họ chỉ còn duy nhất chỗ này để vượt sông. Một cái yết hầu, Gia bỗng chốc rùng mình. Họ sẽ ứ ở đây ư? Bà con xin nghe tôi, không thể ở đây. Ai nghe anh nói nữa. Bóng bao người, anh thấy thấp thoáng màu tím hoa mua tà áo dài của cô nữ sinh Đại học lúc trước. Em tính đi du học, ba bảo cố năm nay, tình hình chiến tranh yên ổn, sẽ cho em đi Pháp. Bạn bè em họ đi nhiều không? Thực ra suất du học đâu nhiều, chắc tại kết quả học của em năm qua khả dĩ. Vậy cô sang đó đi, tuổi trẻ ạ, chỉ còn chúng tôi, những thằng lính đực rựa đứng canh trời. Cô bé ngó đôi mắt to thẳm nhìn anh, như hiểu điều gì - chẳng còn cách nào khác, quê mình binh biến quá, ba má em rồi cũng tìm đường sang đó, bác em viết thư về liên hồi giục, nhưng ông còn tiếc cái xưởng sản xuất bột giặt, bao năm trời mới xây dựng được. Nên đi đi cô bé, chân trời mơ ước, chỉ nơi khác mới chắp cánh được cho cô. Cô bé nhìn vào cầu vai anh, bất ngờ giơ hai tay níu lấy cổ. Chàng trai lính, chúng tôi luôn trọng các anh, giây phút này, chúng tôi giao nhiệm vụ cho các anh bảo vệ sự bình yên của dân tộc. Cô nói xong, quết nhẹ đôi má hồng vào đôi má đầy râu và nhớp nháp cả dầu máy, anh vừa sửa một chiếc xe cho đồng đội, rồi cô bất ngờ chạy lên phía trước, bóng sim mua nhòa lẫn với lòe nhòe sắc đỏ xanh khác, hàng ngàn người dân mong vượt sông, vượt tầm pháo hạm, vượt đủ vũ khí tiêu diệt từ xa, để chạy về phía trước, phía đó có an bình không, chính Gia đâu có biết.

Đồng bào dừng lại. Lời anh bạt gió ở bến sông. Cát lầm những dấu chân người rồi, cát lún xuống, hõm vào, cái hàm ếch lở mùa mưa, chỉ khổ con thuyền nào ú ở rơi vào đó. Đồng bào, xin đừng. Nhưng đâu còn kịp, bóng sim mua lẫn với những cánh hoa hồng, những loạt pháo đầu tiên giã vừa vặn vào hàng ngàn gồng gánh trẻ con, vừa lọt qua cái hàm ếch vào phía trong nhất. Những quả pháo như có mắt ư, dập dồn, trút xuống. Anh bật ngửa người vì sức ép, một mảnh làm bay miếng chiếc mũ sắt trên đầu, anh thụp người vào một hố cát và nằm im, đợt pháo bầy di lên rồi du xuống, hai mươi phút ư, có lẽ nhiều hơn vậy, đủ để giết chết cái hầm người, hàm ếch đổ sụp, cát làm nhiệm vụ chôn thân, máu đội cát nhô lên, bàn chân trần đứa bé sống sót dẫm lên ngập đến nửa. Máu, máu nhiều quá, thấm cát trôi vào sông. Máu, máu nhiều quá. Anh đứng trên cao nhìn cái ngàm con hổ ngậm lại, vài sự sống kêu gào, loe ngoe, máu rịn cát chảy xuống bờ sông, máu đầy bàn chân đứa trẻ gọi mẹ, máu loang lên mặt lên đầu nó, dáng người cha già nào tìm con trong vô vọng. Im ắng, tất cả im ắng, cái hàm ếch đã vùi chôn cả ngàn người, Sim tím của anh, sim tím của ta, anh đã đi tìm cô bé, giờ đây chỉ còn nguyên một sắc đỏ tươi.

Tiên ạ, nó đấy. Đừng kể nữa mà anh. Tiên cuộn mình vào vai anh, cố lấy tay anh đặt vào bầu ngực. Một sự an ủi của người mẹ với đứa bé đang tuổi ti sao. Tiên là cô gái thiên tính nữ nhiều nhất mà anh biết. Tiên mang dáng dấp người mẹ. Tiên mang tâm cảm người mẹ, để lấy bầu ngực nàng đắp bù cho nỗi đau của Gia. Đừng nghĩ nữa mà Gia. Cô lặng yên rồi, ngồi nhìn ra cửa sổ. Phía trong những bức tranh cánh đồng cô đang vẽ dở. Những khu vườn Đà Lạt cô vẫn mê mẩn với nó ư. Ánh sáng trăng chiếu vào đậm nhạt, làm ánh lên sắc của sơn mài, ngoài kia tiếng con yến mào nghe như lời thủ thỉ, ngoài kia từng đợt gió làm rung những tán cây, một quả khế vội rụng, đưa mùi thơm ngái nồng, một quả cầu xiêm chưa mở mắt, ánh trăng vẫn chiếu vào phía cánh đồng, làm ngời lên cả màu hoa cỏ, Đà Lạt vẫn trong tranh cô tươi sáng thế, nó khác thường với cuộc chiến của Gia. Ngủ đi nào, chú bé. Cô trở về với bầu vú mình, cô cố áp nó vào mặt Gia, như người mẹ tìm cách vỗ về đứa trẻ, nỗi đau nào cũng nhờ nó mà được dịu êm đi. Đừng nghĩ nữa Gia ơi, câu nói đó của Tiên, anh còn mang theo mãi mãi, mà mỗi khi ký ức dội về, anh hóa thân vào nàng để thủ thỉ, đừng nghĩ nữa Gia ơi.

Nỗi thống khổ nó trần vặt anh, nó như con quái vật nhiều đầu đè nghiến, cắn xé, nó làm cho anh lứt nhứt tấm thân, nó làm nổi điên trí loạn, làm cho mọi tế bào người vùng vẫy, những cơn mơ ư, không phải, là đời thật, trong những bức tranh hả, có lần San hỏi, không phải, cả ngoài cuộc sống. Em hiểu. San vuốt tay anh, nàng để những ngón mềm gõ đàn trên đấy, nhịp rung nhè nhẹ, đều đều, làm anh bớt đi những cơn đau, làm anh dịu lại những nơron thần kinh, khi những trường đoạn phim hiện về, rõ mồn một, những thước quay chậm về những tấm bon cho dính máu.

Ngày đi tìm xác đồng đội. Cả cánh rừng cháy đen, không còn một mẩu xương. Những khuôn mặt nói cười xanh mởn, vừa mới rời trường Võ Bị, *qùy xuống hởi các sinh viên sĩ quan, đứng lên hởi các tân sĩ quan.* Hăm hở chí trai hồ thỉ để rồi ngã xuống, năm thằng cùng khoá, không một dấu tích, một mẩu xương, cầu vai, mảnh áo. Rừng đen ngòm, xanh thẳm, tối sẫm, rừng vào mùa khô cháy rực của nắng trời, hay rực của những chiếc đầu, anh sụp người xuống ôm mặt, lang mang, lang mang, những hình ảnh chạy qua, con suối kia, những đàn nai vẫn về tình tự, vạt rừng kia, những chú trăn gió vẫn quấn nhau, đoạn cây kia, đàn khỉ cái đực tha đàn con xuống vùng vẫy. Sắc áo xanh rừng, balo quàng vai, giày saut, áo trận, mũ sắt, bước chân thoăn thoắt, cánh tay như lim táu, vén cây rừng tiến về phía trước, những chàng trai hồ thỉ đẹp đẽ, giờ không còn dấu tích. Rừng mênh mông, xanh thẳm, đen ngòm, rừng loang lổ dấu vết trận đánh, rừng âm u tiếng nói hoang nguyền như ngàn năm vẫn bí mật, không một lóng xương, mảnh vải, súng trận, giày saut, không còn một dấu tích.

Hai mươi thằng trai trong một trận chốt, hai mươi khuôn mặt nói cười khác nhau, hai mươi cha mẹ, hai mươi gia đình, giờ nằm đây, xỉ than cháy đen, cây rừng đã xen lối.

Những trầm thống ư? Như cơn gọi hồn bà cốt, điệu nhảy tưng tưng, bàn tay bắt quyết, ánh nhìn sắc lẹm ném vào mặt con hương, tiếng đàn chầu nổi lên, tiếng hát văn xen cùng điệu nhảy. *Ai người ở chốn đồng không/ ai người không có một vuông đất nằm/ai người còn ở rừng sâu/ ai người lạnh lẽo vực sâu suối ngàn.* Bà đồng lại nhảy tưng tưng, tiếng trống văn gõ nhịp, nhanh dần, rồi hụt hơi đuối sức, bước chân đổ gập sau tiếng phách cuối cùng, rồi khụy xuống. Không tìm được, không tìm thấy. *Hồn này còn lỗi mẹ cha/ hồn này dối vợ hồn này chê con/ hồn này khóc khúc bạn bầy/ hồn này thương nước nhớ cây chửa về,* nhé, các người, các người biết không.

Tiếng nói chìm xuống âm âm. Trời ngoài kia lặng quá. Đêm ngoài kia thanh vắng. Tiếng lá rơi cũng động nỗi sợ người. Tiếng mèo kêu làm mọi dây thần kinh chật cứng. Hồn về lang thang thập thững, hồn về chật ních ngoài hiên. Hồn áo xanh, áo đen, hồn xe tăng bọc thép, hồn bộ binh, hồn pháo thủ..., nhiều lắm. Tiếng cô đồng vẫn âm âm trong thế nằm, nước nhãi rểu xuống sàn, nhưng miệng vẫn lải nhải, tiếng gọi hồn kể chuyện âm âm.

Em đi nghe những buổi đó sao. Mẹ dẫn em đi. Phải thật khuya hoặc những hôm trời gió mưa hay rét buốt, đồng mới lên giá mà gọi được hồn, chính quyền mới ngại đi tuần, mà không đến bắt. Họ sẽ bắt sao? Có chứ, đồng còn phải chạy. Em đi xem nhiều những buổi ấy chứ? Nhiều lắm. Làng em chết trận nhiều. Nên bà đồng thường không có phút nghỉ ngơi vào những đêm như thế.

Hồn này ở đẩu ở đâu?

Thương thay thập loại chúng sinh/ Hồn đơn phách chiếc lênh đênh quê người…

Hai mươi thằng trai trẻ trên chốt. Sau chiến dịch Gia đi tìm. Những gương mặt nói cười như vẫn sống. Cách cúi người sau bao cát đọc thư, cách nằm sõng soài nhìn ánh trăng nghiêng nghiêng nơi vùng núi, hát một bài nghêu ngao gợi nhắc tới hòa bình, hay tiếng chửi thề đụ má của kẻ hùng, mỗi khi nhận thấy sự không an toàn trong mỗi lần kiểm tra vọng gác, dấu vết bất thường, hay sự linh cảm chẳng lành, ở những thằng lính, mà mỗi tế bào thần kinh đều được điểm chỉ những âm hồn về báo mộng, để biết được điềm lành dở, hên xui, trước mỗi trận đánh, nhưng vẫn không tránh khỏi cái chết.

Hai mươi dáng nằm, hai mươi gương mặt, hai mươi tiếng nói cười, hai mươi mẹ cha, cốt cách gia đình, hai mươi người con gái anh thương đang chờ đợi, mẩu xương không còn, chỉ còn xỉ than cháy rụi, rừng vẫn kia, khoảng xanh thẫm vẫn mờ mờ, mảnh trăng vẫn kia, treo trên đầu núi, tấm bon cho nghiêng độ một góc nằm, độ nghiêng không gian, hay nghiêng lòng chẳng rõ.

Đừng trêu tao nữa, để tao đi tìm chúng mày về cho cha mẹ. Tiếng cười khanh khách, tiếng quẫy nước ì oạp phía hố bom, tiếng chạy nhảy, tiếng dấm dứt khóc, cả tiếng chửi đù má, tìm cái cục cứt. Hết rồi, vào cỏ cây, sống cống hiến, chết cỏ xanh, làm sao phải nghĩ. Thằng lính ba gai trung đội trưởng, bạn Võ Bị với Gia, đúng nó rồi. Thằng nghịch ngợm nhất khóa, luôn bị các niên trưởng phạt huấn nhục, nhưng luôn dành xuất khinh binh mỗi lần ra trận. Tìm cái chó gì. Tiếng nói xen lẫn cười khuất về phía trăng núi, mảnh thượng huyền, như chiếc cặp nghiêng cài lên mái tóc huyền của người con gái.

Đêm thanh tịnh quá. Đêm yên bình.Tấm bon cho nghiêng trên cành cây, tấm bon cho hứng bao vong hồn lính trẻ. Đừng có trêu bọn tao, muốn về thì báo mộng để bọn tao đào, chứ mười ngày nay toàn tìm theo cảm tính, tấm bản đồ thành vô ích, vài lóng xương chẳng đủ cho một gùi, hai mươi tấm bon cho mang đi nhưng giờ chỉ có một nhúm, đi thì nặng về thì nhẹ, chẳng ai muốn. Đù má, thế mới là lính trận, coi đánh nhẹ như chơi, coi chết nhẹ như lông, tìm làm chó, chúng ông ở đây chẳng muốn về đấy.

Tiếng nói xen cười lẫn với gió trôi về phía tiếng con chim gù nơi phía bãi lau, lẫn với ánh trăng cong mềm trên tóc huyền cô gái, điểm bạc lấp lánh vài chấm sao. Trời đêm đẹp quá, rừng đêm yên quá, mà nỗi trầm thống thì mênh mông quá. Chỉ còn lại bông hoa đồng xu bé nhỏ nở muộn mằn giữa cần khô sỉ than cháy đen bữa ấy là nguyên dáng. Vẻ rực ràng của nó để nguyên dạng với ánh mặt trời. Bông hoa đồng xu bé nhỏ vàng rực, nghiêng mình nép giữa đám bụi than cháy đen. Gia cúi xuống, dốc ngược hăng gô tưới đẫm cho đóa hoa duy nhất giữa mênh mông bãi đá đen sì, dấu vết của một trận tiền, chôn vùi hai mươi trai trẻ ở đây vài tháng trước, không còn khuôn mặt đứa nào nguyên vẹn, thì còn nguyên vẹn một đoá hoa. Đóa hoa tãi sắc vàng bé nhỏ, hoà cùng mặt trời mùa khô rực rỡ, toé tia lửa cánh nhỏ lên bầu trời rực rỡ, một vạt đất nhỏ nó đã nảy mầm ngoi lên và kiêu hãnh, kiên gan. Hai mươi gương mặt bạn bè anh giờ quy vào đó, khuôn mặt đoá hoa. Anh dốc ngược hăng gô tưới đẫm cho đồng xu bé nhỏ, vuốt nhẹ cánh mỏng rồi tạm biệt khu rừng, khi ngược nhìn quay lại, vẫn thấy gió làm lay động bóng hoa.

5.

Alex về, có một dạo nó ở nhà suốt. Sự vỡ nát của điều gì đó chăng? Ba - nó sẽ gọi anh quật giọng như thế, tùy theo cảm xúc và ý nghĩ, khi nó đang ngồi uống trà và hút thuốc, mà ký ức thì đưa nó về một điều gì, rồi quật ngược trở lại.

Sự liên kết của gia đình là gì, một quốc gia nữa, sự gắn kết là gì? Dạo này và càng về sau, thằng con anh càng đi sâu vào luận lý, điều này đã có gốc rễ từ anh và ông nội nó. Đương nhiên rồi. Còn bà nội thì không.

Ba không biết, đừng hỏi ba. Anh sẽ trả lời một cách bâng quơ và vô trách nhiệm cho một quan tâm hay tâm trạng nó từng lúc, khi anh cố đi ra vườn, lặt cho đủ vài ngọn húng, dầm vào bát mì, cho ra cái vị bún nước lèo, mà dạo này anh cố tìm hồn cốt dân tộc bằng cách học lỏm nhiều người Việt những món ăn hơn. Mà thời còn ở với Lan, nàng vẫn nấu cho anh, không khéo bằng má anh, nhưng có tình yêu và sự phục tùng vô điều kiện như má với ba. Từ ngày Lan mất, anh không còn được thưởng thức những món nàng nấu nữa, nên việc tìm hiểu thêm là cần thiết lắm, cũng làm nên sự sống còn cho một người đàn ông, sống một mình quanh năm, có một thằng con bất đắc chí, thi thoảng vui nó về, những lúc buồn tịnh không thấy bóng dáng, như sự thất tình của nó những năm gần đây.

Người đàn bà Việt nào để nó đau khổ thế ư. Anh đã hiểu phần nào ngày Tiên ra đi. San liệu có mang đến cho anh cảm xúc đó không, anh cố nhắm mắt vào không tự hỏi nữa. Ba, sự gắn kết của tình gia đình và dân tộc nó có giống nhau không? Nó lặp lại lời hỏi rồi. Có giống như việc anh ra ngoài vườn hái húng, dầm sâu vào nồi canh chan bún lèo, anh mới học được từ vợ thằng Nam, anh có định tìm về dân tộc, có gắn kết về bên ấy không, khi ở đất nước xa xôi này đã mấy mươi năm, ăn toàn đồ Tây, làm ở sở Tây, bạn bè cũng đâu nhiều người Việt. Nhưng chỉ món đậm đà có hương mắm, hương tôm, hương đồng, hương ruộng, nồng vị, đượm mùi, mới làm anh cảm động được. Bún nước lèo phải làm bằng cá lóc, thứ cá tươi ngon, ướp đủ độ, thơm nồng, cộng với mắm bò hóc mới đằm và dịu, không đen như mùi mắm cá linh, cá sặc. Anh chỉ bám rễ với cái đó thôi, thì biết trả lời thằng con anh thế nào.

Ba nghĩ do quan điểm của mỗi người, nhưng ba thì có, ba cần đi ăn bún nước lèo, nếu như con chê nó. Thế hệ các con thật lạ, đã cự tuyệt quốc gia rồi đó. Ba ạ, nó không phải ở món ăn, nó ở thứ khác. Là gì? Hồn Việt, con không quên được cô ấy, đó là một hồn Việt rõ nhất. Không thích ăn mắm không là một lẽ, không thích bún nước lèo cũng không xi nhê, nhưng mà thích hồn Việt thì thật là bi kịch. Bi kịch hơn, nó lại không thuộc về mình, nó ở một thế giới mà ta thì thấy gần, nó lại thấy xa, ta tha thiết, nó thì lảng tránh, ta mong chờ, nó lại dửng dưng, ta coi như mái nhà, người mẹ, thì nó như phương lạ, trời xa. Điều đó, lạ lắm ba ạ, sự phản bội, như là sự phản bội ấy. Bị hất tung ra khỏi cái điều ta tha thiết. Như ba ấy, không về nơi đó lần nào mà luôn khao khát, như việc bát bún nước lèo cũng là một minh chứng.

Gia đã dầm xong bát nước lèo rồi, anh để vị húng đi sâu vào cổ họng, anh nhìn con, nó ngồi ngả người lên phần sau chiếc ghế, lơ đãng nhìn những con đường đang được Liên bang sửa chữa lại. Ở đó, những chiếc xe ben, xe kéo đang phát huy hết công suất cho một công trường rộn ràng của cuộc cải tạo, chỉ lòng nó không rộn ràng, nó đi xuyên qua đó về phía Việt Nam, người con gái nào đã để nó khổ đau vậy.

Tóc dài hay ngắn? Anh chỉ quan tâm mỗi điều đó ư, hay hỏi như là một thông lệ, để gắn kết thêm tình cha con, mà cũng không muốn đi sâu quá vào đời tư của nó, một thứ quy định bắt buộc, nếu muốn sống ở xứ người, và muốn bọn trẻ coi ta là bạn. Tóc ngắn. Sự ám ảnh mái tóc dài của Tiên sao, hay San giờ cũng tha thướt lắm, gió mùa thu thổi hết cuộc đời anh bằng những mái tóc dài tha thướt thế.

Ừ, mỗi người một lựa chọn, cả cô ấy, nên con đâu cần phải buồn như thế. Nói buồn không phải, nói không là tự dối mình, nhưng cái cảm giác bị bứt lìa khỏi đó, ba có hiểu không, nó đau hơn nghìn lần cô ấy bỏ đi, ba hiểu không, thấy mình không hề gắn kết, mặc dù, với mình, như tìm thấy một cội nguồn gốc gác ấy, đúng hơn, đó là lẽ sống. Thì tự con bi kịch lên thôi, ai quan tâm đến lẽ sống của con. Thì là lẽ đó, lẽ đó đó ba, con cần thay đổi, dù sao cũng cảm ơn ba, những bận về, không chỉ được ăn bún nước lèo của ba, quan trọng hơn, để hưởng những cú dội ngược của gáo nước lạnh, làm con tỉnh ngộ, quan trọng, chỉ con thấy bi kịch, còn họ thì không, và ba cũng thế. Bông hoa kia vẫn nở ngày con chết, con chim kia vẫn hót ngày con đau, mặt trời vẫn lên nếu con tự vẫn, và nhà hàng xóm vẫn làm tình nếu công ty con phá sản, và ba, vẫn yêu chứ, dĩ nhiên rồi, con biết chứ, biết được ba yêu, chúc mừng ba, những người đàn ông tuổi như ba vẫn biết yêu và yêu đương nồng cháy, đó đã là sự chúc mừng lớn nhất rồi. Nói xong, nó vùng đứng dậy, xốc lại áo quần, đặt lại gạt tàn cho ngay ngắn, cầm chiếc thìa gác lên cốc cà phê. Con cần đi đến một quán bar người Việt, ở đó đông người, con cần vui chơi thêm ba ạ, cảm ơn ba nhiều. Nó ngoắc tay anh làm hiệu thề thốt, rồi rời khu vườn đi đến chiếc xe đang đậu ở gara phía cuối hàng rào cây táo, nơi dẫn sang nhà người hàng xóm đồng đội cũ của anh.

6.

Con muốn về Hà Nội, muốn trở lại với khu tập thể xưa, để gặp lại cậu Lăng cậu Giá, bên bữa cơm gia đình ấm êm ngày đó. Hai đứa xa quê từ nhỏ, mình hãy thương chúng như em út, ngày nghỉ gọi chúng qua nấu ăn cho đỡ nhớ nhà. Mẹ thường bảo vậy. Bố lại chạy qua hàng rượu cụ Tước mua chịu một cút, qua ngõ Hàng Giày lấy của cô Thịnh Các nửa cân giò. Bố về gọt quả đu đủ xin được từ vườn nhà ông cậu, rồi tỉ mẩn bóp món ngọt chua đãi cậu Lăng cậu Giá. Bữa ăn kết thúc cũng là lúc hơi rượu thăng, bố sẽ lấy tay gõ một nhịp phách mà mẹ vẫn đùa rằng chẳng ra ngô khoai, miệng ngâm nga một điệu lạc nhịp, mẹ mỉm cười nhìn bố âu yếm, cậu Lăng mượn cây đàn của mẹ, cậu ca bài: *Nơi quê hương tôi xa xôi Cà Mau/ nghe tiếng quê hương ngồi nhớ năm nào.* Cậu Giá ngồi bên thể nào cũng rơm rớm.

Những đứa xa mẹ, xa quê từ nhỏ thường cực và cũng tình cảm lắm. Mẹ thường bảo. Và cậu tiếp tục ca...

Lòng này hằng ước mơ nghe tiếng mẹ ầu ơ những năm còn thơ/ giờ này miền quê đang ghi bằng xương máu chiến công oai hùng lừng vang...

Tiếng hát đậm một nỗi vọng hoài nhớ quê, tiếng hát chan chan một nỗi niềm xa cách. Con thấy mênh mông miền cánh cò đỏ lửa, dải xanh Cửu Long chạy mờ miết mải, thấy bưng biền đồng ruộng cá tôm, bông lúa trổ cờ từ nước ngụp, con cá lóc trũi mình từ bùn đặc ngoi lên. Sao ngoài này gọi cá quả mà trong đó kêu cá lóc vậy bây? Cậu Lăng ghẹo cậu Giá. Tiếng hát nhớ quê nghe buồn man mác bay lên vào những chiều ở khu tập thể Văn Công. Bố đã say nằm dài ra chiếu, mẹ và cậu ngồi bên cây đàn cất tiếng hát Cà Mau đến tận nửa đêm.

Mỗi lần nghe, mẹ lại trầm tư, tiếng đàn nó buồn lắm, thằng này nhiều tâm trạng, sau này, sẽ thành một nhạc sĩ tài ba.

Hôm cậu trở lại miền Nam lặng lẽ, không báo với ai, sao mẹ cũng biết, mẹ cứ chạy theo đoàn xe mà khóc, sao ra đi không nói gì với chị?

Chị ở nhà nuôi cháu, em phải về phía đó. Tiếng khóc của mẹ, cũng tựa như ngày chú Hùng Khương khoác balo theo đoàn nghệ sĩ đi trong trưa nắng Hà Nội, những chiếc lá vàng rơi xuống, đậu nơi vai, chú bước, mồ hôi nhễ nhại, thi thoảng chú ngoái nhìn, khu nhà tập thể, phòng luyện thanh, nhìn bóng chị thân thương và đứa cháu, hay nhìn lại những kỉ niệm với người con gái chú yêu tha thiết...

Con nhớ về Hà Nội như thế, Hà Nội trong con như thế, Hà Nội còn là nỗi lòng nhớ quê mẹ cất. Ngày đó con đâu đủ trải nghiệm để hiểu những âm ba trong lời ca của mẹ, con nục nào đi hoang giữa dặm khơi biển cả, con chuồn nào rong chơi nơi dặm xa đại dương chẳng trở về, để tiếng hát mẹ níu vào đợi trông, tìm về chút biển khơi mặn mòi nơi chia cắt hai đầu chiến tuyến, nơi đất nước chặt làm hai mảnh, nơi thắt một dải yếm máu làm rữa thịt non sông...

Con chỉ hiểu được mẹ trong một ngày cuối chiến dịch thành Cổ, trận đánh đã kết thúc từ bữa hôm, xác chết đồng đội đã thu về một chỗ, con và thằng Minh có nhiệm vụ canh gác thi hài đợi đội quân y mai vào vận chuyển, con nằm bên anh em, người mất cánh tay, người chỉ còn chiếc sọ. Con đã lấy lá cây phủ lên người họ. Và thằng Minh đã cất lên lời ca ru cho cả đồng đội ngủ, hay làm đau thêm họ nữa? *Bên ven bờ Hiền Lương, chiều nay ra đứng trông về/ mắt đượm tình quê, đôi mắt đượm tình quê/ trông qua rặng Trường Sơn, miền quê xa khuất chân trời...*

7.

Cầm ạ, mày cũng chết rồi, trận chiến thì vẫn tiếp diễn. Tao không biết nếu mày còn, mày có thích nó nữa không, nhưng đau khổ nhiều hơn Cầm ạ, chết cũng nhiều hơn. Trái tim nhiều nhạy cảm yêu thương của thằng nghệ sĩ lính chúng ta, tưởng hào hùng khi tham gia những trận đánh, nhưng đâu phải, tao đã thấy mày khóc, khi thằng sĩ quan chó chết, vì thành tích, vì sự thúc giục của cấp trên. Bắn đi chứ. Bắn. Cái máy truyền tin chó chết đã tố cáo điều đó, sự chỉ đạo từ xa của một tổ tổ pháo binh ca-chiu-sa, họ đâu có nhìn bằng mắt để thấy, hàng hàng con trẻ, người lớn, người già, phụ nữ, gồng gánh trong cơn chạy loạn, con đường ngập xác lính và dân. Chao ôi toàn dân thường. Bọn địch lợi dụng trà trộn, chúng nghĩ ta đâu dám bắn vào đoàn người chạy loạn kia. Nhưng chúng đã lầm, hay ta lầm, hay người thủ trưởng pháo binh ở xa đến mươi cây số lầm, đã hạ lệnh cho những tay B40 chặn giặc trên đường rút này.

Bắn đi! Thằng sĩ quan chó chết bên này gục người xuống, sau khi ngó ống nhòm và hạ lệnh. Cái gì thế kia. Nó biết. Cả đại đội biết. Nó lặng đi. Cả đại đội cũng lặng đi. Không một khẩu B40 nào lên tiếng. Im lặng. Rừng im lặng chết sững. Chiến sự thì vẫn tiếp diễn ngoài kia. Đoàn đoàn chiến xa địch, hàng hàng sắc áo địch, chạy lẫn cùng dân.

Bắn đi chứ. Tiếng hô lệnh vẫn khô khan và vô cảm gào lên phía pháo ca-chiu-sa. Nó ở xa quá, làm sao thấy được.

Đồng chí định cho địch chạy đến khi nào. Chúng lao về được vùng dưới, trung đoàn 968 sẽ chết chắc, mặt trận phía đó sẽ vỡ, họ chỉ còn vài trăm quân, vài trăm quân với cả một sư đoàn địch, cả chiến xa, thủ pháo, bộ binh ư, bắn, tôi hạ lệnh cho đồng chí bắn, nếu không, đồng chí sẽ về sư đoàn chờ lệnh kỷ luật.

Bắn. Tên sĩ quan chó chết hay bất lực chẳng biết, đứng thẳng người hô vang khẩu hiệu lạnh lùng, hay sắt máu. Máu mặt hắn trào rồi. Hắn bật khóc và gục đầu. Mày cũng bật khóc và gục đầu. Bao thằng sinh viên Hà Nội trong đại đội đó đã bật khóc và gục đầu. Tao không nỡ đâu Lãng ơi, chúng giống như đứa em tao chạy theo mẹ trên đường sơ tán, cũng giống ba tao lắm, tao không nỡ đâu Lãng ơi. Bắn, nếu không, tôi sẽ bắn chết các người. Tên sĩ quan đại đội chó chết đã giơ súng về khẩu đội trung liên, hắn làm động tác như bóp cò, mắt hắn vằn lên đỏ lừ như mắt con hổ cố vồ mồi mà không được, trong cuộc tỉ thí kỳ phùng, nó đã thua, con hổ đã thua, mắt nó vằn lên đỏ rực, vài giọt nước lẫn với sương rừng loà nhoà trên má nhoen lên cả trán. Hắn khóc và ra lệnh.

Những loạt B40 giòn giã. Giòn giã như khi ta nã pháo vào phía đối phương, trong một trận diệt đồn đánh chốt. Giòn giã. Không một tiếng hô xung phong, không một lời xuýt xoa tưởng thưởng vốn dĩ, chết mẹ mày đi, thật đã, sướng quá, hoan hô... Những âm thanh thường thấy, không còn nữa, và hình ảnh hàng hàng những tên địch áo vằn ngã xuống sau những tiếng hỏa lực không còn. Chẳng hoan ca. Rừng vẫn im lặng sau liên thanh hỏa lực. Bóng thằng nào rũ xuống. Nó gục người và khóc. Nó khóc hu hu. Rừng vẫn im lặng quá. Rồi rộ lên tiếng súng to súng nhỏ ở xa, rồi gần. Tiếng thằng nào vẫn khóc. Rừng lẫn tiếng khóc, chiến thắng lẫn nỗi đau, tiếng súng chen cùng giọng nức nở. Máu. Máu của của đối phương hay dân thường, chen cùng nước mắt. Làm sao con người đỡ được đạn bom. Vũ khí sinh ra để hủy hoại con người. Đứa trẻ kia, bà mẹ kia, cô bé kia, người ba kia, người ông kia, người bà kia, chị con gái đậm đà vừa ra khỏi cữ, cái mông thây lẩy, bộ ngực bật tung làn cúc áo, chị bế trên tay hài nhi đỏ hỏn, sắp ngửa chạy theo đoàn người, thi thoảng chị dừng lại nhòm vào đống tã, rồi lại chạy tiếp. Chị không chạy được nữa. Chị khựng lại rồi, bật tung lên trời, lẫn với bao sắc áo lính đối phương. Cũng bật tung lên trời. Sắc áo hoa rừng binh chủng địch, hoà chung với máu, với vũ khí chiến xa ngổn ngang.

Đoàn người tháo chạy. Cuộc chiến sắp đến hồi văn ư. Chiến thắng. Phải mừng vui chứ. Chiến thắng đến đít rồi. Mẹ ơi, đồng đội ơi, em yêu ơi. Nhưng chẳng ai vui nổi. Tiếng pháo vẫn rít lên từ mươi cây số, đồng hiện với tiếng B40 quãng này, ùng oàng, liên tiếp. Và nước mắt Cầm ạ, chẳng vui được phải không, những tấm balo rách, cũng chẳng có chiến lợi phẩm gì, cuối cuộc chiến rồi, đói lắm, ở cả hai, những chiếc balo rách, vài mẩu thuốc lá quăn queo, một bức thư người sĩ quan nào đó, bên cây súng colt, trong sắc áo xanh hoa rừng.

Pleiku mùa mưa, em thân yêu, hoa rừng đã vào cuộc hành quân, những cơn mưa thôi thúc, những cơn mưa dằn vặt, nỉ non, như người mẹ khóc con ngày báo tử. Hoa rừng bọn anh đã vào đợt hành quân. Em thân yêu, chiến sự bốn mùa, bao giờ thì im tiếng súng. Em tôi, ôi em tôi. Đất nước tang thương, chúng ta chết trong từng thân thể. Máu thịt chảy làm ta xanh xao. Em thân yêu. Ước được về Sài Gòn, chở em đi nghe hát bội, ước bên em lần nữa, đặt bàn tay trắng gân của em úp lên má, nghe mạch máu mình chảy những hồng cầu còn sót lại, li ti. Em thân yêu, đất nước tang thương, càng thương ta quá.

Đêm qua anh mơ chết ngoài đồng

Chim sơn ca đậu trên nón sắt

Chiến tranh đi qua đây

Ngực quê hương lủng đầy vết đạn

Đổ hết máu ra ngoài trái tim

Nên chúng mình ốm yếu

Người yêu cười xanh xao…

Anh lính Cộng hòa kia ơi, anh là ai? Là ai? Anh nằm đây, cánh hoa rừng phủ xác, sắc binh phục phủ trùm thân thể. Anh lính Cộng hòa ơi, anh là ai, lời thơ xanh xao trên từng con chữ, máu chảy rồi trên cả những gân xanh. Nếu anh còn sống, anh sẽ thành nhà thơ chứ? Anh lính Cộng hòa kia ơi. Và cô gái, cô là ai?

Lãng lặng lẽ nhặt bức thư cho sâu vào túi, cột bằng dây chun, để trong một lần ni lông nữa. Bao thằng bạn anh cũng thế. Đọc thư địch, là một niềm vui cũng lớn lắm sao. Bởi âm thanh nào cũng tiếng quê, góc hồn nào cũng hồn dân tộc, hình bóng nào cũng gợi mái ấm, hình ảnh nào thân thương cũng là người con gái Việt, món ngon nào gợi nhắc cũng làm bao cái miệng nước miếng tứa ra. Có gì không thân thuộc đâu anh. Mẹ anh mang dáng dấp mẹ tôi. Bạn gái anh có bóng hình bạn gái tôi. Ba anh tần tảo thương con, chở anh trên chiếc xe đạp đến trường mỗi sáng, đó là bóng dáng cha tôi, thêm chiếc ăng gô cơm nguội để ông nhậu nhạo nhai mỗi buổi trưa chiều. Có chỗ nào không có bóng dáng chúng ta. Nên những bức thư lính phía nào cũng thân thương lạ.

Một món quà lớn, cất kỹ, ông Quân chính trị viên biết được, kỷ luật cả lũ. Bức thư của chúng mày không hay bằng thư của tao. Thế là cuộc thi thư… nhặt được trong balo địch bắt đầu. Xem thư đứa nào hay hơn. Chúng dở ra đọc mọi lúc nơi, mỗi khi buồn, sau khi đuổi giặc, sau chuyến trinh sát vượt sông Pa, sau đợt đào hầm ngụy trang tránh pháo. Những lá thư của địch, những cô gái người yêu của địch. Rồi đến cả cuộc thi những cô người yêu của địch qua những lá thư.

Tao chấm cô bé này đẹp nhất, mắt to, miệng vểnh như trong lời thư kể. Giọng nói hay này, trong thư tả. Trường Quốc gia Âm nhạc này, chắc chắn tài hoa. Ai nhìn thấy các cô, ai nghe họ nói, chỉ thấp thoáng họ trong những bức thư của người lính chết, mà chung cuộc vẫn có những hoa hậu thật. Hoa hậu trong lòng những thằng lính phía Bắc quân, trong một cuộc chấm thi đầy cam go, nghiêm cẩn, chỉ bằng trí tưởng tượng, bằng tình yêu nồng nhiệt của những người trai Việt tuổi đôi mươi, bằng những rung cảm trái tim rất đỗi chân thành của tuổi trẻ, bằng hừng hực sức nóng của đam mê, bằng cả sự vô tư nhất độ của con người, họ đã trao giải đẹp nhất cho người yêu lính phía bên kia.

Thì Cầm ạ, cuộc chiến này mệt mỏi quá rồi, cuộc chiến sắp vãn hồi kết thúc, nhưng trong sâu xa nhiều lúc, tao không mong mày sống lại để đau. Tao thật độc ác và ích kỉ đúng không. Tao độc ác. Đừng sống nữa thì tốt hơn Cầm ạ.

8.

Đổ máu, tháng tư, anh nhớ chứ ? Dĩ nhiên Giôn không thể nhớ, vì kí ức của Giôn không có ngày ấy, Giôn đã về nước trước đó hai năm, nhưng Gia vẫn nói với anh ta, như nói với người đồng đội đi cùng mình hết cả cuộc chiến. Đổ máu, anh nhớ chứ, cả đất nước tôi chết, máu đổ hết ra cửa biển Thuận An, máu đổ dọc đường 13, dọc đường 14, sau khi tưởng đã đổ hết ở đại lộ Kinh Hoàng năm 72, không ngờ vẫn còn nhiều máu lắm anh ạ, chảy tràn cánh rừng Kon Tum, cho đến cửa biển Vũng Tàu, ra tận Đà Nẵng, đến Nha Trang, vô tận Sài Gòn, vào tận vùng V chiến thuật, chỗ nào cũng máu, máu vắt trên thành xe, máu cháy cùng với lửa, máu đổ trên đường nhựa, máu dính vào bước chân người, máu vương trên cành cây, máu trào ra ngoài sông suối. Thân thể Việt Nam lúc đó, không ngờ vẫn còn nhiều máu thế, tôi đã tưởng chảy hết ở chiến dịch Khe Sanh, Tân Cảnh, ở Quảng Trị, ở Huế Mậu Thân, ở đèo Nhông, ở núi Nài, ở đồi Sạc Ly, ở Bình Giã cơ, nhưng không phải, còn nhiều lắm. Tôi giẫm lên những khối óc bầy nhầy để chạy, tôi lao lên những thân người, tôi lôi theo mảng tóc, tôi vướng vào dây cooc xê của một người đàn bà, tôi úp mặt vào cái cửa mình toang hoác của một người phụ nữ khác, tôi sờ phải bộ lòng mề bèo nhèo. À, món khoái khẩu của ba tôi đấy. À, sau này đến mấy năm sau tôi không dám động vào cái thứ lòng phổi bèo nhèo, hay máu óc, tiết canh, cái kiểu ăn man rợ của người Việt, nhưng không có nó, nhiều khi ta tưởng chết. Nhưng tôi chết thật rồi anh Giôn ạ, sau bữa đấy. Má tôi vẫn có thói quen làm cho chồng ăn, tiết canh, cháo huyết, lòng mề của cả trâu bò lợn nữa, thứ người ta vứt đi ở lò mổ, nhưng tập quán mọi dị của tộc ấy, họ vẫn lấy về ăn. Nếu không có nó, thì bữa tiệc giáng sinh với loài bánh hảo hạng Buche cũng chẳng là gì, không có nó, thì trên bàn có bày loại rượu Clos Du Marquis, hay loại thịt cừu nướng, thứ hảo hạng nhất nhập từ nước Úc xa xôi, cũng chẳng ra sao, nhạt hoét, nhạt hoét, cho đến khi có bát mắm tôm, hay đĩa thịt cầy, hay bộ lòng mề, bát tiết canh, thì hồn vị dân tộc tôi mới ùa về đấy, hồn vị dân tộc tôi thường gắn với máu huyết, nên anh Giôn ạ, tưởng nó chảy hết rồi, mà đâu phải, tôi sợ đến cả mấy năm sau, còn ba tôi không bị kí ức nào ràng buộc cả, ông thật hạnh phúc hay nhạt nhẽo, tôi nghĩ cái thứ hai, thì ông vẫn ăn, và cái miệng của ông thì không phải nhạt nhẽo, nó thắm đượm vị lòng mề, mắm ruốc và tiết canh, và hột vịt, và lòng huyết, phồn thực lắm, cái xứ sở đất nước chúng tôi đấy anh Giôn ạ.

Gia nhớ lại cuộc chạy loạn cuối tháng tư bằng những câu chuyện như thế, một lần ngồi bên người hàng xóm. Giôn chỉ còn biết cách lắng nghe, không dám làm đứt một sợi dây tơ mỏng hờ trong mạch chuyện, anh ta sợ, không kết nối lại được ở phía Gia. Khi cần kể, người hàng xóm của anh ta sẽ thao thao bất tuyệt, khi hết rồi, Gia sẽ ngồi im, có cạy miệng hỏi kí ức nào ghê sợ nhất, Gia cũng chỉ cười, mắt nhìn xa xăm như muốn nói, có kí ức nào đâu mà ghê sợ.

Mà kí ức chiến tranh mới làm nên hư vị cho cuộc sống của Giôn, cuộc sống của Giôn không có chiến tranh thì còn gì là vui nữa. Như ba người bạn đồng ngũ, Giôn gặp họ nơi cộng cộng của thành phố bang Texas này. Thực tình anh cũng chẳng chú ý đâu, bao người vô gia cư, áo quần nhàu nhĩ trong tàu điện ngầm, trên đường phố, đâu đếm xuể. Nhưng những con người ấy, một ngày, đã hét toáng lên, thằng Giôn kìa, chúng mày, Giôn phải không, sao mấy chục năm bọn tao đi tìm mày mà không gặp, Rắc đấy, Lếch đây và Luốc.

Ba thằng bạn xưa cùng tiểu đội, sao chúng lại có thể tụ họp ở đây, mà gắn kết lắm, có rất nhiều cái chung thú vị, thậm chí chung ngôi nhà, chung cô người yêu, góc phố, có bà lão suốt ngày đi tìm con trai đã chết trận, sao lại vô lý vậy, thì chúng cũng đâu có nổi một ngôi nhà.

Vào đây làm vài ly whisky chứ nhỉ, đừng tưởng bọn này thiếu tiền nhé, đếch thiếu đâu, thằng Rắc lấy tay vỗ bịch bịch vào cái túi quần chảy thòng xuống tận gối, cả mấy đứa cười vang kéo Giôn vào cái bar gần đó, gọi ba chai rượu, mồi nhậu, ôn bao kỉ niệm, rồi rủ nhau xem phim, một bộ phim chiến tranh. Bốn thằng mà làm thành cả rạp chiếu, chúng nói cười, ồ à, chúng nhảy cẫng, chúng bình luận, hú hét, chúng quên đang ở một thế giới văn minh. Xe tăng kìa, thủy quân lục chiến, phóng lựu M79, cường kích A-37. Đây đúng là Đà Nẵng, không phải, là Huế, hình như cổ thành Quảng Trị. Tiếng bình phẩm, và hú hét, những cái đầu bù xù, những chiếc áo rách tươm, mà làm nhộn cả phòng chiếu, rồi chúng đồng thanh sụt sịt, rồi sự không chịu đựng được, hoặc dồn nén, ở những tâm hồn lạc nhịp, chúng òa lên, đến tiếng khóc cũng không thể kiềm chế ư. Cả rạp đứng dậy, cả rạp giơ tay chào. Chào ba cái xác sống, chào ba kẻ vô gia cư, chào ba người lính. Chúng chỉ được chào đón ở đây, nồng hậu, nhiệt thành, chỉ ở đây chúng được cảm thương. Phải rồi họ đang cảm thương chúng. Cả rạp đứng dậy giơ tay chào. Từ chỗ nhớn nhác, rồi hiểu ra, chúng càng khóc to hơn nữa. Những kẻ vô gia cư này, chỉ đợi đúng giây phút bất thường mới được chào đón. Là giây phút cận kề cái chết, là lúc nghẹt thở của sự sống, là khoảnh khắc cận kề sinh tử, là khi bầu khí quyển được hút hết dưỡng chất, là khi con người cảm thấy khó sinh tồn nhất, ấy là lúc chiến tranh, dù chiến tranh giờ chỉ là tái hiện, thì nhờ đó, người đời mới nhớ đến chúng chăng, để kí ức của chúng không tủi hờn

Thì giờ đây Giôn cũng chỉ biết sống về chiến tranh, nếu như Gia không kể, thì anh ta tự suy, đôi khi cũng đi tìm một vài người đồng đội khác, hoặc vô tình gặp họ trên đường, nhưng thật hiếm, còn ba thằng bạn thời trẻ, tụ tập nhau lại thành bộ ba đường phố - gắn liền với chiến tranh đáng thương kia thì đã chết rồi. Nỗi đau thể xác cộng tinh thần, vô thừa nhận, xã hội khinh miệt, người Việt tị nạn coi thường, người Mỹ cánh tả cho chúng làm tan nát thời đại, suy đồi đất nước, làm xấu xí đi xứ sở, chúng là nỗi nhục nhằn không rửa nổi của quốc gia, là tội đồ, thì quả bóng chúng đành xích lại gần nhau, sau khi rời Việt Nam về Tổ quốc.

Giờ đây, chúng chết rồi. Nên anh ta cần tìm ở Gia, mà Gia thì nhớ nhớ quên quên, hoặc không muốn kể, luôn tìm cách trống lảng bằng cách khôn khéo rất Việt Nam, hoặc là Gia đợi lí do nào mới bộc lộ. Nên hiếm khi anh ta tìm được sự mãn nguyện, kể cả trong lời kể chảy máu dân tộc đi chăng nữa. Nhưng đó là chiến tranh, và nó là sự sống của Giôn, nó là cái để anh tồn tại, nó là thứ không bao giờ phai mờ được trong tâm trí. Chiến tranh.

Thì chiến tranh đấy, Gia thủng thỉnh, cuộc chạy loạn trên đường 14, cả dân thường và lính bị xích sắt xe tăng của cả ta và địch đè lên, bị bánh của những chiếc xe nhà binh cán phải, do vô tình, hay chủ đích, họ muốn nghiền lên bất cứ sinh linh nào cản trở, họ nhìn lũ người kia là kiến, những con kiến chết thì có sao, cũng như ta giết sâu bọ vậy, những con sâu bọ chết đi thì có sao, chỉ có điều máu sâu xanh, còn máu người màu đỏ, nhưng có sao, sâu giết sâu cũng chỉ nhìn thấy máu xanh mà thôi.

CHƯƠNG II

1.

Mùa đông Hà Nội gầy lắm, cây bàng mồ côi lá đỏ nằm chơ vơ bên thềm hiên vắng, những dãy phố lao xao, gió may mùa thổi dạt con đường nhỏ, thổi dạt những hàng lá sến trung, thổi mãi về phía sông Hồng. Hà Nội mùa đông gầy trên từng căn gác nhỏ. Trên những chuyến tàu co ro người nằm ngồi rũ áo, quán cóc liêu xiêu cụ già ngồi chấm mắt, đứa trẻ đứng lạnh kề bên, tay cầm chai rượu, người cha dặn con qua quán bà mua một cút, có đủ cho một mùa đông lạnh, có đủ cho phố gầy bớt xác xơ, có đủ đuổi dài những con gió heo may chạy dài về tận bến Nứa, sang cầu Long Biên, xuôi sông Hồng đi về biển cả.

Mùa đông Hà Nội đó, Lãng ạ, mày nhớ gì, mày nhớ tiếng leng keng của tàu điện, mày nhớ cả nhà ga đỏ lửa từng đêm, người ngồi chờ đốt than đợi trời sáng, cho chuyến hành du xa xôi đến tận miền Thanh Nghệ, hay ngược về xứ Lạng, mày nhớ gì Lãng ơi, nhớ tiếng bánh xe đạp kin kít trên đường nhựa gập gồ, mỗi khi chú Hùng Khương thắng, Lãng này, cháu ngồi đây nhé, chú đi có việc rồi sẽ ra chở cháu về, kẹo này, bánh này, chuối này, cháu thích ăn gì, cứ bảo bà cụ lòa lấy cho và đợi chú.

Chú đi với cô văn công Miền Nam bên nhà tập thể Cầu Giấy, người mà chú vẫn nhờ mày chuyển những lá thư. Mỗi dận chiều tà, khi cả khu tập thể Văn Công lao xao, tiếng người mẹ khua chậu, tiếng đuổi con quát mèo, tiếng đứa trẻ la hét, cha nó đi không về, chiến trường ác liệt, nên cái tập thể bé nhỏ này, thừa tiếng hát, mà luôn thiếu bóng dáng đàn ông, thì chú Khương cởi trần, tay cầm chiếc xô nhựa, tay cầm lá thư .

Hồi, chú chỉ cần vẫy, con đã hiểu. Cháu biết rồi, đưa cho cô Lan xong, về báo cho chú và không được nói cùng ai. Đúng rồi, chú vuốt tóc con, về chú sẽ thưởng nghe.

Trời chỉ có/ chỉ có sao sớm sao chiều/ núi chỉ có hai người/ hai người yêu nhau.

Tiếng *"nhau"*, chú luyến dài, tưởng tất cả các ngọn gió nối nhau để đuổi mùa thu cũng không bằng nổi, nó dài miên viễn, xa xôi, sơ khởi, nguyên trạng, nó kéo nỗi buồn, hay niềm khát vọng, mong cầu tình yêu của chú trĩu xuống.

Cô Lan, những ngày này lạ lắm, mỗi lần thấy Lãng thập thò nơi cửa, cô thường tìm cách thụt vào trong, có bận đến bất ngờ, Lãng thấy cô ngồi bên cửa, trông xuống khoảng đồng không, ở đó vẫn cất lên tiếng giun dế, mà Lãng vẫn nghe từng đêm. Cô ngồi để gió quấn vào tóc, nắng chan trên áo hồng, cô ngồi lặng yên, thi thoảng lấy tay xoa bắp vế, trông xa khơi một nỗi buồn, mà đứa trẻ mười tuổi ngày đó cũng động hồn vào nỗi buồn của người lớn đến mãi sau.

Cô Lan, Lãng đánh tiếng. Bé à, vào đây con. Chú Hùng Khương… Cô hiểu rồi, Lãng này, cô cho kẹo, con qua quán kia, cầm tiền này mua thêm ô mai, về bảo chú, con không gặp cô Lan nghe con. Nhưng… Con cứ nói không gặp là được, con nghe.

Tiếng cô dìu dịu, khác giọng miền Trung của mẹ, khác giọng miền Bắc của cô Thê, khác giọng Hà Tây không âm sắc của cô Khánh, tiếng cô nhè nhẹ, có tiếng không tròn, nhưng nghe thân thương và ngọt lắm, làm bay cả ngọn gió đồng xa, làm sắc áo cô thêm hồng, khi cô dùng bàn tay thật thơm hương sờ vào khuôn mặt Lãng. Cậu bé đáng yêu của cô, cô cũng sắp phải xa con rồi. Vì sao cô phải xa? Chiếc kẹo và đồng tiền bé nhỏ cựa quậy trong túi Lãng, để Lãng quên nhiệm vụ, quên lời tạm biệt của cô, quên ánh mắt thiết tha hi vọng mong chờ của chú, quên cả lời bố luôn căn dặn, ai cho tiền, con nhớ đừng lấy, tập thể này ai cũng nghèo, con lấy, là con họ mất đi một bữa ăn, con nhớ chưa. Lãng đã cầm tiền chạy băng ra quán bà lòa, mua thêm thanh kẹo, mà thường chú Khương chở xe đến, chú sẽ đi đâu, rẽ vào chỗ người bạn thân mượn thêm cây măng đô lin chẳng hạn, rồi sẽ vòng ra đón Lãng, trong niềm thiết tha ánh mắt nhìn, Lãng, có được việc không?

Không chú ạ, cháu không gặp cô. Ánh mắt chú Hùng Khương cụp xuống, Lãng thấy gió đồng thổi xuyên qua giọng thở của chú cả quãng đường về, ruộng ngô hai bên sao mà sắc xám, con đường đất sao gồ ghề kênh kiệu cả bánh xe, đồng tiền lẻ còn lại trong túi Lãng nhảy nhoi, và cái kẹo thành đắng ghét trong miệng đứa bé lên mười. Và đó cũng là lần cuối, Lãng làm nhiệm vụ đưa thư.

Tạm biệt cậu bé, con bồ câu hiền lành của chú. Chú lại vuốt tóc Lãng chỉ vài tháng sau khi cô Lan trở lại miền Nam chiến đấu. Em cũng lại đi ư? Mẹ đứng cạnh cửa sụt sùi, tiếng khóc của mẹ nhỏ khẽ, mà động cả những con chó nằm im ngủ giữa trưa hè nắng, tiếng mẹ sụt sùi, con Tâm ôm chân mẹ, thằng Ngọc cũng sợ không dám đi đâu. Chị đã mất Lăng và Giá, giờ lại khuyết cả em sao. Biết làm sao chị, thời cuộc này, chúng em làm sao có quyền lựa chọn, chị ở nhà mạnh giỏi, chăm sóc mấy đứa nhỏ, anh An cũng chiến dịch liên miên. Khi nào hết chiến tranh em và Lan lại về.

Rồi chú ra đi, cây đàn măng đô lin vẫn treo cùng chiếc mũ, một nhạc cụ khác được gắn vào chiếc túi nhỏ ở balo, bóng áo xanh phấp phơi bay theo dáng người bước vội đến nơi có chiếc xe quân đội đang chờ, để chở những nghệ sĩ trẻ vào miền Nam.

Hà Nội mùa đông sau ngày cô Lan và chú Hùng Khương đi, lặng hơn thì phải, ông già quê ít ngồi ở Bờ Hồ sửa kính, hàng ngô quạt trên cầu Long Biên cũng không nhiều lần thả khói, hai anh em thằng Cầm cũng ít dịp được đi phố chọc sấu me, đi vào vườn chùa để xem sư thầy tụng kinh gõ mõ, nhìn những sắc nâu sồng, và trông những mái đầu bị cạo để bâng khuâng nghĩ đến mẹ thằng Kiên. Nó cũng học một lớp nhạc với Cầm và chơi thân cùng cả Lãng, ba thằng vẫn đi chân trần dọc con phố Hàng Khoai, lên đến tận nhà máy thuốc, có khi vui quá, ra tận Hồ Tây, vẫn bằng bàn chân trần thế. Hai tay mỗi thằng cầm hai cái gậy, để tìm những chú chim ngụ trong những vòm cây, đôi chân dẻo thoăn thoắt của thằng Kiên sẽ làm nhiệm vụ leo lên, chỉ một loáng nó sẽ đưa cho Cầm và Lãng những ổ con non, để thằng Cầm đặt sâu vào bị cói, rồi lại đến những tàng lá khác, và khi về, thể nào cũng bị các mẹ mắng, sau đó là màn chuộc lỗi bằng cách, chia mỗi đứa vài con, ai cũng có nhiệm vụ đi bắt cào cào, châu chấu, khi nào chúng đủ lớn ra ràng, sẽ cho về trời tìm cha mẹ.

Nhưng không phải con nào cũng đủ sức khỏe để về trời. Mà khi ở với mẹ chúng, thì niềm mơ ước bay của loài chim có thực hiện được không. Cầm luôn day dứt về điều đó, dù con có an ủi, tại nó yếu quá. Nhưng ở với mẹ chúng, thì chúng có thế không. Nhưng mình có đủ cào cào châu chấu. Nhưng mình không đủ hơi ấm. Nhưng mình có cả ổ rơm tước nhỏ. Nhưng vẫn không đủ hơi ấm.

Những đêm mùa đông, thằng Cầm rút ra được chân lí, nằm ngủ với mẹ, dù có rúc vào cái chăn bông trơ hết lõi, vẫn ấm hơn nằm một mình trong cái đệm sui dày bà ngoại nó tha từ chiến khu Việt Bắc về, nên nó ân hận vì việc đã bắt những tổ chim chăng? Mà mẹ thằng Kiên thì đã bỏ nó lên chùa đi tu. Hà Nội sau ngày chú Hùng Khương đi dường như vắng vẻ, những đợt dội bom nhiều hơn, đám trẻ lần lượt theo chân ông bà chạy về những nơi sơ tán, lớp Mỹ Thuật sơ cấp của Lãng cũng về vùng sông Cộc, Bắc Giang.

Còn chú Hùng Khương và cô Lan có gặp nhau lần nào nữa không?

Dù đi cùng trời, dù đi khắp núi núi/ trời chỉ có sao sớm, sao chiều/ núi chỉ có hai người yêu nhau...

Lãng nhớ tiếng hát chú trong và đẹp lắm, mênh mang núi rừng miền xa ải, khoáng đạt của bầu trời, và tiếng sáo bay, cao mãi vào mối tình gần như vô vọng ấy. Tiếng *"yêu"* chú luyến dài và xa, xa như những cánh rừng chú hành quân sau đó, ngày cô Lan từ chối để trở lại chiến trường, chú cũng đi B và không về khu tập thể nữa, không về với phòng luyện thanh.

Thằng Khương yêu rồi có lẽ, tiếng hát của nó nhiều nội lực lắm, đa mang thì đời lại khổ. Mẹ hay bâng quơ.

Tiếng *"chiều"* chú ngân rồi luyến, dài sâu và xoáy lắm, xoáy vào lòng người mỗi chiều mùa đông ảm đạm, nhìn lên bầu trời, mây đen vần vũ, lại thèm một ánh nhấp nháy của vì sao, để hiểu thêm về lời ca cùng tâm trạng. Tiếng *"chiều"* kéo trịt xuống, nảy hạt li ti. Tài hoa vô độ, thằng có giọng đặc biệt nhất ở cái nhà hát này, đến bao giờ mới xuất hiện giọng ca như thế đây.

Kinh nghiệm đào tạo lớp trẻ để mẹ nhận ra chất giọng đẹp và hiếm. Tài năng như sao ấy con, có rồi không, còn rồi mất, vụt lóe rồi lại tắt, sao thì nhiều, nhưng sáng thì được bao nhiêu, trời cho, đất tặng, con người mới có báu vật, nên quý lắm, phải nâng niu. Mẹ trầm ngâm, khi nghe tiếng hát chú Hùng Khương.

2.

Dù cho bến cách sông ngăn/ dễ gì chặn được duyên anh với chàng/ xé mây cho sáng trăng vàng/ khai thông nối bến cho nàng về anh...

Những đêm mùa đông, bên ánh điện vàng trong căn phòng nhỏ khu tập thể Văn Công, con vẫn nhớ, tiếng hát mẹ nho nhỏ rồi vút cao, khi không kiểm được mẹ đã khóc, mẹ như con chim vắt kiệt mình cho khúc giao hưởng cuối, rồi đâm mình vào bụi gai, chết cho một lần thăng hoa của xúc cảm. Mẹ đã hát và khóc, người đàn bà hát và khóc suốt tuổi thơ con ơi. Khi những ngày bố An đi chiến dịch, mẹ ngồi bên cây đèn vàng, chiếc đàn piano, quyển vở kẻ khuông nhạc kề bên, vở nhạc không còn ngó đến, ánh đèn chảy những tia sáng hững hờ, mẹ nhìn ra vòm của sổ bé hon, nhìn ra cánh đồng rộng lớn, nơi đó ếch nhái đang mở hội, tiếng hát nho nhỏ rồi vút cao, mẹ đã thoát xác rồi, mẹ không còn là mẹ hàng ngày với đôi mắt ưu tư đăm đăm, lúc đắm nhìn, khi tư lự, lúc buồn khổ, khi suy vi, lúc trầm mặc, khi hân hoan nỗi vui bé nhỏ của người đàn bà cả đời chỉ biết mỗi hát và khóc đó, mẹ đã không còn là mẹ, tiếng hát vút cao, tiếng đàn trên tay mẹ cũng vút cao, ánh sáng vẫn hững hờ, và cuốn sổ nhạc đã rơi xuống phía lưng con mèo nằm, mẹ hát, mẹ nghĩ anh em con đã ngủ, mẹ nghĩ chỉ còn mình mẹ giữa vũ trụ bao la, giữa hằng hà sa số các vì sao, giữa ngàn ngàn tinh tú của đất trời, giữa hừng đông ánh sáng trắng bắt đầu mọc, giữa ngôi sao hôm lấp lánh ngoài kia, vượt cùng trăng bay lên đỉnh non Đoài phía Tây thành phố, chỉ còn mẹ ngồi lại với con mèo và giọng hát, mẹ cất lên tiếng lòng ai rầu ta oán nhất, mẹ đang gửi hồn vào tiếng hát xót thương, mẹ đang lạc chìm vào cõi nào của sự thất lạc tấm thân và quần hội.

Giọt nước mắt lăn dài xuống chiếu, con mèo ngước lên loe ngoe đuôi, rồi lại nằm im dưới chân cô chủ, như một sự an ủi, hoặc không cố làm kinh động thế giới tâm thần của mẹ, không cố gây chú ý, cắt đứt từng mạch vân của suy tư mẹ gửi trong lời ca vút bay vào vùng kí ức, nơi đó có tuổi thơ bé hon của con, nơi đó có vùng Lộc Hà dòng sông băng trắng, mảnh vườn xám xịt mùa đông, tiếng khóc đầu tiên rơi lạnh trên nỗi nhớ, tủi hổ, bẽ bàng. Nơi đó có những trận đánh gầm rú của quân Pháp với bầy máy bay cắt rừng nhào lộn, tìm cho được những bóng dáng Việt Minh, đang rạch suối mà lội, xé sông bơi, trong những ngày đầu bóng tối...

Em nhớ thương chàng, hỡi chàng là chàng ơi...

Bao giờ cho khai thông nối bến, bao giờ có thể xé mây cho ánh trăng vàng hiện lên, sự tỏ tường đến khi nào mới rõ. Con tàu chở Bắc đi Nam không một lần về lại, những đoàn người lũ lượt từ nó ra đây, đã dừng lại mãi nơi bến Nhị Hà, nhưng con sông vẫn chảy, nhịp mạch vẫn thông, gió vẫn đu điệu buồn, và mây trắng vẫn bay từ phía đó qua này, nhưng khơi thông bến hỏi khi nào, hai mươi năm ư, đã gần như thế, con đã lớn, thằng Ngọc đã ra đời, con Tâm cũng đã kịp vào lớp học, tóc mẹ đã ngưng dài, và da mẹ đã đồi mồi vết tấm, bố An thở dài, còn cố ngoại vẫn trầm tư mỗi khi nhìn con và chúng, cũng là cùng mẹ, đứa có cha đứa không, cũng là cùng cội, đứa được đón chào, đứa như mất cả quán quê.

Khi nào về lại, đoàn tàu rời bến một lần là đi mãi, con thuyền nan theo đàn cá tôm xuôi hẳn trong dòng.

Thuyền ta ra khơi đưa nhịp chèo nối liền/ đường đi muôn khơi mái chèo chung đôi miền...

3.

Đứa bé đi giữa hai hàng lưỡi lê, rùng rùng của súng đạn, tiếng lách cách lên nòng, ngàn ngạt sắc áo lính được trang bị vũ khí, cuộc chuyển quân náo động và nghẹt thở. Đứa bé vẫn đi giữa hai hàng lưỡi lê.

Vọng, con...Tiếng người cha hốt hoảng ở một hoạt cảnh khác. Anh tất tưởi tìm con trong vô vọng, giữa hàng hàng lưỡi lê, rùng rùng chuyển động của súng đạn, cơ giới, của ầm ì những âm thanh vang nổ. Vọng con ơi... Tiếng người cha xé màn đêm nhập nhoạng, xé màu đỏ của ráng chiều, xé gió và làn sương dày, anh đi tìm đứa trẻ, một đứa trẻ bị bỏ lại bên kia chiến tuyến, một đứa trẻ bị bỏ lại ở bờ bên kia Ái Tử, giữa làn ranh giới đạn bom.

Đừng hi vọng tìm về đó nữa, nơi ấy Cộng sản đã chiếm đóng rồi, chính quyền đã vào tay Bắc Việt, đồng bào hoặc chạy về bên này, hoặc ở lại cộng tác với bên kia. Đất của ta, những dòng sông, con suối, rừng tre, nhưng đâu là của ta nữa, nên đừng hi vọng về đó, hãy bằng lòng đi anh bạn.

Người lính nào vuốt lưng người cha đang tìm con trong vô vọng, những họng súng vẫn chĩa lên trời, đen ngòm. Vọng ạ, từ đó ba mất con, ba không thể nào liên lạc được với con. Bây giờ con ở đâu, con về với bà ngoại, bà ngoại chạy vô trong này hay vẫn ở ngoài nó, con về với dì Hai, chú Thắng, con về với má? Mà má con đâu, má có đi bước nữa với người đàn ông ấy, người vì hắn mà ba ra nông nỗi này. Má có nuôi con, người đàn ông đó có coi con là con, hay họ cũng chết rồi, hay quê hương điêu linh, hay bờ tre, gốc rạ, rừng tràm đã cháy rụi dưới những lần đạn của hai phía, Vọng ơi…

Tiếng gọi con vẫn xé chiều sang đêm của người cha, giữa nhập nhòa ánh chớp, giữa nhoáng nhoàng hỏa châu, được người nghệ sĩ ánh sáng điều chỉnh điêu luyện, để nó tuôn ra đúng nhịp và tốc độ theo từng cơn rung chuyển của đôi vai gầy trong chiếc áo trắng bợt bạt. Bàn tay anh nắm chặt, anh vẫn đi giữa hai hàng lưỡi lê, và bóng con anh, thằng Vọng, cũng được đi giữa hai hàng lưỡi lê trong tâm tưởng của anh, trong tâm khảm của anh, ở một hoạt cảnh khác của vở kịch.

Vọng ơi, con là đứa con cô đơn nhất cuộc đời này, côi cút nhất thời đại này. Vọng ơi, thế là chia cắt hai đầu, khi nào ba được về nơi đó để bế con, được con thân thương gọi tiếng ba, bàn tay bé xíu níu cổ ba, còn hằn lên vết bẩn con nghịch cả một ngày, bàn tay mềm mại, cặp môi mềm mại, mái tóc non tơ, và đôi má bầu, tiếng gọi ba thân thương, đến khi nào về lại. Thế là hết, con giờ giữa hai đầu chiến tuyến. Vọng ơi, khi nào về lại.

Tiếng người cha thổn thức. Đèn vụt tắt, tất cả về trạng thái lặng câm, nhà hát chìm vào sự im phắc, không một tiếng động, chỉ còn bờ vai người đàn ông áo trắng lắc rung, và tiếng khóc òa lên từ phía khán giả, nhỏ rồi to. Tiếng người lớn, tiếng trẻ con, tiếng người mẹ, người cha, sụt sùi, và thổn thức, tiếng khóc âm âm bốn phía, khi mọi âm thanh ngừng lại, ánh sáng ngừng lại, chỉ còn nhịp rung của đôi vai gầy người cha, từ bờ chiến tuyến này, tìm con, thằng Vọng của anh, trong vô vọng, ở bờ phía bên kia.

Gia đã xem đi xem lại vở kịch đó ở nhà hát X, lần nào cũng y nguyên nỗi xúc động, dĩ nhiên ba anh không biết anh đến nhà hát để xem vở kịch của ông, trong tiết học môn Vạn vật, anh vốn ghét, thằng bạn rủ anh cúp cua, xé rào, đi tắt con đường Đoàn Thị Điểm, có chợ hoa, bốt cảnh sát, đến nhà hát, để xem vở kịch, đồn rằng, đang *hot* nhất ở thành phố này, chiếu đi chiếu lại, mà anh và nó đã xem đến năm lần ở các rạp khác nhau, vẫn y nguyên cảm xúc, mỗi khi người giới thiệu xướng lên, Hòa Minh Khương, nhà biên kịch, tim anh ngừng đập, anh muốn cả nhà hát biết, đó là ba anh, người câm lặng sống trong thế giới lặng câm trên căn gác bé nhỏ nhà anh, cả đời ông ghim mình ở đó, chỉ có thế giới nghệ thuật là đi xa. Người cha già nghiêm khắc chưa bao giờ bàn luận với anh về nghệ thuật, chỉ nhìn anh gậm gừ, như muốn hỏi, cái thằng này học hành nghiêm chỉnh chứ, không bỏ học chứ. Và anh muốn cả sân khấu biết, anh chính là con của người soạn kịch tài ba, người làm cả thành phố xúc động những ngày này vì tiếng gọi Vọng ơi ai oán kia. Nhưng rồi, anh lại không muốn ai biết, anh muốn độc chiếm góc riêng suy tư từ vở kịch theo cách riêng của mình, suy tư từ những điều bàn tán: mọi người xung quanh, cả thành phố, cả trường học, thằng bạn thân và cả nhà hát lớn, họ đang bàn tán về người nghệ sĩ tài ba sống ẩn dật ít khi lộ mình và thế giới nghệ thuật của ông bay xa, ngoài không gian ông sống. Mà không một ai, dĩ nhiên rồi, cả thằng bạn thân biết, Hòa Minh Khương là cha anh.

Tài, cái ông Minh Khương đâu mà tài, tao và mày xem năm lần vẫn không khỏi xúc động, nếu được gặp ông, không biết tao phải làm gì, cả đời tao chỉ mơ ước gặp nghệ sĩ kiệt xuất một lần, để hỏi, ông viết vở kịch đó vì đâu, vì sao ông lại viết được nó.

Gia cũng muốn hỏi, vì sao ba viết được. Vọng không phải là anh, không phải là thằng Hân, là một ai mà anh từng biết, trong họ hàng, làng xóm, trong đám bạn bè, nhóm trẻ… ở con hẻm bờ sông, thì Vọng ở đâu, ở đâu mà ra… Nhưng anh không hỏi, thế giới của nghệ sĩ vẫn đi xa hơn đôi chân họ, hơn ngôi nhà, khoảng trời, chiếc phòng sách, và đôi chim khướu mun hót hàng sáng. Thế giới của họ đi xa lắm, và tâm tư của ông cũng đi xa lắm, ngoài gánh hàng cháo của má anh, ngoài bài dạy đạo đức nhiều khi ông khuyên giảng, ngoài cái lừ mắt thường thấy, chỉ để bảo, học hành nghiêm túc đi thằng bé, và ngoài những ậm ừ, lợn cợn của bao ẩn ức tâm tư, mà anh mơ hồ thấy được, còn cụ thể ra sao, chính xác thế nào, thì vẫn là nỗi sợ, nỗi sợ mơ hồ để anh không bao giờ dám bước quá sâu vào thế giới đó, hoặc chạm chân vào ngưỡng giới tâm hồn ông, một đời sống tinh thần bí ẩn của một thầy tu trưởng dòng, một chân kinh vô ngã của một thiền sư đáng kính, một tri sở bất ngôn của một ẩn sĩ thượng thừa uyên bác nhưng khắc khổ ở vẻ ngoài đến khắc kỉ và kiệt quệ tấm thân.

Ông là ai, thì Gia nhiều băn khoăn mà đâu dám hỏi, như những lần đi xem vở kịch về vẫn ngỡ ngàng, ông là tác giả ư, anh lén nhìn tác giả từ xa rồi trầm tư, và tác giả cũng không hề biết, trong không gian nhỏ hẹp này, có một khán giả cuồng tín, xem vở kịch của mình những năm lần, lần nào cũng đứng lên vỗ tay khi kết thúc trong niềm xúc động hân hoan, trong nỗi thắng trào của cảm xúc, niềm tự hào vô biên và ẩn kín.

Ở góc độ nào đó, anh cũng giống ba, ẩn kín những suy tư…

4.

Cao nguyên à, em không biết, những cánh rừng khộp sẽ ra sao, chỉ nghe Cù kể, em chưa nhìn thấy thứ cây đó. Lá như bánh đa vừng ư, giẫm lên lộp khộp, vì vậy người ta đặt cho tên khộp. Tiếng Việt quả kì diệu, vỏ ngữ âm không vô thanh đâu, cũng không vô nghĩa, mỗi tiếng lại một khúc nhạc cất lên, không phải, mà là lấp lánh vẻ đẹp của biểu cảm, sắc nghĩa. Tiếng Việt, hay lắm đó.

San có thể bắt đầu câu chuyện vào sự nhảy cóc giữa chiều khi hai đứa đã tắm xong, lau khô người, nằm trên chiếc ghế bố ngoài bãi biển, bên sắc đỏ xanh của những tấm dù, những hàng dừa vùng vịnh Thái Lan lộng gió. Nàng nằm sấp người và xoay lại phía anh. Bố Tiên - anh bất ngờ thốt lên, khi nghe nàng nói. Cũng tiếng Việt. Sao hai con người, hai thế hệ, hai luồng suy nghĩ, hai lĩnh vực quan tâm, sao họ lại cùng chung nghĩ về tiếng Việt. Thứ tiếng có đựng hồn dân tộc thật ư, thứ tiếng hứng máu non sông ư, thứ tiếng nhỏ nước mắt cội nguồn, thứ tiếng bập bẹ cất lên từ tiếng gọi mẹ ơi đầy đau đớn trên môi người lính Bắc quân trong giây phút rời cuộc sống, mà Gia vẫn nghe thấy trong các trận đánh ư? Mẹ ơi, con đau quá, mẹ ơi, con chết mất, chào mẹ con đi. Tim anh thắt lại rồi trong câu chuyện về kí ức.

Má ơi, con chết mất. Bờ tre đã thôi gió, tiếng kêu gào đã tắt, tiếng rống thảm thiết nhất của loài người mà Lăng nghe thấy xưa. Má ơi, cứu con.

Mẹ nó chứ, kêu như thế bố đứa nào chịu được. Thằng nào bò ra cho nó thêm một tràng AK nữa, cho tắt cái thứ tiếng ghê sợ đó đi. Anh Kha A trưởng vẫn mắt trong trận chiến sinh tử với đám xe tăng và bộ binh, lại chuẩn bị tràn ngập, anh đã thấy qua ống nhòm, chừng chỉ hơn một dặm nữa là chúng kéo đến. Đã năm lần tràn ngập trong buổi sáng nay, và thằng ngụy nằm ở hàng rào kia trong lần tràn ngập thứ nhất. Nó kêu thảm thiết quá. Hương ơi, má ơi, con chết mất, cứu con má ơi.

Đ. mẹ, chờ đợi, căng thẳng cũng muốn chết, mà tiếng kêu kia càng muốn chết. Anh Kha hét lên. Lăng từng thấy anh dốc ngược bình tông, đổ hết vào miệng thằng địch trong một trận đánh, mà anh đang lao lên phía trước còn cái mồm nó thì hắc hắc mãi phía sau, như con cá ngoi lên khỏi mặt nước, hứng từng bọt khí cuối cùng, trước khi kiệt sức chìm vào đám rong rêu và bùn nhão. Cho nó một ngụm, khi mình bị thương, máu ra nhiều, thì chỉ nước mới đủ, phút ân huệ cuối cùng cho niềm thương của con người trong cơn bĩ cực về với cõi chết, được hưởng chút ân huệ, hay niềm sung sướng, khi những giọt nước mát chảy vào môi, vào họng, lan sâu xuống dạ dày. Tạo hóa không cho con người hạnh phúc ít oi khi sắp chết thì sao mình tước đi của đồng loại.

Lời giải thích khi trận đánh kết thúc, anh ngồi trên cửa hầm vân vê điếu thuốc lấy được từ địch quân, bật hộp quẹt để thưởng thức sản phẩm của tư bản, cũng là niềm vui ít oi con người tự ban tặng, trước khi Chúa Trời gọi cái chết đến cho ta. Thì anh Kha hét lên, chết mất, cho nó một tràng AK. Nhưng rồi tràng AK chưa kịp giã, tiếng gọi má ơi cũng im bặt. Đ. mẹ, tiếng má ơi, làm tao nhớ đến mẹ quá chừng. Thằng chó nào chẳng kêu mẹ khi chết. Tao vào nó cũng thế. Là tao đéo chịu được.

Lần tràn ngập thứ năm anh Kha cũng hi sinh. Và anh có kêu mẹ không thì Lãng không nghe thấy. Tiếng Việt mấp máy trên môi người đồng loại. Tiếng Việt thiêng liêng, tiếng Việt yên bình, tiếng Việt chẳng ranh giới, cách chia: Tự do - Cộng sản; Quốc gia - Bắc Việt. Tiếng Việt không có biên giới. Thì giờ Gia bắt gặp cách triết luận tiếng Việt của San, giống như bố Tiên xưa. Anh bật nảy. Em nói giống y như một người. Là người cũ của anh sao? Không, mà là một người quen. Gia dịu đi trong lời giải thích.

Rừng khộp, San tiếp lời, tiếng gọi đó đã cất lên âm thanh lộp khộp, và em muốn một lần đi chân trần trên đó để lắng nghe nhịp lá cất những cung thanh, tan giòn, vỡ vụn, chạm vào những xác cỏ tranh khô, giống như ta bẻ một tấm bánh đa vừng chẳng hạn. Khốc, khốc. San làm điệu bẻ tay rồi cười giòn giã. Điệu cười hiếm hoi của hồn nhiên làm nàng rạng rỡ vô độ, quyến rũ vô cùng. Nàng tiên của anh giữa nắng chứa chan vùng vịnh Thái.

"Khộp", anh vẫn nhớ như in lối diễn tả của nàng khi tưởng tượng về âm thanh của tiếng lá khô, chân nàng giẫm lên, nó vỡ trên mặt cỏ tranh héo, một vùng héo cỏ mênh mông, và những cây khộp trút lá. Mùa khô, tiếng heo heo của gió thổi nhẹ, thi thoảng rơi vài những vỏ nứt, hoa của một loài cây cũng vừa rụng cánh, không gian tĩnh lặng, muốn nảy cả nhạc lời, thì Cù đem phơi những bức ảnh thu lượm được từ phía địch quân. Những bức ảnh đã cùng anh lội dọc sông Ba, lội xuôi sông Hiếu, đuổi ngụy quân về phía đồng bằng. Trận Cheo Reo vừa kết thúc, và chiến lợi phẩm thu về là một đống thư cùng ảnh của phía bên kia.

Cù thích sưu tầm thứ đó ư? Rất thích, một sở thích kì lạ và hay ho đấy chứ. Anh ấy chỉ lục tìm những lá thư và bức ảnh trong balo của họ mà thôi. Kì lạ. Cũng chẳng kì lạ đâu. "Anh thân yêu, em sẽ đợi anh về". "Cầu ơn trên phù độ, để anh được về với má và em". Hàng dừa, chiếc nón trắng, tà áo xanh, đứa trẻ trên tay người vợ, mái tóc dài, cặp mắt, nụ cười, và đặc biệt lời nhắn nhủ phía sau mỗi khuôn hình. Lịch sử của nó. Cù rất muốn biết lịch sử của mỗi vật. Mỗi khuôn hình và số phận của chủ nhân, mới là thứ kích thích. Lời đề tặng, ghi chú, gửi gắm, trao thương, mới cho ta biết về lịch sử của nó, cùng những xúc cảm thân thương, những tình cảm ấm áp. Đó là tiếng Việt, đó là cảm xúc rất Việt, đâu khác gì Cù. Nên anh khao khát tìm hiểu.

Và rừng khộp, anh giở những tấm ảnh nhỏ to, cùng những bức thư. Ướt cả trong tấm balo sau hai ngày vượt sông. Anh gỡ từng chiếc, chúng đã dính nhau, có chiếc nhòe mặt, có chiếc đã nát, cả những lá thư nhòa mực chữ. Anh đem ra phơi. Rừng khộp đang thay lá, nắng giòn tan, cỏ tranh vàng ửng, cây cối chết rụi, và tiếng chim hoét, suối róc rách phía xa, mùi hương cây dẻ hạt bay vào, vài đóa muồng héo theo gió đậu lại phía những bức thư.

Trắng khoảng rừng, thư và ảnh địch. Anh ngắm từng bức, lật giở ra sau. Phơi phóng, cẩn trọng, xót xa. "Má nhớ con". "Em đợi anh về". "Mong ơn trên phù hộ, cao xanh hiểu thấu, để người yêu em lành lặn".

Cù miên man. Mỗi bức ảnh, một kỷ niệm gia đình, mỗi khuôn hình, một kỉ niệm yêu thương, mỗi bức thư, một lịch sử tâm hồn và số phận. Thì linh tính mách bảo, anh choàng mắt, tên lính và cây AR15 đang đứng sát cạnh Cù. Gì thế. Theo phản xạ Cù nằm rạp, vơ cục đá ném điên cuồng, đồng đội anh choàng giấc, bắn AK xối xả về phía bóng áo xanh cùng cây AR15 lọt thỏm vào rừng. Trúng không? Sau phút hoàn hồn định thần anh hỏi.

Điều gì để anh ta không bắn Cù hả Gia, điều gì? San quay người về phía anh. Lần này cô lấy tay vạch mắt anh lên, khi anh nhắm lại vì ánh sáng chói ngày khiến anh tưng tức. Điều gì? Nàng hỏi lại. Tròng mắt anh trợn lên, theo tay nàng vạch. Anh không rõ, San yêu à. Anh phải biết chứ Gia, vì anh giống họ. Nếu là anh thì sao. Thì anh cũng sững người và xúc động, thì anh cũng trân mình mà quên cảnh giác, thì anh cũng đứng lặng mà phân tích hoặc sóng xao, khi thấy một lính bên kia phơi hong thư từ và ảnh của lính phía mình, ngắm nghía và trân trọng. Điều gì? Khoảnh khắc đó, không ai chụp được, có những khoảng hồn mà không một máy ảnh thông minh nào làm được. Con người có thể chế ra máy móc thay trí tuệ, nhưng tâm hồn lại là một phạm trù khác, như khoảnh khắc kia. Đó là lĩnh vực tâm hồn San ạ, nên anh cũng không biết. Nhưng nếu là anh, anh cũng bối rối và lặng đi.

Người đứng đó hẳn là một chàng trai dễ thương, lãng mạn, có thể rất học thức. Có người nào không dễ thương và lãng mạn đâu San, chỉ có điều hoàn cảnh sống không cho họ trở về với bản nhiên, nhưng cũng có những khoảnh khắc ông trời soi rọi, để họ quên nhiệm vụ, quên cảnh giác, quên đối đầu, mà lặng đi trước một vẻ đẹp của đời sống, là người lính phía đối phương đang ngắm những bức ảnh của phía bên mình.

Rừng khộp vẫn thay lá, những con chim vẫn hót giữa nắng rát trưa, con suối vẫn rì rầm chảy, bóng áo xanh cùng cây AR15 đã lẫn vào phía đó. Và Gia cũng đã từng hành quân trên những cánh rừng đó xưa kia. Cánh rừng nào bước chân Cù đã bước khi xưa?

5.

Hồi Gia còn nhỏ, ông hay dắt anh lên chùa Mụ Dạ.

Huế, bức tranh lương vương khói sương của áo điều lụa gấm, nàng thiếu nữ đãi hến ở dưới bến nước Kim Long, dải khăn vàng treo nơi đầu gió. Huế, những ảng sương mờ giăng mắc, khói hương nhập nhòe để tan cả bóng âm phủ ma vương. Cái thứ ma hiện hồn về từ muôn nghìn kiếp, vẫn lang thang lập lòa trên những con đường Đại Nội, dọc bờ sông, xóm vắng. Ma Huế, trong câu chuyện ông kể. Thì giờ đây thập thững trong làn sương mờ lẫn bóng áo trắng và khói sương bao phủ.

Tiếng chuông chùa Mụ Dạ, cháu nghe thấy không? Ngày xưa ngân vang lắm. Đại hồng chung cất tiếng rộng dài sảng lạng, làm tan bể khổ, bến mê, đánh thức cõi lòng thiện lương nơi Phật tử, chiếu ngộ cả sơn hà, và thức tỉnh mọi cõi thân. Tiếng chuông chùa Mụ Dạ, ngày ông bé, còn giờ đây...

Gia vẫn thấy âm vang, bởi các chú tiểu vẫn cất Hồng Chung vào mỗi chiều, làm tan canh gà Thọ Khang, làm mờ khói Nguyệt Biều, làm khơi mở mọi cõi nguồn của mệnh mạch, làm linh khí ngưng tụ, rộng dài non sông, dặm dài hưng nghiệp, thịnh cát hồn thiêng, truy hồi vong quốc. Tiếng chuông Chùa Mụ Dạ. Giờ đây Gia trở lại, cùng Lâm một chiều.

Chị Tuyết nhà ở trong Nội ấy Gia, mày nhớ chứ, lấy anh Tòng, chúng mình vẫn chơi cùng hồi bé, anh hay bày trò ném lon, bắt chúng mình nhảy lò cò rồi mới cho ăn kẹo. Anh Tòng luôn có cái dây lưng đeo lòng tong ở hai bên thắt, dáng dong dỏng, hay cười, hay chọc mà lại hiền khô, bố anh là thầy giáo, có chiếc xe đạp màu xanh, mỗi lần ông dạy về là đứng ở đầu ngõ đợi con nít chơi hết bài mới nhỏ nhẹ gọi, Tòng ơi, về nấu cơm cho bố, còn các cháu về giúp ba mẹ nhe, mai rảnh rỗi chúng ta lại chơi tiếp. Anh Tòng dạ một tiếng rồi thu dây kéo, đi cùng bố vào trong ngõ. Hàng cây hoa cẩm nở đỏ dọc lối đi, những chú ong bầu vo ve trên từng sắc nắng, chú ong thợ bay từ biền bãi, nơi người nuôi mật thả trong các thùng gỗ cũng bay vào. Anh vừa đi vừa nhảy chân sáo, lấy gậy xua xua để đàn côn trùng bay dạt. Bức tranh Huế về chiều luôn mộng mơ vậy. Kinh sư xưa và nay vẫn ảo mờ thế trong giấc mơ của ông ngoại xưa và cả Gia giờ.

Sao không nhớ anh Tòng chứ, bố anh dạy học có tiền, và chúng mình được ăn ké nhiều từ những đồng ông cho anh, cả kẹo mè, bánh lọc, những món mà bọn trẻ nghèo xưa khó có thể mua. Anh lấy chị Tuyết rồi, chị Tuyết sau này cũng học khoa Sư phạm, họ lấy nhau khi chị vào năm thứ ba đại học. Rồi sao Lâm. Anh chết trận ở Phú Bài chỉ một năm sau đó. Đến vậy sao? Anh chết trận còn không tìm được xác. Đến thế sao?

Tiếng chuông chùa Thiên Mụ lại ngân. Không còn chú tiểu kéo nền chung đỉnh, tiếng chuông không còn ngân dài gọi được cả mộng kinh sư Chúa Hoàng ngày mở cõi, không đánh thức được bến mê bể khổ, không thức nhọn được tâm tư Phật tử, làm nổi được sóng cồn những khao khát thiện lương. Tiếng chuông giờ ngắn mau, không truy hồi được vọng quốc, tiếng chuông âm u cất lên giữa sương mờ Hương Ngự, chỉ đủ đẩy con thuyền xuôi dọc bến đến lăng tẩm ông Hoàng. Tiếng chuông giờ buồn, những chú tiểu nhỏ ngồi ngơ ngác, trông ra sông hồ, trông về bến bãi, uể oải cất tiếng thỉnh cầu, chẳng đủ triệu hồi, chẳng văn được vẻ rực rỡ lầu son một thuở ngai vàng, tiếng chuông buồn ngắn và cộc, tiếng chuông như tiếng lòng nấc nghẹn của vị Tiên Chúa xưa đến chốn này đặt nền hoa gấm, đặt mộng kê vàng, đặt sức tí dân, đặt niềm hứa quốc, giờ đây bơ vơ lạc lõng trong cõi mang mang cửu huyền thất tổ, trong không khí cô tịch, trong sự ngắn ngủi chẳng đủ dư ba, mà càng thương ôi nền đại hồng, sức ngân nga du viễn ngày xưa.

Huế buồn, hơn một nét mi thiếu nữ ảo mờ ngày mưa giăng mắc, Huế sũng lòng người, hơn nước mắt thiếu phụ bị ép lấy thổ quan, Huế đáng thương như người gái bị phụ tình bỏ mặc, Huế đau, như người cung nữ đã thất ả nàng Ban, bị cho coi lăng thừa miếu cũ, Huế buồn, ngay cả ngày Huế có Lâm.

Ngày nhỏ chúng ta ước nhiều Gia nhỉ, để giờ đây chỉ chung sắc mũ đỏ thiên thần. Lâm nói thế buồn hay vui, chỉ thấy tiếng chuông chùa ngân vọng mãi nỗi nhớ thương xưa...

Nếu ông còn sống, ông sẽ dắt Gia đi đâu, hay lại lên đồi Hà Khê, đến chân Linh Mụ. Đợi chú tiểu đánh triệu hồi tiếng mõ, đợi Đại hồng chẳng cất nổi trường thiên, đợi ngác ngơ mắt người nhìn Bình Hồ chảy máu, con rồng nào ngậm huyết thổ nơi đây, long mạch vỡ tan, mệnh mạch chảy tràn, Cao Biền chỉ là cái cớ để người ta đổ thừa cho hào sâu cắt cổ một Quy thần.

À ơi.../ Ai làm nên nỗi non sông/ hỏi em có biết, hỏi người cớ răng/ hỏi ai làm vỡ chị Hằng/ xẻ đôi vầng nguyệt cung trăng chói lòa...

6.

Ngõ hoa ngày ấy, có cô bé người Hoa, hay đội trên đầu vòng nguyệt quế, nó giả đò làm công chúa hoặc cô dâu, có thằng bé con mặc quần đùi chạy theo đứa gái, cũng đội trên đầu vòng nguyệt quế, nó có muốn làm chú rể không. Gia hay nhìn thấy hai đứa, mỗi lần anh ở vùng hành quân về, mỗi lần Tiểu Thanh thiu thiu ngủ bên giàn hoa tử đằng, con chó mực vẫn hiền lành nhẫn nại kề bên, chú Hỏa đã đi đâu, ra Chợ Lớn lấy hàng, và bố anh chắc cũng thiu thiu bên chậu thủy nữ cạnh con chó đá, mẹ anh đã gánh cháo ra đầu ngõ, hoặc chạy lên chợ đong thêm chút gạo thơm, chuẩn bị cho gánh hàng của bà sắp tới.

Cái ngõ hoa, có những đứa trẻ ước làm cô dâu và chú rể, y như cái ngõ nhỏ ngoài Huế ngày xưa, thời tuổi thơ, mỗi mùa hè, mẹ lại gửi anh theo xe đò về đó, ở cùng ông bà ngoại, cậu Hạnh, mợ Cúc, để bà trong này rảnh rang kiếm sống. Cái ngõ ở Huế, cũng đứa trẻ chạy bình yên chân đất, rủ nhau đi đánh đáo, đánh khăng, nhảy lò cò, và mua cà rem, bánh ít, cũng có những đứa gái trai, giả đò làm cô dâu chú rể, làm công chúa, tướng quân.

Những ngõ quê và phố, chao ôi là nhớ. Ở Mỹ những ngày này, anh hay nằm nhìn trần nhà, mà nhớ tuổi thơ, nhớ những cái ngõ Việt Nam đến da diết, ngõ nào cũng bình yên, ngõ nào cũng nhiều hạnh ngộ, ngõ nào cũng thân thương, có tình làng nghĩa xóm, có những linh cảm xa xôi của những người láng giềng không cùng huyết thống nhưng nhiều từ trường của sự gắn kết cộng sinh, để mà thấy nhau đau, linh cảm nhau có chuyện chẳng lành, như bác Bảy mơ về thằng Bương, như người đàn ông ở quán bún nhà mợ Hoè biết chắc chắn thằng Của con ông Hợi đã chết trận, thì Gia nhớ về cái ngõ nhỏ của anh, Tiểu Thanh đâu rồi, giờ này em như mây trắng trôi bồng bềnh trên bầu không, giờ này em thành bạch vân thiên tải, ngàn năm có vãng sinh hồi hướng về lại con người. Chú Hỏa đâu rồi, nỗi nhớ con có còn đoàn tụ, nỗi đau con có làm cho mắt chú trong trở lại trong lần hạnh ngộ cha con ở cõi niết bàn?

Nỗi nhớ, nỗi buồn, cứ theo anh da diết thôi, nỗi đau chảy máu quê hương, đến bây giờ vẫn không sao liền sẹo. Cái đứa thích làm chú rể đâu, chỉ đầu năm 1975 thằng bé con đã bị bắt lính, khi nó đang học tú tài, giấc mơ bác sĩ thành dở dang, cái đứa nhỏ ước làm cô dâu, cũng nhảy rừng lên chiến khu theo bố mẹ. Rồi bây giờ chúng sao, cái đứa gái trở về làm thành ủy, cái thằng bé trai đã chết trong trận đánh cuối cùng của lính bộ binh sư đoàn 18, rời núi Chứa Chan về bảo vệ Sài Gòn.

Cô dâu đâu, chú rể đâu, giấc mơ vỡ tan, vòng nguyệt hoa vỡ nát, con chó nhà Tiểu Thanh bị trái nổ chết, và cái đứa nhỏ ở ngõ hạnh hoa ngoài Huế nghe đâu cũng mất xác trên biển ngày chạy vô Sài Gòn tháng ba năm ấy.

Những câu chuyện Huế, những câu chuyện Sài Gòn, theo anh về tận Mỹ bây giờ, chuyện xưa và nay. Ở Mỹ chẳng có một ngõ hạnh nào, không một ngõ hoa, những đứa trẻ cũng không bày trò khăng đáo, không có những thùng cà rem nhem nhuốc, sau giờ học tranh thủ lấy ở các lò, rồi gò người trên khung xe đạp, rao các chốn, ai cà rem đây.

Những đứa trẻ ngõ hạnh Việt Nam xưa. Nhưng ngõ hạnh nào cho đường đời chúng, tương lại nào, áo bào nào, nền đỉnh chung nào, hay cáo chung cho một số phận rồi. Biết vậy, mà anh vẫn thèm hươ thèm hoắc cái ngõ nhỏ Việt Nam lấm lem bụi đất, bao năm rồi chẳng gặp lại, nhớ chao ôi...

7.

Những ngày cuối chiến cuộc, Gia về canh tiền đồn ở Hồng Ngự. Nằm giữa mênh mang rừng cỏ rậm, Gia tự hỏi, bây giờ bố Tiên ở chốn nào? Đã bao giờ, ông trở về vùng quê Tháp Mười? Có thấy trăng treo nơi vườn so đũa, thấy thứ sáng của nó tuôn khắp mặt sông hồ, thấy vú mộng nàng nguyệt chảy tràn sữa trắng khắp nhân gian, bãi mía, vòm sông, vườn dừa, đổ tràn mặt nước, rọi trên tàng cao, và dát bạc trên từng luống vàng bông điên điển. Trăng Đồng Tháp. Trăng mà xưa tiên sinh đã muốn ôm và tự tử cùng. Trăng. Tiếng Việt nao đẹp được tày. Giọng hò ư? Trăng cất lên trên bến vắng, mà Gia tin có thêm một tiếng địch sáo, thì không khác Tử kì xưa, gặp tri âm Bá Nha nơi bến quê.

Hò ơ...

Anh về bến Đẫy, chợ Cồn/ thương em hết nổi, dạ bồn chồn lo.

Hò ơ...

Mẹ cha đừng gả em cho/ người sang trên bến để mà anh đau...

Trăng tãi trong câu hò, làm nước trong veo tuôn trên mặt sóng, sự rộng dài của sông nước mới trở hết tấm lòng người trai, gió thổi dặm xa mới đựng hết tâm tư của ngư dân hải hồ bến bãi, và con thuyền tam bản phải lướt nhanh cùng sóng mới làm tan được lớp sương mờ mà giọng hò chui xuyên qua đó.

Hò ơ...

Anh về Hồng Ngự mà coi/ em như ngó trắng chỉ vòi thuyền sen...

Gia tiếc bố Tiên chưa đến Đồng Tháp vào những đêm trung xuân tiết trời đẹp nhất, gió thanh, sông lặng, tỏ ngần, và điệu hò mới sáng trong để cất đủ cung thương sánh cùng chị Hằng soi bóng. Nghê thường ư cũng thẹn mình với bến vắng, có dáng thiếu nữ trôi cùng tam bản mái chèo đôi lướt vào trời, lướt trên gió mát, để giọng hò vỡ ra mặt nước trôi về ngã ba Sông Tiền, Sông Hậu, trôi về Giồng Trôm, trôi về đầm sen hé đóa, trôi về đầm cỏ lát, cỏ lăng, và vườn quýt, vườn cam, vườn dừa, bãi mận, nơi nào chẳng đẹp, chỗ nào chẳng mộng mơ, và tiếng Việt thì chốn nào cũng sắc nước. Giọng hò Bến Tre, giọng hò Rạch Giá...Mỗi miền lại chở nỗi nhớ nước khác nhau, sao bố Tiên không thấy, sao ông không biết, để chiếu chèo đất Bắc cứ níu ông về, cùng điệu xoan trung du, và tiếng lí lơi vùng Kinh Bắc chứ?

Nhưng bố Tiên đã khi nào được cùng anh nằm canh tiền đồn vùng lau lách bạc phờ này đâu cơ chứ, có được nằm trên giồng nhìn ra mênh mông sóng cỏ mà nghĩ bước chân người mở cõi. Ai đã đến chốn này, thanh gươm nào, bầu máu nào, và vòm ngực hít thở khí thiêng, và chí trai dặm dài dựng nghiệp, để lời ca còn vọng:

Dân đất Bắc, đắp thành Nam

Đông đã là đông, sầu tây vời vợi...

Nếu bố Tiên có cùng chung ý nghĩ như Gia thì suy nghĩ Bắc Nam có còn, thì tình yêu tiếng Việt của ông có bớt vời vợi, thì vốn liếng từ vựng cha ông có đựng thêm được phần nào ngôn ngữ, từ giọng ca, điệu hò vùng Đồng Tháp, Long Xuyên?

8.

Lời văn quyến rũ mê dụ, đẩy người ta đi đến tận cùng, xong đột ngột rẽ vào một ngách nào đó, làm con người chơi vơi mà cũng thích thú vô cùng, như đang bơi cùng dòng nước thỏa thuê thì bị một vật cản, cản ngược lại, lại trôi tuột mình vào một cái ngách khác, vuông góc cùng dòng chảy. Chính chỗ khựng lại mới làm cho giác quan tê cứng, người ta phải tĩnh hồi một lúc mới tiếp tục thích nghi, chính lúc tĩnh hồi là cơn thống khoái của một cảm giác khác, và cuộc thích nghi mới lại mở ra muôn trùng những thống khoái khác nhau...

Đó là cách thằng Tấn tả về những trang văn mà nó thích, ngày Gia còn chưa biết gì về thế giới văn chương.

Văn sao mới được coi là dòng chảy? Nhiều lần anh ngồi nghe nó búa xua những điều nó cảm nhận. Cái nó gọi là tư duy nghệ thuật lớn, là tầm triết niệm vĩ mô, là thiên cơ mệnh trời mới có thể làm được, thứ nó bảo, phải là thiên sứ anh ạ, không phải ngôn sứ, em không nói thế, thiên sứ, chỉ từ đó mới đủ gọi tên những tông truyền được Chúa Trời phái xuống, gieo những thiên lương, mặc khải cho con người, và em mơ lắm.

Tấn ạ, chưa ai làm được, và giờ anh cũng đang mơ, ngòi bút anh bất lực rồi, một cái ngách nào đó quay ngược lại dòng chảy của cảm xúc, khi con người ta đang trôi trong thăng hoa mê mị, thì bị kéo giật vào một hang vực khác, cái hang vực này còn làm lòng người tê mê hơn nữa, từ đó trùng trùng những khoái cảm phúc âm, những trường thiên trận bút, những thanh kì ký tự, những miên hoa dị thảo của miền mỹ học trần gian.

Gia lặng lại khi nghĩ về Tấn xưa trong những trang bản thảo anh đang cố gắng sửa bây giờ. Thứ mình viết là gì, nhiều khi anh muốn quăng bút, nếu như đem tâm nguyện của một thằng lính chết trận trẻ xưa kia chưa ai biết mặt, chỉ có vài bài thơ ngắn đăng trên vài tờ tạp bút tuổi hoa, thì anh còn thua xa niềm mong cầu của nó, và nếu sống lại, nó có cười anh không, nếu sống lại, nó có trải được những luống hoa thơm trên miền trận bút. Có thể lắm, với tư duy nghệ thuật khác thường của nó, mà sau này khi đủ lớn hơn anh mới kịp nhận ra.

Chinh chiến điêu linh, có lúc làm con người ta muốn chết. Ngủ một giấc dài, có lẽ hay hơn những đợt hành quân miên viễn.

Ngày qua bản làng người Thượng, những nóc sàn vương những đụn khói lam chiều. Màu mây. Thứ nước hến đục lờ mà bình yên, người mẹ nào vẫn nấu nồi canh, đợi con về mỗi bữa. Khói lam chiều quê, những con chó nhỏ gầy chạy dọc đường làng đi về hướng núi, ngóng những người chủ già vào mỗi chiều, tiếng chim cu cất lên ở gốc mộc miên đầu bản, và tiếng lích chích, một hoạt động yêu đương của loài thú quen Gia vẫn nghe thấy nơi núi rừng, thì chao ôi, muốn hạ balo và dừng lại, trần mình trong suối, tắm rửa tấm thân, rúc vào một mái lều, xin một bát cơm, đốt đống lửa hồng, khều chân thiếu nữ, nhìn đôi má hây hây, bắp vế tròn vo chắc khỏe, hơi thở nồng nàn và hừng hực, đôi mắt đắm đuối, bộ ngực nóng rẫy, ánh nhìn khao khát yêu đương ở những người con gái nơi này, thì cuộc hành quân, chỉ muốn dừng lại, với một bản làng, có khói lam chiều, những con chó gầy, người chủ nghèo rách rưới, đi ra từ cánh rừng, trở về với tổ ấm. Còn nơi nào có sự bình yên hơn đây. Tiếng hót sơn ca, tiếng con chào mào vẫn gảnh ghẹ, tiếng lợn vẫn kêu nơi chuồng đói, con bò kêu ó ò đòi ăn, con dê be be chạy ngoài bờ rẫy. Cuộc sống, có những giây phút bình yên thế, đẹp bất ngờ thanh sơ mà đằm thắm.

Đích thân, thích nhỉ, em chỉ ước lấy một thiếu nữ ở đây, sống cả cuộc đời nghèo khổ cũng cam, có gia đình, có những đứa trẻ, có ruộng vườn, những dụng cụ bới đào, sống đời an ổn, hòa vào đất cát cũng vui, bởi có nơi nào trên đất nước này không lầm cát đất đâu.

Ngày Tiên đã đi, và có giây phút nào anh cũng ước như nó, thằng Tấn, cái thằng vẫn có tư duy nghệ thuật độc đáo và vĩ đại. Thế giới của nó phải ở những cuốn sách rộng vô biên của trí tưởng tượng, của sự ngồn ngộn, xa khơi, xa khởi và bề bộn, và muôn trùng, phong phú, và nhân văn, và những điều lớn lao cao cả của đời sống, thì có lúc nó cũng chỉ mơ ước như Gia thôi ư.

Trung úy, anh vào đây nghỉ ngơi. Cô gái Thượng với chất giọng nằng nặng mà vẫn vút âm của người miền núi; khỏe trong từng luồng hơi, mời anh. Cảm ơn em. Cuộc hành quân dừng lại đi chứ. Và đêm đó, tiếng thú vẫn kêu, con chuột vẫn rúc, tiếng suối càng róc rách ngoài xa, càng gợi tình. Và bếp lửa hồng, cái khều chân, và cơ thể nóng rực của người đàn bà, chắt tinh hoa của núi rừng miền Thượng du, dâng cho anh cả sóng tình ánh mắt và xác thân.

Chao ôi, đêm hoang nguyền đó, chao ôi cao nguyên, chao ôi, nước non và tình Việt, cái đa tình, cũng đậm đã vị quê thế sao, để sau này anh vẫn nhớ, và khao khát quá. Để sau này chiến chinh điêu linh qua rồi, niềm ước mơ không còn nằm ở phía đó, anh đã nối liền giấc mộng của Tấn xưa, đi vào một vùng kí ức, đi vào nơi kí thác của những lớn lao, thì chao ôi, sao vẫn thèm như Tấn, một ngày ở lại giữa đại ngàn, làm chủ một căn lều, cô vợ Thượng, và những đứa trẻ bi bô gọi cha, những rẫy ruộng, cánh đồng cỏ hồng, bóng người già đi ra từ rừng cây thẳm, con đường ngoằn ngoèo chạy đến mãi vô biên, và đi đến khởi nguồn gốc gác sự sinh sôi.

Ngày đấy và chiến tranh, bây giờ và mơ ước, thực ra, có khác nhau đâu.

CHƯƠNG III

1.

Càng sau này, khi nỗi hoài niệm cố hương ăn mòn tâm tưởng, Gia càng thương bố Tiên. Gia thương những chiều ông ngồi trên lầu hai nơi đặt giá sách, ông ngồi bên cây đàn nguyệt mặt trăng, ông gảy tay lướt trên từng phím lụa, tiếng đồng tiếng bạc chen lấn. *Ai về xứ Bắc ta đi với...* Lời thơ của người xưa được ông phổ nhạc, giọng cảm hoài và thương quá, thương đến độ làm Gia cũng muốn khóc.

Thăm lại non sông giống Lạc Hồng/ từ thuở mang gươm đi mở nước nghìn năm thương nhớ đất Thăng Long... .

Sau này, sang đây rồi, nỗi ước ao của người xưa, giờ thành thường trực, anh càng hiểu hơn bố Tiên, hiểu hương sầu riêng vương vào vị tu hú, thương Chúa Nguyễn Hoàng xưa rong ruổi ngựa dặm dài, ngược dòng Hương Ngự, tìm nơi hoang ấp, lập cõi những ngày tối tăm.

Chí tang bồng hồ thỉ, chí trai dặm nghìn da ngựa, giấc Non Kì vay trả nước non, để nghiệp lớn công danh níu bóng áo bào. Có ngày nào quay ngược lại kinh kỳ đất cũ, thương một giọng dân ca quan họ, mà quên mất khắc thời tiếng vọng cổ thiết tha, quên ngân nga một điệu lý Nam giờ, mà nhớ quá tiếng trống chèo đất Bắc, như bố Tiên.

Càng sau này, anh càng hiểu ông hơn. Và vì thế Gia hiểu San hơn.

Em mất quê rồi. Em hiểu ông em hơn, khi ông không gọi bằng tên giờ, ông gọi Đầm Phá, Thửa Thừa, Ruộng Cời, và Ao Nới. Ông nhìn bằng tâm tưởng, bằng ký ức, bằng sự vọng thương cả một đời thất lạc, bằng niềm đau của cả một dân tộc, nhưng bắt chịu chỉ vào một tha nhân. Bãi Cò Giấu, ao Trông Rộng, đập Bầu Đông, đều là đất mẹ ông vỡ vạc, đều là nơi lưu dấu ấn khẩn khoang, bàn tay nào của họ, bàn chân nào của họ…

Sau này mỗi khi dây thần kinh chạm vào một ký ức, không, một vùng xúc cảm, anh lại nhắm mắt thật chặt, lắc đầu, hai tay anh ôm lấy trán, anh ngồi lặng đi, để mọi thứ qua nhanh. Đó, cách anh đối diện với khủng hoảng, không phải thuộc thời chiến, nó đâu làm anh dày vò đến thế, hậu chiến mới làm anh đau và bừng ngộ, làm anh muốn giáng mạnh mình một cái, tỉnh đi nào Gia, có sao đâu, một góc khuất, ba chưa muốn chia sẻ, song có sao đâu, hãy bình tĩnh nghĩ rằng, anh và má luôn sống ngoài vòng quan trọng của ba.

Ba ạ, con khao khát được ba về tổ chức bữa tiệc mời những người đồng đội cũ của con, những người còn sót lại của cuộc chiến, cùng con đi qua bao sống chết về đây. Đồng đội à, một vùng thiêng liêng nhất con luôn muốn ba cùng con đáp đền. Có người đã nằm lại, để tiếp thêm sức mạnh trên đường con đến đích.

Và nhà hàng Thủy Tạ, nơi anh và Lâm được phong quân hàm, gắn bông mai, giờ là nơi họ dành cho nhau những tình cảm, nơi đáp đền mối tình cha con chia cắt, nơi bù trì cho những thiệt thòi, thậm chí phải hi sinh cả mạng sống của những người đồng đội, cho con đường tìm ba của Lãng. Nơi đó, họ đã bày tiệc mừng hội ngộ.

Ngày đó anh ở đâu, anh đang làm gì ở vùng New Orleane. Thường ba tháng anh mới về nhà, mẹ anh vẫn đón anh bằng bát cháo huyết, quả ớt hiểm, thứ nước mắm công nghiệp mua được của người Thái, chút rau ngò hái từ luống cây vừa gieo hạt, không sao, bát cháo vẫn bốc khói, ba anh ngồi cạnh, bát ông có thêm miếng giò lụa và một cục huyết to, thói quen mấy chục năm và bà thì không thể không nhớ.

Con đã về, con ở lại được nhiều không? Chừng năm ngày ba ạ. Thế cũng nhiều. Và giờ anh hiểu, nhiều theo nghĩa của ông, ông không muốn gặp thêm anh ư, không phải rồi, ông yêu anh theo cái cách lặng yên của người già, cũng không phải, theo cách đặc thù của một nghệ sĩ, sự kỳ dị trong cả tình cảm ông dành cho vợ con, nhưng anh thì hiểu lắm, nên không có cớ để bảo rằng ông không yêu con.

Giờ đây, sự chắp nối đều làm anh tổn thương, mọi vá víu những dấu hiệu thông thường mà logic chỉ tự làm thương chính mình mà thôi. Còn ông, thì chết rồi, ông đâu biết những lá thư, những năm đầu "giải phóng" vẫn còn kia, và giờ anh đã đọc. Chúng ta vẫn về và con sẽ nhìn thấy, có lần má anh nói, nhân cuộc trò chuyện, chỉ còn lại mình anh khi họ mất. Sự lặng im của ông, hay sự diệu kỳ của thứ tình yêu đặc biệt, để bà nghĩ, tiếp tục được cùng ông ở thế giới bên kia?

Lãng có nhìn thấy ông không, ông có về phía đó, Việt Nam, với Lãng không? Còn anh thì chưa bao giờ có vinh dự nhìn thấy sự hiển linh, hay duyên nhà Phật không đến, hay anh và ông có nhiều cách ngăn. Khi vùng ám ảnh dội về, sau phút đau đầu, ôm ngực, anh lại tự lang thang móc nối, những logic, chi tiết, luôn làm lòng người tổn thương, còn anh thì không thể không nhớ và lang thang tìm về và móc nối.

Cảm ơn ba, bữa đó thật tuyệt, bạn bè con khen hết lời, đặc biệt khi ba đứng trên boong tàu và hát, lúc đó, tim con rộn lên, ba ơi lúc đó, ba mới thật nhất là ba con. Còn ông thật nhất là ba anh lúc nào, anh không biết, ông có đứng hát một mình như biểu diễn ư, điều này như ảo ảnh, ông vui ư, rộn ràng trước một đám đông, ông giải phóng khỏi nỗi trầm u, cây đàn, giá sách, con khướu, điều này thật như viễn tưởng, nhưng tiếc là nó lại có, chỉ ở phía không anh. Má anh buồn không? Khi má chết rồi anh cũng đâu có biết, để hỏi, song anh tin má là người biết tất cả, bởi bà có những giác quan siêu vi của tình yêu, sự xử lý cảm giác hoàn hảo đến độ không một sự tiến hóa nào của tự nhiên có thể chắp được những vi mạch đó, vi mạch tình yêu của má vào ông, những dây tơ lòng nhỏ đến độ, không một loại máy móc nào nhìn thấy, mong manh đến độ, không cần gì có thể cũng đứt, nhưng lại không đứt về phía ông, nên anh thường không hỏi má về ba, chỉ gốc thư cây sồi là bí mật, chỉ gốc thư cây sồi giấu những bí mật của ông.

Lãng con, ba nhớ con, chưa một giây phút nào ba từ bỏ con, đừng nghĩ vậy, tội ba, chưa giây phút nào trong cuộc đời mấy mươi năm qua lòng ba không có hình ảnh con và mẹ. Ba bất chấp hiểm nguy đi Nam Vang xưa cũng là để gặp mẹ, khi mẹ con sang đó biểu diễn. Giá ngày đó mẹ con không cứng nhắc, không nhiều lo âu, không trùng trùng những mối liên nhân chồng chéo, mẹ dũng cảm hơn, hoặc mẹ cho phép thì ba có thể đã trở về, trở về chốn ba đã ra đi, trở về nơi đó với cả con, con trai à, ba dám khẳng định, chưa giây phút nào ta quên hai mẹ con con.

Đó là những dòng thư trìu mến nhất cũng là những lời nói yêu thương dịu ngọt chứa chan cảm xúc nhất mà anh biết được ở người đàn ông vẫn đóng đinh như trên cây thánh giá vào căn gác nhà anh xưa, đóng đinh vào căn nhà có cây sồi hộp thư báo. Cuộc đời ông không nhiều xáo động mà có những khi quay ngược đến cả một góc bẹt ư. Anh đâu có ngờ. Lãng con, chuyện tình ba mẹ là hiện tình chung của đất nước, chuyện tình cảm gia đình ta là đại diện cho sự cách chia dân tộc, có những buổi thời ta không muốn nhắc, có thứ tao loạn mà có nhắm mắt nghĩ ta cũng không thể tưởng tượng ra. Chàng trai của ba, bé Vọng của ba, cu con của ba, ba đặt tên con là Lãng để muốn tâm hồn con như áng mây phiêu du mãi cùng cốt cách của loài tùng, loài tùng cứng cỏi, áng mây phiêu bồng, tâm hồn con sẽ gặp được những phước lành để chữa trị, đừng đau buồn nghe con.

Đó là ngày họ chưa gặp được nhau, những bức thư đầu tiên hai người hò hẹn. Mở căn phòng bí mật của Lãng và ông, anh còn bừng ra nhiều hơn thế. Quả thật, nhắm mắt cũng không thể tưởng tượng, kinh qua bom đạn mà có lúc những khoảng lặng yên lại làm ta rợn nhất, ở khúc quanh tế vi của tình người, của cảnh ngộ, sự trớ trêu nổi đoá của số phận thế này ư. Nếu ngày đó anh chết, có sao không? Không, bạn bè anh vẫn vậy, phèo phổi bay, chân tay rời, máu me be bét, nhưng rồi là hết, ai biết đấy là đâu, còn giờ, ta phải sống thêm một lần bi kịch nữa.

Lãng ạ, ba phải xa mẹ con con, đó là điều ba đau nhất, xuân đã chết trong lòng ta cũng từ độ đó, thằng Vọng chạy suốt tháng ngày ba xa con, và nỗi cảm thương của khúc nhạc vọng hoài đi suốt cuộc đời sáng tác của ba, xin đừng trách ta, nỗi cô độc của ta, đứa con đáng thương côi cút và bất hạnh của ta, con luôn trong lòng ta con ạ.

Còn anh thì sao? Đừng ích kỉ thế. Anh gồng người lên rồi quật mạnh xuống, tinh thần quý tộc mà San nói ư, nó có giúp anh trong những tình huống này, sự điềm đạm bình tĩnh và tử tế, sự lặng yên quan sát và giải quyết mọi việc. Yên nào, lặng nào, mày chẳng tự hào về điều đó sao, chí khí của người đàn ông, sự lịch duyệt, và tinh tế đó Gia. Tiên cũng yêu mày vì lẽ đó, hào hoa sót vụ đã chinh phục được cả San.

Anh hít hơi dài một cái vươn vai đi ra vườn. Vườn cây đã thẫm đen, ngọn sa mộc chọc nét thẳng tối sẫm vào bầu trời, lớp cỏ dưới chân anh rào rạo, tà áo măng tô quét phải những bông hoa mộc trà, và những đóa nghinh xuân vẫn nở trên đường anh bước, bàn tay anh chạm phải nó, chạm vào cả những hương hoa, hương thơm dìu dịu của những bông diên vĩ cũng giúp tinh thần anh thư giãn, anh thư giãn thật rồi, cạnh gốc cau anh cố tình để chiếc giuộc, cho giống thêm quê nhà, anh làm theo trí nhớ của San, một ang giả vờ tương, mà những người miền Bắc bạn mới của anh mỗi lần ghé qua đều xuýt xoa nhìn ngắm, quê nhà, tôi đã thấy được ở đây. Còn nơi nào lưu dấu ba anh, anh có ích kỷ không? Dừng lại thở một hơi dài, anh ngồi lại chiếc ghế đá giữa vườn, lạnh buốt của sương đêm, song anh thấy người nóng rực, anh cần ngồi lại, điếu thuốc cắm vào miệng, lơ đãng xòe hộp quẹt, một luồng sáng lóe lên rồi chui tọt vào một khoảng nhỏ, đốm thuốc đỏ, rực lên rồi lụi đi, lại rực lên và lụi đi. Anh đã nhìn thấy bước chân Lãng người anh em xưa của anh...

Họ đã gặp nhau sau chiến tranh, như những lá thư đi về trao gửi, một người con riêng Hà Nội gửi người cha ở chiến tuyến này, qua hộc thư cây sồi, có ông cụ già chuyên mặc màu xanh áo bưu tá, đưa thư khắp vùng vào mỗi sáng. Họ đã gửi nhau bao lá thư rồi, thứ còn sót lại cũng không dòng nào thấy nhắc về anh. Và ba anh theo những lá thư mà về mấy bận? Gốc cây sồi hộc thư, lưu dấu bao lần bưu tá chuyển vào những cánh giấy từ Việt Nam.

Ông bạn già, chúc mừng, có người thân Việt Nam gửi ông, một ngày thật vui vẻ, ông lão. Còn tôi, thèm một cánh bay từ đó về mà không được, giờ chỉ còn cách, tự viết cho mình gửi về bên đó, bên đó không có người nhận gửi ngược lại mình. Thằng con tôi chết trận, chiến trường Đà Nẵng 1971, bức thư cuối cùng nhận được đã mười mấy năm, nên giờ thèm một cánh thư từ đó. Chúc mừng ông bạn già. Thư nối liền nỗi nhớ tâm tư và tình người, thư biểu hiện rõ nhất của giao hòa, giao cảm, thư là sự sống, chúc mừng khi ông còn sống, còn tôi, chỉ có những gốc cây sồi làm bạn.

Vòng bánh xe ông lão đã lăn xa, sau câu cuối cùng ông nói. Còn ba anh, sẽ đứng chơ vơ, miệng hơi hé ra trong chiều ngạc nhiên và chấn động mạnh. Ông sẽ đau chứ, chắc chắn rồi, bài hát nào của ông cũng đậm tình xứ sở, đậm sắc màu quê hương. Căn cước Việt Nam, căn cước xứ mưa, căn cước nước mắm và kênh rạch, căn cước áo dài và ngõ hẹp, căn cước hủ tiếu và chợ tạm, in dấu trong từng lời ca, để ông luôn đau đáu về sự mất mát, thứ không trọn vẹn. Ông may mắn còn trọn vẹn cho một tâm hồn nghệ sĩ nhiều tài hoa và quá nhạy cảm, ông may mắn cho những cánh thư vẫn về từ Việt Nam, còn người bưu tá kia?

Sự chấn động rồi cũng qua, ông mang những bức thư gốc sồi vào nhà, đặt chúng lên bàn, đeo kính lão, lấy chiếc kéo. Sau khi soi ngắm thật kỹ, nhìn từng nét chữ, lật mặt trước sau, ngắm từng đường viền, màu sắc, hình dáng, và hình họa trên từng con tem quê nhà, ngửi mùi gió, mùi nắng, mùi hoa sen, đầm lầy, trà mạn, trên từng phong thư, rồi mới lách mũi kéo vào đường mép, tách nó ra, bàn tay sờ chậm chậm, run run, đôi mắt lòa đã nhòa thêm nước. Ông bỏ kính ra, lấy khăn mù xoa lau đi mấy bận, rồi đặt lại vào túi áo. Cây đàn piano kế bên, cuốn tập chép nhạc để trên, chiếc đèn chụp tỏa ánh sáng vàng lên nó, chiếc lọ cắm những bông hoa tử đằng ngắt từ vườn nhà, in hình trên bức vách, cánh hoa hắt lại phía cây đàn. Ông để cơn chấn động qua đi, mới lần giở từng nếp giấy, nét chữ nào của con ông, nét chữ nào của nhớ thương hay trút bầu tâm sự.

Gia hay hình dung về ba anh như thế, sau ngày anh khám phá ra hộc thư cây sồi kia.

2.

Giờ đây Tiên còn vẽ không, nhìn vào bầu trời vùng Texas nước Mỹ này, nhiều khi Gia hỏi, bởi sắc gương trong đó, rất giống với cách pha màu của Tiên, những bức tranh nhiều khi tươi sáng lạ kì, nàng vẽ những cánh đồng vùng Đà Lạt, những ngôi nhà ẩn chìm trong những áng sương thông, lòe nhòe những nét phẩy như hồ đọng Xuân Hương ngày mùa đông ấy.

Tiên tài hoa, những bức tranh ở nhiều trường phái, trường phái nào cũng rộn ràng lên nhất tâm hồn nàng, nếu ở điều u uẩn, cũng phải bật nảy mầm tất cả những sắc điệu buồn thương, nếu rộn vui, thì nảy lên hết những hạt mầm của các thanh âm và tiết tấu, như tâm hồn Tiên nhiều trạng giác. Gia vẫn không hiểu nhiều về nàng, đến tận bây giờ, những góc khuất, anh muốn đến tận cùng, nhưng sợ đánh động mất một cánh chim ngàn thiêng của điều kị húy, Gia vẫn thích những nét tỏ mờ như tranh nàng vẽ - ở tâm hồn người. Sự tỏ mờ luôn làm hấp lực, cho tâm hồn nghệ sĩ ở Gia ư, để đi suốt chiều sâu mà không nhàm chán, đi khắp rộng dài mà đôi khi vẫn muốn rẽ vào một nhánh khác đường sâu hút nào đó, Gia vừa khám phá ra, ngỡ ngàng, với vẻ lạ trong khác thường của nó, một nhánh tâm hồn Tiên, cũng như nhánh tâm hồn San sau này - ở lời hát nàng bất ngờ cất lên về giang sơn ai người đi mở cõi, về nhân tha ai người đang đắp đổi dựng xây.

Đó, những tâm hồn người, nó cuốn hút Gia một cách lạ lùng, khó cưỡng, tâm hồn Lãng cũng là một đặc ân, cuốn nhật kí, anh mở khép bao lần, những đêm đông, gió trời ù ù thổi, Gia hé cánh màn, và đi ra ngoài vườn thẫm đen, anh để đêm quấn trần lên bộ mặt, anh để tuyết lạnh phủ lên đôi vai trần, để mọi biến dâng cuộc đời tràn lên khóe mặt, cái quái lạ gì vậy, đọc đến ngàn lần anh vẫn hỏi, có cái quái gì ở phía sau những góc khuất kia ư?

Những góc khuất luôn cuốn hút anh lạ lùng.

Như ba anh. Người như một bức tượng, được tạc vào sự chăm chăm và mặc khải, người như một kiến trúc cổ, đã quy định lên những đền đài, thâm nghiêm, uy nghiêm, và im lìm, chết sững.

Anh sẽ không bao giờ hỏi ông nữa, dĩ nhiên là ông đã mất, tuy nhiên nếu còn sống, anh cũng không dám động vào ngôi đền thiêng để thắc mắc rằng, ba ạ, người đàn bà đó, người mẹ thứ hai của con, người vợ đầu không chính thức của ba, và có thể, người bạn tri kỉ của má con, nếu như họ có cơ hội kết đoàn, cũng đã mất rồi. Mất rồi ba ạ.

Người sắp chết, ai cũng có quyền nói lên nguyện vọng.

"Con có một người anh ruột, hiện giờ vẫn sống ở Việt Nam, tên là Tùng Lãng".

"Nếu cậu có về một lần, hãy đến La Ngà, dòng sông bắt nguồn từ Bình Lộc, rồi dồn tụ về khu vực Đồng Nai, nơi có những vườn sầu riêng rụng trái, nơi bờ giậu thưa áo mỏng phơi chiều, hãy hỏi thăm nàng còn hay mất".

Đó, người đàn anh đồng đội, được lệnh rút quân khỏi vùng Chan Chứa, về cố thủ Sài Gòn, bất ngờ đến độ, không thể đến chào người em gái hậu phương.

Chỉ má con là không, bà mang đi vào im lặng, cả những điều, những điều, tưởng không thể, ba ơi.

Còn người đàn bà đó thì sao?

Gia ạ, trước khi mất, mẹ tôi đã viết một tâm thư xin chính quyền Việt Nam công nhận những trước tác của cha chúng mình.

3.

Những ngày gió lạnh, Gia hay đến thăm ba, ông nằm cạnh bà, trên một khoảng đất rộng. Trên mộ, anh dựng hình cây đàn, thuê thợ xây lên rồi kì công anh sơn tạo, thật đẹp đẽ, còn mộ má anh trống trơn, như chính cuộc đời bà, không một thanh âm, chẳng một sắc kì, không lay động một giọt nắng nào, không làm tàng lá trên cao động đậy - đó là tâm hồn ông. Cuộc đời bà thật nhạt trong mắt ông, thì cứ để bà vậy, như vốn thế, và bà muốn thế, muốn làm người vô hình bên cuộc đời ông, lặng lẽ, đắp vun và chỉ mong nhận lại thứ vô hình.

Mộ má anh không có gì, nằm cạnh cây đàn trên mộ ba anh. Nhiều ngày rét, anh đến đó, ngồi bên cây đàn, anh giả cầm vào phím, thử gảy khúc giao hoan, xem có ngân lên không, những chú chim trên cành hồng diệp chạy dọc nghĩa trang đã giúp nó cất lên lời rồi, lảnh lót, lảnh lót, hoặc tiếng gió ú ù, nghe như tiếng trăn rừng hú, mà có lần ông đã ví như tiếng đàn, trong những lần hiếm hoi, ông ngồi dạy anh đánh. Con không có khiếu đâu, ông nói lạnh lùng, bình thản, như thể, bay chẳng làm được trò trống gì, dù bàn tay anh vừa mới lướt qua mấy phím.

Những giờ dạy âm nhạc ở cái trường có những đứa con gái hiền lành, hay mặc áo dài màu trắng, ngồi co ro bàn luận thế sự, hoặc tình yêu phù phiếm, còn lũ con trai hay bày trò hút thuốc, bắt nạt thầy, tập làm thơ tình, rồi vượt rào đi xem xi nê trong những giờ học chúng không mấy thích thú, thì môn âm nhạc chỉ là một gia vị nêm vào cuộc sống vốn khốn khổ, mà bất kì người đàn bà Sài Gòn nào những năm chinh chiến, cũng ca thán, khi vừa gánh cháo như má anh, hoặc gánh rau củ quả ra những căn chợ nhỏ bán buôn hàng ngày, thì cái thứ gia vị đó chỉ đủ cho bọn con trai biết thêm vài khuông nhạc, viết những bài ca tỏ tình vu vơ và lỗi phím, tán mấy đứa con gái chúng thương, thì làm sao ông dạy nổi anh, nên ông bất lực ngay từ những phím đầu tiên là phải.

Sự việc thực chẳng có gì, chỉ như thầy giáo dạy môn Vạn vật của anh thường ca thán, cậu này tưởng gì cũng biết, mà cái cỏn con này cũng không biết sao? Rồi ông cầm tai anh nhấc nhấc, trong tiếng cười vô tư và hồn nhiên của lũ con gái hiền lành, thì việc ba anh chê trách, có là gì, sự việc quả không là gì. Nhưng ông là ba anh, ông sống cùng má anh bao năm, đôi lần ông có thay bà đi họp phụ huynh, và đôi lần có nhìn anh đầy cảm thán như thể, cái thằng này học hành chăm chỉ vào rồi mới giúp được đời, chứ cái ngữ bay, cũng mơ mộng lắm.

Thì câu nói đó quả không bình thường, đúng ra là một sự tổn hại tinh thần không nhẹ, nó cắt vào lòng anh một cơn đau nhói, như gió lạnh vùng Quảng Trị, sau này anh thấy, những cơn thổi dài xuyên qua vùng đông bắc Việt, chảy xuống Hà Thành, rồi xuyên sâu hơn vào phía trong này, nó làm anh lạnh từng cơn dài thê thiết lắm.

Sự việc cũng chẳng có gì. Anh cầm cây đàn biểu tượng trên mộ ba đánh một khúc, con chim sáo từ vòm cây hồng lộc giữa nghĩa trang cất lời, tiếng con chìa vôi nhỏ cũng rung lên, kết hợp tiếng rên ư ư của con chó chăn cừu mà người chủ nào vừa dắt đến. Những âm thanh đó, hợp tấu nhau, làm nên một bản nhạc trên tay anh, tê tái, và não nề. Anh vẫn vuốt tay lên phím âm của cây đàn biểu tượng được xây bằng gạch đá và xi măng, để nghe âm thanh lòng mình cất lên tê tái.

Ba, ba có nghe thấy lòng mình không, ngay lúc này, ba có nghe thấy lòng con không. Anh định hỏi. Khi nhìn sang mộ má, bà như mỉm cười, cái cười nhẫn nại hay nhẫn nhịn, cái cười vô thanh và vô hồn, cái cười ẩn sâu tình yêu hiến dâng vô bờ hay ngu dại nữa, bà trao cho ông, không một lần đòi hỏi, đến nỗi con trai bà cũng không nghĩ ra biểu tượng nào về người mẹ nó, để làm cho bà, cho vẹn linh hồn người quá cố ư, nhưng chẳng lẽ là gánh cháo, hay lát hột vịt, bát tiết canh, hay nụ cười lành hiền bà luôn dành cho ông, hay là cái vẩy tay đi ra ngõ, chuẩn bị cho một bữa ăn đầy ngon vị mà chồng bà thích.

Má, cả cuộc đời má sống vì ai, anh lại định hỏi, nhưng cũng thôi. Hôm qua, một lá thư đến từ vùng Florida, anh không lạ, cũng chẳng ngạc nhiên, cũng không có gì hồi hộp, cũng chẳng một chấn động, nó không ngoài dự đoán, đã trong tầm kiểm soát của anh ư, anh cũng chẳng cả buồn nhớ nữa, thay cho ngồi nghĩ ngợi, anh đến đây, thăm mộ hai người, lấy tay gẩy lên khúc đàn, để lòng tự hỏi, và để hỏi ba anh, ba à, tình thương con của ba lớn thế nào, tình thương má của ba lớn ra sao, và con là gì trong suy nghĩ của ba, con nằm ở khúc ruột nào trong chiều sâu ruột ba, con có vị trí nào trong nỗi nhớ thương của ba.

Con sáo lại họa cùng cây đàn rồi, lần này nó kêu lên những tiếng lích kích liên hồi, làm cho âm giai nhảy nhót, một điệu lạ lắm, anh ít khi thấy ba anh gẩy xưa kia, tiếng đàn của ông thường buồn não, buồn như lòng ông, buồn như lòng anh, buồn như má anh, và buồn như lá thư của người đàn ông kia gửi.

"Thạch Gia, chúng ta là anh em, sau bao nhiêu chia cắt, chúng ta lại tìm được nhau, cái tìm này trên mặt cơ học thôi, nhưng có tìm của lòng người không, mới là quan trọng. Trên danh nghĩa thì Lãng là anh, hãy cho Lãng xưng anh nhé! (sự thân thương, thân thương lạ, dù người xứ Tây họ chỉ quen gọi nhau là tôi, bạn, hai ngôi thứ nhất và hai đó, nó sao tránh khỏi lạnh lùng).

Thạch Gia, anh đã biết được em từ xưa, nghe ba mình kể, qua cả những người bạn khác, song, chúng ta dường như cần thời gian. Ba đặt chúng ta là Tùng Lãng và Thạch Gia, ba muốn em như núi đá vững canh gốc nhà, còn anh như cây Tùng, cả đời có rong chơi thì vẫn về trụ cột. Nhà và gốc, cội và cây, thạch trụ, vân mây, phải chăng điều ba nghĩ đến.

Thạch Gia. Chúng ta, đi hai con đường, chúng ta, tuổi trẻ không ai được quyền chọn lựa, chúng ta hai ý thức hệ, chúng ta hai hoàn cảnh…Nhưng anh muốn, thật muốn, như lúc này, viết cho em, bên ngọn đèn vùng Florida, anh chuyển qua đây sống đã năm tháng nay, sau khi rời nước Đức. Anh muốn được gặp em".

Cuối thư là lời hẹn ước, ở quán cà phê X, vào ba rưỡi chiều, chiếc áo nhận diện màu sữa, đôi giày màu be thiên vàng.

4.

Đứa con hoang đàng trở về sau những ngày rong chơi hay là lỗi lầm, nó đã trở về, nó nhận ra chân giá trị đời thực, hay không còn nơi bấu víu, nó hiểu hết tầng ý nghĩa gia đình, hay mỏi mệt, hoặc mọi chốn nơi đều không thể thay thế nổi cho tình thâm cốt nhục, mọi lạ xa của cõi người chẳng bằng một góc bé nhỏ quê, nơi đó có người cha bao dung hiền hậu, luôn dang tay đón con về.

Con cả, hãy lấy rượu cho ta, cả thịt cừu nữa, hãy lấy nhiều món ăn, và đón em con. Chúc mừng con trai của ta đã trở về.

Chúc mừng con đã trở về ư? Nó vui hay buồn? Anh nó vui hay buồn. Cha, không việc gì ta phải đối đãi tử tế với nó, cha quên là nó bỏ đi, nó từng hư hỏng, nó rồi sẽ phá nát nhà ta. Con đừng tưởng tượng thế, các con đều là con ta, ta đều yêu quý, em con đã trở về kia rồi, con hãy dang tay đón nó, rượu ngon đâu, thịt cừu ngon nhất đâu, tiệc đâu, cỗ đâu, nhạc nữa, hãy nổi lên nào, để đón lấy con ta.

Chỉ người anh không vui ư, người anh hậm hực, người anh không đủ bao dung? Người anh và đứa em. Các con, hãy nổi nhạc lên nào, con trai, mừng con đã trở về. Nó đã mệt mỏi và trở về, cha có gì làm vui; nó đã hoang đàng và hư hỏng, sao cha còn đón nó như một vị thiên sứ, con thật không hiểu được cha.

Lòng người cha là trời, lòng người cha là Chúa, Chúa nhân từ đã dang tay đón con, chỉ Chúa mới nhân từ đủ độ che chở vào bao dung bỏ qua mọi lỗi lầm. Lòng cha là Chúa. Còn người anh, còn người em? Về nơi đấy có rượu không? Nhưng chén hồng đào nào sẽ đón anh, hay lại quan hà, bôi tửu, sơn khê, cách trở của lòng người, nhiều lần Gia tự hỏi. Người cha trong Thiên Chúa đã chết rồi. Người anh nào có đâu là Lãng. Lãng không phải thế, nhất định không thế, còn đứa em, cũng chẳng phải là anh. Và ba anh, có là người cha đó không, cũng không là thế. Chưa lần mở rượu, chưa lần đãi thịt, chưa lần dang tay đón những giấc mơ của con. Mày lại gây ra nghiệp rồi. Đó là câu nói cuối cùng phán xét cho ước mơ làm lính của anh. Có lẽ cả nhà ta phải từ mày mất. Câu nói tức bực nhất trong cuộc đời làm cha của ông. Ông thường không mấy khi xưng hô vậy. Giận nhiều cũng chỉ con và ta. Ba phải hiểu con cùng lớp trẻ… Nhưng ai hiểu ta hả con?

Ông đã ra ngõ rồi. Hai con khướu mun được đặt ngoài đó, tầng khế nở hoa tím rụng vào lồng son, mùi hương bay xa lẫn hòa cùng tiếng hót. Tiếng hót có màu tím của hoa khế chua, mùi thơm của hương khế ngọt, có mùi đau của cuộc đời cầm tỏa tháng năm.

Ba, có lần anh đề nghị, ba cần thả chúng ra. Nhưng ai cho ta tiếng hót. Vì để nghe tiếng hót mà ba cầm tỏa một cuộc đời sao? Nhưng ta cần tiếng hót. Thì giờ anh khó cự cãi, vì sợ những sinh mệnh, tính mạng bị tổn thương, mà ba cầm tù giấc mơ mũ đỏ của con sao. Hay vì một lẽ gì? Thiên thần cánh bay, mây trời lộng gió, sự khoáng đạt của núi non, bầu khí quyển bát ngát, lồng ngực thở vang những khát vọng, sao ba lỡ cầm tù? Nhưng anh sẽ không nói. Anh hiểu ba anh. Anh đi về phía nhà Tiểu Thanh, bọn trẻ con chán chơi trò đẩy nước, chúng tụ lại chỗ gốc cây xoài chơi xì dách, tiếng thằng nào to nhất, mày bị phạt năm đô, hai thằng khác đương quỳ bên cạnh, mặt lem đầy mực phấn, nụ cười hở những cái răng non, làm anh thấy mình nhẹ đi nhiều nhịp. Các em, có thấy chị Tiểu Thanh đâu không? Chỉ theo chú Hỏa ra Chợ Lớn lấy hàng.

Nhịp sống của Tiểu Thanh gắn liền với chúng, cũng như nhịp thở của cửa hàng chạp pô này gắn liền với tiếng thở của anh và bao gia đình nghèo quanh đây. Không có nó một ngày sẽ ra sao. Chú Hỏa móc mắt mình dâng cho Đan - Kô ánh sáng, Tiểu Thanh đã hiến tế mình cho dòng chảy của Mê Kông ư, con tàu chìm cùng bao cánh tay chơi với. Chú Hỏa móc mắt dâng mình cho thiên thần hay về với quỷ dữ? Người cha trong kinh thánh kia giống với ai?

Không phải ba anh, cũng không là chú Hỏa. Và Lãng, có phải là người anh cả trong câu chuyện kia không. Cha đất nước có dang tay đợi anh về, bàn tiệc có đầy, rượu hồng đào có được rót ra, thịt cừu hảo hạng có dành cho hoang đàng phiêu dạt, tiếng nhạc nào lại tấu khúc hợp tan. Anh không biết. Người cha nào còn ở trong kinh thánh kia không?

Một lần nào anh về chứ? San kéo chiếc cổ áo của anh cho nghiêm lại. Nàng hỏi anh vào một chiều biên giới, nơi có con chim nào cõng hạt, chở cả rừng mai về bên đấy khi xưa?

5.

Những hoài niệm, như mê cung tình ái. Những ngăn tàn tích của cả những đau đớn, vẫn cứ hiện về. Nhưng lớp sương mờ quá khứ chiến tranh vẫn lương vương, như lớp voan mỏng hờ giăng mắc, làm vướng mắt bao thằng người đi qua đoạn đời đó. Hơi sương đã kịp bén chiến bào rồi. Gia không hất được ra nữa. Nên hỏi Gia, có gì buồn nhất, từ tháng ngày và cuộc chiến đó ư, như cách hỏi của người hàng xóm đồng đội. Dạo này, anh cũng ít ghé hơn. Chiếc xe chở hàng không còn ì ì đi qua con dốc có trồng hàng cây lăng tử để đi vào một con đường nối cổng nhà Gia và nhà anh nữa. Một cơn đau nào chăng? Lại một lớp mỏng hờ để Gia không dám xuyên hàng rào vô hình táo sang phía đó. Cảm giác làm động đứt những dây tơ, mà anh không dám khuấy lên nữa, con nhện hãy ngủ yên đi, trên những sợi mỏng từng.

Đó, chiến tranh, nó là lớp màn sương mờ nhưng đau, cắt vào chúng ta, không khác gì những nhát dao đâm sâu vào ngực. Người đàn ông ấy đã đau ư? Nhiều khi nóng ruột, anh cũng qua đó kiễng chân ngóng chờ một tiếng ho, dù húng hắng, một tiếng kêu ì ì của chiếc xe bán tải, nhưng tịnh không thấy, anh ngồi xuống vườn, bên chiếc bàn đá, vài luống rau xà lách đã lên xanh, bụi ớt hiểm đã cho ra trái xen kẽ cùng li ti chấm trắng những nụ hoa, anh nhìn xuyên qua nó về phía hàng rào táo, tịnh không thấy bóng ai.

Anh chợt nghĩ đến ba anh, những bận trở về từ xí nghiệp, anh rất hay nghĩ đến việc ba làm sao. Ra đi vài tháng không sao, nhưng cứ thời khắc trở về, nỗi bất an lại thành lớn nhất. Bậc thềm kia, chiếc ban công, vài cây khế kiểng, bụi hoa lài, thứ giống cây ông thích, bàn tay ông còn cắt tỉa chứ, bóng pijama còn dạo vườn quanh chứ, và vài cái ho húng hắng vẫn tãi lên từng ngọn xanh. Anh sợ ngày nó dừng lại, nên đúng cái khắc thời anh nhìn thấy mọi thứ quen thuộc, thì nỗi sợ mới lại ùa về, anh sợ sự ngừng trôi, mây ngừng lại, trời không nắng, bông lài không tỏa hương, bóng pijama không còn động đậy, sự hằng thường không còn thường hằng nữa.

Ba ơi, ba ơi, anh hét to, anh chạy xô vào cuống quýt. Ba ơi, ba ơi. Đôi dép vẫn để đây, bàn đàn khăn trắng phủ, lọ hoa và chiếc kính, song ba anh đâu. Anh không thấy dưới bếp, trong vườn, ngoài sân, gốc cây, một kịch bản nào ư, bàn ăn nghe chừng nguội lạnh, bánh mì để tự mươi hôm, chiếc rẻ chùi đã khô quắt. Ba ơi, ba ơi. Một kịch bản diễn ra, xoẹt ngang trong đầu, anh hớt hải chạy về phía gara, ông hay ra đấy, để lau chùi một cánh cửa, không có, anh không biết phải tìm ông ở đâu, bước chân quán tính đã đưa anh đến gốc cây sồi, ba anh ngồi đó, chiếc áo lông trùm lên tận cổ, ông ngồi bên chiếc bàn nhỏ, trên chiếc ghế mây, dưới gốc cây sồi, cạnh hộc thư, ông tãi từng lá, từng lá, úp tai vào nó, áp ngực vào nó, giơ hai ngón tay áp vào nó, đặt lên má mình, lên môi mình, ôm tất cả đặt sâu vào làn áo lót mỏng, trong chiếc áo lông thú, vào buổi chiều Texas âm độ.

Chắc ông ấm lắm với những nghi thức sưởi thơ, ông không nghe thấy rồi, lời anh gọi, bước chân anh đạp cây, tiếng hét hốt hoảng, và giọng thở hổn hển. Anh chạy. Ông không nghe thấy rồi, nỗi sợ của anh, nghi thức sưởi thơ thiêng liêng quá chăng, để một đoạn đường ngắn, ông bị đóng đinh vào những niệm cầu, ông như người cha sứ đang làm lễ rửa tội, ông như con chiên chăm chú vào những lời khải thị, ông như đứa trẻ hút lấy những lời phỉnh phở của những vị chúa tiên, ông như chàng trai tôn thờ nghi lễ tình yêu bên cô gái, ông không nghe thấy rồi, lời anh gọi, bước chân đạp cỏ, và tâm trạng hoảng hốt của anh, chỉ còn những khải thị ấm sưởi, của nghi lễ - hộc thư cây sồi còn lại.

Gia ngừng lại một lúc, anh cố xua ý nghĩ, để trở về hiện tại, và nhìn sâu vào phía con đường nhỏ ngắn, dẫn ra gốc sồi. Từ ngày ông mất đi, hộc thư không còn nữa, anh cố tình xóa bỏ nó ư, anh sợ mình đau, không hẳn, anh nhìn trân trân vào hộc thư dạo nọ, cây sồi vẫn còn đó, chiếc bàn đá, chiếc ghế mây, chỉ không còn bóng áo lông trùm cả cổ, thu mình trong nghi lễ sưởi thư thôi.

"Ba ạ, con muốn gặp ba một lần ở Sài Gòn. Mẹ con đã chuyển vào đó sống cùng con. Dạo này bà già hơn, những nhắc nhớ thường xuyên hơn, cả nhắc nhớ về ba".

Gia cố hình dung ngày hai người họ gặp. Bàn chân nào, bước chân nào, cái nắm tay nào, cái ôm vai lắc mạnh, sự hồi hộp, hơi thở, hai người đàn ông sẽ đứng sát nhau, để nghe tiếng thở, nghe mạch máu li ti mình chảy, nghe huyết thống trong dòng huyết thanh, nghe nhịp đập của khắc khoải nhớ mong. Lãng của ba. Ba của con. Tiếng kêu xé Trường Sơn, tiếng gọi Vọng xé những rạp xi nê Sài Gòn, để hàng hàng người trong cơn chấn động, vùng dậy vỗ tay, lặng yên đến cả vài phút, cảm tạ người nghệ sĩ tài hoa, cho họ phút giây thăng hoa của nghệ thuật, đau đớn của nhân thế ư? Hai thân thể người đàn ông sát lại nhau, ông sẽ ôm Lãng thật chặt, cái vỗ lưng nhè nhẹ, Lãng của ba ư, hay tiếng rít lên của hai hàm răng, con của ta, hay giọt nước mắt. Gia không hình dung được, Gia không thể tưởng tượng ra, bởi mọi sự tưởng tượng đều vênh lệch, vì chưa bao giờ anh thấy ông làm thế, như thế, nhưng rồi ông sẽ thế với Lãng của ông.

Ba, con rất nhớ ba, anh chưa nói được câu đó bao giờ, anh ít bộc lộ cảm xúc, và trong câu chuyện của hai người, hình dáng anh ra sao, thân thể anh thế nào, nhân dạng anh méo mó hay tròn trặn, trong sự nặn tả của họ đây, anh không biết nữa, hai người đàn ông, hai cha con, hai chiến tuyến, không phải rồi, ông ở phía thứ ba ư, không phải rồi, họ đã gặp nhau, và thế nào, có giống người đàn ông trên đường phố Sài Gòn ngày 30 tháng 4 không, khi anh vừa trở về từ vùng Biên Hòa, chiến sự hết rồi, dù ở ngã tư Bảy Hiền, cuộc tử chiến giữa chiến xa Việt Cộng và đại đội nghĩa quân vẫn diễn ra, ba xe tăng bị tiêu hủy, ngọn đuốc sống người lính Bắc quân cháy rừng rực, nhảy loi choi rồi gục ngã, vài cái xác cháy đen bên cạnh, trong tháp pháo, một cái đầu cụt lủn chỉ còn thân người vẫn vững trơ trơ, vài thây ma của bóng áo xanh nghĩa quân thoi thóp, chiến sự kết thúc bằng trận đánh cuối cùng ở đây ư, anh bước qua nó, đi về phía Sài Gòn. Trung tâm, những ngọn đèn đã bắt đầu được thắp. Anh đứng bên này đường nhìn sang phía kia, rạp Tex bình thường sôi động, quán cà phê ký giả bình thường tấp nập người xe, mọi thứ yên ắng, yên ắng. Thành phố chiến sự, thành phố hòa bình, thành phố giải phóng, thành phố chiếm đóng?

Anh đứng lặng đi, tựa lưng vào hàng cây hồng lộc, vẫn con đường đó, bót cảnh sát, xa xa kia là ngôi trường Tiên học, và đi hết bùng binh, là cái quán đầu con đường Cô Hồn anh gặp ả đàn bà, vợ chưa cưới của liên trưởng biệt động quân đã bỏ mình ở Quảng Trị, để chị ta dở khóc dở hồn, rồi cũng tìm đường về với gã. Gia đứng lặng nhìn vài chiếc xe quân sự, trên chở những người lính Bắc quân, có treo cả lá cờ xanh đỏ, những họng AK chĩa lên trời. Họ nhìn thấy anh, nhưng chẳng ai thèm ngó ngàng, bình thường quá ư, những thằng thất trận không một vũ khí, lê xác từ các mật khu xa, vùng ven ô, trong một trận cận chiến sống còn với đối phương, để bảo vệ Sài Gòn ư, nhiều hơn bảo vệ mạng sống, lê bước được về đây, đã là ân huệ, làm sao phải đổi cả máu xương trong ngày hòa bình chiến thắng, cho một thây ma không cả còn vũ khí, bộ quân phục xác xơ, mái đầu phờ phạc, bàn tay sứt sẹo, ánh mắt vô hồn, thậm chí anh còn nhận được cả cái nhìn ban thương của họ, những người lính đã đi qua sống chết phía bên nào, thì họ đều thấu cảm, hoặc mã thượng chăng, từ này anh dùng hơi nhiều và hơi quá, nhưng rõ ràng, anh bắt gặp những cặp mắt ban thương, ái ngại, thậm chí có cả cái hất đầu như muốn bảo, về nhà ngay đi; những người lính thất trận, thất bại, thường làm động lòng đối phương chăng?

Ra trận, ai cũng hiểu sự thắng thua đều làm con người ta phấn động quá, của hò reo, hoặc ái ngại, sự tột cùng của cảm xúc, sự vui sướng hay cảm thương. Chính vì thế, anh bắt gặp những cặp mắt cảm thông. Như trong giờ khắc này, phút giây này, chiều muộn đã vào đêm của ngày 30 tháng 4 trên đường phố Sài Gòn, cạnh rạp Tex, không còn xe nhà binh Cộng hòa đi lại giễu oai, mà ngập tràn sắc áo Cộng quân, những ánh mắt nhìn anh hiền lành như ban thương.

Những chú bé miền Bắc, đi một dặm dài, qua núi sông, rừng ruộng, mà anh đã gặp họ, trong những cuộc ngủ vùi Trường Sơn, trong những lần cận chiến, xáp lá cà, cả đâm lưỡi lê, ư hự, bóng người đổ xuống, tiếng súng bắn gần phụp phụp vào thân, máu phun ra đỏ bụng, tiếng uỵch người ngã xuống, những cận chiến, anh còn ngửi được mùi họ, mùi đặc trưng Bắc Việt, đồng đội anh vẫn bảo, hôi hám của rừng già, bẩn tưởi của lâu ngày không tắm, thum thủm của hơi sũng nước mưa rừng, và mùi đói, bốc lên từ đôi mắt, bắp tay gầy trơ xương, hay cẳng chân loèo khoèo. Mùi đói. Thì giờ, anh gặp họ ở đây.

Ba, con đã gặp được ba. Một thằng đói nào đó đã ôm chầm lấy người đàn ông mà anh ta gọi là ba ở gốc cây sao đen bên cạnh. Tiếng động lịch kịch của balo, súng đạn, của tiếng thổn thức, của tiếng vỗ về, đã đánh động anh dậy, trong giấc ngủ bừng thức của một giấc mơ chiến bại, anh choàng mở mắt, người đàn ông già, ôm người lính trẻ Bắc quân. Ba, con không ngờ được gặp ba. Con thân yêu, ba đây, má con thế nào, con có biết tin tức gì về bà không. Sao người đàn ông nào gặp con trong giây phút đầu tiên cũng hỏi về vợ. Má khỏe ba ạ, con vẫn nhận được thư nhà. Người đàn ông mặc chiếc quần tây màu trắng, áo trắng, xe 67 để bên, túi áo vẫn còn cài hai nắp bút, và chiếc cặp sách của người công sở, của một kí giả, hay một giáo sư, tóc ông chải cao, hất lên, ngược ra sau, đã bạc trắng, song Gia còn thấy nó rất dày, vầng trán rộng. Con yêu, chúng ta đã gặp nhau. Họ thổn thức, sau lời hỏi thăm về người má, về đứa em, họ hàng hoặc là cả gia đình phía ấy, thì họ chồm ôm lấy nhau, hai cánh tay siết chặt, hai quả đầu sát chặt, nhịp rung thân thể họ mà Gia vẫn cảm nhận rõ, qua làn sóng xung điện, như truyền cả vào gốc cây, lan xuống mặt đường, làm tim anh cũng rung liên hồi. Người ba ôm con, rồi lại vội rời ra, ông ẩy con ra xa một sải, nhìn hết mặt con, mũi con, đầu con, áo quần con, rồi ông nắm bàn tay con, nhìn sâu vào đó, rồi ông lấy tay vuốt mái tóc con, rờ lên nắp túi áo, xuống chiếc balo, rờ vào bộ quân phục bạc màu đã rách te tua và bẩn thỉu, lại rờ tay vào khuôn mặt đen đúa gầy trơ xương, lại nắm nắm vào hai cánh tay, rồi sờ vào bộ ngực, bóp bóp vào hai bên đùi, rồi sờ xuống sống lưng.

Ông khóc, ông khóc quá chừng, trời ơi là ông khóc, vì sao ông khóc, Gia hơi lặng đi. Sau này, mỗi giây phút nghĩ lại chuyện đó, hay để đồng hiện với kỷ niệm về ba, anh cũng vẫn hỏi, hoặc để liên kết với lời hỏi của người hàng xóm, kỷ niệm nào buồn nhất với anh, thì Gia lại nghĩ, lại nhớ, và lại hỏi, vì sao ông khóc nhiều đến thế, ông như vật người con ra, đẩy nó ra xa cách một sải, nhìn nó qua ánh đèn đường vàng, rồi lại khóc, nắm tay nó, sờ chân nó, rờ lên mặt nó, xoa tóc nó, lật chiếc mũ cối của nó lên, để nhìn cho rõ, cởi cả đôi giày của nó ra mà sờ bàn chân, ôm nó thật sâu, rồi ông cứ thế mà nức nở, con của ba, con của ba ơi, vì sao ông lại thế. Sau này, những lá thư cây sồi đã đầy, sau này, những chuyến về Cam Bốt qua sông Bình Di nhìn sang phía đó đã nhiều, sau này, đọc lại trang nhật kí xưa của Lãng đã lắm, sau này, ký ức của San về Cù của cô được kể nhiều hơn, và sau này, người hàng xóm luôn hỏi Gia ơi, anh kể cho tôi nghe thêm đi, những gì anh thấy, như một sự xác tín, chỉ còn hai đứa mình thôi, là cá thể duy nhất lúc này, ở đây, trong vùng này, có cùng một liên kết, và cố gắng nhé, đừng để quên ký ức, cũng như đừng để quên đồng đội mình. Chiến tranh, nó lại gắn kết con người đến thế ư, chiến tranh, lại làm cho con người ta sống được vì nó ư, chiến tranh, là một sự hiện tồn, mà ở góc độ nào đó, ta không có nó cũng như ta không có ta. Thì anh vẫn hỏi.

Cậu không biết được đâu, một cựu binh Bắc Việt sau này gặp anh ở Houston cũng nói vậy, tớ ở vùng Quảng Trị, ranh giới vĩ tuyến, dĩ nhiên ba mẹ tớ phía bên kia, sau này, câu chuyện của họ, chỉ là chiến tranh, trận đánh, năm ký hiệp định, ngày chia cầu, chiến trường, những lần chống càn, những lần du kích kết hợp bộ đội thành Quảng Trị, những lần bộ đội địa phương tham gia trận đánh lớn cùng quân chủ lực, chết bao nhiêu, lập công thế nào, Bác Hồ gửi thư khen mấy bận, huân chương chiến công hạng mấy, họ không còn một câu chuyện nào khác đâu Gia, họ không còn một vùng quan tâm nào khác đâu Gia, chiến tranh như sự hiện tồn của họ, chiến tranh như sự sống của họ, nếu tách khỏi điều đó họ sẽ chết, phải không Gia.

Anh nói xong rồi lặng đi đau xót. Gia biết anh xót, khi anh hơn họ, anh được đến nơi này, sinh sống ở đây, để hiểu, chiến tranh chỉ là nỗi đau, còn bao điều của cuộc sống tươi đẹp và đáng sống hơn. Nhưng những người dân quê anh, ba mẹ anh, đồng đội anh, ở quê nhà, thì lẽ sống của họ, tình yêu của họ, ký ức, sự hiện tồn, điểm tựa nâng đỡ tinh thần, thứ thuốc phiện ru ngủ họ, chiến công và danh dự của họ, thành quả và sự ghi nhận của họ, dấu mốc đánh dấu đời sống của họ, lại chính là chiến tranh, và chỉ có chiến tranh. Chiến tranh. Duy nhất thế mà thôi, xót phải không Gia. Anh vỗ về Gia khi thấy một giọt nước mắt của Gia. Đất nước mình như thế là quá xót phải không Gia. Do hệ lụy kéo dài quá của chiến tranh phải không Gia, phải không.

Thì Gia đâu có hiểu, chỉ biết, người ba cứ nhìn bàn tay con rồi khóc, ông lại nhìn xuống chân mình, đôi giày da bóng loáng, ông nhìn vào áo mình, chiếc áo công sở trắng tinh, nhìn xuống chiếc quần mình, âu phục là thẳng thớm, và nhìn con xe, nó dựng kia, kiêu dũng, mà bất cứ một gã đàn ông nào cũng muốn cưỡi mình trên đó, ông sờ tay vào má ông, bầu bĩnh và hồng hào, ông nhìn vào bàn tay ông, trắng trẻo và múp míp, những ngón thanh sạch, được cắt tỉa gọn gàng, ông giàu có ư, trông có vẻ thế đó, ông sung sướng ư, hoàn toàn là vậy, ông thanh cảnh ư, chắc chắn rồi, ông đã từng rất hạnh phúc ư, nhìn thần thái là biết, ông có học thức ư, dáng vẻ kia không thể nào sai được, và ông khóc vì tất cả điều đó ư, đứa con ông đã đi chặng đường xa quá so với tuổi hai mươi của nó, những gì nó đã trải qua và thấy được, những gì nó đã gánh chịu và hi sinh, điều khủng khiếp nao, cơn ác mộng nào, địa ngục trần gian, con đường âm phủ nào đã đè nặng lên tuổi hai mươi của nó?

Bước chân hoang đàng trên khắp mọi nẻo đường. Bao cái chết, bao bi thương, bao nhọc nhằn, hằn trên khóe mắt, bàn tay gầy, khuôn mặt quất, làm sao con có thể đi chặng đường dài đau khổ thế ở tuổi hai mươi, ôi những người trai Việt Nam thế kỷ chinh chiến, ơi những đứa con Việt Nam đau thương mọc lên từ đất mẹ, điều gì để thế hệ con khổ thế kia, điều gì để con gánh trên vai sứ mệnh nặng nề. Con hai mươi, đã đi một chặng trường chinh dài đến thế kia ư?

6.

Gia đã từng nghe tiếng đàn nào trong suốt quãng đời tuổi thơ của anh? Tiếng đàn nguyệt trên lầu hai nhà ba con Tiên, tiếng đàn nhị trên gác sách nhà anh, và tiếng độc cầm nơi vườn xưa Vĩ Dạ, của ông ngoại quan tư đồ và mợ Cúc, người con gái quý tộc thất thời, về làm vườn cùng cha chồng, những đêm trăng mợ thường cùng cậu Hạnh, giở ngón đàn ra nghênh nguyệt.

Trăng lên, tiếng đàn, suối mơ, và người con gái, động đào nguyên và những âm ba. Trăng lên, chiếc thuyền và quyên ca, những bóng hường bên bến duyên, những nghê thường trong dáng nga, những động huyền trong bước chân chàng Trương Chi, trong nỗi lòng chàng Lưu Nguyễn. Tiếng bạc tiếng đồng, tiếng ngọc tiếng ngân, tiếng chìm tiếng gió, tiếng nào mưa, tiếng nào khóc, tiếng nào vũ tiếng nào văn.

Những âm thanh đã theo Gia đi hết thời tuổi trẻ, những âm thanh đã gọi Gia biết đậy lại tiếng lòng. Chúng ta sống ở đó, tâm tư, một góc rõ lắm của con người mình trong đó. Ba anh thường nói vậy, mỗi khi thấy anh đứng im lìm nhìn ông độc tấu, ông nói chỉ anh nghe, hay ông nói cho con khướu mun và chó đá, về nỗi lòng thật bưng kín ông gửi cùng ý nhạc, những độc huyền cô lẻ, mới là khúc tấu thanh lòng ông chăng, những khát khao chỉ có thể gửi vào những âm gió mưa vần vũ, của đủ khúc nghê thường tấu khúc kia chăng?

Ba Tiên cũng vậy, và cả ông ngoại, cậu Hạnh, mợ Cúc, những bóng xưa, hay Lan Tuế, hay cả không gian nơi lầu cao vọng gác Phù Dung Tía. Cả thời tuổi trẻ Gia sống bằng âm thanh, cả thời tuổi trẻ, anh phải căng tai nghe tiếng lòng người, qua những tấu khúc dân gian. Nỗi lòng nào của ba, tâm hồn nào của Tiên, và thời vận nào trong nỗi buồn của mợ Cúc, của ông ngoại khi xưa?

Âm thanh, nó là một cơn vọng thác buồn nhất của số phận, âm thanh nó là những kí gửi tròn trặn nhất của đời người, âm thanh, nếu bất lực ngôn ngữ không cất nổi lời, thì chính nó sẽ tấu hộ những vọng âm.

Thuyền mơ bến đi những thác bờ/ thuyền ơi, trên suối hoa ngàn khơi/ thuyền ra cho khói lên hương trời/ thuyền ta mênh mang những thiên thần/ ơi thiên thần/ ơi thiên thần/ ta cùng nàng về những bến nao/ người tiên ơi/ dáng cội già nguyệt cũ/ơi thiên thần/ thuyền mơ trôi theo bến sông Ngân Hà/ thuyền thanh trôi theo bến những đêm huyền/ ơi, thiên thần...

Ông đã trốn vào đó ư, giấc mơ cây hòe, giấc mộng Nam Kha, hay bồng lai Lưu Nguyễn, để ông trốn mình vào mộng giác, chỉ thoát tục bay lên chín tầng trời, lạc động đào nguyên, mới làm cho thời thế, cho tình đời, cho niềm trăn trở bớt vợi đi?

Cả ba Tiên cũng vậy, âm nhạc đã gợi dậy gì hồn ông, người tài tử đào hoa đất Bắc, người sinh viên trường Cao đẳng Mỹ thuật

Đông Dương xưa. Chỉ có âm nhạc, chỉ lời ca, chỉ những bức họa mới đủ cất hồn ông ư, cất hồn non nước vào thẳm sâu cõi nguồn, chìm vào bến ngủ. Cái mộng non nước hoan ca đến bao giờ mới kịp khải hoàn mà không cất giấu?

Thì ba anh cũng vậy, những bến mơ ông vẫn gợi ra qua tiếng đàn, cũng làm tỉnh thức cả tấm thân anh. Tiếng mơ màng, tiếng cảnh tiên, tiếng Chung Kỳ, tiếng nga nguyệt, tiếng lá thắm chim xanh, tiếng Lam Kiều bắc nhịp, tiếng Lí Bạch ôm trăng tự vẫn, tiếng nàng Chiêu Quân khóc luyến Chúa thương nòi, và tiếng nào lòng ông, hay tất cả, ông gửi cùng những cung đàn lối cũ đó?

Điều gì để ông trốn vào âm nhạc, điều gì để Tiên trốn vào bản vẽ, điều gì để áng cổ văn và giọng dân ca khắc khoải với bố nàng, điều gì để ông ngoại và mợ Cúc xưa, khao khát đêm vọng nguyệt nghinh phong, gọi hồn xưa, gió cũ, bến vắng, gọi hoàng thành lung linh bóng quế, gọi cổ mộ hồn công chúa, vua cha...

Tất cả, chỉ âm nhạc là giữ còn sao?

Tất cả chỉ nhờ âm nhạc để giữ còn sao?

Tiếng ai hát chiều nay vang lừng trên sóng/ nhớ Lưu Nguyễn ngày xưa lạc tới Đào Nguyên...

Tiếng nhạc của người nao, mà Gia vô tình nghe thấy, khúc phượng cầu ngậm ở miệng âm giai, những tiên thiên đang kích gọi bóng chàng Lưu, âm ba sóng thuyền đang đưa lối dẫn chàng đi...

Chỉ Thiên Thai mới thoát tục được cõi trần.

Chỉ Thiên Thai mới đựng được lòng đau cố quốc.

Chỉ Thiên Thai mới đứt đoạn hồng trần.

Nên ba Tiên tìm về, nên ba anh tìm về.

Ơi cố quốc, Thiên Thai...

Nếu không có miền Bắc thì chẳng có gì, cả một nền tân nhạc được dựng lên từ đó, cơ đồ, vọng bản, hay tha nhân, đều từ đó mà ra. Miền Bắc có mùa thu, miền Bắc có con thuyền không bến, cả một lớp tinh hoa thế hệ, trôi cùng sông hồ, hãn hải, trôi cùng nỗi buồn, vọng quốc với tha nhân, để đẻ ra một nền tân nhạc tài hoa, tài tử, mà buồn, buồn rủ thác như cung nữ chốn hành cung, buồn não chúng như chinh phụ chờ hoàng hoa, chiến trận. Nên miền Bắc, nó là cái nôi của nhạc họa thơ ca cháu ạ.

Chỉ có thể về nơi đó, mới có mùa thu. Mùa thu, gợi dậy tất cả, gợi cung lòng ngân của tất cả nỗi buồn, gợi trời mây của thứ nắng tơ hờ, gợi biếc xanh của thứ nước trời trong veo vẻo, gợi cả hơi may se sắt lạnh lùng vắng ngắt của bến bờ bãi nương hay ở chính lòng người nữa. Bến bờ, bãi nương, sương mờ ủ thác, con thuyền không bến trôi tha hương, tất cả mới làm thành một nền tân nhạc. Sự vô định của cành củi mục, sự vô phương của cảnh ngọc tuyền cổ độ, mới gợi được thế hệ lênh bênh, mới bật mầm được dòng sông dân tộc trôi không định hướng. Thì chỉ còn âm nhạc cất được lời, chỉ còn âm nhạc đựng được nỗi cô liêu. Đó, miền Bắc, đó âm nhạc.

Bố Tiên trong ngàn câu chuyện, cuối cùng cái mẫu số cụt vẫn chỉ về miền đó mà thôi. Giờ, anh thương Tiên hơn, hay bố nàng, khi những ngày xa quê vời vợi, anh cũng chỉ ước được về nơi đó. Nhưng rồi sợ, giấc mộng khải huyền của Lưu Nguyễn xưa một ngày tan bóng, bên ở, nơi đi, núi này, đồi nọ, vấn vương cả hai nơi, rồi mấy trăm năm ngỡ tưởng một ngày. Giữa động đào nguyên cội, giữa tiên thiên văng cảnh lai bồng, giữa dòng xanh lá thắm, giữa cửu tuyền bến mơ, giữa đào tiên mộng cảnh, giữa âm ba động cánh hoa đào, giữa ái ân hương nồng tiên giới, mà trở về, để lại thấy một bi kịch xót xa. Còn đâu như lúc ta mới ra đi, còn đâu như trong hoài niệm, còn đâu một trời Nam đất cũ, còn đâu cái hương vị thơm nồng cõi xưa. Để chàng Lưu thất trần dương thế, nỗi trần hoàn biến bi kịch xưa nay. Đồi nọ, núi kia, chỉ làm ta thêm khổ ải, tiên giới hay là địa vực chốn âm ti. Hai huống cảnh, như thước phim người đạo diễn biết phối nhạc tài hoa, cho người xem chuyển đoạn, một cái chớp mắt mà hóa địa ngục, thiên đàng?

Sao chưa bao giờ bố Tiên nghĩ vậy, sao chưa bao giờ ông thôi vọng Bắc đến cả lúc quy tiên. Còn anh, cũng có quên vọng Nam đâu. Nhưng sợ rằng, trần hoàn như Lưu Nguyễn lại đau thêm.

7.

Hãy kể một câu chuyện nào buồn nhất đi Gia.

Giôn chết rồi. Giôn là người vẫn quen hỏi Gia như vậy. Giôn tự tử đã một tháng, trong căn nhà có mảnh vườn hàng rào cây táo, vì lẽ gì, chẳng ai biết, cảnh sát đến đo đạc, điều tra, hỏi Gia vài điều căn bản về mối quan hệ hàng xóm, những bất thường, rồi cũng qua, chẳng ai còn nhắc, sự kiện rúng lên tầm mươi ngày, rồi bình thường trở lại.

Một ông Giôn, một ngài Giôn, một lão Giôn vẫn đi trên chiếc xe bán tải chở đủ nông sản, đôi khi cũng có một bà cô ngồi cạnh, đỗ xịch ở phía con đường liên bang vừa sang sửa, rồi đi bộ vào nhà, ông Giôn có gì mà phải tìm đến cái chết, ngài Giôn quanh năm mặc áo pull quần lửng có mấy khi diện comle, dấu hiệu những người ít đến tiệc tùng và không nhiều bè bạn, thì có gì phải bất đắc chí, sao phải đau đời, cảnh sát cũng vừa điều tra, ngân hàng vẫn còn thẻ tiết kiệm chứa vài chục ngàn đô của một ông già cô độc, quanh năm làm, chịu khó dành dụm để dưỡng thân, thì sao phải tìm đến cái chết, khi không vương nợ nần như những những người độc thân khác. Sự kiện thật chỉ rúng lên trong mươi ngày rồi không còn ai nhắc đến, một ông Giôn hiền lành hay cười giản dị, có chiếc xe bán tải chở nông sản, mà ai cũng nghĩ cuộc sống thật tươi vui và đủ đầy, an nhàn và thú vị, như cách sống của bao người già trên đất Mỹ, một công việc, vài người tình, thi thoảng đến cuộc vui bạn bè, ngồi trước tivi xem một trận đấu, nuôi một con chó và một con mèo, có thẻ ngân hàng và một mảnh vườn nhỏ, có cả những hàng xóm hiểu chuyện ấm áp, dù chưa hẳn tri âm, thì có gì phải khổ hạnh.

Nhưng Giôn cũng chết rồi, việc chỉ sau mươi hôm người ta cũng không còn thắc mắc, quen với việc người như thế thì làm sao phải chết, hay người như thế thì chết chẳng làm sao, mọi việc vẫn cứ có lý theo một cách vô lý, phi logic khi tận cùng của điều logic đó thôi, và Giôn chết, đã một tháng, nên cũng hết câu hỏi có gì vui buồn trong cuộc chiến kể nghe nào Gia. Nào Gia có thấy gì vui đâu, thì bắt đầu từ chuyện buồn nào cơ chứ?

Căn nhà hòa hợp ư, bên đòi treo cờ đỏ, bên đòi treo cờ vàng.

Thằng Huân được phân công vẽ bản đồ bên ta, tên binh nhì bên ấy được phân công vẽ bản đồ Bắc Việt, tờ rô ki trải rộng, rừng xanh làm nổi bật sắc trắng của tờ giấy, gió ngàn thổi lộng, bộ bàn ghế được bày ra, hai cái đầu chụm lại, thằng Huân tô đậm từng nét, nó uốn cong đường biên, nó tô đường nhẹ nhàng khi chạy dọc về miền duyên hải, tay nó đi chậm và kỹ, chấm những nét tài hoa và khéo léo vào các góc độ, là Trường Sa, nó dừng lại lâu hơn ở các hòn đảo, các ngón đưa mềm, đầu bút đưa mềm, mắt nó chúi vào từng điểm, lấp lánh, nó vẽ miền Nam, đối phương vẽ miền Bắc, hai cây bút phác vào tờ giấy rô ki, biển hiện lên, đảo hiện lên, núi rừng hiện lên, mềm mại những đường nét, vững vàng những giới ranh, màu xanh hiện lên, sắc tím hiện lên. Nét gồ ghề của đường biên giới Đông Bắc, nơi đây Trần Quốc Tảng trấn ải biên cương dốc lòng phục vụ vua Trần chống giặc Nguyên Mông, nét bút tên binh nhì dừng lại, rồi để đường gập gồ tiếp tục kéo đến Ải Nam Quan, nó lẩm bẩm, Nguyễn Trãi đã đưa cha đến nơi này.

Khi nào hết chiến tranh, nhớ ra tôi nhé, nhà tôi ở làng Thổ Hà có nghề làm bánh tráng sát con sông Cầu sang bên kia là vùng đất Kinh Bắc, quê tôi có làng hát quan họ. Vậy hả, *người ơi người ở đừng về*, thằng Huân bất chợt cất lên, giọng nó trong veo lạ lùng, giọng nó trong leo lẻo, ngân ngấn dài những li ti nảy những hạt mầm trong cuống họng như người nghệ sĩ dân gian hát quan họ đích thực. Đúng rồi, đúng giọng quan họ quê tôi. Hay quá, anh hát hay quá.

Trên tấm bản đồ mà thằng Huân gò người trên tờ rô ki để tô nét bút từ Quảng Trị vào tận Cà Mau, còn người lính bên kia kẻ từ Ải Nam Quan về sông Bến Hải, chúng đã nói chuyện gì, chúng cười vui ra sao, và rất đỗi tự hào về lịch sử dân tộc ư.

Việt Nam phải màu đỏ, không được, là màu vàng. Vậy miền Bắc đỏ, miền Nam vàng. Nhưng miền Nam còn của chính phủ lâm thời miền Nam Việt Nam. Nếu thế thì màu xanh hòa bình, nhưng xanh hòa bình còn là màu cờ giải phóng. Thôi thì quyết định xanh coban trên toàn cõi.

Hỏi Gia có chuyện gì buồn ư, biết kể từ đâu, khi Giôn chết rồi, mà sự mở lời thì vẫn cứ là hiếm hoi nhất. Nếu vậy, thì tách cà phê, bao thuốc, hàng rào cây táo giờ sẽ là cuộc trùng phùng tao ngộ. Dễ rồi Giôn ạ, Giôn giờ ăn hương ăn hoa, đi mây về gió, Giôn giờ hóa thành hư ảo, Giôn giờ đọc được ý nghĩ của anh mà anh mà đâu cần cất tiếng, nếu vậy, ngồi đây đi Giôn, vẫn chai whisky mà anh thích, vẫn món nhậu cóc xoài anh học được ở xứ man di, vẫn cách ngồi bắt chéo chân vỗ đùi đánh đét, vẫn giọng hỏi đều đều có gì buồn kể cho nhau nghe. Mà sao chưa bao giờ là chuyện vui. Thì Giôn chết, cũng vì những điều buồn đó ư.

Có buồn đấy, giờ tôi không cần mở lời nữa, mà anh vẫn nghe tốt phải không? Tốt rồi Giôn, giờ thì hay quá, ngồi đây, hai tách cà phê, hai ly rượu, hai loại thuốc, hai chiếc bật ga, ngồi đi Giôn, nghe tôi nghĩ, nhìn tôi nghĩ, và chu du cùng ý nghĩ của tôi. Giờ anh ăn hương ăn hoa, anh lượn mây lướt gió, anh biến ảo hình đi vào các cõi, thì cõi lòng có khó gì đâu? Bảo tôi buồn gì hả Giôn. Làm nhà hòa hợp thì phải sinh hoạt, mọi thứ thật là gượng ép? Nhưng thế giới vẫn ra đời từ sự gượng ép đó thôi, bàn tròn chính trị có phải là bữa liên hoan tự nguyện bao giờ, những trái bom trên từng nét ký, thì buổi sinh hoạt tập thể này có khác chi.

Các anh hát cho chúng tôi nghe bài *Mẹ đào hầm*. Có phải người mẹ trong cuộc chiến tranh chống đế quốc đã lay động trái tim các anh? Ai là đế quốc, chúng tôi chỉ thích hình ảnh mẹ, đơn giản là mẹ.

Khi hát đề nghị mọi người chỉ nghĩ đến mẹ, ai đó đề xướng, tất cả cùng đồng tình, tiết mục Việt Nam hòa hợp lại diễn ra.

Nét bút thằng Huân di từ Quảng Trị về tận Cà Mau, nơi nào chúa Hoàng mở cõi, nó dừng lại để giải thích, làm khuôn mặt người lính Bắc quân cũng rộn rã lên, nơi nào Liễu Thăng bị cụt đầu, người lính Bắc quân chấm mạnh vào điểm đó, để thằng Huân hiểu rõ. Và từ điểm đó đến nhà hắn là bao xa, trong lời hẹn hòa bình về thăm quê nhau của hai đứa.

Mẹ đào hầm từ lúc tóc còn xanh... Người Mẹ Việt Nam trong bài hát bay lên từ cánh đồng, bay lên từ phơ phơ mái đầu bạc, bay trong trí nghĩ các con, bay trong tâm thức người Việt, gần gũi thân yêu da diết cảm hờn, cả tủi phận, đắng cay, hay số phận mẹ - đất nước, chịu đựng, hy sinh, khắc khoải, nhẫn nhằn. *Mẹ đào hầm từ lúc tóc còn xanh, nay mẹ đã phơ phơ đầu bạc.*

Giờ là phía bên này.

Gió lao xao thổi trên mái lá. Những bàn tay tài hoa, giỏi giang của người lính trẻ xuất thân từ nông thôn Miền Bắc, làm cho các lớp tranh chồng lên nhau tăm tắp.

Nó được chống đỡ từ bộ cột, kèo, vỉ, được đục đẽo khéo léo, im khít mộng, từ những cây gỗ dổi mà phía Cộng hòa được lãnh trách. Đầm nền thì cả hai. Ngôi nhà còn vài chiếc cửa sổ được chống lên bằng những lá lau đan làm cánh.

Ngôi nhà lay động trong tán lá rừng, nó kêu lên những tiếng u ú, như tiếng chim rừng về vũ hội, như một khúc nhạc trong vắt nước nguồn của người nhạc sĩ tài hoa, đưa bến xuân của ông vào lời ca làm tinh khiết, trinh ngần một ước mơ, dựng ngôi nhà bên suối. Căn nhà hòa hợp cùng nằm bên bờ suối, những rễ cây cổ thụ lan sâu vào mặt nước, tảng đá đen rêu xanh ngăn dòng chảy, khiến nó cất lên tiếng róc rách nhẹ trôi, hòa nhịp cũng tiếng tích tích của đủ giọng hòa ca chim chóc.

Thằng Huân đã dừng tô rồi, nó chấm vào khoảng xa hơn của tấm bản đồ. Gì đó? Đảo. Đảo nào? Hoàng Sa và Trường Sa chứ đảo nào, thế chỗ ông không có đảo ư? Có chứ, Bạch Long Vĩ, nhưng nó nằm ở chỗ nào nhỉ? Chỗ này chứ còn đâu. Sao anh biết? Thầy giáo địa lý tôi dạy. Nhưng là đảo chỗ tôi mà. Thầy tôi học trường Đông Dương Hà Nội, rồi vào đây, ông đâu có phân biệt đất nào, nước nào chẳng là nước của ông, ông dạy chúng tôi cách vẽ bản đồ chữ S từ Ải Nam Quan đến tận mũi Cà Mau giờ.

Thằng Huân đã dừng rồi, sau khi tô đủ các điểm đỏ trong từng loại đô thị phía Cộng hòa, nó đã ngồi trò chuyện với bạn nó phía kia về mơ ước, về phong tục, về văn hóa, và về cả chiến tranh.

Bích Câu kỳ ngộ, anh đừng có bảo của Đặng Trần Côn, là của Vũ Quốc Trân. *Phan Trần* cũng không phải của Phạm Thái, mà là tác phẩm khuyết danh, phía các anh sai rồi.

Buổi sinh hoạt đã về đến lĩnh vực văn chương, sau khi kết thúc phần âm nhạc.

Thằng binh nhì đã hỏi bạn, các ông trong này có vẻ hiểu biết, thằng Huân trầm ngâm, họ được học hành tử tế.

Những họng súng vẫn đứng canh cho buổi sinh hoạt hoà hợp yên vui.

Các anh đang nghe đài nào thế? Đài tiếng nói Việt Nam. Ồ, đó là đài Liên Xô chứ. Tiếng cười vang lên khả ố, mỉa mai, giễu cợt, hay là sự hả hê nhất thời của trò chơi khăm - Trạng Quỳnh vẽ giun và hỉ hả trước sứ Tàu, trong lần đọ sức giữa hai xứ sở nhỏ, to.

Trạng Quỳnh cười rồi. Cười gì?

Các anh chửi chúng tôi là đế quốc sài lang, vậy các anh là tay sai cho ai mà trang bị từ đầu đến gót toàn của Nga Xô và Trung Cộng?

Đó là tinh thần Quốc tế vô sản. Liên Xô, Trung Quốc giúp chúng tôi chống Ngụy quân, Ngụy quyền bán nước.

Ai là Ngụy quân?

Đoàng, đoàng…

Tiếng hát quan họ chìm xuống, tiếng hát quan họ bị chặt đứt đôi, tiếng hát lẫn vào với cây rừng băm phạt, vào máu, óc, cánh tay nào rời ra, cánh tay thằng Huân vẽ bản đồ lúc trước, nó nằm đấy với đống tóc tuổi xanh chưa kịp chải, bên tấm bản đồ đỏ xanh hai màu dân tộc, ngón tay di vào chỗ hòn đảo Hoàng Sa, máu nó nhuộm đỏ thêm cho tỉnh lị trung tâm nó góp phần tô tạc.

Người ơi người ở đừng về…

8.

Người đàn ông ngồi xây lưng lại phía anh trong một quán cà phê của người Việt. Chiếc áo pull màu sữa, là dấu hiệu nhận diện đầu tiên trong bức thư giao ước. Và đôi giày da màu be hơi thiên vàng. Anh ta ngồi tay cầm cốc cà phê xoay xoay, một vẻ căng thẳng ư? Gia chọn một góc ngồi mà ở đó, anh ta không quan sát thấy. Một căn phòng kín hơn nhìn ra một mái vòm xuyên qua những lơ thơ tơ của thứ rèm kín hở, được chăng bằng thứ dây thưa mỏng để trang trí nhiều hơn là che đậy. Anh quan sát người đàn ông. Anh nhìn anh ta từ đầu tới cuối. Anh dừng lại ở đôi tay không đeo găng, những ngón tương đối to lại có phần hơi thuôn dài phía ngọn, nước da trắng nhiều hơn vàng, và cặp đùi lực lưỡng. Anh nhìn phía dưới mình, sự lực lưỡng của người lính Dù vẫn vẹn nguyên. Em thích nhất khoảng này. Tiên thò tay vuốt từ ngực anh xuống bụng, qua hông và xuống bắp. Anh đẹp lắm. San cũng thường rên lên mỗi khi anh lên người. Nàng có thói quen vuốt dọc sống lưng anh xuống mông tới hai bắp, có khi lật ngửa người anh, nàng cắn. Khoảng đùi, nó thật đẹp và lực lưỡng, nó làm cho em thấy bình an, nó cho em được bảo vệ và cả thèm muốn nữa, anh biết không. Nàng giơ tay vuốt vào cả má anh, để anh cười khì mỗi khi nàng làm trò mèo vờn chuột đấy.

Thì bây giờ anh bắt gặp chính cặp đùi kia. Bàn tay của ba anh, và cái cổ to, hơi đo đỏ, và râu cạo nhẵn, nhưng anh tin nó hơi phần quai nón, và đôi mắt đẫm hàng mi, và sống mũi dài, và cặp tai to, và đôi môi dày hơi bì về phía dưới, có khuôn và nét rõ. Lãng giống ba anh lạ lùng, còn anh lại giống má. Lãng giống ba anh lạ lùng. Tim anh nhói mạnh. Hình bóng ba anh những năm sáu mươi chở anh trên chiếc cúp trên đường phố Sài Gòn, anh cũng với tay vào khoảng eo kia, nó to bự và rắn rắn, ôm vào khoảng mình kia, nó tròn tròn và ấm ấm, anh với tay cầm vào bắp vế kia, nó rắn đanh và to đậm. Cả người ba anh toát lên sự vững chắc lực lưỡng đậm đà. Cả cuộc đời đậm đà đó ông dành để bảo vệ những khuông nhạc của mình, bản đàn và những vở kịch. Sao ông không bảo vệ má con anh.

Gia nhói đau nhìn vào khoảng lưng to rộng. Ba anh đó, chính ba anh. Ở một góc độ nào đó, nó thân thương lạ, như khi còn nhỏ, anh ôm khoảng lưng kia, cũng được dụi đầu vào khuôn mặt vuông vức đó, sờ những cọng râu cứng, vân vê trong lòng bàn tay và nghĩ nó sẽ xuyên thủng má mình, nếu mình cọ mạnh. Ông mỉm cười, khi đọc được ý nghĩ trẻ thơ của anh.

Là ông kia. Không, là Lãng, là Lãng, không, chính là ông kia. Ba anh đó. Lãng đó. Anh choáng váng. Anh lấy tay dụi mắt. Anh lảo đảo, cốc cà phê rung lắc. Anh cố ngồi yên trấn tĩnh. Cơn trấn tĩnh lâu đến độ, làm một đợt đau tim nữa lại dội về.

Là ba anh? Là Lãng? Là Cừ? Là người lính Bắc quân trong

trang nhật ký. Ai? Anh dằn mạnh vào ghế. Chiếc ghế rung lên cùng thân người lực lưỡng. Hướng ánh mắt xoáy vào thân người cũng lực lưỡng ngoài kia đang bồn chồn cầm cốc cà phê xoay mọi hướng, màu khói của nó bốc lên lẫn với hơi nước từ tách trà. Vẻ bồn chồn lộ rõ trong dáng ngồi. Chiếc giày be và màu áo pull sữa. Cặp hàng mi dày và dài, đôi mắt to, khuôn miệng viền, thi thoảng nhếch lên một điệu cười buồn buồn và hiền khô, ngơ ngác. Ba anh cũng hiền khô thế. Ba anh ngơ ngác và rất đỗi minh triết. Ba anh ngu ngơ mà cực kỳ thông tuệ. Ba anh lờ đờ mà lanh lẹ. Ánh mắt kia cũng vậy, ánh lên sự tinh tường, hài hước, sắc lẹm từng khi.

Bụt hay tà, chính hay gian, tả hay hữu. Người lính Bắc quân, cánh rừng Trường Sơn, những dòng nhật ký tìm ba, kỷ niệm đồng đội, đôi tay tài hoa và những bức vẽ. Và lòng anh dũng, quả cảm, và lòng tận hiến dành cho Tổ quốc của anh ta, và tinh thần hào sảng lãng mạn, và tinh thần thời đại hùng ca, và trang sử thi trên cuộc đời anh ta cùng những nốt nhạc, người lính Bắc quân nhiều tâm tư và anh dũng, người lính Bắc quân đầy mâu thuẫn và danh dự, người lính Bắc quân chán ghét chiến tranh và yêu Đảng, Bác, người lính Bắc quân đau nỗi đau chiến cuộc và xin mưa hãy xuống đầu mình, khi bị vây hãm trong một quả đồi, xen kẽ phía đối phương. Tràn ngập, đã bị tràn ngập, xin pháo binh hãy rót lên đầu chúng tôi, nước Cộng hòa Xã hội Chủ nghĩa Việt Nam muôn năm, Hồ Chí Minh muôn năm. Xin hãy mưa trên đầu chúng tôi. Lãng đấy ư, người lính Bắc quân trong trang nhật ký đây ư, Cù đây ư, ba anh đây ư, cánh tay lực lưỡng, bắp chân lực lưỡng, quả hông tròn, bộ ngực lớn, di truyền từ ba anh sang cả người anh, in trong cả người đàn ông kia ư.

Cốc cà phê anh ta xoay đến 180 độ, hai bàn chân đã rậm rịch, anh ta đưa mắt nhìn xung quanh có phần nóng ruột, mà sự lo lắng bất ổn dường như đã cố giữ. Một quý ông lịch lãm cần điềm đạm, bình tĩnh, một quý ông tinh tế cần giữ sự thăng bằng. Anh ta không giữ nổi rồi. Sự xoay tròn liên tục của cốc cà phê trên tay nói lên điều đó, mà những phút đầu nó được đặt ở trên bàn, thi thoảng anh ta cầm lên nhấm vị. Mắt nhìn ra xa chờ đợi. Anh ta dường như không chờ đợi nổi. Anh ta đợi gì. Cũng một hình hài của anh ta, cũng một dáng vẻ của anh ta, cốt nhục đã thất lạc mấy mươi năm ư. Con trâu anh em trong một trận đấu còn vùng chạy. Người anh em trong một cuộc gặp gỡ lịch sử máu thịt, lòng nào mà được yên. Người đàn ông lịch lãm của San đây ư. Cù đây ư. Vẻ ngoài hiền khô nhưng bên trong là một rừng kiến thức, Hà Nội rất mực hào hoa, Hà Thành nho văn và nhân cách. Hào hoa sót vụ, để San đi tìm người đó mà lại thấy anh ư. Ai là người thay thế. Anh, Lãng hay chính là Alex. Alex đã thay thế người đó trong một khoảng thời gian ư. Alex có sức trẻ và lòng nhiệt huyết, Alex có cốt cách lịch lãm của người phương Tây trong dáng dấp phương Đông, Alex có kiến văn cùng cuộc sống phong phú, đủ để lấp đầy phần nào chỗ trống của San, một khoảng thời, nhưng Alex không có chiều sâu của trầm tích bao dung điềm đạm, uyên ảo, tài hoa, và cái nhìn vời vợi xa, đi hết chiều dài dân tộc, đi hết chiều sâu sử sách, đi qua biến thiên thời cuộc, đi trên thân xác con người, đi trong nỗi đau thế sự, đi rộng dài ra cả thế giới mênh mông, để chiều nhìn vời vợi nhãn giới, để chiều sâu thăm thẳm vô biên, để chiều đau thế thời, mà bất cứ kẻ có tâm hồn nghệ sĩ nào cũng coi là tiêu chuẩn của vẻ đẹp, để tinh tế kết tụ ở cả giọng nói, điệu cười, sự đi đứng, cả sự dịu dàng như tan chảy cả nhân sinh, bởi chết chóc đủ rồi, giết chóc cũng đủ rồi, đánh đấm ư, đã hết. Thì giờ cái còn lại chỉ là yêu thương. Bao yêu thương cho đủ đắp bù, bao bao dung cho đủ hận thù, bao nhân ái cho đủ những việc ác lầm, bao hàn gắn cho gắn kết những giới ranh. Nó kết tụ vào Cù của cô, nó lăng xăng qua Gia của cô, nó phảng phất ở Alex, cốt cách cội nguồn, tộc gia, hay là một phần của đứa con lịch sử, cô đã tìm thấy ở ba người.

Ai là người thay thế. Alex thay thế Cù, Gia thay thế Alex? Cái ý nghĩ đó làm cơn đau dữ dội lần nữa về, cái ý nghĩ mình chỉ là kẻ thay thế làm tim anh nhói mạnh. Anh lại đau, anh ôm lấy đầu, căn phòng nhỏ quá chỉ đủ kê bộ bàn trà, nhìn ra lưa thưa mắt cáo của những dây rèm trang trí, anh nhìn thấy Lãng đã đóng đinh, anh ta đóng đinh vào một điểm nhìn. Anh ta đã hết vẻ bồn chồn lúc trước. Sự bình lặng trở lại. Một cơn bão đau trong vẻ ngoài yên ắng. Anh ta đóng đinh mắt vào một khoảng trống. Anh ta ngồi yên lặng, yên lặng, câm nín hóa đá, như nàng Vọng Phu đã hết chờ chồng. Nỗi đau. Gia cảm nhận. Anh thấy ba anh mỗi lần xong một vở kịch, mỗi lần nghe chiến sự vùng Ái Tử. Anh thấy ba anh. Anh nhói mạnh tim một lần nữa. Những con rung lắc của vỏ trái đất người đợt này đến dữ dội hơn. Anh lại ôm mặt và bóp mạnh li cà phê, nhìn ra phía đối diện, chiếc áo pull sữa bị gió thổi mạnh bay tà lên, đôi giày màu vàng be vừa vặn bàn chân rộng, hợp với chiếc quần màu cà phê. Cù của San tinh tế, người chiến sĩ Bắc quân tài hoa, và Tùng Lãng, đứa con thất lạc đáng thương côi cút của ba anh. Anh ta côi cút thật.

Gia nhìn ra. Ai người thương anh, ở giây phút này, ba anh có về chứng kiến? Ông đứng kia rồi, anh đã nhìn thấy. Ở một khoảnh khắc nào đó, má anh xưa vẫn nói, một phút nghẹt của cuộc sống, người âm và dương họ lại gặp gỡ, để cứu độ cho nhau, để phù trợ, đỡ trì, như giây phút sinh tử chẳng hạn. Không ai sinh tử cả, ở đây. Song ba vẫn xuất hiện, anh nhìn thấy, chỗ cửa ra vào mờ tỏ ánh đèn xanh, ông đã đến, ông bước thật nhanh, vẫn với bộ pijama ông mặc hàng ngày, thứ vải mềm dễ chịu, kiểu may hợp với người già, ông vẫn nói thích, và má anh dặn, con mua cho ba vài bộ nữa. Ông mặc nó khi ngồi bên bàn ăn, ông mặc nó khi dạo vườn, khi chơi đàn, khi lên ban công hái lá tỉa cành, có khi chui vào ô tô của anh cùng bộ dạng, để đi gặp bác sĩ nha khoa. Thì giờ ông diện nguyên nó đến ngồi đối diện người đàn ông kia.

Ông nhìn thấy anh không? Sự gắn kết phụ tử có không? Tình máu mủ có khiến ông nhận ra anh không? Người ta vẫn nói, khi chết rồi, cảm nhận máu thịt sẽ rõ ràng hơn, có phải không? Ông đi về phía anh ta kìa. Ông đã quàng tay qua vai người đó. Ông xiết chặt, ông vỗ về, ông khóc, phải rồi ông khóc. Ông có thấy anh ngồi đây không? Chiều qua rồi, đêm đã đến, ánh đèn đã xanh hơn, màu đỏ cũng loang loáng, bóng áo pijama của ông quyện cùng màu sữa của áo pull, và hai mái tóc một bạc một đen đang quấn nhau. Ông có biết anh ngồi đây không? Tình máu mủ nào để ông nhận ra. Không, ông không nhận ra rồi, ông không nhận ra thằng lính Dù mũ đỏ bay trên đôi cánh thiên thần nó ngụy tạo.

Mày đi như thế hãy từ mặt ta. Nhưng con mơ ước. Mơ gì thì cũng đừng đi vào nơi chinh chiến giết người con ơi. Ông tả hay hữu. Nhưng con ông thì rõ rồi bên tả, nhưng con ông thì rõ rồi bên hữu. Xin hãy cho mưa vào đầu tôi. Bạn, tôi hỏi, bạn đã suy nghĩ kỹ chưa, hỡi bạn quý yêu. Người cố vấn Mỹ pháo binh cố nói giọng bình tĩnh, ấm áp nhất, qua làn sóng truyền tin, anh ta muốn an ủi vỗ về hay lời ban thương giây phút cuối chẳng rõ. Hãy làm như thế, đó là nguyện vọng của tôi. Bạn thân yêu, chúng tôi yêu bạn. Rồi Gia không biết gì nữa. Cuộc tràn ngập của Bắc quân. Quả đồi sắc áo xanh Nam Định phủ. Đồng đội anh bị bao vây tứ phía, cơn nguy khốn khốn cùng, hay lòng căm thù, hay tình yêu Tổ quốc, hay trách nhiệm danh dự của người lính, hay những bài học thao trường rèn tập, hay lời dạy của các tiên sinh, hay tinh thần mã thượng, hay lòng tự trọng. Nhưng mưa đã xuống đầu anh và Lãng, ở hai khoảng thời gian, không gian, hai sự kiện, hai phía lính ở hai đầu chiến tuyến khác nhau. Họ đều dũng cảm, trách nhiệm, danh dự và tình yêu Tổ quốc.

Tình yêu nào với mẹ cha, Tổ quốc nào là Tổ quốc chung, đúng hay sai, chính hay tà, Ngụy quân hay Giải phóng, tả hay hữu, tay sai hay chính nghĩa, Quốc gia hay Cộng sản, Mỹ Ngụy xâm lăng hay Tàu cộng, Liên Xô bán nước. Anh không biết. Đồng đội anh ngã xuống rồi, ràn rạt. Cơn mưa pháo trên đầu. Đồng đội Lãng cũng gục xuống rồi, xanh ruộng. Sao chỉ Lãng và Gia sống, ở hai lần mưa pháo họ xin xưa?

Bên này và bên kia, anh ngồi đây, ba anh sẽ phía nào, ba bên thứ ba ư, Lãng giờ bên nào, anh thì vẫn bên đó. Cuộc gặp nhau này sẽ về đâu. Đồng đội anh chết, Tiểu Thanh cũng chết, ba Tiên và nàng trong cuộc chạy trốn âm dương, Lâm chết không toàn thây vùng Quản Đạ, Thủy mắt mèo nhảy xuống phía dưới cầu Mây Tức, hai người anh con bác của Gia tử ở Mỹ Tho, lần ba anh đưa họ về tránh chiến sự. Thằng Tấn chết trên hố bom, sau cuộc tảo thanh vì một mảnh pháo lạc bầy với niềm khao khát văn chương chưa thực hiện trọn. Chiếc khăn mù xoa tím hồng, tặng vật từ Hungary, người mẹ tặng Lương ngày ra đi vẫn còn đây. Còn ai nữa, ngàn ngàn người dân vô tội trong những con đường di tản, còn ai nữa, ngàn ngàn người lính Bắc quân trên các chiến trường Gia chứng kiến, còn ai nữa.

Gia không về từ bận đó, dù thương nhành hoa bưởi, thèm sắc mai vàng, thương mùi hoa khế, thì anh vẫn chỉ đứng bên này sông nhìn sang bên kia Bình Di xem dân mình sinh hoạt. Có ai ở phía đó ngăn anh? Dẫu không, thì anh đâu muốn về, sự chết lòng mới là cái chết thiết tha. Anh quay đi, để lại đằng sau ba anh đang ôm Lãng, bóng áo pijama trộn cùng màu be pha sữa. Hai mái đầu đen, bạc mãi quấn lấy nhau…

9.

Tiểu thuyết nên dừng ở chương nào, cần cho nó kết thúc chưa, hỡi nhà văn nghiệp dư và kém tài? Gia hất mớ tóc lòa xòa, đi ra ngoài nắng. Chiếc gạt tàn của Alex còn đây, chiếc xe đạp ba anh còn dựng ở đây. Vườn cây vẫn gió, trái táo vẫn ru một điệu buồn ngàn năm của trọng lượng và trái đất. Ai hút anh về phía nào đó đi, ai đưa anh về một trọng tâm đi. Lơ lửng. Tâm hồn. Anh bước thêm ra ngoài nắng. Con đường liên bang sang sửa đã xong. Giôn không còn bên hàng rào nữa. Và Alex, độc giả thân mến ạ, cũng ra đi theo cách của Giôn, khi biết mình chỉ là kẻ thay thế, hay là thấy cuộc đời vô vị nữa. Và người đàn ông quấn đầu vào ba Gia trong một ảo ảnh ở quán cà phê buổi chiều đó, chiếc xe tải vàng đậu ở lề đường bất ngờ bốc lái, hút lấy anh ta, chỉ vài chục phút sau khi Gia rời đi.

Giờ họ ở đâu, San ở đâu, và Alex, và Tiên, và má anh, và ba anh... họ ở đâu trong thế giới vô liêu này.

Bầu trời vẫn rộng ngoài kia, biển vẫn sóng, gió vẫn luân hồi và lòng người vẫn biến chuyển, chỉ cái mất mát đã qua là không lấy lại được bao giờ.

Vô liêu, thế giới ngoài kia, thế giới trong này, thế giới của anh, của San, cùng bao người...

Vườn cây vẫn gió...

HẾT

MỤC LỤC